களப்பணியில் கம்யூனிஸ்டுகள்

பாகம் - 3

பொதுவுடமை இயக்கத்தில் பூத்த மலர்கள்

ஜி. ராமகிருஷ்ணன்

பாரதி புத்தகாலயம்

Kalapaniyil Communistugal (Part- 3) (in Tamil)
G. Ramakrishnan
First Published: December, 2022
Published by
BHARATHI PUTHAKALAYAM
7, Elango Salai, Teynampet, Chennai - 600 018
Email: bharathiputhakalayam@gmail.com / www.thamizhbooks.com

களப்பணியில் கம்யூனிஸ்டுகள் (பாகம் -3)
ஜி. ராமகிருஷ்ணன்
முதல் பதிப்பு: டிசம்பர், 2022
வெளியீடு:
பாரதி புத்தகாலயம்
7, இளங்கோ சாலை, தேனாம்பேட்டை, சென்னை - 600 018.
தொலைபேசி : 044-24332424, 24330024 | விற்பனை: 24332924

முகப்பு ஓவியம்: ராமமூர்த்தி

அச்சு : பிரிண்டெக், சென்னை - 600 005.

வேருக்கு நீராக....

இந்திய கம்யூனிஸ்ட் இயக்க வரலாற்றில் முன்னெப்போதும், தலைவர்கள் யாரும் செய்திராத பணி இது.கம்யூனிஸ்ட் கட்சியின் அடிமட்டத் தொண்டர்களின் வாழ்வும் பணியும் பற்றி யாரும் எழுதியதாக என் வாசிப்பில் நான் கண்டதில்லை.தெலுங்கானாப் போராட்டத்தில் பங்கேற்ற பெண் தோழர்கள் பற்றி ஒரு நூல் வந்தது மட்டும் நினைவில் இருக்கிறது. கட்சியின் உயிர்த்துடிப்பாகவும் ரத்த நாளங்களாகவும் இருப்பவர்கள் அடிமட்டத்தில் மக்களோடு நின்று பணியாற்றும் கட்சி உறுப்பினர்களே. அவர்களின் தியாகத்தின் மீது நடந்துதான் கட்சி முன்னேறுகிறது. பாடல்பெறாத அந்தக் கதாநாயகர்களைப்பற்றி அரசியல் தலைமைக்குழு உறுப்பினரான தோழர் ஜி.ராமகிருஷ்ணன் தானே முன்னின்று தோழர்களிடம் பேசித் தகவல் திரட்டி இந்த நூலை எழுதியிருப்பது முன்னுதாரணம் இல்லாத பணி.

இது 'தீக்கதிர்' வண்ணக்கதிரில் இதழில் வாரம்தோறும் தொடராக வந்து கொண்டிருக்கும் கட்டுரைகளின் தொகுப்பாகும். இவ்வகையில் இது மூன்றாவது தொகுப்பாகும்.முதல் தொகுப்புக்கு அணிந்துரை வழங்கிய நூற்றாண்டு கண்ட நம் முன்னோடி தோழர் என்.சங்கரய்யா எழுதியிருந்த ஒரு பத்தியை இங்கு தருவது பொருத்தமாக இருக்கும்:

"தோழர் ஸ்டாலின் கட்சி ஊழியர்களைப்பற்றிக் குறிப்பிடுகையில் கூறியதாவது"கட்சி ஒரு குறிக்கோளை நிர்ணயித்த பின்னர், எல்லாவற்றையும் தீர்மானிப்பவர்கள் கட்சியின் ஊழியர்களே என்பதாகும். எனவே ஒரு திறமைமிக்க தோட்டக்காரர் எவ்வாறு தன் தோட்டத்திலுள்ள ஒவ்வொரு செடியையும் பார்த்து அதற்குள்ள குறைபாடுகளைப் போக்கி அதற்கு ஊட்டமளித்து வளரச் செய்வாரோ, அதைப்போல் கட்சி ஊழியர்களைப் பக்குவப்படுத்தி சிறந்த ஊழியர்களாக வளர்ப்பது கட்சியின் கடமையாகும்"

உண்மையில் தோழர் ஜி.இராமகிருஷ்ணன் இந்தக் கட்சிக்கடமையைத்தான் இத்தொடரின்வழி ஆற்றி வருகிறார்

எனலாம். சிறந்த ஊழியர்களின் வாழ்க்கையை எழுதி இளம் தலைமுறைக் கம்யூனிஸ்ட்களுக்கு வாசிக்கத் தருவதன் மூலம் தங்களோடு ஒருவராகப் பயணிக்கும் மூத்த தோழர் ஒருவர் இப்படியெல்லாம் வாழ்ந்திருக்கும்போது நாமும் அப்படி வாழ வேண்டும் என்கிற உந்துதல் ஏற்படும்.இதுவும் ஒரு முக்கியமான கட்சிக்கல்விதான். சீனத்தின் தோழர் லியூ ஷோஷி எழுதிய "சிறந்த கம்யூனிஸ்ட் ஆவது எப்படி?" என்கிற நூலுக்கு நடைமுறை மற்றும் செயல்முறை விளக்கம்போல இந்த நூல் அமைந்திருப்பதாக நான் உணர்கிறேன்.எத்தனை எத்தனை சிறந்த கம்யூனிஸ்ட்களை நாம் இந்நூலில் சந்திக்கொறோம்.

தியாகத்தில் புடம்போட்டு அனுபவத்தால் கனிந்த இந்தத் தோழர்களின் வாழ்க்கை எத்தனை விதமான படிப்பினைகளை நமக்குத் தருகின்றன!!

அநேகமாக இந்நூலில் பேசப்படும் 60 க்கு மேற்பட்ட தோழர்கள் எல்லோருமே 70 வயதுக்கு மேற்பட்டவர்கள். சிலர் 90 வயதுக்கு மேல் முதிர்ந்தவர்கள். அந்த வயதுக்காரர்களாக இருந்தாலும் கட்சியைப்பற்றிப் பேசும்போது அவர்களின் உள்ளமும் முகமும் மலர்ந்து பிரகாசிப்பதைப் பார்க்கிறோம்.நாம் முழக்கமிடும்போது "உதிரச்செங்கொடி உயரட்டும்" என்று சொல்வோமே; அந்த உதிரச்செங்கொடியின் உண்மையான புதல்வர்கள் இவர்கள்தாம்.

"நண்பர்களோடும், தொழிலாளர்களோடும், பொதுமக்களோடும் அரசியல் பேசிய நான், என் மனைவி மக்களோடு பேச நேரம் இல்லாமல் போய்விட்டதே என்று இன்று வருத்தப்படுகிறேன். பள்ளி,கல்வி, உத்தியோகம் என்ற அளவில் எந்திரமயமாக என் குழந்தைகள் வளர்ந்துவிட்டார்கள். ஆகவே ஒருவர்கூட பொது வீதிக்கு வரவில்லை. அரசியலுக்கு வரவில்லை, நம் இயக்கத்துக்கு வரவில்லை. இது வாழ்வின் மிகப்பெரிய தோல்வியாகவும் ஏமாற்றமாகவும் கருதுகிறேன்" என்று 82 வயதாகும் தோழர் நெல்லை பாலு மனம் கரைந்து குற்ற உணர்வு கொண்டு பேசுவதை தோழர் ஜி.ஆர்.பதிவு செய்கிறார். இது ஒரு முக்கியமான பாடம் எதிர்காலத் தலைமுறைக்கு.

குடும்பமே கட்சிக்குடும்பமாக வாழ்வதைத்தான் அநேகமாக எல்லா அத்தியாயங்களும் பேசுகின்றன. தோழர் ஜி.ஆர். மொத்த நூலுமே ஆண் கம்யூனிஸ்ட்களின் நூலாக ஆகிவிடாமல் கவனமாக ஒவ்வொரு அத்தியாயத்திலும் தோழரின் இணையர் எப்படிக்

கட்சி ஈடுபாட்டுடன் இருந்தார் என்பதையும் சேர்த்தே பதிவு செய்துள்ளது இந்நூலின் சிறப்பாகும்.

தன்னுடைய கணவர் கு.ராமய்யா மறைந்த பிறகும் மதுரைத் தோழர் ஜெயலட்சுமி கட்சிப்பிடிப்புடன் தன் குடும்பத்தையே கட்சிக் குடும்பமாக நடத்திவருவதை வாசிக்கையில் நம் கண்கள் கசிகின்றன. அதிலும் அவருடைய மகனை கட்சியின் முழுநேர ஊழியராக ஆக்கலாமா என்று கேட்டபோது ‘‘கட்சியின் முடிவுதான் என் முடிவு’’ என்று தயங்காமல் அவர் கூறும் இடம் சிலிர்க்க வைக்கிறது.

திருச்சி மாவட்டம் மணப்பாறைத்தோழர் சோமு ஒரு சிற்றுண்டிக்கடை நடத்தி அதில் வரும் வருமானத்தில் வாழ்ந்துகொண்டு கட்சிப்பணி ஆற்றுகிறார். தொடர்ந்து போராட்டங்கள், கைது-சிறைவாசம் என்று அலையும் வாழ்க்கை அந்தக் கடையை நடத்த விடவில்லை, மூடப்படுகிறது. அவரது இணையர் தோழர் ரேவதி “தனது கணவரின் கட்சிப்பணிகளின் முக்கியத்துவத்தை உணர்ந்தவராக, அதற்கு எவ்வித இடையூறும் வந்துவிடக்கூடாது என்ற அக்கறையுடன் வீட்டிலேயே இடியாப்பம் செய்து கடைகளுக்கும் வீடுகளுக்கும் விநியோகம் செய்து ,அதில் கிடைக்கும் சொற்ப வருமானத்தில் குடும்பத்தை நடத்தி சோமுவின் கட்சிப்பணிகளுக்கு உறுதுணையாக இருந்தார்” என்கிற வரிகளை வாசிக்கும்போது நெகிழ்ந்துபோகிறோம். லெவி கொடுக்க மனம் தயங்கும் நடுத்தர வர்க்க மனோபாவம் குறித்த வெட்க உணர்வும் வருகிறது.

“1935 ஆம் ஆண்டில் பிறந்த பெருமாள், வத்தலக்குண்டு அருகே உள்ள பழைய வத்தலக்குண்டு பகுதியைச் சேர்ந்தவர். கூலி வேலை செய்து குடும்பத்தை நடத்திவந்த பெற்றோரால் இவரைப் பள்ளியில் சேர்த்துப் படிக்க வைக்க இயலவில்லை. கையெழுத்து மட்டும் போடக் கற்றுக்கொண்ட பெருமாள் தினமும் யாரேனும் ஒரு தோழரிடம் ‘தீக்கதிர்’ நாளேட்டைக் கொடுத்துப் படிக்கச்சொல்லி இயக்கச் செய்திகளையும் கருத்துகளையும் கேட்டுத் தெரிந்துகொள்கிறார்.’’ என்று தோழர் ஜி.ஆர். எழுதிச்செல்கிறார். தீக்கதிர் சந்தா சேர்ப்பு இயக்கத்தின்போது மக்களிடம் எடுத்துச்செல்ல வேண்டிய சேதி இது. கல்வி அறிவே இல்லாவிடாலும் ஆர்வமும் துடிப்பும் இருந்தால் தீக்கதிரை வாங்கி ‘வாசிக்க’ முடியும் என்பதற்கு தோழர் பெருமாள் மிகச்சிறந்த முன்னுதாரணம். படிப்பு மறுக்கப்பட்டு இளவயதிலேயே

வேலைக்குச் சென்ற குழந்தை உழைப்பாளிகளே இந்நூலில் மீண்டும் மீண்டும் அறிமுகம் ஆகிறார்கள். பலப்பல அன்றாடக் கூலி வேலைகளைச் செய்துகொண்டே இவர்கள் கட்சிப்பணியும் ஆற்றுகிறார்கள்.'' வறுமை எனக்கு அண்ணன் தம்பி முறை.. பசியும் பட்டினியும் மாமன் மச்சான் முறை...'' என்று பாவலர் ஓம் முத்துமாரி ஒரு பாடல் பாடுவார். அப்பாடலின் நாயகர்களாக இந்தத் தோழர்கள் அசலாகவே வாழ்ந்து கொண்டிருக்கிறார்கள். இப்படிப்பட்ட தோழர்களின் கட்சிதான் மார்க்சிஸ்ட் கட்சி என்பதைவிடப் பெருமை நம் கட்சிக்கு வேறென்ன வேண்டும்.

என்னுடைய கட்சி வாழ்வில் நான் நேரடியாக அறிந்த சில தோழர்களைப் பற்றிய நான் அறியாத வரலாற்றுக் குறிப்புகள் எனக்கு அந்தத் தோழர்கள்பால் இன்னும் கூடுதலான மதிப்பையும் நெருக்கத்தையும் உண்டாக்கிவிட்டன. நான் வாழும் சிவகாசி நகரில் இயக்கத்தின் மூலவராக இருந்தவர் மறைந்த தோழர் 'தொண்டர் துரைசாமி' ஆவார். வாழும் தொண்டர் துரைசாமியாக இன்றைக்கு எம்மோடு இயங்கிக்கொண்டிருப்பவர் தோழர் ஜே.லாசர். 1978 இல் வெள்ளத்தில் சிக்கிய தீப்பெட்டித் தொழிலாளர் பேருந்தில் பயணித்த குழந்தைகள் மணலுக்குள் புதைந்தனர்.சேதி கேள்விப் பட்டுப் பதறி ஓடிய தோழர் லாசர், மண்ணுக்குள் புதைந்த குழந்தைகளின் சடலங்களைத் தேடித்தேடி வெளியே எடுத்துத் தன் தோள்களில் சுமந்து வந்தவர். அச்சுத்தொழிலாளியான அவர் மதுரை மாநகரில் தீக்கதிர் தினசரி இதழாக வெளியாகத் தொடங்கியபோது அதனுடைய முதல் பிரதியை அச்சுக் கோர்த்துக் கொடுத்த தொழிலாளியாகப் பணியாற்றத் தனக்குக் கிடைத்த வாய்ப்பை இன்றைக்கும் பெருமிதத்துடன் நினைவு கூர்கிறார். கட்சித்தோழர்களுக்கு இதுபோன்ற நிகழ்வுகள் தாம் பெருமையாகவும் பெருமிதங்களாகவும் நினைவுகளில் படிந்திருக்கின்றன. அல்லது கட்சித்தலைவர்கள் தங்கள் வீட்டில் உணவருந்திய தருணங்கள், தலைவர்களோடு சிறையில் சேர்ந்திருக்க வாய்த்த நாட்கள் என சிறுவாடு போல அவர்கள் சேகரித்து வைத்திருக்கும் நினைவுகள் அற்புதமானவை. அர்த்தமுள்ளவை அவற்றையெல்லாம் தோழர் ஜி.ஆர்.அடையாளம் கண்டு வெளிக்கொணர்ந்திருப்பது இந்நூலின் மற்றுமொரு சிறப்பு.

காந்தியின் பேத்தி இலா காந்தி ஆப்பிரிக்காவில் கம்யூனிஸ்ட் இயக்க வீராங்கனை என்கிற தகவலே பல வாசகர்களுக்கும் சிலிர்க்க வைக்கும் புதிய செய்தியாகும்.

திட்டாணிமுட்டம் கிருஷ்ணனைப்போல 80 வயதுக்கு மேல் தங்கள் பகுதியில் அமர்ந்து இளமைக்காலத்தில் போராட்டக்களத்தில் ரவுடிகளால் பெற்ற வெட்டுக்காயத் தழும்புகளைத் தடவியபடி தங்கள் நினைவுகளில் அமிழ்ந்து கொண்டிருக்கும் தோழர்கள்தான் எத்தனை எத்தனை பேர்?.

நம்பிக்கைக்கும் அவநம்பிக்கைக்கும் இடையில் சதா அலைபாய்ந்து கொண்டிருக்கும் நடுத்தர வர்க்க ஊழியர்களுக்கு மத்தியில் இந்த நூலில் விரிகின்ற தோழர்களின் –அடிமட்டத்தோழர்களின் வரலாறும் அசைக்க முடியாத கட்சிப்பிடிப்பும் வியக்க வைக்கிறது. பின்பற்றத்தக்க வாழ்வாக மின்னுகிறது.

‘‘காரிருள் சூழ்ந்த கரிய வானத்தில் தாரகை போன்று ஜொலித்து நிற்கின்றீர்’’ என்கிற வரிகளுக்கு இலக்கணமான இத்தோழர்களுக்கு ஒரு ரெட் சல்யூட். இதை ஒரு விடாப்பிடியான பணியாகச் செய்து வரும் அரசியல் தலைமைக்குழு உறுப்பினர் தோழர் ஜி.ராமகிருஷ்ணனுக்கு ஒரு செவ்வணக்கம். இயக்கத்தின் வேர்களான இத்தோழர்களுக்குச் சற்றே நீர் வார்க்கும் செயலாகவே இந்நூலைப் பார்க்க முடிகிறது.

வாசிப்போம். இந்நூலைப் பரவலாக இளைஞர்கள் மத்தியில் எடுத்துச் செல்வோம்.

தோழமையுடன்
ச. தமிழ்ச்செல்வன்

சிவகாசி-626124
07-07-2022

உள்ளடக்கம்

என்னுரை

உங்கள் கையில் இருக்கும் 'களப்பணியில் கம்யூனிஸ்டுகள்' மூன்றாவது தொகுதி நூலில் இடம்பெற்றுள்ள கட்டுரைகள் 2016 ஆம் ஆண்டு முதல் 2021 வரையில், தீக்கதிர் (வண்ணக்கதிர்) இதழில் வெளியானவை.

மார்க்சிஸ்ட் கட்சியின் மாநிலக் குழு அலுவலகத்தில் பணியாற்றும் தோழர் சரவணன், ராஜலட்சுமி மற்றும் நர்மதா ஆகியோர் இக்கட்டுரைகளை தட்டச்சு செய்வதில் பேருதவியாக இருந்தார்கள். தீக்கதிர் தோழர்கள் குமரேசன், கமலக்கண்ணன் மற்றும் வடிவமைப்புத் தோழர்களின் உதவியும் குறிப்பிட்டு சொல்லவேண்டியதாகும்.

இதில் மொத்தம் உள்ள 58 கட்டுரைகளில், 69 தோழர்களின் களப்பணிகளைப் பற்றி எழுதியுள்ளேன். இதில் ஒரு கட்டுரை, மார்க்சிஸ்ட் கம்யூனிஸ்ட் கட்சியின் அரசியல் தலைமைக் குழு உறுப்பினராகவும், சி.ஐ.டி.யு அகில இந்திய தலைவராக இருந்து மறைந்த தோழர் எம்.கே.பந்தேவின் துணைவியார், தோழர் பிரமிளா (தில்லி) பற்றியது. இன்னொரு கட்டுரை, தென்னாப்பிரிக்காவில் வாழ்ந்துவரும், அண்ணல் காந்திஜியின் பேத்தி இலா காந்தியைப் பற்றியது. மற்ற 67 தோழர்களும் தமிழ்நாட்டைச் சேர்ந்தவர்கள்.

தோழர் தமிழ்ச் செல்வன், இந்தத் தொகுப்பிற்கு நெகிழ்வானதொரு முன்னுரை எழுதியிருக்கிறார். என்னுரையை எழுதுகிறபோது 69 தோழர்களில் யாரைப் பற்றிக் குறிப்பிடுவது, என்ன எழுதுவது என்பது பற்றித் தயக்கமாக இருக்கிறது. காரணம், அர்ப்பணிப்பான கட்சிப் பணி ஆற்றிய ஒவ்வொருவருமே ஒவ்வொரு துறையில் ஜொலித்தவர்கள். அடக்குமுறைகளையும், சோதனைகளையும், வறுமையையும் எதிர்கொண்டு 'இயக்கப் பணியே முக்கியம்' என்று பணியாற்றிய தோழர்கள் இந்த நூலில் இடம்பெற்றிருக்கிறார்கள். இந்த நூல் வெளியாகும் தருணத்தில் இவர்களில் பலர் நம்மோடு இல்லை என்பது எனது நெஞ்சத்தை ரணமாக்குகிறது. இந்த நூலின் வழியே அவர்களது பணி என்றென்றும் நினைக்கப்படும்.

தொழிலாளி வர்க்கத்தின் உரிமைக்காக, தீண்டாமைக் கொடுமைகளுக்கு எதிராக, மனித உரிமைகளை நிலைநாட்டிட இன்னும் எத்தனையோ தளங்களில் களம் பல கண்டவர்கள்

இந்த நூலின் நாயகர்களாக இடம்பெற்றுள்ளனர். இவ்வாறு மேற்கொள்ளும் களப் பணி என்பது போராட்டங்கள் மட்டும் அல்ல; கலை இலக்கிய தளத்தில் படைப்புகளின் மூலம் போராட்டங்களை வலுப்படுத்தும் பணியும் அதன் பகுதியே ஆகும். வர்க்கப் போராட்டத்தில் கரத்தால் உழைப்பவர்களுக்கு மட்டும் அல்ல; கருத்தால் உழைப்பவர்களுக்கும் பங்கு உண்டு என்ற அடிப்படையில் நடுத்தர வர்க்கத்தைச் சேர்ந்த போராளிகளும் இதில் இடம்பெற்றுள்ளனர். பெண் தோழர்கள் பற்றிய கட்டுரைகளும் இடம்பெற்றுள்ளன. ஒவ்வொரு கம்யூனிஸ்ட் குடும்பத்திலும் போராட்டத்திற்கு உரமூட்டிய பெண்கள், இணையர், மகன், மகள்களைப் பற்றிய குறிப்புகளும் இதில் இடம் பெற்றுள்ளன.

1974 ஆம் ஆண்டில், நெசவாளர் குடும்பங்களுக்கு ரேசன் அட்டை கேட்டு, திருநெல்வேலி மாவட்டம் அம்பாசமுத்திரத்தில் வட்டாட்சியர் அலுவலகம் முன், பல்லாயிரக்கணக்கான மக்களைத் திரட்டி, தோழர் எஸ்.கே.பழனிச்சாமி தலைமையில் மறியல் போராட்டம் நடந்தது. மாவட்ட துணை ஆட்சியர் சந்திரலேகா, தலைமைச் செயலகத்திற்கு தொடர்புகொண்டு நிலைமையை விளக்கியபோது, ‘‘தடியடி நடத்திக் கலைப்பதா? ஒருவேளை அப்படி செய்தால் அது துப்பாக்கிச் சூடு வரை சென்றுவிடும்’’ என துணை ஆட்சியர் எடுத்துச் சொன்னதும், அன்று மாலையே நெசவாளர் குடும்பங்களுக்கு ரேசன் அட்டை வழங்கப்படும் என அரசு அறிவித்தது.

தொழிற்சங்கத் தலைவரும் கட்சி முழுநேர ஊழியருமான தோழர் எஸ்.கே.பழனிச்சாமி மக்கள் கோரிக்கையினை முன்னெடுத்து போர்க்குணம் மிக்க போராட்டத்தை நடத்தினார். இப்போதும் அவர் வாழ்ந்துகொண்டிருக்கும் வீரவநல்லூரில் வலுவான கட்சி அமைப்பு இயங்கிவருகிறது.

கோவை மாவட்டம், வட கோவையில் சுமைப்பணித் தொழிலாளர்களைத் திரட்டிச் சங்கம் அமைத்த தோழர் எம்.ஏ.பாபு அவர்களை அப்பகுதியில் இருந்த சித்தி விநாயகர் கோயிலின் பராமரிப்புக் குழுத் தலைவராக பக்தர்கள் தேர்வு செய்தனர். பிறப்பால் இஸ்லாமியரான எம்.ஏ.பாபு இப்போதும் அப்பணியை சிறப்பாகச் செய்துவருகிறார். ஒரு கம்யூனிஸ்ட்டுக்கே உரிய சிறப்பு இது.

1947 ஆம் ஆண்டு ஆகஸ்ட் 15 ஆம் தேதி, சிறையில் அடைக்கப்பட்டிருந்த தம்பதியருக்கு மகளாக சிறையிலேயே

பிறந்தவர். அதனாலேயே பெற்றோர் அவருக்கு பாரத புத்திரி என பெயரிட்டனர். எழுத்தாளர் தோழர் டி.செல்வராஜ் அவர்களின் இணையரான இவரின் பெற்றோரும் விடுதலைப் போராளிகள் என்பது மிகவும் நெகிழ்வான செய்தி.

மகாத்மா காந்தியின் பேரனும், மேற்கு வங்க மாநிலத்தின் முன்னாள் ஆளுநருமான கோபால கிருஷ்ண காந்தியைச் சந்தித்த போது, அவர் குடும்பத்தைப் பற்றி பேச்சு வந்தது. அப்போது எங்கள் குடும்பத்திலும் ஒரு கம்யூனிஸ்ட் உள்ளார் என்று அவர் தெரிவித்தார். அதன்பிறகே தென்னாப்பிரிக்காவில் இன்றும் இயங்கிவரும் இலா காந்தியை பற்றி தெரியவந்தது. அவரை மின்னஞ்சலில் தொடர்புகொண்டு பதில் பெற்று இந்தத் தொடரில் பதிவு செய்துள்ளேன். தென்னாப்பிரிக்காவில் கம்யூனிஸ்ட் கட்சியின் சார்பாக அவர் நாடாளுமன்ற உறுப்பினராக செயல்பட்டுள்ளார்.

“விடுதலை என்பது அதிகார மாற்றம் மட்டுமல்ல; நாட்டின் வளங்களும், வாழ்வாதாரங்களும் அனைத்துப் பகுதி மக்களுக்கும் சொந்தமாக்கப்பட வேண்டும்” என்ற கம்யூனிஸ்ட் கட்சியின் முழக்கத்தால் தான் ஈர்க்கப்பட்டதாக அவர் தெரிவித்தார். மேலும் அவர், “என்னுடைய ஆன்மிக நம்பிக்கைக்கு கம்யூனிஸ்ட் கட்சியோ, கட்சிப் பணிகளுக்கு ஆன்மிக நம்பிக்கையோ தடையாக இருந்ததில்லை” என்றும் குறிப்பிட்டார்.

இந்திய கம்யூனிஸ்ட் கட்சி 1920 அக்டோபர் மாதத்தில் உருவானது. அதே மாதத்தில் நாகை மாவட்டம், தலைஞாயிறு ஒன்றியம், பிரிஞ்சுமூலை என்ற கிராமத்தின் ஏகராஜபுரத்தில் பிறந்தவர் தோழர் அய்யாக்கண்ணு. அவரைப் பற்றிய கட்டுரை எழுதும்போது அவருக்கு வயது 99. பண்ணை அடிமையாக இருந்து, அதற்கு எதிராக நடந்த போராட்டத்தில் கலந்துகொண்டு, கம்யூனிஸ்ட் கட்சியில் இணைந்து கடைசி மூச்சு வரை கட்சி உறுப்பினராக இருந்தார்.

பண்ணை அடிமையாக இருந்தபோது, அவரை நிலச் சுவான்தாரின் ஏஜெண்ட் தனது குடையால் தாக்கியுள்ளார். வலி தாங்க முடியாத அய்யாக்கண்ணு, குடையைப் பிடுங்கி அதைக் கொண்டே திருப்பி அடித்துள்ளார். இந்த நிகழ்விற்குப் பிறகுதான் அவர் கம்யூனிஸ்ட் இயக்கத்தில் சேர்ந்தார். அவரை பேட்டி எடுத்தேன். தீக்கதிரில் கட்டுரை வெளியாவதற்கு முன்பே அவர் இறந்துவிட்டார். அவருடைய மகன் ராஜா தற்போது கட்சியின் தலைஞாயிறு ஒன்றியச் செயலாளராக உள்ளார்.

காப்பீட்டுத் துறையில் பணியாற்றி, ஊழியர் சங்கத்தின் தலைவராகவும், பொதுச் செயலாளராகவும் இருந்த தோழர் என்.எம்.சுந்தரம் உள்ளிட்ட தோழர்களைப் பற்றிய பதிவும் இதில் இடம்பெற்றுள்ளன. காப்பீட்டுக் கழக ஊழியர்களின் போராட்டத்திற்குத் தலைமைதாங்கியது மட்டுமல்ல; போராட்டத்தின் தேவையை உணர்த்தும் கருத்தியலையும் ஊழியர்களின் மத்தியில் கொண்டு சேர்த்தவர் என்.எம்.எஸ்., இதே போன்று தொலைத்தொடர்பு, தபால் தந்தி உள்ளிட்ட துறைகளில் களப்பணியாற்றிய தோழர்களைப் பற்றிய கட்டுரைகளும் இதில் இடம்பெற்றுள்ளன.

கேரளத்தில் தோழர் இ.எம்.எஸ் நம்பூதிரிபாட் தலைமையிலான ஆட்சி அமைந்த பிறகு நிலச் சீர்திருத்த சட்டம் அமலுக்கு வந்தது. தமிழ்நாட்டிலும் அதைப் போலவே, நில உச்ச வரம்புக்கான நில அளவினை 30 ஸ்டாண்டேர்ட் ஏக்கர் என்பதை 15 ஆக குறைக்க வலியுறுத்திய மாபெரும் போராட்டம் தோழர் பி.சீனிவாசராவ் தலைமையில் தமிழகமெங்கும் நடந்தது. சுமார் 60 ஆயிரம் பேர் இந்த மறியலில் பங்கேற்று பல மாத சிறைவாசத்தை அனுபவித்தார்கள். இதனுடைய தாக்கம் அடுத்து அதிகாரத்திற்கு வந்த தி.மு.க. ஆட்சியின் மீது இருந்தது. 1967ஆம் ஆண்டு ஆட்சிக்கு வந்த திராவிட முன்னேற்றக்கழகம் நில உச்ச வரம்பை 15 ஏக்கராக குறைத்தது. இந்த தொகுப்பில் இடம்பெற்றிருக்கும் பெரும்பாலான தோழர்கள் அந்த வீரம் செறிந்த போராட்டத்தில் பங்கேற்று சிறை சென்றவர்கள்.

இவ்வாறு களப்பணியில் புடம் போட்டவர்களின் பணிகளை பதிவு செய்வதுடன், அந்த தோழர்களுடைய வாழ்க்கை அனுபவம் கொடுக்கும் பாடங்களை, ஊக்கத்தை அடுத்த தலைமுறைக்குக் கடத்திக் கொண்டு சேர்ப்பதும் இந்தக் கட்டுரைகளை தொடர்ந்து எழுதுவதற்கான நோக்கமாகும்.

இன்றும், மக்களுக்காக முன் நின்று இயங்கிவரும் கம்யூனிஸ்ட் இயக்கத்திற்கு ஆணி வேராக அமைந்தவை இதுபோன்ற தோழர்களின் களப் பணிகளே ஆகும்.

இந்த நூல் அவர்களது பணியைப் பாராட்டவும், பதிவு செய்யவும் பயன்பட்டுள்ளது என்பதில் மகிழ்ச்சி. இத்தகைய வேர்களால்தான் நிமிர்ந்து நிற்கிறது பொதுவுடைமை இயக்கம்.

- ஜி. ராமகிருஷ்ணன்

கடிதம்-1

ஏப்ரல் 4, 2015

அன்புமிக்க தோழர் ஜி.ராமகிருஷ்ணன் அவர்களுக்கு, வணக்கம்!

உங்களுடைய புதிய புத்தகம் "களப்பணியில் கம்யூனிஸ்டுகள்" நேற்று ஒரு தோழர் கொடுத்தார் படிக்கும்படி.

அட்டை படம் முதல் உள்ளடக்கம் வரை மிகவும் நன்றாக, சிறப்பாக உள்ளது. தமிழ் உரைநடை சிறப்பாக, எளிமையாக உள்ளது. தமிழில் நீங்கள் பெரிய எழுத்தாளராக உருவாகிக் கொண்டிருக்கிறீர்கள். என் உளம் கனிந்த பாராட்டுகள்.

கம்யூனிஸ்டுகளின் களப்பணி பற்றி, சாதனைகள் பற்றி, அதுவும் தொண்டர்களின் அளப்பரிய போற்றுதல் பணிகள் பற்றி இதுவரை நான் எந்த நூலிலும் படித்ததில்லை. அதுவும் எளிய, தாழ்த்தப்பட்ட தோழர்களைப் பற்றியும், அவர்கள் கட்சிக்காக எதுவும் செய்ய முடியும் என்ற அர்ப்பணிப்பு உணர்வைப் பார்க்கும்போது மெய் சிலிர்க்கிறது.

கட்சியின் வரலாற்றில், கட்சியின் ஒப்பற்ற தொண்டர்கள் பற்றி அறிந்து கொள்ள ஒரு வாய்ப்பு இளையதலைமுறைக்கு கிடைத்துள்ளது.

கம்யூனிஸ்டுகள் அடக்கமானவர்கள், புகழ் விரும்பாதவர்கள், கொண்ட கொள்கையில் உறுதியானவர்கள், எளிமையானவர்கள் என்று நடைமுறையில் நான் பார்த்திருக்கிறேன். இவை மார்க்சிஸ்டுகளுக்கு மட்டும்தான் சொந்தம். லட்சியம், கொள்கைக்காக உயிர்நீத்த தியாகிகள் அதிகம் உள்ள கட்சி மார்க்சிஸ்ட் கட்சி. யாரும் செய்யாத ஒரு முயற்சியைச் செய்து, களப்பணியில் இருந்த அத்தனை தோழர்களையும் வெளிச்சம் போட்டு காட்டியதற்கு நன்றி.

நீங்கள் மாநில செயலாளர் ஆன பின்னர், பொறுப்புகளும் வேலைகளும் கூடிக் கொண்டே போகின்றன. நாள்தோறும் தீக்கதிரிலும் (தீக்கதிர் தவறாமல் கிடைக்கிறது, நன்றி.) காட்சி ஊடகங்களிலும் உங்கள் செய்திகள், பேட்டிகள், அறிக்கைகள் இவைகளைப் பார்க்கும்பொது இது தெளிவாகிறது.

(அவரது மறைவுக்கு முன் எழுதியது)

தோழமையுடன்

நாகரத்தினம் அண்ணாஜி

கடிதம்-2

நவம்பர் 2, 2015

அன்புக்கும் மதிப்புக்குமுரிய தோழர் ஜி.ஆர். அவர்களுக்கு,

உடல்நலக் குறைவின் காரணமாகக் கோவையில் சிகிச்சை பெற்று வந்த நான், கடந்த 6.2.2015 அன்றுதான் கோத்தகிரிக்குத் திரும்பி வந்தேன். அன்றே தங்களது "களப்பணியில் கம்யூனிஸ்டுகள்" நூல் எனது முகவரிக்கு வந்திருந்தபோதிலும், மறுநாள்தான் அது என் கைக்குக் கிடைத்தது. அதற்கு அடுத்த நாள் முழுவதையும் இந்தப் புத்தகத்தைப் படித்து முடிப்பதில் செலவிட்டேன். உடல் சோர்வின் காரணமாகத் தங்களுக்கு உடனடியாக பதிலெழுத முடியவில்லை.

கைதேர்ந்த எழுத்தாளருக்குரிய ஆற்றலோடு இந்த நூலிலுள்ள கட்டுரைகள் அனைத்தையும் எழுதியுள்ளீர்கள். பொதுவாகக் கம்யூனிஸ்ட் இயக்கத்தில் – குறிப்பாக மார்க்ஸிஸ்ட் கம்யூனிஸ்ட் கட்சியில் – எண்ணற்ற தலித் சமூகத் தோழர்கள் களப் போராளிகளாக, சாதிய ஒடுக்குமுறைக்கு எதிரான போராட்டத்தை வர்க்கப் போராட்டத்துடன் இணைத்து நடத்தக்கூடிய மார்க்ஸியப் போராளிகளாக இருந்ததையும் \ இருப்பதையும் தாங்கள் பதிவு செய்துள்ளீர்கள். அதேபோல, தலித்துகள் மீதான ஒடுக்குமுறைக்கு எதிரான போராட்டம் வெற்றி பெறுவதற்கான முன்நிபந்தனை, தலித்த அல்லாத உழைக்கும் மக்களையும் சாதி இந்துக்களிலுள்ள முற்போக்கு, ஜனநாயக சக்திகளையும் ஒன்றிணைப்பதுதான் என்பதைப் பல்வேறு எடுத்துக்காட்டுகள் மூலமாகச் சுட்டிக் காட்டியுள்ளீர்கள். சாதியத்துக்கு எதிராகப் போராடுவதாகக் கூறிக் கொள்ளும் தலித் அமைப்புகளால் செய்ய முடியாதவற்றைக் கம்யூனிஸ்டுகள் செய்து காட்டியுள்ளதை எடுத்துக் காட்டியுள்ளீர்கள். இந்த விவரங்கள் அனைத்தும் மார்க்சிஸ்ட் கம்யூனிஸ்டு கட்சியின் செலவாக்கு பகுதிகளுக்கு வெளியே உள்ள பலதரப்பட்ட மனிதர்களுக்கும் சென்றடைய வேண்டும். பஞ்சமி நில மீட்பு பற்றி இன்றைய தலித் அமைப்புகளும், தன்னார்வக் குழுக்களும் பேசிவருவதற்குப் பல ஆண்டுகளுக்கு முன்பே மார்க்ஸிஸ்ட் கட்சியிலுள்ள கம்யூனிஸ்டுகள் இந்தப் பிரச்சினையைக் கையில் எடுத்துக் கொண்டதைத் தங்கள் நூலின் வழியாகவே அறிந்த கொண்டேன்.

சிறுபான்மை மதச் சமூகத்தினரின் உரிமைகளைப் பாதுகாப்பதாகச் சொல்லிக் கொள்ளும் அரசியல் கட்சிகள் எதிலும் மார்க்ஸிஸ்ட்

கம்யூனிஸ்ட் கட்சியிலுள்ள சிறுபான்மை சமூக தோழர்களின் எண்ணிக்கையை ஒப்பிடத்தக்க அளவுக்கு, முன்னணி ஊழியர்களும் களப் போராளிகளும் இருக்கிறார்களா என்று நாம் கேள்வி எழுப்பும் அளவுக்கு, அந்தச் சமூகத்தைச் சேர்ந்த தோழர்களின் பெயர்களையெல்லாம் குறித்துக் கொண்டேன். இந்துத்துவ சக்திகள் பெருமளவுக்கு அடைந்துள்ள வளர்ச்சி சிறுபான்மைச் சமூகத்தினரிடம், பழைமைவாத, பிற்போக்கு மதவாதச் சக்திகளின் வளர்ச்சிக்கு வழிவிட்டுள்ள இந்தக் காலகட்டத்தில், கம்யூனிஸ்டுகளாகத் தங்களை அடையாளப்படுத்திக் கொண்டு, அடையாள அரசியலுக்கு மாறாக வர்க்கப் போராட்ட அரசியலில் தங்களை அர்ப்பணித்துக் கொண்ட சிறுபான்மை சமூகத் தோழர்களின் பட்டியல் – எம்.எம்.அலி, பெரியகுளம் எஸ்.ஏ.ரஜாக்-ஆயிஷா, உத்தமபாளையம் ஏ.அப்துல் வஹாப், நூர் முகமது, பூதலூர் சுல்தான், மணப்பாறை ஜக்கரியா, சிவலோகம் கபி, தீக்கதிர் ரஷித் என நீளும் இந்தப் பட்டியல் எனக்கு மிகுந்த மகிழ்ச்சியைக் கொடுத்தது.

இத்தகைய வரலாற்றுப் பதிவுகளைத் தொடர்ந்து செய்யுங்கள் இவை வருங்கால சந்ததியினருக்கு மட்டுமல்ல, இன்றைய தலைமுறையினருக்கும் கூட அறிவு புகட்டும் பணிகளாகும். கட்சித் தோழர்களும் இந்தப் புத்தகத்தைப் பாட நூல்போலப் படிக்க வேண்டும்.

இந்தநூலில் ஓரிரு சிறு குறைகள் மட்டுமே உள்ளன. வாரந்தோறும் வெளியாகும் கட்டரைகள் ஒரு தொகுப்பாக வெளியிடப்படுகையில் “கடந்த மே மாதம்” என்பன போன்ற சொற்களைத் தவிர்த்து ஆண்டு, மாதம், நாள் ஆகியவற்றை தெளிவாகக் குறிப்பிட வேண்டும்.

பக்கம் 214 கடைசிப் பத்தியில் “ஐதீகமாக” என்பது “வைதீகமாக” என்று திருத்தப்பட வேண்டும்.

மற்றபடி தங்களது எழுத்து சிரமமின்றியும் சலிப்புத் தராத வகையிலும் படிக்கக் கூடிய வகையில் உள்ளது.

புரட்சிகர வாழ்த்துகளுடன்

தங்கள் தோழமையுள்ள
எஸ்.வி.ராஜதுரை

கோத்தகிரி

1

வீரவநல்லூர் தந்த வீரத் தோழர் எஸ்.கே.பி.

கம்யூனிஸ்ட் இயக்கத்திற்குப் பல தலைவர்களை அளித்த மாவட்டம் நெல்லை. தோழர்கள் ஏ.நல்லசிவன், எஸ்.பால விநாயகம், எம்.பாண்டியன், சொர்ணம் போன்ற தலைவர்களோடு இன்றும் நம்மோடு வாழ்ந்து கொண்டிருக்கும் என். சங்கரய்யா, ஆர். நல்லக்கண்ணு ஆகியோர் ஒன்றுபட்ட நெல்லை மாவட்டத்தில் பிறந்தவர்கள். இந்தத் தலைவர்கள் எல்லாம், மாநில அளவில் கட்சிக்குள்ளும் வெளியில் மக்களிடையேயும் அறிமுகமானவர்கள். மாநில அளவில் தலைவர்களாகத் திகழ்ந்தவர்கள், திகழ்ந்தும் வருபவர்கள். ஆனால், நெல்லை மாவட்டத்திற்குள் அரை நூற்றாண்டுக்கும் மேலாக, கம்யூனிஸ்ட் இயக்கத்தில் அர்ப்பணிப்போடு இயங்கிவருகிற, வெளியே பேசப்படாத பல தோழர்கள் உள்ளனர். அத்தகைய ஒருவர்தான் தோழர் எஸ்.கே.பழனிச்சாமி.

1950 – 60 களில் விக்கிரம சிங்கபுரத்தில் ஹார்வி மில் பஞ்சாலையில் *7,000* தொழிலாளர்கள் வேலை செய்துவந்தனர். தொழிலாளர்களின் நியாயமான கோரிக்கைகளுக்காக பல போராட்டங்கள் நடந்தன. போலீஸ் துப்பாக்கிச் சூடு, தடியடி, கைது போன்ற ஒடுக்குமுறைச் சூழல் நிலவிய காலம் அது. வீரவநல்லூரில் *1943*ஆம் ஆண்டு ஓர் ஏழைக் குடும்பத்தில் பிறந்தவர் எஸ்.கே.பி. வறிய குடும்பப் பின்னணியில் இவர் ஒரு தையல் கடையில் கூலி வேலையில் சேர்ந்தார். கடையை நடத்திவந்த சந்தானம் ஒன்றுபட்ட கம்யூனிஸ்ட் கட்சியின் கிளைச்செயலாளர். அவர் கடையில்தான் அக்காலத்தில் கட்சிக்கிளைக் கூட்டம் நடக்கும். வேலைக்கு வந்த இளைஞனுடன் சந்தானம் தொடர்ந்து அரசியல் பேசி வந்தார். அந்தக் கிளை முடிவின் அடிப்படையில் பழனிச்சாமி கட்சியின் ‘ஜனசக்தி’ பத்திரிகையை விநியோகம் செய்தார். நேரம் கிடைக்கிறபோது அதைப் படிக்கவும் தொடங்கினார். ‘ஜனசக்தி’ வாசிப்பும், கிளைச் செயலாளர் மற்றும் இயக்கத் தோழர்களுடனான உரையாடல்களும் கட்சி மீது

அவருக்கு ஈர்ப்பை ஏற்படுத்தியது.இந்தச்சூழலில் 1962ஆம் ஆண்டில் நடைபெற்ற சட்டமன்றத் தேர்தலில் அம்பாசமுத்திரம் தொகுதியில் கம்யூனிஸ்ட் கட்சி சார்பில் ஏ.நல்லசிவன் போட்டியிட்டார். அப்போது முழுமூச்சாகத் தேர்தல் பணியாற்றிய அனுபவம் எஸ். கே.பி.க்கு கட்சி மீது இருந்த பற்றை மேலும் வலுப்படுத்தியது. கட்சியில் உறுப்பினரானார். 1964ல்மார்க்சிஸ்ட் கம்யூனிஸ்ட் கட்சி உதயமானபோது அதில் இணைந்து தொடர்ந்து செயலாற்றினார்.

1962ஆம் ஆண்டில் பழனிச்சாமி பஞ்சாலையில் வேலைக்குச் சேர்ந்தார். இளம் வயதில் தொழிலாளியாகி, சங்கத்தில் சேர்ந்து, போராட்டங்களில் கலந்து கொண்டதன் மூலம் அவர் வர்க்க உணர்வைப் பெற்றார். வர்க்க உணர்வூட்டும் சிறந்த பேச்சாளராகவும் திகழ்ந்தார்.

1965ஆம் ஆண்டு, விக்கிரமசிங்கபுரத்தில் தோழர் இ.எம்.எஸ். நம்பூதிரிபாட்கலந்துகொண்ட பிரம்மாண்டமான கம்யூனிஸ்ட் கட்சி கூட்டம் நடைபெற்றது."அந்தக் கூட்டத்தில் நானும் பேசினேன். அதை இப்போதும் பெருமையாகக் கருதுகிறேன்," எனக் கூறும் எஸ்.கே.பி.க்கு வர்க்க உணர்வுடன், அடுத்தடுத்து, கம்யூனிஸ்ட் கட்சியைப் பற்றியும், மாநில, அகில இந்திய அளவிலான அரசியல் பற்றியும் சரியான புரிதல் ஏற்பட்டது. தான் வேலை செய்த மில் தொழிலாளர்களின் போராட்டங்களில் முன்னணிப் பாத்திரம் வகிக்கத் தொடங்கினார்.

1967ஆம் ஆண்டு, மில் தொழிலாளர்கள் சங்கப்பேரவைக் கூட்டம் நடைபெற்றது. அக்கூட்டத்தில், ஏ.நல்லசிவன் சங்க ஆலோசகராகவும், பி. திருச்சிற்றம்பலம் சங்கச் செயலாளராகவும், எஸ்.கே.பழனிச்சாமி தலைவராகவும் தேர்ந்தெடுக்கப்பட்டனர்.

நடைபெறும் போராட்டங்களுக்கெல்லாம் எஸ்.கே.பி. யும், திருச்சிற்றம்பலமும் தலைமை தாங்குவதால், மில் நிர்வாகம் அடியாட்களைக் கொண்டு இவர்களைத் தாக்கியது. அடியாட்களிடமிருந்து திருச்சிற்றம்பலத்தைப் பாதுகாத்த பழனிச்சாமி, அவர்களோடு வீரத்துடன் மோதி விரட்டியடித்தார். நிர்வாகம் சும்மா இருக்குமா? 1968ஆம் ஆண்டு, எஸ்.கே.பி.யை வேலை நீக்கம் செய்தது.

நாள் முழுவதும் கட்சிப் பணி, தொழிற்சங்கப்பணி என இயக்கப்பணி ஆற்றிய எஸ்.கே.பழனிச்சாமி 1970ஆம் ஆண்டு

எஸ்.கே.பழனிச்சாமி

கட்சியின் மாவட்டக்குழு கேட்டுக்கொண்டதை ஏற்றுக் கட்சியின் முழுநேர ஊழியரானார். வீரவநல்லூரில் மட்டுமல்லாமல், அம்பாசமுத்திரம் வட்டம், மற்றும் மாவட்டத்தின் பல பகுதிகளுக்கும் சென்று இயக்கப்பணியாற்றினார்.

1970ஆம் ஆண்டில் கல்கத்தாவில் நடைபெற்ற தொழிற்சங்க மாநாட்டில் சி.ஐ.டி.யு. அமைப்பு உருவானது. அதே ஆண்டில் நெல்லை மாவட்டத்தில் சி.ஐ.டி.யு. மாவட்டக்குழு உருவானபோது, தோழர் எஸ்.கே.பி மாவட்டப் பொருளாளராகத் தேர்வுசெய்யப்பட்டார். சி.ஐ.டி.யு. மாவட்டக்குழு உருவாக்கப்பட்ட பிறகு நெல்லை மாவட்டத்தில் பல பஞ்சாலைத் தொழிலாளர் சங்கங்களை இணைத்து, மாவட்டப்பஞ்சாலைத் தொழிலாளர்கள் சங்கம் உருவாக்கப்பட்டது. இச்சங்கத்திற்கு எஸ்.கே.பி. பொதுச் செயலாளராகவும், எஸ்.பாலவிநாயகம் தலைவராகவும்

தேர்வு செய்யப்பட்டனர். தொழிலாளர்களைத் திரட்டுவது, போராட்டங்களுக்கு தலைமை ஏற்பது, அரசியலாகப் பிரச்சினைகளை அணுகி தொழிலாளர்களுக்குப் புரிதலை ஏற்படுத்துவது போன்ற செயல்பாடுகளால் எட்டே ஆண்டுகளில் கட்சி அவருக்கு பல முக்கியப் பொறுப்புகளை வழங்கியது.

1973ஆம் ஆண்டு நாடு முழுவதும், விலைவாசி உயர்வை எதிர்த்து இயக்கம் நடத்த மார்க்சிஸ்ட் கம்யூனிஸ்ட் கட்சி அகில இந்திய அளவிலும், மாநில அளவிலும் அறைகூவல் விடுத்தது. வீரவநல்லூரில் நடைபெற்ற மறியல் போராட்டத்தில் கலந்துகொண்டு, மற்ற தோழர்களுடன் 15 நாட்கள் சிறையில் இருந்தார். அம்பாசமுத்திரம் வட்டத்தில் பல பகுதிகளில் பல்லாயிரணக்கான மக்கள் கைநெசவுதொழில்களில் ஈடுபட்டு வந்தனர். அவர்களுடைய கூலி உயர்வு என்ற பிரச்சினைக்கு அப்பால், அவர்களுடைய வாழ்வாதாரப் பிரச்சினையான அரசு அளிக்க வேண்டிய ரேஷன் பிரச்சினையைக் கையிலெடுத்தார். 1974ஆம் ஆண்டு டிசம்பர் மாதத்தில், பல்லாயிரக்கணக்கான ஆண்கள், பெண்கள் உள்ளிட்ட நெசவாளர் குடும்பங்களைத் திரட்டி அம்பாசமுத்திரம் வட்டாட்சியர் அலுவலகம் முன்பு மறியல் போராட்டத்தை ஒருங்கிணைத்தார். அப்போது துணை ஆட்சியராக இருந்த சந்திரலேகா மறியல் போராட்டத்தைக்கை விடுமாறு கேட்டபோது எஸ்.கே.பி. மறுத்துவிட்டார். பெண்கள் உட்பட பல்லாயிரக்கணக்கானோர் மறியலில் ஈடுபட்ட காரணத்தினால் அவர்களைக் கைது செய்வதற்குப் பதிலாக சென்னையில் தலைமைச் செயலகத்துக்குத் தொடர்புகொண்டு சந்திரலேகா பேசினார். அங்கிருந்து மறியல் செய்தவர்களை தடியடி செய்து கலைத்துவிடுமாறு சொல்லியிருக்கிறார்கள். துணை ஆட்சியர் தடியடியோடு நிற்காது துப்பாக்கிச் சூடு வரை செல்லும் ஆபத்து உள்ளது என பதிலளித்திருக்கிறார். மாலை ஆறு மணிக்கு அனைத்து நெசவாளர் குடும்பங்களுக்கும் ரேஷன் அட்டை வழங்கப்படும் என அரசு அறிவித்தது.

1964ஆம் ஆண்டு தான் தமிழகத்தில் கூட்டுறவு வேளாண் சங்கம் மூலமாக ரேஷன் பொருட்கள் விற்பனை செய்யப்பட்டது. பொது விநியோகமுறை முழுமையாக அமலாக்கப்படுவதற்கு முன்னதாகவே அம்பாசமுத்திரம் வட்ட நெசவாளர் குடும்பங்களுக்கு ரேசன் கார்டு வழங்குவதென்று அரசு எடுத்த முடிவு அம்பாசமுத்திரத்தில் நடந்த போராட்டத்தினால்தான் என்பது குறிப்பிடத்தக்கது. 1978ஆம்

ஆண்டில் இன்றுள்ள முறையில் பொது விநியோக முறை தமிழகத்தில் அமல்படுத்தப்பட்டது. ஒரு பிரச்சினையில், பரவலாக மக்களைத் திரட்டி, வலுவான முறையில் போராட்டம் நடத்தினால் கோரிக்கைகளை வென்றெடுக்க முடியும் என்பதற்கு தோழர் எஸ்.கே.பி. கடைப்பிடித்த அணுகுமுறை ஒரு முன்னுதாரணம்.

1975ஆம் ஆண்டு, இந்திரா காந்தி தலைமையிலான மத்திய அரசு, அவசரநிலை ஆட்சியைப் பிரகடனம் செய்து, நாடெங்கிலும் எதிர்க்கட்சித் தலைவர்களைக் கைது செய்தது. 1976ஆம் ஆண்டு, தமிழகத்தில் மார்க்சிஸ்ட் கம்யூனிஸ்ட் கட்சி, திராவிட முன்னேற்றக் கழகம் ஆகிய கட்சிகளின் தலைவர்கள் கைதுசெய்யப்பட்டார்கள்.நெல்லை மாவட்டத்தில் பாலவிநாயகம் உள்ளிட்டத் தலைவர்களோடு, எஸ்.கே.பியும் கைது செய்யப்பட்டார். நான்கு மாதங்களுக்குப் பின்னர்தான் அவர் விடுதலை ஆனார். 1978ஆம் ஆண்டு கோமதி மில்லில் பணியாற்றிய தொழிலாளர்களை நிரந்தரமாக்க வேண்டும் எனக் காலவரையற்ற உண்ணாவிரதப் போராட்டத்தில் ஈடுபட்டார். உண்ணாவிரதத்தின் ஐந்தாவது நாளில் துணை ஆட்சியர், காவல்துறை துணை கண்காணிப்பாளர் தோழர். பாலவிநாயகத்தை அழைத்துக்கொண்டு உண்ணாவிரதப் பந்தலுக்கு வந்து 98 தொழிலாளர்கள் நிரந்தரமாக்கப்படுவார்கள் என்ற பட்டியலைக் காட்டிய பிறகே உண்ணாவிரதத்தை முடித்தார் எஸ்.கே.பி.

தொழிலாளர்கள் பிரச்சினைக்காக மட்டுமல்ல, பொதுவான மக்கள் கோரிக்கைகளுக்காகவும் மக்களைத் திரட்டி இயக்கம் நடத்தியவர் எஸ்.கே.பி. வீரவநல்லூர் பேரூராட்சியில் அதிமுக ஆட்சியின்போது குடிநீர்க் கட்டணத்தை உயர்த்தியதைக் கண்டித்து காலவரையற்ற உண்ணாவிரதப் போராட்டத்தைத் துவக்கினார். உண்ணாவிரதத்தின் மூன்றாவது நாளன்று கட்டணம் குறைக்கப்பட்ட அறிவிப்பு வந்தபிறகு, உண்ணாவிரதத்தை முடித்துக் கொண்டார்.

1986ஆம் ஆண்டில் நடைபெற்ற உள்ளாட்சி மன்றத் தேர்தலில் எஸ்.கே.பி. பேரூராட்சித் தலைவராகத் தேர்ந்தெடுக்கப்பட்டார். அவர் பேரூராட்சித்தலைவராக இருந்தபோது, குடிநீர் விநியோகம், சாலை வசதி, பொதுக்கழிப்பறைகள், சமுதாயநலக் கூடங்கள் போன்ற பல வளர்ச்சிப் பணிகளை அமலாக்கினார். 1986ஆம் ஆண்டு திராவிட முன்னேற்றக் கழகத்துடன் தொகுதி உடன்பாடு கண்டு, வெற்றிபெற்ற எஸ்.கே.பி., 2011ஆம் நடைபெற்ற

உள்ளாட்சித் தேர்தலில் மார்க்சிஸ்ட் கம்யூனிஸ்ட் சார்பில் தனித்துப் போட்டியிட்டு வெற்றி பெற்றார். இரண்டு முறையும் பல வளர்ச்சித் திட்டங்களை அமலாக்கியதோடு, தனது நேர்மைக்காகவும் மக்களின் நன்மதிப்பைப்பெற்றார்.

மூன்று முறை கட்சியின் இடைக்குழுச் செயலாளராகச் செய்லாற்றிய தோழர் எஸ்.கே.பி 1980களில் மாவட்ட செயற்குழு உறுப்பினராகத் தேர்வு செய்யப்பட்டு செயல்பட்டார். 2012ஆம் ஆண்டு செயற்குழுவில் இருந்து விடுவிக்கப்பட்டார். தற்போது கட்சியின் மாவட்டக்குழு உறுப்பினராகவும், முழுநேர ஊழியராகவும் பணியாற்றி வருகிறார். இப்போது அம்பை வட்ட கைநெசவுத் தொழிலாளர்களின் தலைவராக இயங்கி வருகிறார்.

வீரவநல்லூர் பேரூராட்சியின் மக்கள் தொகை 26,000. பேரூராட்சிக்கு உட்பட்ட பகுதியில் இரண்டு பெண்கள் கிளைகள், கோமதிமில் கட்சித் தொழிலாளர்கள் கிளை உள்ளிட்டு 7 கட்சிக்கிளைகள் செயல்பட்டு வருகின்றன. மாதர் சங்க உறுப்பினர்கள் 1500. கைநெசவு சங்க உறுப்பினர்கள் 800. வாலிபர் சங்க உறுப்பினர்கள் 400. விவசாய சங்க உறுப்பினர்கள் 450. தீக்கதிர் விநியோகம் 38. ஒரு கட்சிக் கிளை இருந்த வீரவநல்லூர் பேரூராட்சியில் கட்சியும் வர்க்க வெகுஜன அமைப்புகளும் ஓரளவுக்கு வளர்ச்சியடைந்ததற்கு கட்சியின் கூட்டுத்தலைமைதான் பொறுப்பு என்றாலும், இவையனைத்திலும் எஸ்.கே.பி.யின் முக்கியமான பங்களிப்பு இருப்பதைத் தோழர்கள் பெருமிதத்தோடு குறிப்பிடுகிறார்கள்.

எஸ்.கே.பி.யின் அப்பாவும், அம்மாவும் கூடை முடையும் தொழில் செய்து வந்த பரம ஏழைக்குடும்பத்தைச் சேர்ந்தவர்கள். அதனால்தான் அவரை மூன்றாம் வகுப்புக்கு மேல் அவர்களால் படிக்க வைக்க முடியவில்லை. சிறு வயதில் சைக்கிள் கடையில் மாதம் 5 ரூபாய் கூலிக்கு வேலைக்குச் சேர்ந்தார். பிறகு 10 ரூபாய் மாதச்சம்பளத்திற்கு மைக்செட் கடையில் வேலைக்குச் சேர்ந்தார். அதற்குப் பிறகு மூக்குப்பொடிக் கடையிலும் வேலை செய்திருக்கிறார். அடுத்ததாக, தோழர் சந்தானத்தின் தையல் கடையில் வேலைக்குச் சேர்ந்ததுதான் அவரது வாழ்க்கையில் திருப்புமுனையாக அமைந்தது. மூன்றாவது வரைதான் பள்ளிக் கல்வி என்றாலும், தையல் கடையில் வேலைக்குச் சேர்ந்த பிறகு ஓர் ஆசிரியரிடம் தனிப்பட்ட முறையில் கல்வி பயின்றிருக்கிறார். எஸ்.கே.பி.யின் அப்பாவும், அம்மாவும் அவருடைய

சிறுவயதிலேயே இறந்துவிட்டார்கள். அவருடைய அண்ணன் மகள் கற்பகம் கட்சியின் மாவட்டக் குழு உறுப்பினராக, முழுநேர ஊழியராக செயல்பட்டு வருகிறார். இவருக்கு என்று குடும்பம் இல்லை. இப்போதும் வீரவநல்லூரில் உள்ள சேரன்மாதேவி ஒன்றியக்குழுஅலுவலகத்தில் தான் தங்கியிருக்கிறார். கட்சி வேறு, இவர் வேறு அல்ல. தற்போது 78 வயதாகும் தோழர் எஸ்.கே.பி. கட்சியின் முழுநேர ஊழியராக, மாவட்டக்குழு உறுப்பினராக, சுறுசுறுப்பாகச் செயல்பட்டு வருகிறார்.

ஏற்கனவே இக்கட்டுரையில் நாம் பார்த்த பி. திருச்சிற்றம்பலம் சங்கப்பொறுப்புடன் கட்சி உறுப்பினராகவும் இருந்தார். அவரது சகோதரர்களில் ஒருவர்தான் கட்சியின் மத்தியக்குழு உறுப்பினரான பி. சம்பத். மற்றொரு சகோதரர் பி. தியாகராஜன் கட்சி உறுப்பினராக இருக்கிறார். சகோதரர்கள் தங்களுடைய தாயாருடன் சில ஆண்டுகள் வீரவநல்லூரில் வசித்து வந்தனர். மாணவராக இருந்த தனக்கு அரசியல் ஆர்வமூட்டி, மார்க்சிஸ்ட் கட்சியில் சேருவதற்கு தூண்டுதலாக இருந்தவர் தோழர் எஸ்.கே.பி. என பி. சம்பத் குறிப்பிடுகிறார்.

கடந்த 59 ஆண்டுகாலமாக கட்சிப் பணி, தொழிற்சங்கப் பணி, மக்கள் நலனுக்கான இயக்கப்பணி என, ஓய்வறியாக களப்போராளியாகத் தோழர் எஸ்.கே.பி. வாழ்ந்துகாட்டிக் கொண்டிருப்பது பாராட்டத்தக்கது; பின்பற்றத்தக்கது.

❑

2

இயக்கப் பள்ளியில் இலக்கியமும் பயின்ற தொழிலாளி

ஆலைத் தொழிலாளியாக வேலையில் சேர்ந்து, தொழிற்சங்கப் பணிகளில் ஈடுபட்டு, கம்யூனிஸ்ட் இயக்கத்தில் உறுப்பினராகித் தனது கட்சி வாழ்க்கையில் களம் பல கண்டவர் தோழர் எம். செல்லாராம். வடசென்னையின் மூத்த தோழமை முகங்களில் ஒருவரான செல்லாராம் 1940ல் காசிமேடு பகுதியில் ஒரு ஏழை மீனவர் குடும்பத்தில் பிறந்தவர். மீனவர் குடும்பங்களில் ஆண், பெண் அனைவருமே மீன்பிடித்தலில் தொடங்கி, பிடித்த மீனை விற்பனை செய்தல் வரையில் என தொழிலின் அனைத்துப் பக்கங்களிலும் முழுமையாக ஈடுபட்டிருப்பார்கள்.

குடும்பச் சூழலாலும், பெற்றோர்களுக்குக் கல்வியின் முக்கியத்துவம் பற்றிய சரியான புரிதல் இல்லாததாலும், ஏழாம் வகுப்பு வரையில் படித்த மகனை அவர்கள் அதற்கு மேல் பள்ளிக்கு அனுப்பவில்லை. சிறுவனாக இருந்தபோதே வருவாய்க்காக சின்னச் சின்ன வேலைகளைச் செய்யலானார் செல்லாராம்.

பள்ளிப் படிப்பைத் தொடர முடியாத ஏக்கத்தில் இருந்த செல்லாராம் தனது 21வது வயதில் ஒரு மெட்ரிகுலேசன் பள்ளியில் சேர்ந்தார். ஆனால் அங்கும் ஓராண்டிற்கும் மேல் அவர் தொடர முடியவில்லை. முறைசார் கல்வி பெற முடியவில்லையே என்ற வருத்தம் இருந்த பின்னணியில் சுயமான முயற்சியில் ஆங்கிலமும், கணிதமும் கற்கத் தொடங்கினார். இரவு-பகல் பாராமல், புத்தகங்கள் மீது ஒரு வெறியே ஏற்பட்டது போல, இவருக்கு

என்ன ஆனது என்று மற்றவர்கள் பேசிக் கொள்ளும் அளவுக்குப் படித்துக்கொண்டே இருப்பார். அகராதி வைத்துக் கொண்டு ஆங்கில நூல்களைப் படித்துப் புரிந்துகொண்டார். ஆங்கில அறிவை வளர்த்துக் கொள்ள வேண்டுமென்றால் ஆங்கில இலக்கியங்களைப் படிக்காமல் முடியாது என்று கருதியவராக ஷேக்ஸ்பியரின் அத்துனை படைப்புகளையும் ஈடுபாட்டோடு வாசித்தார்.

எம்.செல்லாராம்

அவற்றின் உள்ளடக்கத்தைப் பற்றியும் தனது கருத்தையும் பிறருக்கு ஆங்கிலத்திலேயே சொல்லும் திறனையும் வளர்த்துக் கொண்டார்.

1960 களில் தமிழகத்தில் காங்கிரஸ் ஆட்சிக்கு எதிராக அரசியல் இயக்கம் வலுவாக நடந்தது. வீதியோரப் படிப்பகங்கள் உருவாகி மக்களிடையே, குறிப்பாக இளைஞர்களிடையே, வாசிப்பு வளர்ந்தது. இப்பின்னணியில் செல்லாராம் பல கோணங்களில் நூல்களையும், இதழ்களையும் வாசித்து சமுதாய அக்கறை கொண்டவராகப் பரிணமித்தார். திராவிட இயக்கத்தால் ஈர்க்கப்பட்டவராக, 1967ல் காசிமேடு பகுதியில் உருவான அன்னை கலை இலக்கிய மன்றத்தில் இணைந்து செயல்பட்டார். அந்த மன்றத்தின் சார்பில் நடத்தப்பட்ட கருத்தரங்குகளில் அவ்வை நடராசன், சிலம்பொலி செல்லப்பன், குமரி அனந்தன் போன்றோர் உரையாற்றியிருக்கிறார்கள். செல்லாராமும் மன்றக் கருத்தரங்குகளில் உரையாற்றியிருக்கிறார். அம்மன்றத்தின் அங்கத்தினர்களாக இருந்த பல தோழர்கள் பிற்காலத்தில் மார்க்சிஸ்ட் கம்யூனிஸ்ட் கட்சியில் இணைந்தனர்.

சுயமுயற்சியில் கணிதம் பயின்றவர், அந்த நாட்களில் பள்ளியிறுதி வகுப்பு (எஸ்எஸ்எல்சி) படித்த மாணவர்களுக்கு ஆங்கிலமும், கணிதமும் பயிற்றுவித்தார். எளிய குடும்பங்களைச்

சேர்ந்த அந்த மாணவர்களிடமிருந்து கட்டணம் ஏதும் பெறாமல் ஒரு சேவையாகவே அந்தப் பயிற்றுவிப்புப் பணியை மேற்கொண்டார். இவரிடம் பயின்ற மாணவர்கள் பலர் நல்ல மதிப்பெண்களோடு எஸ்.எஸ்.எல்.சி. தேர்வில் வெற்றி பெற்றார்கள்.

இவர் ஆங்கிலமும், கணிதமும் பயிற்றுவிக்கிறார் என்று கேள்வியுற்ற ராதா கிருஷ்ணன் என்பவர், கல்லூரி மாணவரான தன் மகனுக்கு ஆங்கிலமும், கணிதமும் கற்பிக்கக் கேட்டுக்கொண்டார். செல்லாராம் அளித்த பயிற்சியினால் அந்த மாணவர் நல்ல மதிப்பெண்கள் பெற்றுத் தேர்வாகி ஒரு பட்டதாரியாக அரசுத்துறையில் வேலையில் சேர்ந்தார். தன்னுடைய மகன் வாழ்க்கையில் முன்னேற உதவிய செல்லாராமுக்கு ஒரு நன்றிக்கடனாக ராதாகிருஷ்ணன் ஐ.டி.சி. நிறுவனத்தில் 1968ஆம் ஆண்டு வேலையில் சேர்த்துவிட்டார். அந்த உதவிக்கான நன்றிக் கடனாக இப்போதும் ராதாகிருஷ்ணன் படத்தைத் தன் வீட்டில் வைத்திருக்கிறார் செல்லாராம்.

வேலையில் சேர்ந்த பிறகு செல்லாராமின் சேவைகள் வேறொரு தளத்திற்கு உயர்ந்தன. தொழிற்சங்க உறுப்பினராகி சக தொழிலாளர்களுக்காகப் போராட்டக் களம் இறங்குகிறவரானார். அக்காலத்தில் இரண்டு ஆண்டுகளுக்கு ஒருமுறை ஊதிய ஒப்பந்தம் செய்துகொள்ளப்படும். ஊதிய உயர்வு, போனஸ் உள்ளிட்ட கோரிக்கைகளுக்காக நிறுவனத் தொழிலாளர்கள் நடத்திய போராட்டங்களில் முன்னணிப் பாத்திரம் வகித்தார். அந்நாட்களில் ஐ.டி.சி. வளாகத்திலும், சென்னை மற்றும் புறநகர்ப் பகுதிகளில் பல்வேறு நிறுவனங்களிலும் தொழிலாளர்கள் நடத்திய வீரமிக்க போராட்டங்கள் தொழிற்சங்க இயக்க வரலாற்றில் இடம்பெற்றவை.

1972ஆம் ஆண்டு மார்க்சிஸ்ட் கம்யூனிஸ்ட் கட்சியின் திருவொற்றியூர் பகுதிச் செயலாளர் தோழர் என். கிருஷ்ணன் அரசியல் வகுப்பு ஒன்றிற்கு அழைத்துச் சென்றார்.

கட்சியின் அன்றைய சென்னை மாவட்டச் செயலாளர் தோழர் பி.ஆர். பரமேஸ்வரன் மார்க்சியத் தத்துவம் பற்றி வகுப்பெடுத்தார். அதுநாள் வரையில் தனக்கிருந்த மனிதகுலவரலாறு பற்றிய கருத்தியலுக்கு மாறாக, அறிவியல்பூர்வமாக ஒரு புதிய வெளிச்சத்தை தன்னால் அந்த வகுப்பிலிருந்து பெற முடிந்தது என்கிறார் செல்லாராம். அந்த வகுப்பிற்குப் பிறகு அதே ஆண்டில் செல்லாராம் மார்க்சிஸ்ட் கம்யூனிஸ்ட் கட்சியின் உறுப்பினரானார்.

ஐ.டி.சி. ஆலைக்குள்ளேயே தொழிலாளர்களோடு பேசி, விளக்கங்கள் அளித்து அவர்களில் பலரைக் கட்சியில் சேர்க்கிற முயற்சிகளை மேற்கொண்டதோடு, தாம் வசித்துவந்த பகுதியிலும் தொழிலாளர்கள், இளைஞர்களோடு விவாதித்து அவர்களையும் கட்சிக்குக் கொண்டு வரும் பணியில் ஈடுபட்டார். ராயபுரம் பகுதியில் கட்சியின் புதிய கிளைகளை தொடங்கினார். இவ்வாறு அன்று ஏராளமான இளைஞர்களைக் கட்சி உறுப்பினர்களாகவும் ஆதரவாளர்களாகவும் உருவாக்கிய பெருமை செல்லாராமுக்கு உண்டு. தற்போது ராயபுரம் பகுதிச் செயலாளரான தோழர் செல்வநாதன் உள்ளிட்டு பல இளைஞர்களை கட்சியில் சேர்த்த பெருமை செல்லாராமைச் சாரும். தாம் வசிக்கும் பகுதியில் சுறுசுறுப்பாக இயக்கப் பணியாற்றிய செல்லாராம் 1974ஆம் ஆண்டு ராயபுரம் ஆர்.கே. நகர் பகுதியை உள்ளடக்கிய இடைக்குழுவின் செயலாளராகத் தேர்வு செய்யப்பட்டார். தொடர்ந்து மூன்று முறை தேர்வு செய்யப்பட்டு, அந்தப் பொறுப்பில் 9 ஆண்டுகள் இருந்திருக்கிறார்.

1974ஆம் ஆண்டு கட்சியின் மாவட்டக்குழு உறுப்பினராக தேர்ந்தெடுக்கப்பட்டவர், இரண்டே ஆண்டுகளில் மாவட்டச் செயற்குழு உறுப்பினராகவும் தேர்வு செய்யப்பட்டார். “தோழர்கள் பி.ஆர். பரமேஸ்வரன், வி.பி. சிந்தன் இருவரும் என் கட்சி வாழ்க்கைக்கு வழிகாட்டிய குருநாதர்கள்,” என நெகிழ்வோடு கூறுகிறார்.

பி.ஆர். பரமேஸ்வரனுக்குப் பிறகு, தோழர் வே. மீனாட்சிசுந்தரம் மாவட்டச் செயலாளராகத் தேர்வு செய்யப்பட்டார். அப்போது செல்லாராம் மாவட்டக்குழு உறுப்பினராக இருந்தார். 1994ஆம் ஆண்டு வரை மாவட்டக்குழு உறுப்பினராகச் செயல்பட்டிருக்கிறார்.

தோழர் செல்லாராம் கட்சியின் மாவட்டச் செயற்குழு, மாவட்டக்குழு உறுப்பினராக இருந்தபோது, இலக்கிய ஈடுபாட்டின் பின்னணியில் தமிழ்நாடு முற்போக்கு எழுத்தாளர் சங்கம் தழைப்பதற்கும், வர்க்கப் புரிதல்களோடு மற்ற பல வெகுமக்கள் அமைப்புகள் வளர்வதற்கும் உதவியாக இருந்திருக்கிறார்.

ஒரு கட்டத்தில் செல்லாராம் சிஐடியு தலைவர்களில் ஒருவரான நம்பிராஜன் உதவியோடு மீனவர்களுக்காக ஒரு சங்கத்தை உருவாக்கினார். இப்போது அந்தச் சங்கம் மாநில அளவிலான அமைப்பாக வளர்ந்திருப்பது குறிப்பிடத்தக்கது.

ஐ.டி.சி. தொழிலாளர் சங்கத் தலைவராக 1980ல் வி.பி. சிந்தன் தேர்வு செய்யப்பட்டார். அவருக்குப் பிறகு உ.ரா. வரதராசன், டி.என்.நம்பிராஜன் ஆகியோர் அந்தப் பொறுப்பிற்குத் தேர்வு செய்யப்பட்டுப் பணியாற்றியிருக்கிறார்கள். 1998ல் செல்லாராம் ஆலைப் பணியிலிருந்து ஓய்வுபெற்றார்.

நிறுவனத்தில் ஒரு தொழிலாளியாக இருந்த 30 ஆண்டுகளில் அந்தச் சங்கத்தில் நிர்வாகப் பொறுப்பிற்கு செல்லாராம் வரவில்லை. ஆனால், ஆலையில் நடந்த எல்லாப் போராட்டங்களிலும் அவர் முன்னணிப் பங்காற்றியிருக்கிறார். வேலைநிறுத்தத்தில் கலந்துகொண்டதற்காக நிர்வாகம் செல்லாராமை 28 நாட்கள் இடை நீக்கம் செய்தது. மற்றொரு போராட்டத்திற்காகக் கைது செய்யப்பட்டு 5 நாட்கள் சிறையிலும் இருந்திருக்கிறார். 1998 டிசம்பர் 31ல் பணிஓய்வு பெற்றார். ஆனால் அதற்கு முன்பாக நிர்வாகம் பழிவாங்கும் நோக்கத்தோடு பொய்க் குற்றச்சாட்டு ஒன்றைக் கூறி மெமோ கொடுத்ததுடன் வேலையிலிருந்து நீக்கப்பட்டதாகவும் அறிவித்தது. சங்கத் தலைவராக இருந்த நம்பிராஜன் நிர்வாகத் தலைமையைச் சந்தித்துப் பேசி, செல்லாராம் நேர்மையான தொழிலாளி, உண்மையான உழைப்பாளி, சக தொழிலாளர் நலன்களுக்காகவே போராட்டங்களில் பங்கேற்றார் என்பதை நன்கு அறிந்தும் இவருக்கு மெமோ கொடுத்தது அப்பட்டமான பழிவாங்கும் நடவடிக்கையே என்று வாதிட்டார். பின்னர் நிர்வாகம் தனது நடவடிக்கையை விலக்கிக் கொண்டது.

1971ஆம் ஆண்டு செல்லாராம் – லலிதா திருமணம் நடைபெற்றது. இவர்களுக்கு மூன்று மகள்கள். மருமகன் லோகநாதன் கட்சியின் வடசென்னை மாவட்ட செயற்குழு உறுப்பினர். ஒரு தனியார் நிறுவனத்தில் பணிபுரியும் இன்னொரு மருமகன் சுப்பிரமணியம் இந்திய மாணவர் சங்கத்திலும், இந்திய ஜனநாயக வாலிபர் சங்கத்திலும் நிர்வாகியாக இருந்து செயல்பட்டவர். கட்சி உறுப்பினராகவும் இருந்திருக்கிறார். தோழர் செல்லாராமின் குடும்பம் கட்சிக் குடும்பம்.

பள்ளிப்படிப்பைத் தொடர முடியாமல் போனது வாசிப்புச் செயலுக்குத் தடையாகிவிடவில்லை என்று மெய்ப்பித்துக் காட்டியிருக்கும் தோழர் செல்லாராமைச் சந்தித்து உரையாடிக்கொண்டிருந்தபோது, இலக்கியம் பற்றிய பேச்சு வந்தது. “கார்ல் மார்க்ஸ் தமது இணையர் ஜென்னிக்கு எழுதிய

ஒரு கடிதத்தில், 'நான் ஒத்தெல்லோ போன்றவனல்ல. நான் உண்மையாக உன்னைக் காதலிக்கிறேன். உன் மீது எனக்கு ஆழ்ந்த நம்பிக்கை இருக்கிறது' என்று வில்லியம் ஷேக்ஸ்பியர் நாடகத்தை நினைவூட்டியிருப்பது உங்களுக்குத் தெரியுமா?" என்று கேட்டார். கல்லூரி நாட்களில் படித்ததுதான், இப்போது நினைவில்லை என்று சொன்னேன். இக்கட்டுரையை முடிப்பதற்கு முன் 'ஒத்தெல்லோ' நூலை எடுத்துப் படித்தேன். மார்க்ஸ் தனது கடிதத்தில் ஷேக்ஸ்பியரின் ஒரு கதாபாத்திரத்தோடு தன்னை ஒப்பிட்டது அவரது இலக்கிய ஈடுபாட்டைக் காட்டுகிறதென்றால், செல்லாராம் அதனை எங்கள் உரையாடலில் குறிப்பிட்டது இவருடைய பரந்த வாசிப்பைக் காட்டுகிறது எனலாம்.

மற்றவர்களுக்கும் அத்தகைய வாசிப்பு ஆர்வத்தை ஏற்படுத்தும் நோக்கத்துடன், காசிமேட்டில் 'சிங்காரவேலர் சிந்தனைக் கழகம்' கட்டப்பட்டுள்ளது. வழக்குகள், இடையூறுகள் என அடுத்தடுத்து வந்த தடைகளைத் தகர்த்து அதனைக் கட்டியதில் தலையாய பங்கெடுத்தவர் செல்லாராம். ஏழை மாணவர்களுக்கான இலவச இரவுப் பாடசாலையாகவும், நூலகமாகவும் உருவெடுத்துள்ள அந்தக் கட்டடத்தை 1982ல்திறந்துவைத்தவர் அப்போது கட்சியின் பொதுச்செயலாளரான தோழர் இ.எம்.எஸ்.நம்பூதிரிபாட் பின்னர் புதிய தேவைகளையொட்டி இரண்டு அடுக்குகளாக மேம்படுத்தப்பட்ட கட்டடத்தை 1995ல் திறந்துவைத்தவர் அன்று கட்சியின் மத்தியக்குழு உறுப்பினரான தோழர் என்.சங்கரய்யா.

தற்போது 80 வயதாகும் செல்லாராம் உடல்நிலை காரணமாக முன் போல் செயல்பட முடியாதவராக உள்ளார். ஆயினும் கட்சி உறுப்பினராகத் தன்னால் இயன்ற பணிகளைச் செய்து வருகிறார். வடசென்னையில், குறிப்பாக ராயபுரம், ஆர்.கே. நகர் உள்ளிட்ட பல பகுதிகளில் கட்சி இப்போதும் கட்சி துடிப்பாகச் செயல்படுவதற்கு ஓர் அடித்தளமாக அக்காலத்தில் செல்லாராம் ஆற்றிய தொழிற்சங்கப் பணிகளும் இயக்க வேலைகளும் இலக்கிய வாசிப்புகளும் இருந்திருப்பதைத் தோழர்கள் பெருமிதத்தோடு குறிப்பிடுகிறார்கள். அதற்கு முற்றிலும் தகுதிவாய்ந்தவராக, நாற்பதாண்டுகளுக்கும் மேலாகத் தொடர்ந்திடும் தோழர் செல்லாராம் பங்களிப்பு பாராட்டுக்குரியது - பின்பற்றத்தக்கது.

(கட்டுரையாளர் : மார்க்சிஸ்ட் கம்யூனிஸ்ட் கட்சியின் அரசியல் தலைமைக்குழு உறுப்பினர்)

❑

3

இடுவாய் தந்த போராளி

திருப்பூர் மாவட்டம் இடுவாய் கிராமத்தைச் சேர்ந்த தோழர் அ.பழனிச்சாமி 23.9.2016ல் காலமானார். மார்க்சிஸ்ட் கம்யூனிஸ்ட் கட்சியின் மாவட்டத் தலைவர்களில் ஒருவரான இவரது படத்திறப்பு நிகழ்வு, 20.11.2016ல் நடைபெற்றது. அவரது அயராத பணிகளை அறிந்த தோழர்கள் திரளாகக் கூடியிருந்த அந்த நிகழ்ச்சியில் நானும் கலந்து கொண்டேன். நிகழ்வின் தொடக்கத்தில், பழனிச்சாமியின் மகன் பாலன் என்ற பாலசுப்பிரமணியன் வரவேற்புரையாற்றுகையில், “என்னுடைய தந்தையை நான் அப்பா என்று அழைத்ததைவிட மற்ற தோழர்களைப் போல ‘அ.ப.’ என்று அழைத்ததுதான் அதிகம்” எனக் குறிப்பிட்டார். தந்தையைப் பற்றி தனயன் கூறிய இந்த வார்த்தைகள் அனைவரையும் நெகிழவைத்தன. தோழனாகக் கருதும்படி அ.ப. அவரது பிள்ளைகளை அரவணைத்து வளர்த்ததன் வெளிப்பாடுதான் அந்த வரவேற்புரை.

தந்தையின் இயக்கப் பணியைப் பற்றி விளக்கிய அவர், அங்கேயே என்னிடம் ஒரு வேண்டுகோள் வைத்தார். “ஒருவேளை தேர்தல் பணியினால் ‘களப்பணியில் கம்யூனிஸ்ட்கள்’ தொடரை நீங்கள் நிறுத்தியிருக்கலாம். தயவுசெய்து அதைத் தொடருங்கள்,” என்று கேட்டுக்கொண்டார். வாழும் தோழர்களைப் பற்றித்தான் எழுதி வந்தேன். ஒரு விதிவிலக்காக, மறுபடி தொடங்குகிற இத்தொடரில் முதல் கட்டுரையாக, கடந்த ஆண்டு காலமான போராளி அ.பழனிச்சாமி பற்றிப் பதிவு செய்கிறேன்.

தோழர் அ.ப., 1943ஆம் ஆண்டு இடுவாய் சீராணம்பாளையம் கிராமத்தில் ஒரு ஏழைக் குடும்பத்தில் பிறந்தார். தன்னுடைய 9ஆவது வயதில் பனியன் தொழிலாளியாக வாழ்க்கையைத் தொடங்கினார். ஒன்றுபட்ட கோவை மாவட்டத்தில் உயிர்ப்போடு செயல்பட்ட கம்யூனிஸ்ட் கட்சியால் ஈர்க்கப்பட்டு தன்னுடைய கிராமத்தில் இயங்கிவந்த தொழிற்சங்கத்திலும், கம்யூனிஸ்ட் கட்சியிலும் இணைந்தார். 1964ஆம் ஆண்டு மார்க்சிஸ்ட் கம்யூனிஸ்ட் கட்சி உருவானபோது அதில் தன்னை இணைத்துக்கொண்டு இறுதி மூச்சுவரை கட்சியின் அங்கமாகச் செயல்பட்டார்.

இடுவாய் அ. பழனிச்சாமி

தான் வாழ்ந்த கிராமத்தில் மட்டுமல்ல, சுற்றியுள்ள ஊர்களிலும் விசைத்தறித் தொழிலாளர்களைத் திரட்டினார். இதன்மூலம் அந்த வட்டாரத்தில் செங்கொடி இயக்கத்தைப் பலப்படுத்தினார். விசைத்தறித் தொழிலாளர்களின் கோரிக்கைக்காகப் போராடியபோது அரசின் அடக்குமுறையை நெஞ்சுறுதியோடு எதிர்கொண்டவர் தோழர் அ.ப.

1978ஆம் ஆண்டு விசைத்தறித் தொழிலாளர்கள் போராட்டத்தில் முன்வரிசையில் நின்று போராடினார். பனியன் கம்பெனிகளின் முதலாளிகள் கூலிப்படையினரை ஏவி அவருடைய வீடு உட்பட 17 தோழர்களின் வீடுகளை இடித்துத் தரைமட்டமாக்கினர். குடும்பத்தாரையும் தாக்கினர். சீராணம்பாளையம் கிராமத்தைச் சேர்ந்த இளம் தொழிலாளி பழனிச்சாமி படுகொலை செய்யப்பட்டார். செங்கொடி இயக்கத்தின் வீரப்பிரதிநிதியாக, சுரண்டல் கூட்டத்திற்குச் சிம்ம சொப்பனமாகத் திகழ்ந்த தோழர் அ.ப. மீது ஆத்திரம் கொண்ட ஆதிக்கக் கும்பல், அப்போதைய ஆளும்கட்சியின் (அதிமுக) ஒத்துழைப்போடும் காவல்துறை துணையோடும் ஏறத்தாழ 20 பொய் வழக்குகளை புனைந்தது. அத்தனையையும் எதிர்கொண்டு அஞ்சா நெஞ்சனாக அ.ப., செங்கொடி இயக்கத்தில் அசைக்க முடியாத உறுதியோடு பணியாற்றினார்.

கட்சியின் கிளைச் செயலாளர், இடைக்குழு உறுப்பினர் என்ற பொறுப்புகளை ஏற்றிருந்த அவர் சிஐடியு தலைமையிலான பனியன் தொழிலாளர் சங்கத்தின் பொருளாளராக நீண்ட காலம் பணியாற்றியிருக்கிறார். தாம் மறையும் வரையில், சிஐடியு விசைத்தறித் தொழிலாளர் சங்கத்தின் மாவட்டத் தலைவராக திறம்படச் செயல்பட்டார்.

“நிச்சயிக்கப்பட்ட கூட்டங்களுக்குச் சரியான நேரத்தில் வந்துவிடுவார். மற்றவர்கள் தாமதமாக வந்தால் தயக்கமின்றி விமர்சிப்பார். ஓய்வறியாத உழைப்பாளியாகச் செயல்பட்டார். உடல்நிலை சரிவடைந்த நாள் வரையில், தாம் வசித்த பகுதியிலிருந்து அதிகாலை நேரத்தில் சுமார் 5 கிலோமீட்டர் தூரமுள்ள சுல்தான்பேட்டைக்கு வந்து ‘தீக்கதிர்’ நாளிதழ் கட்டை எடுத்துச் செல்வார்,” என்று அவரது ஈடுபாடுபற்றி தோழர்கள் பெருமிதத்தோடு குறிபிட்டார்கள்.

அவரது உறுதிமிக்க செயல்பாட்டால் ஏராளமான இளைஞர்களை ஈர்த்தார். தமது பகுதியில் இந்திய ஜனநாயக வாலிபர் சங்கத்தை அமைத்ததோடு கட்சியையும் வளர்த்தார். அவரது பணிகளால் ஈர்க்கப்பட்டு இயக்கத்திற்கு வந்த இளைஞர்களில் ஒருவர்தான் ஊராட்சித் தலைவராக இருந்து, ஆதிக்கச் சக்திகளால் படுகொலை செய்யப்பட்ட தோழர் இடுவாய் கே. ரத்தினசாமி.

போராட்டக் களத்தில் முன்னணியில் நிற்பார். அடக்குமுறை, கைது, சிறை என போராட்டங்களை உடைப்பதற்கு அரசு எந்திரம் எத்தனை முயற்சிகளை எடுத்தாலும் தொழிலாளர்களைத் தட்டிக்கொடுத்து, உற்சாகமூட்டி போராட்டத்தை வெற்றிகரமாக நடத்துகிற திறன் பெற்றிருந்தார். “அடக்குமுறையைக் கண்டு அஞ்சக் கூடாது, சோர்வடையக் கூடாது,” என்று தோழர்களுக்கு உணர்வூட்டி போராட்டங்களில் வெற்றி காணச் செய்தவர் தோழர் அ.ப. இடுவாய் ஊராட்சியில் இரண்டு முறை ஊராட்சிமன்றத் தலைவர் பொறுப்பும், ஊராட்சி ஒன்றிய கவுன்சிலர் பொறுப்பு ஒரு முறையும் செங்கொடி இயக்கத்துக்கு கிடைத்தது. அதன் பின்னணியில் தோழரின் உழைப்பும் இருந்தது. அந்தக் கிராமத்தை செங்கொடியின் வலுவான பகுதியாக மாற்ற அயராது பாடுபட்டார். அவர் வாழ்ந்த பகுதியில் மக்களை செங்கொடி இயக்கத்துக்குத் திரட்டியதோடு தனது குடும்பத்தில் உள்ள அனைவரையும் இயக்கத்தில் ஈடுபடச் செய்து, கட்சிக் குடும்பமாக மாற்றினார். பாலன், செந்தில்குமார், வாலிபர் சங்க திருப்பூர் தெற்கு ஒன்றிய நிர்வாகிகளில் ஒருவரான ரத்தினசாமி ஆகிய மூன்று மகன்களும் செங்கொடி இயக்கத்தில் உள்ளனர். அ.ப. துணைவியார் லட்சுமி, மூத்த மகள் ஜெயந்தி ஆகியோரும் கட்சி ஆதரவாளர்களே. அ.ப.வின் தாய் அங்காத்தாள், வயது 97. தான் வாழ்ந்துகொண்டிருக்கிறபோது, தன் மகன் இறந்துவிட்ட வருத்தத்தில் இருக்கிற அவர், மார்க்சிஸ்ட் கட்சியின் ஆதரவாளர்

என்பது குறிப்பிடத்தக்கது. சிறுவயதிலிருந்தே தன் தாய் அளித்த ஆதரவு அ.ப. பணிகளுக்கு ஊக்கமளித்தது.

கட்சி வளர்ச்சியில் கட்சியின் நாளேடான தீக்கதிருக்கு முக்கியப் பங்குண்டு. பல பணிச்சுமைகளை ஏற்றுச் செயல்பட்ட அ.ப., தீக்கதிர் விநியோகத்தையும் அவரே செய்துவந்தார். தீக்கதிர் விநியோகத்தில் மட்டுமல்ல, ஆழ்ந்து வாசிப்பதிலும் மிகுந்த அக்கறை கொண்டிருந்தவர். அவர் நோய்வாய்ப்பட்டு வேலூர் மருத்துவமனையில் சிகிச்சை பெற்றுவந்தபோது, "எனக்கு தீக்கதிர் வேண்டும்," என்று வற்புறுத்திக் கேட்டு வாங்கிப் படித்தார். "நாங்கள் தீக்கதிர் எடுத்துக் கொண்டு போய் கொடுக்காவிட்டால் எங்களை அவர் திட்டுவார்," என்று மகன்கள் குறிப்பிட்டனர்.

இயக்கத்திற்கான களப்பணியில் மட்டுமல்ல, தன்னுடைய சொந்த வாழ்க்கையிலும் மற்றவர்கள் பின்பற்றக்கூடிய அடிப்படையில் முன்னுதாரணமாகத் திகழ்ந்தவர்.

கடந்த செப்டம்பர் 23ஆம் தேதி அவர் காலமானார். தனது கண்கள் தானமாக வழங்கப்பட வேண்டும், தனது உடல் மருத்துவக் கல்விக்காக வழங்கப்பட வேண்டும் என்ற அவரது விருப்பம் நிறைவேற்றப்பட்டது. கோவை அரசு மருத்துவக் கல்லூரி நிர்வாகத்தார் அவரது உடலை பெற்றுச் சென்றனர். வாழ்ந்த போது மக்களுக்காகப் பாடுபட்டவரின் உடல் இன்றும் மக்களுக்காகப் பயன்படுகிறது.

தோழர் அ.ப. நினைவாக இடுவாய் ஊராட்சி முழுவதும் 250 மரக்கன்றுகள் நடப்பட்டன. 38 இளைஞர்கள் குருதிக் கொடை செய்தனர். அவரது கண்கள், உடல் தானம் செய்யப்பட்டதற்கான சான்றிதழ் விழா மேடையில் அ.ப. குடும்பத்தாரிடம் வழங்கப்பட்டது.

அவரது படத்திறப்பு விழாவில் இடுவாய் ஊராட்சிப் பகுதி, சுற்று வட்டார கிராமப்புறங்கள் மட்டுமின்றி திருப்பூர் மாவட்டத்தின் பல்வேறு பகுதிகளில் இருந்தும் ஆயிரத்திற்கும் மேற்பட்டோர் திரண்டு வந்திருந்தது தோழரின் அர்ப்பணிப்பு மிக்க வாழ்க்கைக்கு சாட்சியம் கூறியது. அயராத களப்பணியினால் இப்போதும் இடுவாய் ஊராட்சி மற்றும் சுற்றுவட்டாரத்தில் மார்க்சிஸ்ட் கம்யூனிஸ்ட் கட்சியை பலமான இயக்கமாகக் கட்டிய தோழர் அ.ப.வின் களப்பணி பாராட்டுக்குரியது, பின்பற்றத்தக்கது.

❑

4

குன்றியது உடல் நிலைதான், இயக்க உறுதியல்ல...

அண்மையில் தில்லி சென்றிருந்தபோது இயக்கத் தோழரும், தொழிற்சங்கத் தலைவர் தோழர் எம்.கே. பாந்தே துணைவியாருமான பிரமிளாவைச் சந்திக்க வேண்டுமென்று கட்சியின் மத்தியக்குழு அலுவலகத்தில் பணியாற்றும் தோழர்களைக் கேட்டுக்கொண்டேன். அவர் உடல்நலம் குன்றி நினைவாற்றல் பாதிக்கப்பட்டிருக்கிறார் என்றார்கள். பரவாயில்லை, அவருக்குச் சிரமமளிக்காமல் சந்திக்கலாம் என்றேன்.

மார்க்சிஸ்ட் கம்யூனிஸ்ட் கட்சியின் நாடாளுமன்ற உறுப்பினருக்கு ஒதுக்கீடு செய்யப்பட்ட குடியிருப்பில் ஓர் அறையில் பிரமிளா பாந்தே தங்கியிருக்கிறார். இங்கேதான் தோழர் பாந்தேவும் இறக்கும்வரை தங்கியிருந்தார். அவர்களுக்கென்று சொந்த வீடு கிடையாது.

பிரமிளாவுக்கு உதவியாக இருந்த பெண் தோழர், 'அவரால் பேச இயலாது' என்றார். சும்மாவேனும் பார்த்துவிட்டு வரலாம் என்று தெரிவித்தேன். படுத்த படுக்கையாக இருந்த அவரிடம், "நான் தோழர் எம்.கே. பாந்தேயுடன் சிஐடியு-வில் பணியாற்றியவன், தோழர் பாந்தே பற்றியும், உங்களைப் பற்றியும் உங்கள் இருவரின் வாழ்க்கை பற்றியும் இயக்க அனுபவம் பற்றியும் கொஞ்சம் விபரங்கள் சொல்ல முடியுமா?" எனக் கேட்டேன். வியப்பளிக்கும் வகையில், படுத்திருந்த அவர் எழுந்து உட்கார்ந்தார். உற்சாகமாகப் பேசத் தொடங்கினார்.

நான் சென்னையில் இருந்து வந்திருப்பதைத் தெரிவித்தபோது, "வழக்குரைஞர் வைகை எப்படி இருக்கிறார்?" எனக் கேட்டார். மலரும் நினைவுகளாக மனதில் வந்தவற்றை மளமளவெனப் பகிர்ந்துகொண்டார்.

1927ஆம் ஆண்டில், அன்றைய ஒன்றுபட்ட பாம்பே ராஜதானியில், ஒரு ரயில்வே தொழிலாளர் குடும்பத்தில் பிறந்தவர் தோழர் பிரமிளா. அவருடைய தந்தை பாலகங்காதர திலகர் ஆதரவாளர். பிரமிளாவும் உள்ளிட்டு மூன்று சகோதரர்கள், மூன்று சகோதரிகள்

என பெரிய குடும்பம். ரயில்வே பள்ளியில் 7-ஆம் வகுப்பு வரை படித்தார்.

"என்னுடைய பள்ளி ஆசிரியர்கள் கம்யூனிஸ்ட் ஆதரவாளர்கள். நானும் கம்யூனிஸ்ட் ஆதரவாளராகி 1942ஆம் ஆண்டில் வெள்ளையனே வெளியேறு இயக்கத்தில் கலந்துகொண்டேன். மற்றவர்களோடு நானும் கைது செய்யப்பட்டு, பின்னர் விடுதலை செய்யப்பட்டேன். என்னுடைய சகோதரர் இந்தூரில் மருத்துவக் கல்லூரியில் பயின்று வந்தார். சுதந்திரப் போராட்டத்தில் அவரும் கலந்துகொண்டு கைது செய்யப்பட்டு ஒரு மாதம் சிறையில் இருந்தார். கம்யூனிஸ்ட் ஆதரவாளராக கட்சிப் பணிகளில் ஈடுபட்டேன். என்னுடைய சகோதரருடைய நண்பரான பொறியியலாளர் லிமாயி என்பவரும் கம்யூனிஸ்ட் ஆதரவாளர். லிமாயியை என்னுடைய சகோதரர்தான் எனக்கு அறிமுகப்படுத்தினார். நானும் அவரும் சந்தித்துப் பழகத் துவங்கினோம். எங்களுக்கு 1945-ஆம் ஆண்டு திருமணம் நடந்தது," என பிரமிளா அவர்கள் கூறினார்."

லிமாயிக்கு புனே நகரில் வேலை கிடைத்து இருவரும் அங்கு சென்று குடியேறினர். புனேயில் பிரமிளா அகில இந்திய மாணவர் சங்கத்தில் சேர்ந்தார். மாணவர் சங்கத்தின் பணிகளைச் செய்துவந்ததோடு சைக்கிளிலேயே தினமும் 20 கி.மீ. வரை சென்று கட்சிப் பத்திரிகையை விநியோகித்து வந்தார். 1948ம் ஆண்டு பிரமிளா கம்யூனிஸ்ட் கட்சி உறுப்பினரானார். கட்சி தடை செய்யப்பட்ட அக்காலத்தில் கட்சித் தலைவர்கள் தலைமறைவாகச் செயல்பட்டார்கள். தலைமறைவாகச் செயல்பட்டு வந்த தலைவர்களுக்கிடையே கடிதப் போக்குவரத்துப் பணி இவரிடம் ஒப்படைக்கப்பட்டது.

தலைமறைவாக இருந்த தோழர் பி.டி. ரணதிவே புனேயிலிருந்து பம்பாய் செல்ல வேண்டியிருந்தது. அவரை பிரமிளாதான் பம்பாய்க்கு அழைத்துச் சென்றார். பிறகு அங்கிருந்து தானே நகருக்கு அழைத்துச் சென்றிருக்கிறார். இக்காலத்தில்தான் பிரமிளாவிற்கு பி.டி.ஆர்., கோதாவரி பருலேக்கர், அகல்யா ரங்கனேகர் போன்ற தலைவர்களோடு தோழமை ஏற்பட்டது.

1954ஆம் ஆண்டில் கொய்னா அணைப் பகுதியில் பணியில் ஈடுபட்டிருந்தபோது லிமாயிக்கு உடல்நலக்குறைவு ஏற்பட்டது. அவருக்கு பித்தப்பையில் கோளாறு இருந்தது. மருத்துவர்கள் அவருக்கு அறுவை சிகிச்சை செய்தனர். ஆயினும் அறுவைசிகிச்சையின்போதே அவர் உயிரிழந்தார். இது

பிரமிளா

பிரமிளாவிற்கு ஒரு பேரிடியாக, சொல்ல முடியாத வேதனையாக அமைந்தது.

கணவர் மரணத்திற்குப் பிறகு தோழர் பிரமிளா பம்பாயில் தாதர் பகுதியில் வசித்த தன் குடும்பத்தோடு சேர்ந்து வாழ்ந்தார். இரண்டு மாதங்களுக்குப் பிறகு புனே சென்று சேவா சதனம் விடுதிகளில் தங்கி மெட்ரிகுலேசன் தேர்வுக்காகப் படிக்க ஆரம்பித்தார். இந்தச் சமயத்தில்தான் எம்.கே. பாந்தே தனது முனைவர் பட்ட ஆராய்ச்சிக்காக புனே வந்தார். பிரமிளாவுடன் அவருக்குப் பழக்கம் ஏற்பட, அவர்களது வீட்டிற்குச் சென்று பேசி வருவார். நாட்களின் நகர்வில் இருவரும் இணைந்து வாழ முடிவு செய்தனர். குடும்பத்தினர், தோழர்கள் ஒத்துழைப்போடு 1957ல் பாந்தே - பிரமிளா திருமணம் நடைபெற்றது. அந்தக் காலத்திலேயே விதவை மறுமணத்திற்கு இருவரின் பெற்றோர்களும் ஏற்பளித்து ஆதரித்தது முக்கியத்துவம் வாய்ந்தது.

ஏஐடியுசி தலைவராக இருந்த எஸ்.ஏ. டாங்கே அழைத்ததையொட்டி பாந்தேயும் பிரமிளாவும் தில்லிக்குச் சென்றனர். அவர்களுக்கு உஜ்வால் என்ற மகள், மலிந்த் என்ற மகன் பிறந்தனர்.

தில்லி சென்றபின் பிரமிளா, மெட்ரிகுலேசன் தேர்வு எழுத விரும்பினார். அதற்கு முழுமையாக ஒத்துழைத்தார் பாந்தே. அவர் அதில் தேர்ச்சியடைந்ததைத் தொடர்ந்து குவாலியர் பல்கலைக் கழகத்தில் வெளி மாணவராகப் பயின்ற பிரமிளா இளங்கலை பட்டம் பெற்றார்.

பாந்தே தொழிற்சங்கப் பணிகளுக்காக நாடு முழுவதும் செல்கிறபொழுது பிரமிளா தான் குடும்பப் பொறுப்பை சமாளித்து வந்தார். பிள்ளைகளைப் படிக்க வைப்பது உள்ளிட்டு

பிரமிளாதான் கவனித்து வந்தார். அதே வேளையில் இயக்கம் அளித்த பணிகளையும் பொறுப்புடன் நிறைவேற்றினார்.

குறிப்பாக 1964ஆம் ஆண்டு மார்க்சிஸ்ட் கம்யூனிஸ்ட் கட்சி உதயமானபோது நாடு முழுவதும் இக்கட்சி பலமான சக்தியாக வளரும் என்று உணர்ந்த மத்திய அரசு, தலைவர்களைக் கைது செய்தது. தோழர் எம்.கே. பாந்தே காஞ்சிபுரத்தில் ஒரு நிகழ்ச்சிக்கு வந்தபோது அவர் கே.எஸ்.பார்த்தசாரதி வீட்டில் தங்கியிருந்தார். கே.எஸ்.பார்த்தசாரதி கைது செய்யப்பட்டார். அவர் வீட்டில் பாந்தே தங்கியிருந்தது காவல்துறையினருக்கு தெரியாது, தெரிந்திருந்தால் அவரையும் கைது செய்திருப்பார்கள். அன்றிலிருந்து சுமார் 14 மாதம் பாந்தே தலைமறைவாக இருந்து செயல்பட்டார். இக்காலத்தில் குடும்பத்தை தோழர் பிரமிளாதான் கவனித்துக்கொண்டார். தோழர் பாந்தேயின் தொழிற்சங்கப் பணி, கட்சிப் பணி இரண்டுக்கும் உற்ற துணையாக இருந்தார் பிரமிளா.

தில்லிக்குச் சென்றபிறகு தோழர் பிரமிளா கட்சிப் பணியில் ஆர்வமாக ஈடுபட்டார். அனைத்திந்திய ஜனநாயக மாதர் சங்கத்தின் அமைப்பு மாநாட்டில் கலந்துகொண்ட அவர், அதன் துணைத்தலைவராக பல ஆண்டு காலம் செயல்பட்டார். கட்சியின் முழுநேர ஊழியரான தோழர் பிரமிளா இப்போதும் மாதர் சங்கத்தின் புரவலர்களில் ஒருவராக உள்ளார். இதைக் குறிப்பிட்டபோது 90 வயதாகும் தோழர் பிரமிளாவின் கண்களில் பெருமித ஒளி மின்னியது.

சுதந்திரப் போராட்டத்தில் கலந்து கொண்டவர். மராட்டிய மாநிலத்தில் பிறந்து அந்த மாநிலத்திலேயே கட்சி உறுப்பினராக ஆனவர். அந்த மாநிலத்தில் நடந்த பல போராட்டங்களில் கலந்துகொண்டார். பாந்தேயுடன் தில்லிக்கு வந்தபிறகு ஆர்வத்துடன் மாதர் சங்கப் பணிகளிலும் கட்சிப் பணிகளிலும் முனைப்புடன் ஈடுபட்டவர்.

“தோழர், நீங்கள் இப்போது கட்சி உறுப்பினராக இருக்கிறீர்களா?” என்று கேட்ட போது, “இறுதி மூச்சு வரை கட்சி உறுப்பினராக இருப்பேன். ஆனால் கட்சி வேலைகளைச் செய்ய முடியவில்லையே என்ற வருத்தம் எனக்கு இருக்கிறது” என்று கனத்த குரலில் கூறினார். குன்றியது உடல்நலம்தானேயன்றி, சமத்துவ சமுதாய லட்சியமல்ல என்பதற்கொரு எடுத்துக்காட்டாகத் திகழ்கிற, தோழர் பிரமிளாவின் கட்சிப்பணியோடு இணைந்த அர்ப்பணிப்பு மிக்க வாழ்க்கை பாராட்டுக்குரியது; பின்பற்றத்தக்கது.

❑

5

இயக்கத்தோடு இணைந்த எழுபதாண்டுப் பயணம்

சுதந்திரப்போராட்டக் காலத்தில் கம்யூனிஸ்ட் கட்சியில் சேர்ந்து இப்போதும் கட்சி உறுப்பினராக இயக்கப் பணியாற்றிக்கொண்டிருக்கிற தோழர்களில் ஒருவர் கோவை மாவட்டத்தைச் சேர்ந்த எம்.நடராஜன். இவர் கல்லாமேடு செல்வபுரத்தில் பிறந்தவர். அக்காலத்தில் ஒரு சிறிய கிராமமாக இருந்த இப்பகுதி தற்போது கோவை மாநகராட்சியின் 86வது வார்டாக உள்ளது.

தலித் குடும்பத்தில் பிறந்த நடராஜனின் பள்ளிப்படிப்பு 5ஆம் வகுப்பு வரை மட்டுமே. இவரது தந்தை ஸ்டேன்ஸ் மில் நிறுவனத்தில் ஒரு தொழிலாளியாக இருந்தார். அந்த ஆலையின் தொழிலாளர் சங்கத்தில் உறுப்பினராக இருந்தவர் அவர்.

நடராஜனும் சிறுவயதிலேயே காளீஸ்வரா மில்லில் வேலைக்குச் சேர்ந்தார். இவரும் அங்கு மில் தொழிலாளர் சங்கத்தில் உறுப்பினரானார். தொழிற்சங்கப் பணியில் முனைப்புடன் ஈடுபட்ட நடராஜனுக்கு கே.ரமணி, பூபதி உள்ளிட்ட கம்யூனிஸ்ட் தோழர்களுடன் தொடர்பு ஏற்பட்டது. அந்தத் தொடர்பிலிருந்து கிடைத்த புரிதலால் 1946இல் தானும் கம்யூனிஸ்ட் கட்சியில் சேர்ந்தார். 1964ஆம் ஆண்டு மார்க்சிஸ்ட் கம்யூனிஸ்ட் கட்சி உருவானபோது அதன் பயணத்தில் தன்னை இணைத்துக் கொண்டார்.

கோவை நகரத்திலும், மாவட்டத்திலும் தொழிலாளர் உரிமைகளுக்காகவும் மக்கள் பிரச்சினைகளுக்காகவும் இயக்கம் நடத்திய எல்லாப் போராட்டங்களிலும் பங்கேற்றிருக்கிறார். பாட்டுப் பாடும் கலையை வளர்த்துக்கொண்ட இவர் கட்சி மேடைகளிலும் பல்வேறு இயக்க நிகழ்வுகளிலும் உணர்ச்சி பொங்கப் பாடுவார்.

கல்லாமேடு எம். நடராஜன்

கோவை மாவட்டத்தில் சுதந்திரப் போராட்ட காலத்திலும், அதற்கு பின்னரும் பஞ்சாலைத் தொழிலாளர்கள் வீரஞ்செறிந்த பல போராட்டங்களை நடத்தியிருக்கிறார்கள். கொடுமையான அடக்குமுறைகளை எதிர்கொண்டிருக்கிறார்கள். 1940களில் கோவை பஞ்சாலைத் தொழிலாளர்கள் கொத்தடிமைகள் போல் நடத்தப்பட்டார்கள். குறிப்பாக பெண்கள் ஆலை நிர்வாகங்களுடைய பல்வேறு கொடுமைகளைச் சந்திக்க வேண்டியிருந்தது.

அனைத்து மில்களிலுமே பெண் தொழிலாளர்களின் நிலைமை மோசமாகத்தான் இருந்தது என்றாலும், ஸ்டேன்ஸ் மில்லில் நிலைமை படுமோசமாக இருந்தது. மிகக் குறைவான கூலி, கூடுதல் வேலைப் பளு, மறுப்புத் தெரிவித்தால் வேலை நீக்கம், பெண்களின் சுயமரியாதையை இழிவுபடுத்தும் கெடுபிடிகள் என அந்தப் பெண்கள் அனுபவித்த இன்னல்கள் ஏராளம்.

அனைத்துத் தொழிலாளர்களின் நிலைமை குறித்து அன்றைய சென்னை மாகாண அரசாங்கத்திற்கு பல கடிதங்கள் அனுப்பப்பட்டபோதிலும் எவ்வித நடவடிக்கையும் எடுக்கப்படவில்லை. எனவே, வேறு வழியின்றி இதை எதிர்த்து

1946 நவம்பர் 11 அன்று கோவை ஸ்டேன்ஸ் மில் தொழிலாளர்கள் மறியல் போராட்டத்தில் ஈடுபட்டார்கள்.

அந்தப் போராட்டம் மில் நிர்வாகத்தின் கொடுமைகளுக்கு எதிரானதாக மட்டுமல்லாமல் அந்நியர் ஆட்சிக்கு எதிரான போராட்டமாகவும் மாறியது. அந்நியர் ஆட்சியின் பிடியில் இருந்த அன்றைய மாகாண அரசும் அந்த அந்நியர் ஆட்சியைப் போலவே நிர்வாகத்திற்கு ஆதரவாகச் செயல்பட்டு, தொழிலாளர் போராட்டங்களை ஒடுக்க முற்பட்டது. சுதந்திர எழுச்சிக் காலத்தில் தொழிலாளர்கள் தங்கள் உரிமைகளுக்காகவும் கோரிக்கைகளுக்காகவும் போராடியபோதெல்லாம், நிர்வாகங்களின் பக்கம் நின்ற அரசு அந்தப் போராட்டங்களை அடக்குமுறையால் ஒடுக்க முற்பட்டபோது, போராட்டக் களத்தில் நின்ற தொழிலாளர்கள் அரசியல் உணர்வு பெற்றார்கள். இதுதான் கோவை மாவட்டத்தில் தொழிலாளர்கள் கம்யூனிஸ்ட் கட்சியின் உறுப்பினர்களாகவும் ஆதரவாளர்களாகவும் உருவெடுத்த பின்னணி.

ஸ்டேன்ஸ் மில் தொழிலாளர்களின் மறியல் போராட்டத்தை முறியடிக்கக் கருங்காலிகளை நிர்வாகம் இறக்கிவிட்டது. காங்கிரஸ் கட்சியும் இதற்கு உடந்தையாக இருந்தது. அங்கே குவித்து வைக்கப்பட்டிருந்த காவல்துறையினர் தொழிலாளர்கள் மீதும், மறியல் செய்த பெண்கள் மீதும் தடியடி நடத்தினர். பெண்களை தடியால் அடித்ததோடு துப்பாக்கிக் கட்டையாலும் தாக்கினார்கள். பெண் தொழிலாளிகளும் வீராவேசத்தோடு தாக்குதல்களை எதிர்த்துப் போராடினார்கள்.

அம்மு என்ற இளம் பெண் தொழிலாளி தன்னை துப்பாக்கி கொண்டு அடித்த ஆயுதப் போலிஸ்காரனின் துப்பாக்கியைப் பிடித்துத் தடுத்தார். ஆனால் ஆத்திரமடைந்த போலிஸ்காரன் மிருகவெறியோடு அம்முவைக் கீழே தள்ளி, பூட்ஸ் காலால் மிதித்தான். துப்பாக்கியின் முனையில் இணைக்கப்பட்டிருந்த கத்தியினால் (பாய்னெட்) அம்முவின் கழுத்திலும், உடம்பிலும் குத்தினான். தனது உடலிலிருந்து கொட்டிய ரத்த வெள்ளத்தில் ஆழ்த்தப்பட்ட அம்மு அந்த இடத்திலேயே துடிதுடித்து இறந்தார். மற்ற பெண் தொழிலாளிகளும் கடுமையான தடியடிக்கு ஆளாகி கைது செய்யப்பட்டனர்.

போராடிய தொழிலாளர்களுக்கும், நிர்வாகம் அனுப்பிய கருங்காலிகளுக்கும் ஏற்பட்ட மோதலில் ஒரு கருங்காலி இறந்தான்.

நிர்வாகத்திற்கு ஆதரவாக வந்த போலீசார் தொழிலாளர்கள் மீது துப்பாக்கிச் சூடு நடத்தினர். அதில் ஒரு பெண் உட்பட 11 தொழிலாளர்கள் உயிரிழந்தார்கள். ஸ்டேன்ஸ் மில் வளாகத்தில் தொழிலாளர்கள் மீது துப்பாக்கிச் சூடு நடத்தப்படுவதை அறிந்த காளீஸ்வரா மில், சோமசுந்தரா மில் ஆகியவற்றின் தொழிலாளர்களும், குரூப்பாண்ட் கம்பெனி தொழிலாளர்களும் ஓடோடி வந்தார்கள். மதில்களை ஏறிக் குதித்து, வாயிற் கதவுகளை திறந்துகொண்டு ஸ்டேன்ஸ் மில் கேட் முன்பாக வந்தார்கள். அப்படி வந்தவர்களில் எம். நடராஜனும் ஒருவர். அவரோடு நாகப்பன், குப்புசாமி, சுப்பையன், மருதன். வெங்கிட்டராமன் உள்ளிட்ட தொழிலாளர்களும் மறியல் போராட்டத்தில் கலந்துகொண்டனர். இதில் மருதன் என்ற தொழிலாளியை போலீசார் கைது செய்தனர். அவரை காவல்நிலையத்தில் வைத்துச் சித்ரவதை செய்து, தொழிற்சங்கத் தலைவர்கள் எங்கே இருக்கிறார்கள் என்று கேட்டபோது, அவர் அது பற்றித் தனக்கு எதுவும் தெரியாது என்று உறுதிபடக் கூறி போலிசாரை ஏமாற்றத்திற்கு உள்ளாக்கினார்.

தொழிலாளர்களுக்கும், கருங்காலிகளுக்கும் இடையில் ஏற்பட்ட மோதலில் ஒரு கருங்காலி இறந்ததையொட்டித் தொடுக்கப்பட்ட வழக்கில் தோழர்கள் கே. ரமணி, ஆர். உமாநாத், எஸ். கிருஷ்ணன், கண்ணாகுட்டி ஆகியோரையும் காவல்துறையினர் சேர்த்து விட்டனர்.

டிசம்பர் 10 ஆம் தேதி தோழர் உமாநாத் மற்றும் நடராஜன், ஆறுமுகம், நாகப்பன், குப்புசாமி ஆகியோரைக் கைது செய்து கோவை சிறையில் அடைத்தார்கள். இவர்களோடு ஸ்டேன்ஸ் மில்லின் 60 தொழிலாளர்கள் மீது பொய் வழக்கு போட்டு அவர்களையும் சிறையில் அடைத்தார்கள். தலைவர்கள் வெளியில் சென்று கட்சிப்பணி, தொழிற்சங்கப்பணி இரண்டையும் தொடர வேண்டியிருந்த நிலையில், சிறையிலிருந்த நடராஜன் உள்ளிட்டவர்கள், கண்ணாகுட்டியையும், உமாநாத்தையும் சிறையிலிருந்து தப்பிக்க வைத்தார்கள். கே.ரமணி தொடர்ந்து தலைமறைவாக இருந்தார்.

வழக்கு விசாரணையில் இரண்டு தொழிலாளர்களுக்கு ஆயுள் தண்டனையும், நடராஜன் உள்ளிட்ட இருவருக்கு 2 வருடம், 2 மாதம் சிறைத் தண்டனையும் விதித்து நீதிமன்றம் தீர்ப்பளித்தது. அனைவரும் வேலூர் சிறைக்கு அனுப்பப்பட்டார்கள். பிறகு அங்கேயிருந்து சேலம் சிறைக்கு அனுப்பப் பட்டார்கள்.

உயர்நீதிமன்றத்தில் வழக்கறிஞர் மோகன் குமாரமங்கலம் (அப்போது அவர் கட்சித் தலைவர்களில் ஒருவர்) தொடுத்த மேல்முறையீட்டில் இரண்டு தொழிலாளர்கள் மீதான ஆயுள் தண்டனை விலக்கப்பட்டு, மூன்றாண்டு சிறைவாசமாகக் குறைக்கப்பட்டது.

சேலம் சிறையில் இருந்தபோதுதான், தங்களை அரசியல் கைதிகளாக நடத்த வலியுறுத்தி ஐந்து நாட்கள் உண்ணாவிரதப் பேராட்டம் நடத்தி வெற்றி பெற்றார்கள். 1949ஆம் ஆண்டு தோழர் நடராஜன் சேலம் சிறையிலிருந்து விடுதலையானார். அடுத்து சில காலத்திற்குப்பிறகு மற்ற தொழிலாளர்கள் விடுதலையானார்கள்.

தோழர்கள் கே.ரமணி, ஆர்.உமாநாத், கண்ணாகுட்டி, எஸ். கிருஷ்ணன் ஆகிய 4 பேர் மீது போடப்பட்ட வழக்கை நீதிமன்றம் தள்ளுபடி செய்தது. ஆனால், சிறையிலிருந்து தப்பித்த குற்றத்திற்காக உமாநாத்துக்கும் கண்ணாகுட்டிக்கும் ஆறு மாத சிறைத் தண்டனை அறிவிக்கப்பட்டது. 6 மாதத்திற்குப் பிறகுதான் இருவரும் விடுதலையானார்கள்.

இப்படியான அத்தனை இயக்கப் போராட்ட நிகழ்வுகளிலும் இணைந்து பயணித்து வந்திருப்பவரான தோழர் நடராஜனுக்கு 4 மகள்கள், 2 மகன்கள் உள்ளனர். 4 மகள்களுக்கும் திருமணம் முடிந்து விட்டது. ஒரு மகன் முருகன் பஞ்சாலையில் வேலை செய்கிறார். இன்னொரு மகன் நியாயவிலைக் கடையில் பணியாளர். இருவருமே கட்சி ஆதரவாளர்கள்.

தோழர் எம்.நடராஜன் இப்போதும் கட்சி உறுப்பினர். 'தீக்கதிர்' தொடங்கப்பட்ட நாளிலிருந்து அதன் சந்தாதாரர், வாசகர்.86 வயதாகும் தோழர் நடராஜன் இப்போதும் கட்சி உறுப்பினராக தன்னால் இயன்ற பணியை செய்து வருகிறார். இயக்க ஈடுபாட்டிற்கு ஒரு எடுத்துக்காட்டாகத் திகழும் தோழர் நடராஜனின் எழுபதாண்டு களப்பணி பாராட்டுக்குரியது, பின்பற்றத்தக்கது.

❑

6

இரட்டைக் குவளை ஒழிப்புப் போராட்டம் 1953

திருவாரூர், நாகை மாவட்டங்கள் இணைந்த ஒரே மாவட்டமாக இருந்தபோது கீழத்தஞ்சையில் தலித் மற்றும் பிற்படுத்தப்பட்ட சமூகங்களைச் சேர்ந்த விவசாயத் தொழிலாளர்கள், விவசாயிகள் இணைந்து நடத்திய போராட்டத்தால்தான் தீண்டாமைக் கொடுமை ஓப்பீட்டளவில் ஒழிந்தது. விவசாயிகள், விவசாயத் தொழிலாளர்களின் வாழ்வாதாரக் கோரிக்கைகள் பலவற்றை வென்றெடுக்க முடிந்தது. இத்தகைய மகத்தான போராட்டத்தில் பங்கேற்ற பின்னணியோடு இன்றும் மார்க்சிஸ்ட் கம்யூனிஸ்ட் கட்சியில் உறுப்பினராகச் செயல்பட்டுக்கொண்டிருப்போரில் ஒருவர் தோழர் சி.பாலன்.

இன்றைய திருவாரூர் மாவட்டம், நீடாமங்கலம் கீழாளவந்தசேரி கிராமத்தில் *1938*ல் பிற்படுத்தப்பட்ட சமூகத்தைச் சார்ந்த குடும்பத்தில் பிறந்தவர் பாலன். திருச்சி பொன்மலையில் ரயில்வே தொழிலாளியாக இருந்த இவரது தாய் மாமன் நாராயணசாமியின் வீட்டில் தங்கி திருச்சி, நேஷனல் பள்ளியில் 5ஆம் வகுப்பு வரை படித்தார். நாராயணசாமி கம்யூனிஸ்ட் கட்சியில் உறுப்பினராக இருந்தவர்.

ஒன்பதாவது வயதில் *1947* ஆகஸ்ட் *15* அன்று இந்தியா சுதந்திரமடைந்ததைக் கொண்டாட மற்ற சிறுவர்களோடு சேர்ந்து கொடிகளை ஒட்டிக் கொண்டிருந்தார் பாலன். "சுதந்திரம் கிடைத்தது கொண்டாட்டத்துக்கு உரியதுதான், ஆனால் கிடைத்திருப்பது அரசியல் சுதந்திரம்தான், பொருளாதார சுதந்திரம் அல்ல" என மாமன் நாராயணசாமி கூறியிருக்கிறார். "அப்போது எனக்கு அவர் சொன்னது புரியவில்லை. அப்புறம்தான் புரிந்தது," என்கிறார் பாலன்.

தொடக்கப்பள்ளி முடித்த பாலன் நீடாமங்கலம், சூசையப்பர் பள்ளியில் 6ஆம் வகுப்பில் சேர்ந்து 8ஆம் வகுப்பு வரை படித்தார். விவசாயத்தில் தனக்கு உதவியாக இருக்கச் செய்ய

நினைத்த தந்தை பாலனை 8ஆம் வகுப்பிற்கு மேல் படிக்க வைக்கவில்லை. கிராமத்திற்கு வந்த மாமா நாராயணசாமி, பாலனை மன்னார்குடிக்கு அழைத்துச் சென்றார். கம்யூனிஸ்ட் கட்சியின் முக்கியத் தலைவர்களில் ஒருவரான நடராஜனிடம் அறிமுகப்படுத்தினார்.

பள்ளி மாணவனாக இருந்தபோது, தேவங்குடி கிராமத்தில் கம்யூனிஸ்ட் கட்சி கிளைக் கூட்டம் தனது வீட்டு அறைக்குள் நடப்பதை எட்டியெட்டிப் பார்த்துக் கொண்டிருந்தவர்தான் பாலன். விபரம் புரிந்த பிறகு 1953ஆம் ஆண்டு பாலன் கம்யூனிஸ்ட் கட்சியில் இணைந்தார்.

அதற்குமுன், 1952ல் நடைபெற்ற சட்டமன்றத் தேர்தலில் கம்யூனிஸ்ட் கட்சி நீடாமங்கலம் தொகுதியில் போட்டியிட்டபோது, மக்களிடையே ஆதரவு திரட்ட நடந்த பிரச்சாரத்தில் பாலன் பங்கேற்றார். வாக்குப்பதிவு நாளில் கட்சியின் வாக்குச்சாவடி முகவராகவும் பணியாற்றினார். கட்சி நிறுத்திய வேட்பாளர் வெங்கடேச சோழகர். அவரை எதிர்த்து காங்கிரஸ் கட்சி வேட்பாளராகப் போட்டியிட்டவர் கீழத்தஞ்சையின் பெரிய நிலச்சுவான்தார்களில் ஒருவரான குன்னியூர் சாம்பசிவ ஐயர். தேர்தலில் கம்யூனிஸ்ட் கட்சி வெற்றிபெற்றது. அவ்வளவு பெரிய நிலச்சுவான்தாரையே தோற்கடித்துவிட்டாரே என்று வெங்கடேச சோழகரின் வெற்றி பரபரப்பான பேசுபொருளானது.

1954இல் விவசாயத் தொழிலாளர்கள் கூலி உயர்வு கேட்டுப் போராடினார்கள். தலித் சமூகத்தவரும், ஒரு மிராசுதாரின் நிலத்தில் குத்தகை விவசாயியுமான மாரிமுத்து என்பவர் விவசாயத் தொழிலாளர்களுக்கு கூலியை உயர்த்திக் கொடுத்தார். இதையறிந்த மிராசுதார் குத்தகையை விலக்கிக்கொள்வதாகக் கூறி மாரிமுத்துவை நிலத்தைவிட்டு வெளியேற்றினார். கம்யூனிஸ்ட் கட்சி அந்த விவசாயத் தொழிலாளர்களோடு விவசாயிகளையும் திரட்டிப் பெரியதொரு போராட்டத்தை நடத்தி மாரிமுத்துவுக்கு குத்தகை நிலத்தை மீட்டுத் தந்தது. அந்தப் போராட்டத்தில் முன்னணியில் நின்றவர் பாலன்.

கீழாளவந்தசேரியில் தேநீர்க் கடையில் தலித் மக்களைப் பாகுபடுத்தும் இரட்டைக் குவளை முறை இருந்தது. இந்தத் தீண்டாமையை எதிர்த்து கட்சி போராட்டத்தில் இறங்கிட முடிவு

சி. பாலன்

செய்தது. தோழர் பாலன் மக்களைத் திரட்டி அந்தக் கடையின் முன்பாகவே மறியல் போராட்டம் நடத்தினார். போராட்டத்தின் உறுதி காரணமாக, காவல்துறையினர் தலையிட்டனர். இரட்டைக் குவளை முறை ஒழிக்கப்பட்டது.

நீடாமங்கலம் பகுதியில் கருவேலங்குளம், கற்கோவில், தேவங்குடி, கார்ச்சாங்குடி, கீழாளவந்தசேரி, மேலாளவந்தசேரி, அரிச்சபுரம் உள்ளிட்ட கிராமங்களில் தலித் விவசாயத் தொழிலாளர்கள் பண்ணையார்களின் அனுபவ இடமான புறம்போக்கு நிலத்தில் குடிசை கட்டி வாழ்ந்து வந்தனர். தங்களது குடிசைகளுக்கு அருகில் வாழை, மா, தென்னை, காய்கறி பயிரிட்டனர். விளைச்சலை மிராசுதாரர்கள் எடுத்துச் சென்று விடுவார்கள். தலித் மக்களின் வீடுகளில் வளர்க்கப்படும் பசுமாடு கன்றுக்குட்டி ஈன்றால், பசுவையும், கன்றையும் ஓட்டிச் சென்றுவிடுவார்கள். இவர்கள் சேர்க்கும் எரு உரத்தையும் மிராசுதார்கள் அள்ளிச் சென்றுவிடுவார்கள். மாவட்டம் முழுவதும்

இருந்த இந்த நிலைமையை எதிர்த்து, கம்யூனிஸ்ட் கட்சி விவசாயத் தொழிலாளர்களைத் திரட்டி, தொடர்ச்சியாகப் போராடி விவசாயத் தொழிலாளர்களுக்கு மனைப்பட்டா கிடைக்கச் செய்தது. தனது கிராமத்தில் நடந்த இந்த மனைப்பட்டா போராட்டத்தில் முன்னின்றார் பாலன்.

1956இல் தேவங்குடியில் மாபெரும் பொதுக்கூட்டத்திற்கு ஏற்பாடு செய்யப்பட்டிருந்தது. அக்கூட்டத்தைக் கலைக்க நிலச்சுவான்தார்களின் அடியாட்கள் முயன்றனர். பாலன் உள்ளிட்ட கம்யூனிஸ்ட் தோழர்கள் களமிறங்கி அந்த அடியாட்களை விரட்டியடித்தார்கள். பொதுக் கூட்டம் இடையூறின்றி நடந்திருக்கிறது. அதில் தோழர் பி.சீனிவாச ராவ் பங்கேற்று எழுச்சியுரையாற்றினார்.

“நீடாமங்கலம் பகுதியில் தோழர்கள் பி. ராமமூர்த்தி, வி.பி. சிந்தன், கே.ஆர். ஞானசம்பந்தம் போன்ற பெரிய தலைவர்கள் எல்லாம் கலந்து கொண்ட பிரம்மாண்டமான பொதுக்கூட்டங்கள் நடந்திருக்கின்றன. அந்தக் கூட்டங்களை சிறப்பாக நடத்த, மற்ற தோழர்களோடு சேர்ந்து ஏற்பாடு செய்த அனுபவங்களை நினைத்துப் பார்க்கிறபோது இப்போதும் பெருமையாக இருக்கிறது,” என்கிறார் பாலன்.

கேரள மாநிலத்தில் இ.எம்.எஸ். தலைமையிலான கம்யூனிஸ்ட் கட்சி அரசு, நில உச்சவரம்புச் சட்டத்தைச் செயல்படுத்தியது. அதே போல் தமிழகத்திலும் சட்டம் கொண்டுவர வேண்டும், நிலவிநியோகம் செய்ய வேண்டும் எனக் கோரி, 1961இல் தமிழ்நாடு விவசாயிகள் சங்கம் மறியல் போராட்டத்திற்கு அறைகூவல் விடுத்தது. நீடாமங்கலத்தில் மட்டுமே 700 பேர் கலந்து கொண்ட அந்த மறியலில் பாலனும் கலந்துகொண்டார். மறியல் செய்த அனைவரும் கைது செய்யப்பட்டார்கள். அவர்களுக்கு நீதிமன்றம் சிறைத் தண்டனை விதித்தது. திருச்சி சிறையில் மற்ற தோழர்களுடன் பாலன் மூன்று மாத காலம் அடைபட்டிருந்தார்.

1964ஆம் ஆண்டு மார்க்சிஸ்ட் கம்யூனிஸ்ட் கட்சி உருவானபோது அதனோடு தன்னை இணைத்துக்கொண்டார். 1969ல் நடைபெற்ற விவசாயிகள் சங்க, மன்னார்குடி வட்ட மாநாட்டில் தலைவராக தேர்வு செய்யப்பட்டார். 1960களில் கீழத்தஞ்சை முழுவதும் விவசாயத் தொழிலாளர்களின் கூலிப் போராட்டங்கள் வெடித்தன. பெரும் நிலவுடைமையாளர்களின் நெல் உற்பத்தியாளர்

சங்கம் போராட்டத்தை ஒடுக்கப் பல முயற்சிகளைச் செய்தது. விவசாயத் தொழிலாளர்களின் ஒன்றுபட்ட போராட்டமே வெற்றி பெற்றது. அவர்கள் வேலைநிறுத்தப் போராட்டம் நடத்தியபோது வெளியூர் ஆட்களைக் கொண்டுவந்து வயல்களில் இறக்கிவிட நிலச்சுவான்தார்கள் முயன்றார்கள். அதை உறுதியாக எதிர்த்துப் போராடிய பாலனையும் மற்ற தோழர்களையும் அடியாட்களை வைத்துத் தாக்குவதற்கு திட்டமிட்டார்கள். அடியாட்கள் புதுதேவங்குடியில் சில வீடுகளைத் தீ வைத்துக் கொளுத்தினார்கள். இத்தகைய அடக்குமுறைகளையெல்லாம் முறியடித்த மார்க்சிஸ்ட் கம்யூனிஸ்ட் கட்சியின் போராட்டத்தில் பாலனுக்கு முக்கியப் பங்குண்டு.

1974இல் உள்ளாட்சித் தேர்தல் நடந்தது. காவனூர், மேலாளவந்தசேரி, கீழாளவந்தசேரி, புதுதேவங்குடி ஆகிய நான்கு ஊராட்சிகளின் தலைவர்களாக மார்க்சிஸ்ட் கம்யூனிஸ்ட் கட்சித் தோழர்கள் வெற்றி பெற்றனர். கீழாளவந்தசேரி ஊராட்சித் தலைவராகத் தேர்ந்தெடுக்கப்பட்டார் தோழர் சி.பாலன். இக்காலத்தில் இக் கிராமங்களில் புறம்போக்கு நிலங்களில் வசித்து வந்தவர்களுக்கு மனைப்பட்டா கிடைக்கச் செய்வதில் முன்னணிப் பங்காற்றினார். அவரது ஊராட்சி மன்றப் பணிகள் அப்பகுதியில் கட்சியின் அடித்தளத்தை வலுப்படுத்தியது.

1976இல் இந்திய ஜனநாயக வரலாற்றின் இருண்ட அத்தியாயமான அவசர நிலை ஆட்சியை பிரதமர் இந்திரா காந்தி அறிவித்தார். அப்போது, கட்சி முடிவுப்படி தலைமறைவாகச் செயல்பட்ட தலைவர்களுக்கு பாலன் உள்ளிட்ட தோழர்கள் அனைத்து உதவிகளையும் செய்தனர்.

1978ஆம் ஆண்டில் கீழக்கட்டளை கிராமத்தில் தலித் மக்கள் இறந்தவர் உடலைப் பொதுப்பாதையில் சுடுகாட்டுக்கு எடுத்துச் செல்லவும் எரியூட்டவும் சாதிய ஆதிக்கச் சக்திகள் தடை போட்டன. அதை எதிர்த்து கட்சி போராடியது. அரசாங்கம் தலையிட்டது. தலித் மக்கள் கோரிக்கை நிறைவேறியது. அந்தப் போராட்டத்திலும் தலையாய இடம் வகித்தார் பாலன்.

நீடாமங்கலத்தில் 2007இல் நடந்த கட்சியின் 17ஆவது மாவட்ட மாநாட்டில் தோழர் சி.பாலன் அவரது நீண்ட கால கட்சிப் பணிக்காகப் பாராட்டப்பட்டார்.

1954இல் பாலன்-செல்வி திருமணம் நடைபெற்றது. இவர்களுக்கு இரண்டு மகன்கள், மூன்று மகள்கள் உள்ளனர். எல்லோருமே கட்சி ஆதரவாளர்கள்.

கீழாளவந்தசேரியில் இன்று 15 தோழர்களைக் கொண்ட கட்சிக் கிளை செயல்பட்டு வருகிறது. 79 வயதாகும் தோழர் பாலன் கட்சியின் உறுப்பினராகப் பணியாற்றி வருகிறார். மிராசுகளின் அடியாட்கள் தாக்குதல், காவல்துறையின் கைது-சிறை உள்ளிட்ட அடக்குமுறைகளை உறுதியாக எதிர்கொண்டு மார்க்சிஸ்ட் கம்யூனிஸ்ட் கட்சியில் அங்கமாகக் கடந்த 63 ஆண்டு காலமாக தோழர் பாலன் ஆற்றிவரும் செங்கொடி இயக்கப் பணி பாராட்டுக்குரியது, பின்பற்றத்தக்கது.

❑

7

அஞ்சா நெஞ்சராய் ஊக்கமளித்த தோழர்

ஒரே தஞ்சை மாவட்டமாக இருந்தபோது சுதந்திரப் போராட்ட காலத்திலும், சுதந்திரத்திற்குப் பிறகும் ஒன்றுபட்ட கம்யூனிஸ்ட் கட்சியும் பிறகு மார்க்சிஸ்ட் கம்யூனிஸ்ட் கட்சியும் நிலத்திற்காக, தீண்டாமை ஒழிப்புக்காக, விவசாயிகளின் கோரிக்கைகளுக்காக, கூலி உயர்வுக்காக, மனைப்பட்டாவுக்காக என, மொத்தத்தில் அம்மாவட்ட விவசாயிகள், விவசாயத் தொழிலாளர்களது வாழ்க்கையின் எல்லா அம்சங்களிலும் தலையிட்டுள்ளது, போராடியுள்ளது, வெற்றி பெற்றுள்ளது.

1940 களில் துவங்கி இன்று வரை இந்தப் போராட்டங்கள் பல வடிவங்களில் நடந்து வருகின்றன. எண்ணற்ற தோழர்கள், தடியடி, பொய் வழக்கு, சிறை போன்ற அடக்குமுறைகளை எதிர்கொண்டதோடு உயிர்த்தியாகமும் செய்திருக்கிறார்கள். இத்தகைய போராட்டங்களில் பங்கேற்றுத் தலைமை தாங்கிய தோழர்களில் ஒருவர் எம்.நடராஜன்.

கீழையூர் ஒன்றியம் சோழவித்யாபுரம் கிராமத்தில் மிகவும் பிற்படுத்தப்பட்ட சமூகத்தைச் சேர்ந்த ஒரு விவசாயக் குடும்பத்தில் 1944ல் பிறந்தவர் நடராஜன். பள்ளிப் படிப்பு ஒன்பதாம் வகுப்பு வரை.

தனது தாய் மாமன் ஊரான பாங்கல் கிராமத்தில் 9ஆம் வகுப்பு படித்துக் கொண்டிருந்தபோது தஞ்சை மாவட்ட கம்யூனிஸ்ட் இயக்க முதல் தலைமுறைத் தலைவர்களான பி.எஸ். தனுஷ்கோடி, பாங்கல் சாமிநாதன், மணலி கந்தசாமி ஆகிய தோழர்கள் கலந்துகொண்ட பொதுக்கூட்டங்களுக்கு நடராஜன் சென்று அவர்களது உரைகளைக் கேட்டிருக்கிறார். மக்களிடையே அவர்களின் செயல்பாட்டையும் பார்த்த இவர், கம்யூனிஸ்ட் கட்சியின்பால் ஈர்க்கப்பட்டார். 1967ல் திமுக ஆட்சிக்கு வந்தபிறகு அதனுடைய கொள்கை சமரசங்களாலும் மக்களுக்கு எதிரான நடவடிக்கைகளாலும் அதிருப்தியுற்ற இளைஞர்கள், மாணவர்களில் ஒரு பகுதியினர் மார்க்சிஸ்ட் கம்யூனிஸ்ட் கட்சியில் இணைந்தனர். இத்தகைய

பின்னணியில்தான் தோழர் நடராஜன் மார்க்சிஸ்ட் கம்யூனிஸ்ட் கட்சியின் ஆதரவாளரானார். இதன் தொடர்ச்சியாக 1970ஆம் ஆண்டு கட்சியின் உறுப்பினரானார்.

நிலத்திற்கான போராட்டம்

1970களில் மார்க்சிஸ்ட் கம்யூனிஸ்ட் கட்சி நாகை, திருவாரூர் மாவட்டங்களில் நில உச்சவரம்புச் சட்டத்தின்படி உபரியாக உள்ள நிலங்களைக் கையகப்படுத்தி நிலமற்ற விவசாயத் தொழிலாளர்களுக்கு விநியோகிக்க வலியுறுத்தி போர்க்குணமிக்க போராட்டங்களை நடத்தியது. கீழையூர் ஒன்றியத்தில் நடைபெற்ற நிலப் போராட்டத்தில் ஆர்வத்தோடும், அர்ப்பணிப்போடும் பங்கேற்றார் நடராஜன்.

1973ல் கச்சரக் கோட்டகம் கிராமத்தில், தனியார் ஆக்கிரமிப்பில் இருந்த வேதாரண்யம் வேதாரண்யேஸ்வரர் கோவிலுக்குச் சொந்தமான சுமார் 19 மா (4.27 ஏக்கர்) நிலத்தை மீட்க, கட்சித் தோழர்களைத் திரட்டி போராட்டம் நடத்தி, நிலமற்ற விவசாயக் கூலித் தொழிலாளர் குடும்பங்களுக்குப் பிரித்தளிக்கப்பட்டது. பி. வைரன், எம். துரைசாமி, ஆர். முத்துப்பெருமாள் உள்ளிட்ட தோழர்கள் முன்னின்ற அந்த நிலமீட்புப் போராட்டத்தில் நடராஜன் முக்கியப் பங்காற்றினார்.

மகிழி கிராமத்தில் ரெட்டியார் பண்ணை ஆக்கிரமிப்பில் இருந்த தரிசு நிலம் மீட்கப்பட்டு நிலமற்ற ஏழை தலித் விவசாயத் தொழிலாளர் குடும்பங்களுக்கு பிரித்துக் கொடுக்கப்பட்டது. அந்தப் போராட்டத்திலும் நடராஜன் முனைப்புடன் பங்கேற்றார். 1974ல் அரசு புறம்போக்கு குளங்களில் விதைவிடும் மிராசுதாரர்களை எதிர்த்து, அந்தக் குளங்களை உழைப்பாளி மக்களுக்குப் பிரித்துத் தர வேண்டுமென்ற போராட்டங்கள் தொடர்ந்து நடத்தப்பட்டன. கருங் கண்ணியில் நான்கரை ஏக்கர் பரப்புள்ள விதைவிடும் குளம் மிராசுதாரரிடமிருந்து மீட்கப்பட்டு நிலமற்ற விவசாயத் தொழிலாளர்களிடம் ஒப்படைக்கப்பட்டது.

சோழ வித்தியாபுரம் நில மீட்பு போராட்டம்

1976-ல் சோழவித்தியாபுரம் கிராமத்தில் நாகூர் தர்காவிற்குச் சொந்தமான 76 மா (25.08 ஏக்கர்) நிலம் தனியார் பண்ணை ஆக்கிரமிப்பில் இருந்தது. இதற்கெதிரான போராட்டங்களை

கீழையூர் எம். நடராஜன்

நடத்தி, கட்சி மூலமாக நிலத்தை எடுத்து 50 ஏழை விவசாயக் கூலித் தொழிலாளர் குடும்பங்களுக்குப் பிரித்துக் கொடுக்கப்பட்டதிலும் தோழர் எம். நடராஜன் பங்கு முக்கியமானது.

சோழவித்தியாபுரத்தில் 6 ஏக்கர் அரசு புறம்போக்கு ஏரி மற்றும் தென்னங்குளம் இவற்றை தனியார் ஆக்கிரமித்திருந்தார்கள். இதை மீட்டு பொதுப்பயன்பாட்டிற்கு கட்சி கொண்டு வந்தது. இதிலும் நடராஜன் முன்னின்றார்.

ஆலய நுழைவு போராட்டம்

நாகை, திருவாரூர் மாவட்டத்தில் ஒப்பீட்டளவில் தீண்டாமைக் கொடுமை ஒழிக்கப்பட்டிருந்தாலும், மிச்ச சொச்சம் சில கிராமங்களில் நீடித்தது. கீழையூர் ஒன்றியம் விழுந்த மாவடி கிராமத்தில் மாரியம்மன் கோவிலில் தலித் மக்கள் வழிபாட்டிற்குச் செல்ல முடியாது. அதற்கடுத்த ஆண்டும் நடை பெற்றது. 2002ஆம் ஆண்டு பெருமளவிற்கு மக்களைத் திரட்டி ஆலய நுழைவு போராட்டத்தை கட்சி நடத்திய போது தொடர்ந்து, மாவட்ட

வருவாய்த்துறையினரும் காவல்துறையினரும் தலையிட்டனர். சுமுகமாக தலித் மக்கள் ஆலயத்திற்குள் செல்வதற்கு அனுமதிக்கப்பட்டனர். இந்த தீண்டாமை ஒழிப்பிற்கான போராட்டத்தில் கட்சியின் மாவட்ட, ஒன்றியத் தலைவர்களோடு இணைந்து தீரத்துடன் நின்றார் நடராஜன்.

விவசாயத் தொழிலாளர் கூலிப் போராட்டம்

1971 வாழக்கரை கிராமத்தில் திமுக எல்.எல்.ஏ. இராஜமாணிக்கம், வாழக்கரை இராஜகோபால் பண்ணை போன்ற நிலச்சுவான்தார்களின் ஆதிக்கம் தலைவிரித்தாடியது. மார்க்சிஸ்ட் கம்யூனிஸ்ட் கட்சியின் தலைமையிலான விவசாயிகள், விவசாயத் தொழிலாளர் சங்கங்கள் விடுத்த அறைகூவலை ஏற்று, விவசாய கூலித்தொழிலாளர்களுக்கு கூலி உயர்வு, உள்ளூர் ஆட்களுக்கு வேலை என்ற கோரிக்கைகளை முன்வைத்து, ஆண்கள்-பெண்கள் அனைவரும் செங்கொடியேந்தி 15 நாட்களுக்கு மேல் வயல்வெளியில் போராட்டம் நடத்தினர். நிலத்தில் இறங்கிப் போராடியோர் மீது காவல்துறை தடியடி நடத்தினர். போராட்டம் தொடர்ந்தது. தோழர் நடராஜன் தலைமையில் கருங்கண்ணி உள்ளிட்ட 6 கிராமங்களைச் சேர்ந்த தொழிலாளர்கள் திரண்டு களமிறங்கினர். நடராஜன் உள்ளிட்ட முன்னணித் தோழர்கள் 52 பேர் கைது செய்யப்பட்டு திருச்சி மத்திய சிறையில் ஒரு மாதம் அடைக்கப்பட்டனர். தோழர்கள் ஸ்ரீராமன், பி.வைரன், எம்.தங்கசாமி, மடப்புரம் மன்மதன், ஆர். முத்துபெருமாள் ஆகியோரும் சிறையிடப்பட்டார்கள். ஒரு மாதத்திற்குப் பிறகே அவர்கள் விடுதலையானார்கள். அடுத்த இரண்டு நாட்களிலேயே சிஐடியு சார்பில், அன்றைய மத்திய காங்கிரஸ் அரசின் தொழிலாளர் விரோத நடவடிக்கைகளைக் கண்டித்து வேலை நிறுத்தம் நடைபெற்றது. விவசாயத்தொழிலாளிகளும் பங்கேற்ற அந்தப் போராட்டத்திலும் நடராஜன் உள்ளிட்ட பல தோழர்கள் கைது செய்யப்பட்டார்கள். திருச்சி சிறையில் ஒருவாரம் அடைக்கப்பட்டார்கள்.

பாலக்குறிச்சி கூலிப்போராட்டம்

1974ல் பாலக்குறிச்சி வரதராஜ நாயுடு பண்ணை ஆதிக்கத்தை எதிர்த்து, கூலி உயர்வு - உள்ளூர் ஆட்களுக்கு வேலை உள்ளிட்ட கோரிக்கைகளுக்கான ஒருவார கால கடுமையான போராட்டங்கள் நடைபெற்றன. அப்போது மிராசுதாரர்களின் அடியாட்கள் விவசாயத்தொழிலாளர்களைத் தாக்க, இவர்களும் திருப்பித்

தாக்கினர். அம்மாசி என்ற தலித் தொழிலாளியைப் பிடித்துச் சென்று நாயுடு பண்ணையில் கட்டிப்போட்டனர். இதையறிந்த நடராஜன் தன்னந்தனியாகச் சென்று, "எங்கள் தோழரை ஏன், எதற்காகக் கட்டி வைத்தாய்?," என்று ஆவேசத்துடன் பேசி அவரை மீட்டு வந்தார். அவருடைய இந்த வீரச் செயல் அப்பகுதி தலித் மக்களுக்கு அவர் மீதும் செங்கொடியின் மீதும் முழு நம்பிக்கையை ஏற்படுத்தியது.

கட்சியின் கீழையூர் ஒன்றியச் செயலாளராக இருக்கும் ஆர். பக்கிரிசாமி மற்றும் எம். ராஜாங்கம், ஜி. ராமையன், திராவிடமணி, டி.முருகையன், பாலகிருஷ்ணன் உள்ளிட்ட பலரும் மார்க்சிஸ்ட் கம்யூனிஸ்ட் கட்சியில் இணைவதற்கு அந்தப் போராட்டம் உந்துசக்தியாக அமைந்தது.

உள்ளாட்சிப் பணி

தோழர் நடராஜன் 1980ஆம் ஆண்டு சோழவித்தியாபுரம் ஊராட்சி மன்றத் தலைவராக கிராம மக்களால் போட்டியின்றி ஒருமனதாகத் தேர்வு செய்யப்பட்டார். ஊராட்சி ஒன்றிய துணைத் தலைவராகவும் பிறகு தேர்ந்தெடுக்கப்பட்டார். உள்ளாட்சி மன்றப் பணிகளை மக்கள் மனமுவந்து பாராட்டும் வகையில் பணியாற்றினார்.

2001-2006 வரை நடராஜன் கீழையூர் ஊராட்சி ஒன்றியக் கவுன்சிலராக தேர்வு செய்யப்பட்டார். தோழர் பி. வைரன் ஊராட்சி ஒன்றிய பெருந்தலைவராக தேர்வு செய்யப்பட்டார். அப்போது மாவட்ட ஊராட்சி கவுன்சிலராக அன்றைய மாவட்டச் செயலாளர் ஏ.வி. முருகையன் தேர்வு செய்யப்பட்டிருந்தார். இம்மூவரும் இணைந்து சிறந்த முறையில் செயல்பட்டு தன்னலமற்ற மக்கள் பணிக்கு எடுத்துக்காட்டானார்கள். குறிப்பாக, கீழையூர் தனி ஒன்றியமாகப் பிரிக்கப்பட்டபோது ஒன்றியத்தில் இருந்த பெரும்பான்மையான கிராமங்களுக்கு குடிநீர், சாலை, மின்சார வசதி உள்ளிட்ட அடிப்படை வசதிகள் செய்திட மூவரும் முக்கியப் பங்காற்றினர். தோழர் நடராஜன் ஒன்றியக்குழுச் செயலாளராக இருந்தபோதுதான் கட்சியின் கீழையூர் ஒன்றியக்குழு அலுவலகம் திறக்கப்பட்டது.

தோழர் நடராஜன் 1972ஆம் ஆண்டு கட்சியின் கருங்கண்ணி கிளைச் செயலாளராக தேர்வு செய்யப்பட்டார். 1973ல் விவசாயிகள் சங்க நாகை வட்டக்குழுவிற்குத் தேர்வு செய்யப்பட்டார். 1980ல் விவசாயிகள் சங்க வட்டச் செயலாளராக தேர்வு செய்யப்பட்டார்.

1981ல் கட்சியின் நாகை வட்டக்குழுவிற்கு தேர்வு செய்யப்பட்டார். 1982ஆம் ஆண்டு பட்டுக்கோட்டையில் நடைபெற்ற கட்சியின் தஞ்சை மாவட்ட மாநாட்டில் மாவட்டக்குழுவிற்கு தேர்வானார். அந்த மாநாட்டில்தான் தோழர் கோ. பாரதி மோகன் மாவட்டச் செயலாளராகத் தேர்வு செய்யப்பட்டார். அப்போதிருந்து நடராஜன் இன்று வரையில் கட்சியின் முழுநேர ஊழியராகப் பணியாற்றி வருகிறார். 1996ஆம் ஆண்டு நாகை, திருவாரூர் இணைந்து ஒரு மாவட்டக்குழுவாக அமைக்கப்பட்ட போது தோழர் நடராஜன் மாவட்ட செயற்குழு உறுப்பினராக தேர்வு செய்யப்பட்டார். இப்பொறுப்பில் 2014ஆம் ஆண்டு வரை செயல்பட்டார். 2001-2010 வரையில் கட்சியின் கீழையூர் ஒன்றிய கட்சியின் செயலாளராக இவர் பணியாற்றியிருக்கிறார். தற்போது கீழையூர் ஒன்றியக்குழு பிரிக்கப்பட்டு கடலோர பிரதேசக்குழுவாக செயல்படும் இடைக்குழுவின் செயலாளராக பணியாற்றி வருகிறார். இப்போதும் கட்சியின் மாவட்டக்குழு உறுப்பினராகச் செயல்பட்டு வருகிறார்.

1970ஆம் ஆண்டு நடராஜன் - சகுந்தலா திருமணம நடைபெற்றது. இது காதல் திருமணம். சீர்திருத்த திருமணம். இவர்களது மகன் சித்தார்த்தன், மகள்கள் சசி, ரஷ்யா ஆகிய மூவரும் கட்சி ஆதரவாளர்கள். இவரது மருமகன்களும் கட்சி ஆதரவாளர்கள் என கட்சிக் குடும்பமாக வாழ்கிறார்கள். தோழர் நடராஜன் கட்சியில் சேர்ந்த காலத்திலிருந்து ‘தீக்கதிர்,’ ‘செம்மலர்’ வாசகர்.

தோழர் நடராஜன் கட்சியில் சேர்ந்த துவக்க காலத்திலிருந்தே அர்ப்பணிப்போடு செயல்பட்டு வருபவர். எதிரிகளைக் கண்டு அஞ்ச மாட்டார். அடக்குமுறைகளுக்குப் பின்வாங்க மாட்டார். போராட்டத்தில் நடராஜன் கலந்து கொள்கிறார் என்ற செய்தி கட்சித் தோழர்களுக்கு ஊக்கத்தையும், நம்பிக்கையையும் அளிக்கும். பொதுவாகத் தன்னடக்கத்தின் அடையாளமாகக் காணப்படுகிறவர், ஒரு நெருக்கடியான சூழல் வருகிறது என்றால் போர்க்குணத்தோடு போராட்டக் களத்தில் உறுதியாக நிற்பார். இன்று 73 வயதாகும் தோழர் நடராஜன் கடந்த 47 ஆண்டு காலமாக ஆற்றிவரும் அர்ப்பணிப்போடு கூடிய கட்சிப் பணி பாராட்டுக்குரியது-பின்பற்றத்தக்கது.

❑

8

பிரிட்டன் ஓய்வூதியத்தை மறுத்த 'ரெட்சல்யூட்' சுப்பையா

இந்திய சுதந்திரப் போராட்டக் காலத்தில் தொழிலாளர்கள், விவசாயிகள், இளைஞர்கள், மாணவர்கள் என ஏராளமானோர் கம்யூனிஸ்ட் கட்சியில் உறுப்பினர்களானார்கள். போராட்டத்தில் கலந்துகொண்டதோடு சுதந்திரத்திற்குப் பிறகு கம்யூனிஸ்ட் கட்சியில் தொடர்ந்து பணியாற்றி 1964ஆம் ஆண்டு மார்க்சிஸ்ட் கம்யூனிஸ்ட் கட்சியில் இணைந்து இன்றும் மார்க்சிஸ்ட் கம்யூனிஸ்ட் கட்சியின் அங்கமாக தமிழகத்தில் இருப்பவர்கள் எண்ணிக்கை அருகி வருகிறது. இது இயற்கையின் இயல்பு. அன்றைக்கு இயக்கத்தில் இணைந்து பின்னர் மார்க்சிஸ்ட் கம்யூனிஸ்ட் கட்சியில் உறுப்பினராகி இன்றைக்கும் நம்மோடு வாழ்ந்து பணியாற்றி வருகிறவர்களில் ஒருவர்தான் திண்டுக்கல் நகரத்தைச் சேர்ந்த தோழர் சுப்பையா. இவருக்கு வயது 97.

ஒரு ஏழ்மையான குடும்பத்தில் பிறந்தவர் சுப்பையா. தந்தையார் இவரது சிறுவயதிலேயே இறந்துவிட்டார். இவருக்கு எல்லாமாக இருந்தது பெற்றெடுத்த தாயார் பாப்பாத்தியம்மாள்தான். குடும்ப வறுமையால் இவரை இரண்டாம் வகுப்பிற்கு மேல் படிக்க வைக்கத் தாயாரால் முடியவில்லை. தாயார் கூலி வேலை செய்து குடும்பத்தை நடத்திவந்த நிலையில், வீட்டுக்கு வருமானம் தேவை என்பதால் சுப்பையா தனது 17வது வயதில் ஒரு சுருட்டுக் கம்பெனியில் வேலைக்குச் சேர்ந்தார். அப்போதே, அரசியலைப் பற்றி ஆழமான புரிதல் இல்லையென்றாலும் அந்நியர் ஆட்சிக்கு எதிரான போராட்டத்தில் கலந்துகொண்டு ஒருமுறை கைது செய்யப்பட்டு 40 நாள் மத்தியச் சிறைச்சாலையில் வைக்கப்பட்டார்.

திண்டுக்கல் நகரத்தில் அக்காலத்தில் பி.ராமமூர்த்தி, ஏ. பாலசுப்பிர மணியன், எஸ்.ஏ. தங்கராஜ், என்.வரதராஜன் ஆகியோரை கட்சி பொதுக்கூட்டங்களில் தூரத்திலிருந்து பார்த்து வந்தவர். கம்யூனிஸ்ட் கட்சியால் ஈர்க்கப்பட்டு 1946ஆம் ஆண்டு

தானும் கட்சியில் உறுப்பினரானார். தோழர் என். வரதராஜன் ஒரு தொழிலாளியாய் சவுந்தரராசா மில்லில் வேலை செய்த நாட்களிலேயே அவரைத் தெரியும் என்கிறார் சுப்பையா. கம்பர் ஆறுமுகம், கே.டி. அரசு, வரதன், கருப்பையா போன்ற தோழர்களுடன் சங்கப்பணியாற்றியதை நினைவுகூர்கிறார்.

திண்டுக்கல்லில் அப்போது பிரிட்டன் நிறுவனமான ஸ்பென்சர் சுருட்டுக் கம்பெனியும் உள்ளூர் சுருட்டுக் கம்பெனிகளான சந்திரவிலாஸ், பகவதி விலாஸ், மயில் மார்க் முதலியவையும் இருந்தன. ஸ்பென்சர் கம்பெனியில் 200க்கும் மேற்பட்டவர்கள் வேலை செய்தார்கள். மற்ற நிறுவனங்களில் வேலை செய்த தொழிலாளர் எண்ணிக்கை 100க்குள் இருந்தது. ஸ்பென்சர் நிறுவனம் ஜாவா, சுமித்ரா தீவு ஆகிய வெளிநாடுகளிலிருந்து புகையிலை வரவழைத்துச் சுருட்டு தயாரித்தது. அந்தச் சுருட்டுகள் வெளிநாடுகளுக்கு ஏற்றுமதியாகின. குரேனா, டார்ஜான் போன்ற வணிகப் பெயர்களில் சுருட்டுகள் தயாரிக்கப்பட்டன. சுருட்டுப் புகையரான பிரிட்டன் பிரதமர் வின்ஸ்டன் சர்ச்சில் திண்டுக்கல் ஸ்பென்சர் சுருட்டைத்தான் விரும்பிப் புகைத்தார் என்று கூறப்படுகிறது. மற்ற சுருட்டுக் கம்பெனிகளில் தமிழ்நாட்டில் ஈரோடு உள்ளிட்ட மாவட்டங்களிலிருந்தும் பவானி, தம்மம்பட்டி போன்ற பகுதிகளிலிருந்தும் வரவழைக்கப்பட்ட புகையிலையைக் கொண்டு சுருட்டுகள் தயாரிக்கப்பட்டன. ஸ்பென்சர் உள்ளிட்ட அனைத்து சுருட்டு நிறுவனங்களிலும் அன்றைக்கு கம்யூனிஸ்ட் கட்சியின் வழிகாட்டலில் சுருட்டுத் தொழிலாளர் சங்கம் தொடங்கப்பட்டது. அந்தச் சங்கத்தில் தோழர் சுப்பையா செயற்குழு உறுப்பினராகச் செயலாற்றினார்.

1943ஆம் ஆண்டு இரண்டாம் உலகப் போரையொட்டி பிரிட்டிஷ் ராணுவத்தில் வேலைக்கு ஆள் எடுத்தார்கள். அப்போது தோழர் சுப்பையா அந்த வேலையில் சேர்ந்தார். வேலைக்குத் தேர்ந்தெடுக்கப்பட்டவர்களை பிரிட்டிஷ் ராணுவம் இலங்கைக்கு அனுப்பியது. இலங்கையும் பிரிட்டிஷ் சாம்ராஜ்யத்தின் ஒரு காலனி நாடாக இருந்தது. இரண்டு ஆண்டுகள் இலங்கையில் ராணுவத்தில் சுப்பையா பணியாற்றியபோது அவ்வப்போது

சுப்பையா

கிடைக்கும் விடுமுறை நாட்களில் இலங்கையைச் சுற்றிப் பார்ப்பார். அப்படியொரு நாளில், திரிகோணமலையில் காங்கிரஸ் கட்சியின் சார்பாக அமைக்கப்பட்டிருந்த தாகசாந்தி நிலையத்தில் (தண்ணீர் வழங்கல் கூடம்) விரைவில் இந்தியாவிற்கு சுதந்திரம் கிடைக்கப் போகிறது என்ற பேசப்பட்டுக்கொண்டிருந்ததைக் கேட்டார் சுப்பையா. ஆர்வமிகுதியால் உடனே தனது தாயாருக்குக் கடிதம் எழுதியிருக்கிறார். அந்தக் கடிதம் அவரது தாய்க்குக் கிடைக்கவில்லை. மாறாக, கடிதங்களைச் சோதனை செய்த ராணுவ அதிகாரிகளிடம் சிக்கியது. அவர்கள் அந்தக் கடிதத்தைப்படித்து ஆத்திரம் அடைந்தனர். உடனடியாக சுப்பையாவை விசாரணைக்கு வரவழைத்தனர்.

"இந்தக் கடிதத்தை நீ எழுதியது ராஜ விசுவாசத்திற்கு எதிரானது," என்று ராணுவ அதிகாரிகள் கூறியிருக்கிறார்கள். இது போன்ற குற்றங்களுக்காக பலரைத் துப்பாக்கியால் சுட்டுக்கொல்வதுமுண்டு. ஆனால் சுப்பையாவை அப்படிச் செய்யவில்லை. ஆனால் அவரது சம்பளப் புத்தகத்தில் ராஜவிசுவாசத்திற்கு எதிரானவர் என்று எழுதிவிட்டனர். அதைத் தொடர்ந்து சுப்பையா வேலையிலிருந்து வெளியேற்றப்பட்டார்.

நாட்டுக்கு சுதந்திரம் கிடைத்துவிட்டதா என்று ஆவலுடன் தன் தாய்க்கு எழுதிய கடிதம் அவரது வேலையை இழக்கச்செய்தது. ராணுவ அதிகாரிகள் ராஜினாமா கடிதம் எழுதி வாங்கிக்கொண்டனர். அது தொடர்பாகக் கொடுக்கப்பட்ட கடிதத்துடன் 1945ஆம் ஆண்டு இந்தியா வந்தார். அந்தக் கடிதத்தால் தனக்கு எந்தப் பயனும் இருக்கப் போவதில்லை என்று கருதி அந்த ஆவணத்தைத் தொலைத்துவிட்டார். இந்தியா சுதந்திரமடைந்த பிறகும் ஓய்வூதியம் கேட்டு எழுதிப் போட முடியாதநிலை ஏற்பட்டது. இந்தியாவில் அன்றைக்கு ராணுவத்தில் பணியாற்றியவர்களுக்கு மாதச் சம்பளமாக ரூ.12 வழங்கினர். இலங்கையில் பணியாற்றியவர்களுக்கு ரூ.60 மாதச் சம்பளம் வழங்கப்பட்டது. ரூ.60 சம்பளம் பெற்றவர்களுக்கு அதிகத் தொகை ஓய்வூதியமாகக் கிடைக்கும். அதனைப் பெறுவதற்கு முயலுமாறு குடும்பத்தினர் எவ்வளவோ வற்புறுத்தியும் சுப்பையா மறுத்துவிட்டார். மீண்டும் சுருட்டுத் தொழிலாளியாக வேலைக்குச் சென்றார். சிஐடியு அமைப்பு உருவான பிறகு அந்தச் சங்கத்தின் காரியதரிசியாக (செயலாளராக) செயலாற்றினார். தற்போது பொதுவான சுருட்டுத் தொழிலாளர் சங்கத்தில் தலைவராக உள்ளார்.

கட்சி மற்றும் தொழிற்சங்கம் வேண்டுகோள் விடுக்கிற எந்தப் போராட்டமானாலும் அதில் கலந்துகொண்டார். சில போராட்டங்களில் சிறைசெல்ல நேரிட்டதையும் ஏற்றுக்கொண்டார். சுருட்டுத் தொழிலாளர் சங்கம் சார்பாக நடைபெற்ற ஒரு போராட்டத்திற்காக, ஒரு மாத காலம் சிறையில் அடைக்கப்பட்டிருந்ததைக் குறிப்பிடுகிறார் சுப்பையா.

இந்த வயது முதிர்ந்த காலத்திலும் கட்சி நடத்தும் எல்லாப் போராட்டங்களிலும் உற்சாகமாகக் கலந்து கொள்கிறார். தோழர்கள் இவரது வயது, உடல் நிலை கருதி வரவேண்டாமென்று கூறியும்கூட கடந்த ஏப்ரல் 25 அன்று விவசாயிகளுக்கு ஆதரவாக நடைபெற்ற முழு அடைப்புப் போராட்டத்தின்போது மார்க்சிஸ்ட் கம்யூனிஸ்ட் கட்சியின் சார்பாக மறியலில் பங்கெடுத்துக் கைதானார்.

தான் மட்டுமல்ல; தன்னுடைய குடும்பத்தில் அனைவரையும் ஏற்கவைத்துக் கட்சி உறுப்பினராக ஆக்கியவர் இவர். மகன், மருமகள் என 5 பேர்களை கட்சி உறுப்பினர்களாகச் சேர்த்துள்ளார். அந்தத் தோழர்கள் சிஐடியு சங்கத்திலும் மாதர் சங்கத்திலும் பொறுப்புகளில் உள்ளனர்.

இவருடைய ஒரு மகன் முல்கானின் இறந்துவிட்டார். முல்கானின் மனைவியான தனது மருமகள் வீட்டில்தான் சுப்பையா வசித்து வருகிறார். அவரது மருமகள் முத்துலெட்சுமி திண்டுக்கல் நகர மாதர் சங்க நிர்வாகிகளில் ஒருவராகச் செயல்பட்டு வருகிறார். இன்னொரு மகன் உமா சங்கர், மகள் மரகதம் ஆகிய இருவரும் கட்சி ஆதரவாளர்கள். இவர்கள் கட்சி இயக்கங்களில் கலந்து கொள்வார்கள்.

தோழர் சுப்பையா இளம் தோழர்களைக் கண்டால் உணர்ச்சிப் பெருக்குடன் "ரெட்சல்யூட் காம்ரேட்" என்று எழுச்சியுடன் முழங்கியபடியே தனது கரம் உயர்த்தி வணக்கம் செலுத்துவார். ராணுவத்தில் பணியாற்றியபோது உயரதிகாரிகளுக்கு மரியாதையுடன் வணக்கம் செலுத்தினாரோ இல்லையோ, இளம் தோழர்களை வர்க்கப் போரின் வீரர்களாகக் கருதி செவ்வணக்கம் செலுத்துவது இவரது வழக்கம்.

மகனின் குடும்பத்துடன் வசித்துவந்தாலும் இன்றும் சுருட்டுக் கம்பெனிக்கு உற்சாகத்துடன் வேலைக்குச் செல்கிறார்! தோளில் எப்போது சிவப்புச் சால்வை தவழ இவரைப் பார்க்கும்போதும் கட்சித் தோழர்களுக்கு உற்சாகம் பொங்கும்.

தோழர் சுப்பையா கம்யூனிஸ்ட் கட்சியில் உறுப்பினரானபோது எத்தகைய உற்சாகத்துடன் இருந்தாரோ அந்த உற்சாகம் சிறிதும் குறையாமல் கடந்த 70 ஆண்டு காலமாக கட்சிப் பணியாற்றி வருகிறார். 1948ஆம் ஆண்டு கம்யூனிஸ்ட் கட்சி தடை செய்யப்பட்டபோது தலைமறைவாகச் செயல்பட்ட தலைவர்களுக்கு உதவி செய்திருக்கிறார். கட்சியில் சேர்ந்ததிலிருந்தே சம்பந்தப்பட்ட கட்சிக்குழு இவருக்கு ஏதேனும் பொறுப்பு அளிக்க முன்வந்தபோது, "வேண்டாம், நான் கட்சி உறுப்பினராக இருந்தே செயல்பட விரும்புகிறேன்," என்று கூறிவிட்டார்.

தமிழகத்தில் இன்றும் நம்மோடு வாழ்ந்து வரக் கூடிய மார்க்சிஸ்ட் கம்யூனிஸ்ட் கட்சியின் முதுபெரும் தோழர்களில் இவர்தான் மிக மூத்தவராக இருக்கக்கூடும். நம்மோடு வாழ்ந்து வருகிற, அகில இந்திய அளவில் மூத்த தலைவர்களில் ஒருவரான தோழர் என். சங்கரய்யாவை விட மூத்தவர் இவர். இன்று தமது 97 வயதிலும் சளைக்காமல் உற்சாகத்தோடு ஒரு உந்துசக்தியாகப் பணி தொடரும் தோழர் சுப்பையாவின் கட்சிப் பணி பாராட்டுக்குரியது-பின்பற்றத்தக்கது.

❑

9

நிர்வாகக் கெடுபிடிகளை மட்டுமல்ல – மத வேலிகளையும் தகர்த்த தோழர்

வர்க்க உணர்வோடு தொழிற்சங்க இயக்கத்தில் முன்னின்று, பின்னர் கட்சி உறுப்பினராகவும் பரிணமித்து மார்க்சிஸ்ட் கம்யூனிஸ்ட் கட்சியில் செயலாற்றிக் கொண்டிருக்கிற தோழர்கள் பலர் உண்டு. அவர்களில் ஒருவர்தான், மதுரையைச் சேர்ந்த தோழர் ஆர்.சௌந்தரராஜன்.

சக தோழர்களால் “சௌந்தர்” என்று அன்போடு அழைக்கப்படும் சௌந்தரராஜனின் இயக்க ஈடுபாட்டிற்கு, தொழிற்சங்கப் பணிகளும் அரசியல் புரிதல்களும் எந்த அளவுக்குப் பங்களித்தனவோ அதே அளவுக்கு, அவருடைய தந்தையாரின் அர்ப்பணிப்பும் முக்கியக் காரணமாக அமைந்தது.

தமிழகத்தில் சுதந்திரப் போராட்டக் காலத்தில் 1940ஆம் ஆண்டுகளிலேயே பல மாவட்டங்களில் கம்யூனிஸ்ட் கட்சியின் கிளைகள் தொடங்கப்பட்டன. 1940ஆம் ஆண்டு மதுரையில் முதல் கட்சிக் கிளை உருவானது. அடுத்தடுத்து மதுரை மாநகரில் தொழிற்சங்கமும். மாணவர் சங்கமும் தொடங்கப்பட்டன. கிராமப் பகுகளில் விவசாயிகள் சங்கம் அமைக்கப்பட்டது. தொடக்கக் காலத்தில் ரயில்வேயிலும், பஞ்சாலைகளிலும் தொழிற்சங்கங்களில் இணைந்த தொழிலாளர்களில் ஒரு பகுதியினர் பின்னர் கம்யூனிஸ்ட் கட்சியிலும் உறுப்பினரானார்கள்.

இவ்வாறு தொழிற்சங்கத்தின் வழியாக கம்யூனிஸ்ட் கட்சியில் உறுப்பினரானவர்களில் ஒருவர் தோழர் ராக்கையா. ரயில்வே தொழிலாளர் சங்கத்தில் முனைப்போடு செயல்பட்ட அவரை நிர்வாகம் வேலையிலிருந்து நீக்கியது. அவர் அதற்குப் பிறகு ஒரு பஞ்சாலையில் வேலைக்குச் சேர்ந்தார். அங்கேயும் தொழிலாளர்களுக்கான பல போராட்டங்களில் முன்னணியில் நின்றதற்காக ஆலை நிர்வாகம் அவரைப் பழிவாங்கி வெளியேற்றியது.

1947க்குப் பிறகு காங்கிரஸ் ஆட்சியில் காவல்துறையினர் ராக்கையாவின் வீட்டுக்குள் புகுந்து அவரைத் தாக்கிக் கைது செய்தபோது, ராக்கையா காவல்துறையின் தாக்குதல் நடவடிக்கையைத் துணிந்து எதிர்த்து நின்றார். தகவலறிந்து திரண்ட அப்பகுதி மக்கள் ராக்கையாவிற்கு ஆதரவாக நின்றனர்.

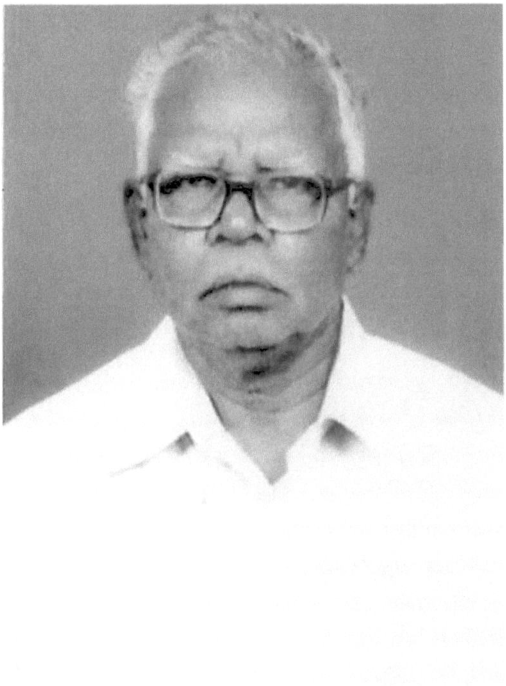

ஆர்.செளந்தரராஜன்

தோழர் ராக்கையா ரயில்வேயில் பணிபுரிந்த போது - தூய்மையான வெள்ளை வேட்டி, சட்டையோடு காலில் செருப்பும், குடையும் பிடித்துச் செல்வார். அதைக் கண்ட மற்றைய சாதியினர் ஆத்திரமடைந்தார்கள். தாழ்த்தப்பட்ட குடியில் பிறந்த ஒரு நபர் இப்படி வருவதா என்பதே அவர்களது ஆத்திரத்திற்குக் காரணம். அவர்கள் ரயில்வே நிர்வாகத்திடமும், போலீசிடமும் - தாழ்த்தப்பட்ட குடியில் பிறந்த ஒரு ஆள் எப்படி மற்றவர்களுக்கு சமதையாக உடையணிந்து, காலில் செருப்போடு வரலாம் என்று கேட்டு புகார் செய்தார்கள். தொழிலாளர்களின் வேலை நிலைமை, ஊதியம், இதர உரிமைகள் ஆகியவற்றுக்காக மட்டுமல்லாமல்

அவர்களது சமூக சமத்துவத்துக்காகவும் என்றென்றும் போராடுகிற கம்யூனிஸ்ட் கட்சி அந்த இயல்புப்படி சாதி வேறுபாட்டை எதிர்த்து ராக்கையாவுக்கு ஆதரவாக நின்றது. கட்சியிலும், சங்கத்திலும் பல பொறுப்புகளில் செயல்பட்டு ஒரு போராளியாகத் திகழ்ந்த தோழர் ராக்கையா 1980ல் காலமானார்.

ராக்கையா-மாறனாத்தாள் தம்பதிக்கு ஒரு மகன், ஒரு மகள் உள்ளனர். மகன் சௌந்தரராஜன் எஸ்.எஸ்.எல்.சி. வரை படித்தார். சிறுவயதில் தன்னுடைய தந்தையின் போராட்ட ஈடுபாடுகளைப் பார்த்து உற்சாகமடைந்த சௌந்தர் கம்யூனிஸ்ட் கட்சி ஆதரவாளரானார்.

இளவயதில் பல வேலைகளுக்கும் சென்றவர், இறுதியாக தபால் தந்தித் துறையில் பணியில் சேர்ந்தார். தந்தையின் வழியில் தன்னையும் தொழிற்சங்க நடவடிக்கைகளில் முனைப்புடன் ஈடுபடுத்திக்கொண்டார்.

தபால் தந்தி துறையில் ஓம்பிரகாஷ் குப்தா என்கிற அகில இந்திய ஊழியர் சங்கத் தலைவர், அந்நாள் கம்யூனிஸ்ட் இயக்கத்தில் கடும் விமர்சனங்களுக்கு உள்ளான டாங்கே தலைமையைத் தீவிரமாக ஆதரித்தவர். தொழிலாளிகளுக்காகப் போராடுவதில் குப்தா தலைமை மேற்கொண்ட, நிர்வாகத்துடனான சமரசப் போக்கினைத் தீவிரமாக எதிர்த்து வந்தது கே.ஜி. போஸ் அணி. அந்த போஸ் அணியில், தமிழகத்தைச் சேர்ந்த முக்கியத் தலைவர்களில் ஒருவராக விளங்கியவர் தோழர் சௌந்தர்.

ஒரே சங்கமாக இருந்த என்.எப்.பி.டி.இ. அமைப்பில் தோழர்கள் பஞ்சாபகேசன், ராமச்சந்திரன், சந்திரசேகர், ராமசாமி, வீராச்சாமி இவர்களோடு இணைந்து நின்று, தொழிற்சங்க இயக்கத்தின் போராட்டக் குணத்தைக் கைவிடும் திருத்தல்வாதப் போக்கினை மறுத்து, எதிர் அணியை உருவாக்கியதிலும் அதைக் கட்டி வளர்த்ததிலும் தோழர் சௌந்தரராஜனுக்கு முக்கியப் பங்கு உண்டு.

1968ஆம் ஆண்டு தபால் தந்தி ஊழியர்களுடைய அகில இந்திய போராட்டம் நடைபெற்றது. அந்தப் போராட்டத்தினை சட்ட விரோதமென அறிவித்துத் தடை செய்தது அன்றைய மத்திய காங்கிரஸ் அரசு. அத்துடன் நில்லாமல் அந்தப் போராட்டத்தை அடக்குமுறையின் மூலம் ஒடுக்குவதற்கும் அரசு முற்பட்டது. அகில இந்திய அளவில் செயல்பட்ட சங்கத் தலைவர்கள் பலரும் பலவகைகளில் பழிவாங்கப்பட்டனர். வீரம் செறிந்த

அந்தப் போராட்டத்தைத் தமிழகத்தில் முன்னின்று நடத்தியவர் சௌந்தரராஜன்.

தொலைபேசித் துறையில் பணியாற்றிக்கொண்டிருந்தபோதே, தாம் வசித்துவந்த வட்டாரத்தில் மார்க்சிஸ்ட் கம்யூனிஸ்ட் கட்சியின் வளர்ச்சிக்காகவும் அயராது பாடுபட்டவர் சௌந்தரராஜன். மதுரை, திண்டுக்கல் நகரங்களில் பணியாற்றிய நாட்களில் தோழர் பி. ராமமூர்த்தி. ஏ.பாலசுப்ரமணியம், என்.சங்கரய்யா, கே.பி. ஜானகியம்மாள், வி.பி.சிந்தன், எஸ்.ஏ.தங்கராஜ் உள்ளிட்ட தலைவர்கள் உரையாற்றிய கூட்டங்களுக்குச் சென்றதையும், அவர்களோடு பல நேரங்களில் கலந்துரையாட கிடைத்த வாய்ப்பையும் இன்றும் பெருமையாகக் கருதுகிறார்.

ஒரு கம்யூனிஸ்ட் என்ற அடிப்படையில் தோழர் சௌந்தரராஜன் தன்னுடைய குடும்பத்தை அணுகிய முறையும் குறிப்பிடத்தக்கது. மத வேலிகளைத் தாண்டியது அவருடைய திருமணம். அவரோடு துறையில் ஒரு ஊழியராகப் பணியாற்றியதோடு, பல பேராட்டங்களிலும் கலந்து கொண்டவர் எமிலி ரோஸ். இந்து, கிறிஸ்துவ மத மாறுபாடுகளைக் கடந்து வளர்ந்த நேசத்தோடு இவர்களது திருமண வாழ்க்கை ஒரு முன்னுதாரணமாக அமைந்தது.

இவர்களுடைய மகன் மதுசூதனன் கூட காதல் திருமணம் செய்து கொண்டவர்தான். மதுசூதனன், அவரோடு கல்லூரியில் பணியாற்றியவரான, இஸ்லாமிய மதத்தைச் சார்ந்த வாலண்டினா குரைசி இருவரும் காதலித்தார்கள். மகிழ்ச்சியோடு அவர்களுடைய காதலுக்கு ஆதரவளித்து மத மறுப்புத் திருமணம் செய்து வைத்தார் சௌந்தரராஜன். மனைவி ரோஸ் எதிர்பாராத வகையில் காலமானதைத் தொடர்ந்து, பள்ளி ஆசிரியரான பிச்சையம்மாளைத் திருமணம் செய்து கொண்டார் சௌந்தரராஜன்.

சௌந்தரராஜனுக்கு நான்கு மகள்கள், இரண்டு மகன்கள். மகள்கள் வாலண்டினா, அருணா, அஜிதா, மைதிலி. மகன்கள் மதுசூதனன், சுதர்சனன். மற்றொரு மருமகள் மைதிலி. சௌந்தரின் குடும்பமே கட்சிக் குடும்பம் எனலாம். குடும்ப உறுப்பினர்கள் எல்லோருமே கட்சி உறுப்பினர்களாகவோ, ஆதரவாளர்களாகவோ உள்ளவர்கள்தான்.

தோழர் சௌந்தரராஜன் 1995ஆம் ஆண்டு பணியில் இருந்து ஓய்வு பெற்றார். துறை சார்ந்த வேலைக்குத்தான் ஓய்வு. இயக்கம் சார்ந்த பணிக்கு அல்லவே!

சில ஆண்டுகள் கட்சியின் நாளிதழான தீக்கதிர் ஆசிரியர் குழு பணியில் ஈடுபட்டார். பின்னர் தாம் வசிக்கும் பகுதியில் தொடர்ந்து கட்சிப் பணிகளை மேற்கொண்டு வருகிறார்.

79 வயதாகும் தோழர் சௌந்தர் அண்மைக் காலமாகப் பக்கவாத நோயால் பாதிக்கப்பட்டிருக்கிறார். கட்சித் தோழர்களோடு அவரது இல்லத்திற்குச் சென்று அவரை நான் சந்தித்தபோது அவரால் கோர்வையாகப் பேச முடியவில்லை. ஆயினும், கட்சி மீது அவருக்கு இருக்கிற தடுமாற்றமில்லாத உறுதிப்பாட்டை அவரது தடுமாறும் வார்த்தைகளிலிருந்து புரிந்துகொண்டு நெகிழ்ந்தேன். முன்போல் தன்னால் ஓடியலைந்து இயக்கப் பணிகளைச் செய்ய முடியவில்லையே என்ற வருத்தமே அவரை மிகுதியும் வாட்டுகிறது.

தொலைபேசித் துறையில் பணியில் இருந்த நாட்களிலும், பணி ஓய்வு பெற்ற பிறகும் தோழர் சௌந்தரராஜன் ஆற்றி வரும் இயக்கப் பணி பாராட்டுக்குரியது. பின்பற்றத்தக்கது.

❑

10

விவசாயிகளுக்காகப் பாடுபட அரசாங்க வேலையை மறுத்த நெஞ்சுரம்

மதுரை மாவட்டத்தில் கம்யூனிஸ்ட் கட்சி தொழிலாளர்களையும், விவசாயிகளையும் திரட்டி பல போராட்டங்களை நடத்தியபோது, அந்தப் போராட்டங்களில் கலந்துகொண்டு, கம்யூனிஸ்ட் கட்சியில் சேர்ந்து, இப்போதும் மார்க்சிஸ்ட் கம்யூனிஸ்ட் கட்சியின் அங்கமாக இருக்கிற சில தோழர்களில் அய்யாவு குறிப்பிடத்தக்கவர். மேலூர் வட்டம் மணப்பட்டி கிராமத்தில், பிற்படுத்தப்பட்ட சமூகத்தைச் சேர்ந்த, ஒரு ஏழை விவசாயக் குடும்பத்தில் 1928இல் பிறந்தவர் அய்யாவு. ஐந்தாம் வகுப்பு வரை மட்டுமே படிக்க முடிந்த அவர், நினைவு தெரிந்து நாட்டு நடப்புகளை புரிந்துகொள்ளத் தொடங்கியபோது காங்கிரஸ் கட்சியில் உறுப்பினரானார். நாட்டுக்குச் சுதந்திரம் கிடைத்த பிறகு காங்கிரஸ் கட்சியிலேயே நீடித்தார்.

மணப்பட்டியில் மகாலிங்கம் என்ற பண்ணையாருக்குச் சொந்தமாக 200 ஏக்கர் நிலம் இருந்தது. அதில் பல விவசாயிகள் குத்தகை சாகுபடி செய்து வந்தனர். 1950ஆம் ஆண்டு மகாலிங்கம் தனது நிலத்தில் சாகுபடி செய்துவந்த குத்தகை விவசாயிகளை வெளியேற்ற முயற்சி செய்தார். குத்தகை விவசாயிகள் இப்படி வெளியேற்றப்படுவதைத் தடுக்க விரும்பினார் அய்யாவு. பக்கத்து ஊரான தும்பைப்பட்டியில் காங்கிரஸ் கட்சியினுடைய முக்கிய தலைவர்களில் ஒருவரான கக்கன் (பிற்காலத்தில் மாநில காங்கிரஸ் அரசில் அமைச்சரானவர்) இருந்தார். அவரை அய்யாவு சந்தித்து குத்தகை விவசாயிகளைப் பண்ணையார் வெளியேற்றுவதைத் தடுக்கக் கோரினார். ஆனால் கக்கன் "இதையெல்லாம் கண்டுக்காதிங்க," என்று கூறிவிட்டார். ஒரு காங்கிரஸ் தலைவர் இப்படி அப்பட்டமாக நிலச்சுவான்தாருக்கு ஆதரவாக நிற்கிறாரே என்ற அதிருப்தி அய்யாவு சிந்தனையில் உருவானது.

“கக்கன் ஏழைக் குடும்பத்தைச் சார்ந்தவராக இருந்தாலும் உடைமை வர்க்கத்திற்கு ஆதரவாக இருக்கிறாரே என்று என் மனம் வேதனையடைந்தது. இனியும் காங்கிரஸ் கட்சியில் இருக்கக்கூடாது, அந்தக் கட்சியைவிட்டு விலக வேண்டும் என்று முடிவு செய்தேன்,” என்று அந்த நாளை நினைவுகூர்கிறார் அய்யாவு.

விவசாயிகளுக்காகவும், தொழிலாளர்களுக்காகவும் உறுதியாகப் போராடுவது கம்யூனிஸ்ட் கட்சிதான் என்று கேள்விப்பட்ட அவர், மேலூர் வட்டத்தைச் சேர்ந்தவரும் கீழையூர் ராமசாமி என்று அழைக்கப்பட்டவருமான கம்யூனிஸ்ட் தலைவரைச் சந்தித்து குத்தகை விவசாயிகளின் பிரச்சினை பற்றிப் பேசினார். உடனடியாக கீழையூர் ராமசாமி மணப்பட்டிக்கு வந்து நிலச்சுவான்தார் மகாலிங்கத்தைச் சந்தித்தார். அய்யாவையும் உடன் வைத்துக்கொண்டு பேச்சுவார்த்தை நடத்தினார். கீழையூர் ராமசாமி தலையிட்டதால் அச்சமடைந்த மகாலிங்கம் குத்தகை விவசாயிகளை வெளியேற்றும் நடவடிக்கையை நிறுத்திக்கொண்டார்.

இதற்கு பிறகு அய்யாவு தன்னை கம்யூனிஸ்ட் கட்சியில் சேர்த்துக்கொள்ளுமாறு கீழையூர் ராமசாமியிடம் வலியுறுத்தலானார். “முதலில் உங்கள் கிராமத்தில் விவசாயிகள் சங்கத்தை உருவாக்குவோம், விவசாயிகளை உறுப்பினர்களாகச் சேருங்கள்,” எனக் கூறிய ராமசாமி, உறுப்பினர் சேர்ப்புக்கான ரசீது புத்தகத்தை அய்யாவுவிடம் கொடுத்தார். அய்யாவு தன்னுடைய கிராமத்தில் குத்தகை விவசாயிகள் உள்ளிட்ட விவசாயிகளை சங்க உறுப்பினர்களாக்கினார். விவசாயிகள் இயக்க முன்னோடித் தலைவர் ஆர். ராமராஜ், ராமசாமி இருவரும் மணப்பட்டி கிராமத்திற்கு வந்து சங்கக் கொடியை ஏற்றினார்கள். இரண்டு ஆண்டுகளுக்குப் பிறகு 1952இல் அய்யாவு கம்யூனிஸ்ட் கட்சி உறுப்பினரானார். இன்றுவரையில் கம்யூனிஸ்ட் இயக்கத்தில் உறுதியாகச் செயல்பட்டு வருகிறார்.

அய்யாவு கம்யூனிஸ்ட் கட்சியில் இணைந்தது தெரியவந்த கக்கன் அவரை அழைத்து “நீங்கள் 5ஆம் வகுப்பு வரை படித்திருக்கிறீர்கள், உங்களுக்கு அரசு வேலை வாங்கித் தருகிறேன், மீண்டும் காங்கிரஸ் கட்சிக்கு வந்துவிடுங்கள்,” என்று கூறியிருக்கிறார்.

“எனக்கு அரசாங்க வேலை வேண்டாம், நான் விவசாயிகளுக்காகவும், ஏழை மக்களுக்காகவும் வேலை

அய்யாவு

செய்யப்போகிறேன். அவர்களுக்காகப் பாடுபடுகிற கட்சியில்தான் தொடர்ந்து செயல்படப்போகிறேன்,'' எனக் கூறி அந்த வாய்ப்பை ஏற்க மறுத்துவிட்டார் அய்யாவு.

கக்கனுக்கு சொந்த நிலம் ஒன்றரை ஏக்கர்தான். அவர் ஒரு ஏழை விவசாயியாக இருந்தாலும், காங்கிரஸ் கட்சியின் பிரதிநிதி என்ற முறையில் அவர் தன்னுடைய வர்க்கத்திற்குத் துரோகம் செய்து நிலச்சுவான்தாரின் பக்கம் நின்றார். தோழர் அய்யாவு வர்க்கப் பிரச்சினையையும் வர்க்கப் போராட்டத்தையும் புரிந்து கொண்டவராகக் கம்யூனிஸ்ட் கட்சியில் சேர்ந்தார்.

கம்யூனிஸ்ட் கட்சியில் சேர்ந்த பிறகு 'ஜனசக்தி' பத்திரிகையை தவறாமல் வாங்கிப் படித்து வந்தார். மார்க்சிஸ்ட் கம்யூனிஸ்ட் கட்சியில் இணைந்ததிலிருந்து 'தீக்கதிர்' வாங்கிப் படிக்கிறார். மேலூர் தாலுகாவில் பல கிராமங்களில் விவசாயிகள் சங்கக் கிளைகளை உருவாக்கினார். தன்னுடைய கிராமத்தில் பல விவசாயிகளை கம்யூனிஸ்ட் கட்சி உறுப்பினர்களாகச் சேர்த்தார்.

மூன்றாண்டு காலம் கட்சிக் கிளைச் செயலாளராகவும் செயல்பட்டிருக்கிறார்.

விவசாயிகள் நலனுக்காகப் பல போராட்டங்களை நடத்திய தோழர் அய்யாவு தமிழ்நாடு விவசாயிகள் சங்கத்தின் மேலூர் வட்டத் தலைவராக 30 ஆண்டுகள் பணியாற்றியிருக்கிறார். 1964ஆம் ஆண்டு மார்க்சிஸ்ட் கம்யூனிஸ்ட் கட்சி உருவானபோது அதில் தன்னை இணைத்துக் கொண்டார். கடந்த 64 ஆண்டுகாலமாக கட்சி மற்றும் விவசாயிகள் சங்கம் நடத்தும் எல்லா போராட்டங்களிலும் தவறாமல் பங்கேற்று வந்திருக்கிறார் அய்யாவு.

மறியல் உள்ளிட்ட போராட்டங்களில் கலந்து கொண்டதற்காக தோழர் அய்யாவு கைது செய்யப்பட்டு 15 நாட்கள், 20 நாட்கள் என சுமார் மூன்று மாத காலம் சிறைப்படுத்தப்பட்டார். மார்க்சிஸ்ட் கம்யூனிஸ்ட் கட்சியில் இடைக்குழு உறுப்பினராகவும் பல ஆண்டுகள் செயல்பட்டிருக்கிறார்.

மேலூர் வட்டத்தில் கொட்டக்குடி கிராமத்தில் கண்மாய் புறம்போக்கு நிலத்தில் விவசாயிகள் செய்துவந்த கரும்பு சாகுபடியை அழிக்க முற்பட்ட அரசு வருவாய்த் துறை அந்த நிலத்திலிருந்து விவசாயிகளை வெளியேற்றவும் முயன்றது. தோழர் அய்யாவு விவசாயிகளைத் திரட்டி வலுவான போராட்டம் நடத்தி அவர்களையும் அவர்கள் சாகுபடி செய்த கரும்புப் பயிரையும் பாதுகாத்தார்.

1965இல் புதுப்பட்டி கிராமத்தில் 70 ஏக்கர் நிலம் வைத்திருந்த ஒரு மிராசுதார் குத்தகை விவசாயிகளை வெளியேற்ற முயன்றார். தோழர் அய்யாவு அப்பகுதியில் உள்ள விவசாயிகளைத் திரட்டினார். தோழர் கே.பி.ஜானகியம்மாள் உள்ளிட்ட தலைவர்களை அழைத்து வந்தார். இரவோடு இரவாக குத்தகை விவசாயிகள் நெல் நடவு நட்டார்கள். மிராசுதார் அனுப்பிவைத்த அடியாட்களை விவசாயிகள் விரட்டியடித்தார்கள்.

1967இல் மேலூர் வட்டத்தில் ஏழு ஊராட்சிகளுக்கு உட்பட்ட விவசாயிகளுக்கு அரசு நிர்வாகம் 'அபிவிருத்தி வரி' கட்டுமாறு நோட்டீஸ் அனுப்பியது. வைகை -பெரியாறு பிரதான கால்வாயிலிருந்து பாசன நீர் பெற்று விவசாயம் செய்வதால் சம்பந்தப்பட்ட விவசாயிகள் வரி கட்ட வேண்டுமென்று வருவாய்த்துறை நிர்வாகம் உத்தரவு பிறப்பித்து ஆணையிட்டது. தோழர் அய்யாவு விவசாயிகளை அணி திரட்டி 'வரிகொடா இயக்கம்'

நடத்தினார். அரசு நிர்வாகம் வரியை ரத்து செய்யவில்லை. தோழர் அய்யாவு விவசாயிகளைத் திரட்டி சாலை மறியலில் ஈடுபட்டார். விவசாயிகள் போராட்டத்திற்குத் தலைமை தாங்குகிறார் என்ற காரணத்திற்காக அவரை அச்சுறுத்தும் வகையில் அவருடைய சொத்துகளை ஜப்தி செய்ய வட்டாட்சியர் ஆணையிட, அதிகாரிகள் படை வீட்டுக்குள் புகுந்தது. அய்யாவுவுக்கு ஆதரவாக விவசாயிகள் திரண்டு நின்றனர். போலீசுக்கும் விவசாயிகளுக்கும் பெரிய மோதல் ஏற்பட்டதைத் தொடர்ந்து நிர்வாகம் பின்வாங்கியது. அய்யாவு முன்முயற்சியில் விவசாயிகளின் சார்பில் சென்னை உயர்நீதிமன்றத்தில் வழக்கு தொடுக்கப்பட்டது. உயர்நீதிமன்றம் அந்த வரியை ரத்துச் செய்தது.

இவருடைய கிராமத்தில் 15 ஆண்டுகளுக்கு முன்பு வரை சாதி இந்து மக்களுக்கும், தலித் மக்களுக்கும் தனித்தனி சுடுகாடுகள்தான் இருந்தன. தோழர் அய்யாவு முயற்சி எடுத்து சாதி வேறுபாடின்றிப் பயன்படும் வகையில் பொதுமயானத்தை அமைக்கச் செய்தார்.

தோழர் அய்யாவு, பிச்சையம்மாள் திருமணம் 1956ஆம் ஆண்டு நடைபெற்றது. கட்சி ஆதரவாளரான பிச்சையம்மாள் மாதர் சங்க உறுப்பினராகவும் சில ஆண்டுகாலம் செயல்பட்டிருக்கிறார். அவர் கூட்டுறவு சங்க இயக்குநராகவும் மூன்றாண்டு காலம் செயல்பட்டிருக்கிறார். இவர்களுக்கு 3 மகள்கள், ஒரு மகன். 3 மகள்களும் மாதர் சங்க உறுப்பினர்களாக, கட்சி ஆதரவாளர்களாக இருந்திருக்கிறார்கள்.

மகன் சிங்காரவேலன் (தற்போது வயது 52) மேலூர் கலைக் கல்லூரியில் இளங்கலை படித்தபோது இந்திய மாணவர் சங்கத்தில் சேர்ந்து செயல்பட்டார். படிப்பு முடிந்த பிறகு இந்திய ஜனநாயக வாலிபர் சங்கத்தில் பணியாற்றியிருக்கிறார். தற்போது தோழர் சிங்காரவேலன் மார்க்சிஸ்ட் கம்யூனிஸ்ட் கட்சியின் வட்டக்குழு உறுப்பினராகச் செயல்பட்டு வருகிறார். இவருக்கு இரண்டு மகள்கள். மேலூர் கல்லூரியில் பயிலும் இளைய மகள் மாணவர் சங்க உறுப்பினர். மணப்பட்டி கிராமத்தில் மார்க்சிஸ்ட் கம்யூனிஸ்ட் கட்சியின் கிளை செயல்பட்டு வருகிறது. விவசாயிகள் சங்கம், இந்திய ஜனநாயக வாலிபர் சங்கம், அனைத்திந்திய ஜனநாயக மாதர் சங்க கிளைகள் உள்ளன.

கம்யூனிஸ்ட் இயக்கத்தின் மூத்த தலைவர்கள் பி.ராமமூர்த்தி. கே.பி.ஜானகியம்மாள், கே.டி.கே. தங்கமணி,

ஏ.பாலசுப்பிரமணியம். என். சங்கரய்யா போன்றோரை அழைத்து தன்னுடைய கிராமத்தில் பொதுக்கூட்டங்கள் நடத்தியதையும் அவர்கள் தனது வீட்டில் உணவுண்டதையும் அரசியல் குறித்துப் பேசியதையும் இப்போதும் தோழர் அய்யாவு பெருமிதத்துடன் குறிப்பிடுகிறார்.

“உங்களுக்கு எவ்வளவு நிலம் இருக்கிறது?” என்று கேட்டபோது, தனக்கு ஐந்து ஏக்கர் நிலம் இருந்தது என்றும், அதில் ஒன்றரை ஏக்கர் நிலத்தை இயக்கச் செலவுகளுக்காக விற்றுவிட்டதாகவும் கூறினார். அவரது குரலில் இழப்புணர்வு துளியும் இல்லை, மாறாக மன நிறைவுடன் பெருமை உணர்வே வெளிப்பட்டது.

தற்போது 89 வயதாகும் தோழர் அய்யாவு உடல்நலம் பாதிக்கப்பட்டுள்ளதால் கட்சி உறுப்பினராக இருந்துகொண்டு தன்னால் இயன்ற பணியை செய்து வருகிறார். தன்னலம் கருதாத இயக்க ஈடுபாட்டிற்கு மற்றுமொரு எடுத்துக்காட்டாகக் கடந்த 64 ஆண்டுகாலமாக தோழர் அய்யாவு செய்துவரும் அர்ப்பணிப்போடு கூடிய கட்சிப்பணி பாராட்டத்தக்கது. பின்பற்றத்தக்கது.

❑

11

அரசின் அடக்குமுறைகளைக் கண்டு கட்சியின்மீது அதிகரித்த மரியாதை

கூலித்தொழிலாளியின் குடும்பத்தில் பிறந்து, கூலித் தொழிலாளர்களுக்காகப் போராடும் இயக்கத்தோடு தன்னை இணைத்துக்கொண்டவர், சுதந்திரப் போராட்டக் காலத்தில் கம்யூனிஸ்ட் கட்சியில் சேர்ந்து தற்போது திண்டுக்கல் மாவட்டத்தில் மார்க்சிஸ்ட் கம்யூனிஸ்ட் கட்சியின் உறுப்பினராக இயங்கிக்கொண்டிருக்கும் தோழர் முத்துக்கருப்பன்.

1934ஆம் ஆண்டு வேடசந்தூரில் பிறந்தவர் முத்துக்கருப்பன். இவரது தந்தை மாட்டு வண்டியில் சரக்கு ஏற்றி இறக்கும் வேலை செய்து குடும்பத்தை நடத்தி வந்தவர். அது ஏழைக் குடும்பம். 4ஆம் வகுப்பு வரை மட்டுமே முத்துக்கருப்பனை அவரது தந்தை படிக்க வைத்தார். தனது தந்தைக்கு சிறுவயதிலேயே முத்துக்கருப்பன் உதவியாக இருந்தார். 1946ஆம் ஆண்டு கம்யூனிஸ்ட் கட்சியில் சேர்ந்த இவர், தற்போது மார்க்சிஸ்ட் கம்யூனிஸ்ட் கட்சியின் உறுப்பினராக உள்ளார்.

1940 களிலேயே மாநிலத்தில் கம்யூனிஸ்ட் கட்சியின் கிளை அமைப்புகள் உருவான பகுதிகளில் மதுரை மாவட்டம் முக்கியமானது. காந்திஜி பங்கேற்பிற்குப் பிறகு சுதந்திரப்போராட்டம் மக்கள் இயக்கமாக மாறியது. கிராமங்களிலும், நகரங்களிலும் அனைத்துப் பகுதி மக்களும் சுதந்திரப் போராட்டத்தில் கலந்து கொண்டனர். 1930 களில் கம்யூனிஸ்ட் இயக்க முன்னோடிகள் பலர் காந்தியால் ஈர்க்கப்பட்டார்கள். அதே காலத்தில் நாட்டின் பல பகுதிகளில் கம்யூனிஸ்ட் கட்சி உருவாக்கப்பட்டு செயல்படத் துவங்கியது. அந்நியர் ஆட்சி அகற்றப்பட்டு நாட்டுக்கு அரசியல் சுதந்திரம் கிடைத்தால் மட்டும் போதாது, பொருளாதார சுதந்திரமும் கிடைக்க வேண்டுமென்று கம்யூனிஸ்ட் கட்சி முன்வைத்த முழக்கத்தால் ஈர்க்கப்பட்டவர்தான் முத்துக்கருப்பன்.

1943ஆம் ஆண்டு மேற்கு வங்கம் பஞ்சத்தால் பாதிக்கப்பட்டது. வங்கப் பஞ்சம் என்று பிற்காலத்தில் அழைக்கப்பட்ட அந்தப் பஞ்சத்தால் பல லட்சம் பேர் மேற்குவங்கத்தில் பட்டினியால் இறந்தனர். பஞ்சத்தால் பாதிக்கப்பட்ட வங்க மக்களுக்கு உதவுவதற்காக நிதி வசூல் செய்திட முத்துக்கருப்பனுடைய நண்பர் கந்தசாமி அழைத்துச் சென்றார். ஒரு மாத காலம் நிதி வசூலில் ஈடுபட்டிருக்கிறார்கள். தோழர்கள் நாகப்பன், பூக்கடை முருகன், நாடுகாணி ஆகியோர் செங்கொடியுடன் வசூலுக்குச் செல்வார்கள். அந்தத் தோழர்களுடன் அரசியல் விவாதங்களில் ஈடுபட்டார் முத்துக் கருப்பன். எரியோட்டில் நடைபெற்ற நிதியளிப்புக் கூட்டத்திற்கு இவரும் சென்றார். வசூலிக்கப்பட்ட நிதி ரூ. 3 ஆயிரத்தை (இன்றைய மதிப்பில் ரூ.3 லட்சத்திற்கும் மேல்) வேடசந்தூர் மக்கள் சார்பாக, அந்தக் கூட்டத்தில் கலந்துகொண்ட கட்சித் தலைவர் தோழர் மதனகோபாலிடம் அளித்திருக்கிறார்கள்.

வேடசந்தூரில் மதனகோபால் முன்முயற்சி எடுத்து மக்களிடம் நிதி திரட்டி கட்சியின் அலுவலகம் திறக்கப்பட்டது. வர்த்தகர்கள் உள்ளிட்டு அனைத்துப் பகுதி மக்களும் கட்சிக்கு நிதியளித்தனர். இந்த அலுவலகத்திற்கு கட்சிப் பத்திரிகையான ‘ஜனசக்தி அலுவலகம்’ என பெயர் சூட்டப்பட்டது.

நாட்டுக்குச் சுதந்திரம் கிடைத்தபிறகு காங்கிரஸ் அரசினுடைய மக்கள் விரோத நடவடிக்கைகளை எதிர்த்து தோழர்கள் கந்தசாமி, நாடுகாணி ஆகியோர் தலைமையில் அவ்வப்போது நடைபெற்ற இயக்கங்களில் முத்துக்கருப்பன் கலந்துகொண்டார்.

1948ஆம் ஆண்டு கம்யூனிஸ்ட் கட்சி மத்திய காங்கிரஸ் அரசால் தடை செய்யப்பட்டபோது நாடு முழுவதும் கட்சித் தலைவர்கள் கைது செய்யப்பட்டார்கள். கட்சி ஆதரவாளர்களும் கூட போலீசாரால் தாக்கப்பட்டனர். வேடசந்தூரில் காவல்துறையினரும், காங்கிரஸ் கட்சியினரும் கட்சி அலுவலகத்திற்குள் புகுந்து அங்கிருந்த பொருட்கள், புத்தகங்கள் எல்லாவற்றையும் நாசப்படுத்தினர். கட்சித் தோழர்கள் நாராயணன், நாடுகாணி கட்சி அலுவலகத்திற்கு உள்ளேயே தாக்கப்பட்டனர். ஆயுதங்கள் வைத்திருப்பதாக தகவல் கிடைத்து அலுவலகத்தைச் சோதனையிட்டதாக காவல்துறையினர் பத்திரிகையாளர்களிடம் கூறினார்கள். இந்த நடவடிக்கையால் பொதுவாக ஏற்படக்கூடிய அச்சம் அல்லது தயக்க உணர்வுக்கு மாறாக, தோழர் முத்துக்கருப்பனுக்கு கம்யூனிஸ்ட் கட்சியின் மீதான மரியாதை வெகுவாக உயர்ந்தது.

தோழர் முத்துக்கருப்பன்

வேடசந்தூர் வட்டத்திற்கு உட்பட்ட எரியோடு பகுதியில் விவசாயிகளையும், விவசாயத் தொழிலாளர்களையும் திரட்டுவதற்கு கம்யூனிஸ்ட் கட்சி பெருமுயற்சி எடுத்தது. விவசாயத் தொழிலாளர்களுக்காக எரியோடு மீனாட்சிபுரம் பகுதியில் கூலிப்போராட்டம் நடைபெற்றது. பெரும்பான்மையாக விவசாயத்தொழிலாளிகளாக இருந்த தலித் மக்களின் கூலி உயர்வுக்கான போராட்டத்தில் மதனகோபால், எம். ராமலிங்கம், எஸ். ராமலிங்கம், கே.கே. முனியப்பன் போன்ற தோழர்களோடு முத்துக்கருப்பனும் கலந்துகொண்டார். விவசாயத் தொழிலாளர்களிடையே மட்டுமல்லாமல் அனைத்துப் பகுதி மக்களிடையேயும் பெரும் தாக்கத்தை ஏற்படுத்திய போராட்ட இயக்கம் அது.

1961ஆம் ஆண்டு தமிழ்நாடு விவசாயிகள் சங்கம் மாநிலம் முழுவதும், கேரளத்தில் இ.எம்.எஸ். நம்பூதிரிபாட் தலைமையிலான கம்யூனிஸ்ட் கட்சி அரசு கொண்டுவந்த நில உச்சவரம்புச் சட்டத்தைப்போல தமிழகத்திலும் சட்டத் திருத்தம் கொண்டு வந்து நில விநியோகம் செய்ய வேண்டுமென வலியுறுத்தி விவசாயிகளின் மறியல் போராட்டத்திற்கு அறைகூவல் விடுத்தது. அந்தப்

போராட்டத்தை வெற்றிபெறச் செய்திட தோழர் பி. சீனிவாசராவ், மாநிலம் முழுவதும் எல்லா மாவட்டங்களுக்கும் சென்று தயாரிப்பு பணியில் ஈடுபட்டார். திண்டுக்கல்லில் நடைபெற்ற மறியல் போராட்டத்தில் முத்துக்கருப்பனும் கலந்து கொண்டார். மறியலில் பங்கேற்றவர்கள் கைது செய்யப்பட்டு மதுரைச் சிறையில் 2 மாதம் அடைக்கப்பட்டனர்.

போராட்டம் நடத்தியதற்காகக் கைது செய்யப்பட்ட தங்களை அரசியல் கைதிகளாக நடத்த வேண்டுமென்று வலியுறுத்தி சிறைக்கு உள்ளேயும் போராட்டத்தை நடத்தினார்கள் தோழர்கள். சிறை மதில்களில் மோதி எதிரொலித்த அந்த தர்ணா போராட்டத்திலும் உற்சாகமாக முத்துக்கருப்பன் கலந்து கொண்டார்.

1974ஆம் ஆண்டு தமிழகத்தில் அரிசி, மண்ணெண்ணெய் பற்றாக்குறை ஏற்பட்டது. அந்த நிலைமையைப் பயன்படுத்தி அரிசி, மண்ணெண்ணெயைப் பதுக்கி வைத்து விலையை உயர்த்தி விற்பதற்கு சில மொத்த வியாபாரிகள் முயன்றனர். அதை எதிர்த்து மார்க்சிஸ்ட் கம்யூனிஸ்ட் கட்சியின் சார்பில் நடைபெற்ற போராட்டத்தில் தோழர் முத்துக்கருப்பன் முன்னணியில் நின்றார்.

1977ஆம் ஆண்டு நவம்பர் மாதத்தில் பெருமழை வெள்ளத்தால் திண்டுக்கல் மாவட்டத்தில் பல பகுதிகள் கடும் பாதிப்புக்கு உள்ளாகின. இழப்புகளுக்கு உள்ளான மக்களுக்கு உணவளிக்க முடிவு செய்தது கட்சி. அந்த முடிவின் அடிப்படையில் மற்ற தோழர்களோடு இணைந்து உணவு தயாரித்து பாதிக்கப்பட்ட மக்களுக்கு வழங்கும் பணியில் அவர் ஈடுபட்டார்.

சட்டமன்ற உறுப்பினராக இருந்த என். வரதராஜன் உள்ளிட்ட தோழர்களோடு நிவாரணப் பணிகளில் தோழர் முத்துக்கருப்பன் ஈடுபட்டார். வெள்ளத்தால் பல பகுதிகளில் ஏழை மக்களின் குடிசைகள் சரிந்து விழுந்தன. அத்தகைய பகுதிகளில் அரசாங்கமே குடிசைகள் அமைத்துத்தர வேண்டுமென வலியுறுத்தி கட்சி போராடியது.

வெள்ளத்தால் பாதிக்கப்பட்டு முகாம்களில் தங்க வைக்கப்பட்டுள்ள மக்களுக்காக 40 நாட்கள் உணவு தயாரிக்கும் பணியில், தன் பசியைப் பொருட்படுத்தாமல் தோழர் முத்துக்கருப்பன் ஈடுபட்டார். இவருடைய இத்தகைய பணியை மாவட்ட ஆட்சியர் அலுவலகம் உட்பட பல தரப்பினரும் பாராட்டினர்.

தோழர்கள் ஏ. பாலசுப்பிமணியன், ஆர். ராமராஜ், என். வரதராஜன், எஸ்.ஏ. தங்கராஜன், மதனகோபால், வி.ஏ. கருப்புசாமி போன்ற தோழர்களோடு சேர்ந்து பணியாற்றியவர் முத்துக்கருப்பன். கட்சியும் விவசாயிகள் சங்கமும் நடத்திய எல்லாப் போராட்டங்களிலும் இவர் கலந்து கொண்டிருக்கிறார்.

தோழர் முத்துக்கருப்பன் பல ஆண்டுகள் விவசாயிகள் சங்கத்தினுடைய வட்ட நிர்வாகியாகச் செயல்பட்டிருக்கிறார். கட்சியினுடைய வட்டக்குழு உறுப்பினராகவும் செயல்பட்டிருக்கிறார். ஒன்றுபட்ட கம்யூனிஸ்ட் கட்சியில் சேர்ந்த இவர், 1964ஆம் ஆண்டு உருவான மார்க்சிஸ்ட் கம்யூனிஸ்ட் கட்சியில் இணைந்து இப்போதும் கட்சி உறுப்பினராகச் செயல்பட்டு வருகிறார். ‘தீக்கதிர்’ தொடங்கப்பட்ட நாளிலிருந்து அதன் தீவிர வாசகராகத் தோழர் முத்துக்கருப்பன் ‘தீக்கதிர்’ வாங்கிப் படித்து வருகிறார்.

மக்களுக்காகப் போராடுவதே வாழ்க்கையாக, கடந்த 60 ஆண்டுகளுக்கும் மேலாக தோழர் முத்துக்கருப்பன் ஆற்றிவரும் இயக்கப்பணி பாராட்டுக்குரியது, பின்பற்றத்தக்கது.

❑

12

தன்னலமில்லாப் போராட்டத்தால் மக்களை ஈர்த்த தலைமை

மதுரை மாவட்டத்தில் 1940 களில் தொழிலாளர் வட்டாரங்களிலும், விவசாயிகள் வட்டாரங்களிலும் ஏககாலத்தில் கம்யூனிஸ்ட் கட்சியின் கிளை அமைப்புகள் தொடங்கப்பட்டன. தோழர்கள் பி.ராமமூர்த்தி, கே.டி.கே. தங்கமணி போன்றோர் தொழிலாளர்களைத் திரட்டுவதில் கூடுதல் கவனம் செலுத்தினார்கள். கே.பி. ஜானகியம்மாள், என். சங்கரய்யா போன்ற தோழர்கள் கிராமப்புறங்களில் விவசாயிகளையும் விவசாயத் தொழிலாளர்களையும் திரட்டுவதில் முக்கியப் பங்காற்றினார்கள்.

இதனால்தான் மதுரை மாவட்டக் கிராமங்களிலும், மதுரை மாநகரத்திலும் மார்க்சிஸ்ட் கம்யூனிஸ்ட் இயக்கம் இன்றும் வலுவாகச் செயல்பட்டு வருகிறது. இந்த வழியில் மதுரை மாவட்டத்தில் கடந்த 45 ஆண்டுகளுக்கும் மேலாக விவசாயிகளிடையே செயல்பட்டு வருகிற முக்கியமான தோழர்களில் ஒருவர் பரமன்.

செல்லம்பட்டி கிராமத்தில் ஒரு நடுத்தர விவசாயக் குடும்பத்தில் 1944 ஆம் ஆண்டு பிறந்தவர் பரமன். இவரது குடும்பத்தின் சொத்தாக 2.5 ஏக்கர் நிலம் இருந்தது. தந்தையார் இவரது சிறு வயதிலேயே இறந்துவிட்டார். அந்தச் சூழலில் இவர் 6 ஆம் வகுப்பு வரை மட்டுமே பள்ளி சென்றார். விவசாயத்தில் ஈடுபட்டிருந்த இவர் அப்போது பார்வர்ட் பிளாக் கட்சியின் ஆதரவாளராக இருந்தார். 1969 ஆம் ஆண்டு காங்கிரஸ் பிளவுபட்ட போது இவர் இந்திரா காங்கிரஸ் ஆதரவாளானார். அந்தக் கட்சியின் பொதுக்கூட்டம் ஒன்று நடந்தது. அக்கூட்டத்திற்கான வரவு-செலவு பற்றிய விவரங்களைக் கேட்டபோது, அதன் தலைவர்களால் விளக்கமளிக்க முடியவில்லை. இ.காங்கிரஸ் மீதும் பரமனுக்கு அதிருப்தி ஏற்பட்டது.

1967ஆம் ஆண்டு நடந்த சட்ட மன்றத் தேர்தலைத் தொடர்ந்து தமிழகத்தில் திமுக ஆட்சிப் பொறுப்புக்கு வந்தது. மக்கள் நலன்களைப் பாதிக்கும் வகையில் அப்போது தி.மு.க. அரசு எடுத்த நடவடிக்கைகளால் ஏமாற்றமடைந்த இளைஞர்களில் ஒரு பகுதியினர் மார்க்சிஸ்ட் கம்யூனிஸ்ட் கட்சியின்பால் ஈர்க்கப்பட்டனர். மார்க்சிஸ்ட் கம்யூனிஸ்ட் கட்சி திமுக அரசு மக்கள் நலன்களுக்கு எதிராகக் கடைப்பிடித்த கொள்கைகளையும், மத்தியில் ஆண்ட காங்கிரஸ் அரசின் மக்கள் விரோத நடவடிக்கைகளையும் எதிர்த்து தமிழகத்தில் பல போராட்டங்களை நடத்திக்கொண்டிருந்தது.

தோழர் பரமன்

பரமனின் நெருங்கிய உறவினர் பிச்சை. பள்ளி ஆசிரியரான அவர் இவரோடு தொடர்ந்து அரசியல் விவாதம் நடத்தி வந்தார். ஆசிரியர் சங்கத்தில் தீவிரமாகச் செயல்பட்ட பிச்சை, மார்க்சிஸ்ட் கம்யூனிஸ்ட் கட்சி ஆதரவாளராகவும் இருந்தார். ஆசிரியர் பிச்சை அளித்த பல்வேறு விளக்கங்கள், மேற்கொண்ட

பல தொடர் முயற்சிகள் காரணமாக மார்க்சிஸ்ட் கம்யூனிஸ்ட் கட்சியின் ஆதரவாளராகிய பரமன், பிறகு 1970ஆம் ஆண்டு கட்சியின் உறுப்பினராக இணைந்தார்.

தோழர் பரமன் உசிலம்பட்டி-திருமங்கலம் பகுதிகளில் விவசாயிகள் சங்கத்தில் தனது இயக்கப் பணிகளைத் தொடங்கினார். 1973ஆம் ஆண்டு சங்கத்தின் வட்ட மாநாட்டில் அதன் தலைவராகத் தேர்வு செய்யப்பட்டார்.

அதே ஆண்டு திண்டுக்கல் நாடாளுமன்றத் தொகுதிக்கு இடைத்தேர்தல் நடைபெற்றது. அ.தி.மு.க. வேட்பாளராக எம்ஜிஆர் நிறுத்திய மாயத்தேவரை மார்க்சிஸ்ட் கம்யூனிஸ்ட் கட்சி ஆதரித்தது. தோழர் பரமன் அதிமுக வேட்பாளருக்காக தேர்தல் வேலைகளில் ஈடுபட்டார். தொகுதி முழுவதும் ஆளுங்கட்சியான தி.மு.க.வைச் சார்ந்தவர்கள் அ.தி.மு.க. தொண்டர்களையும், மார்க்சிஸ்ட் கம்யூனிஸ்ட் கட்சித் தொண்டர்களையும் கடுமையாகத் தாக்கினர். பலர் மீது பொய் வழக்குப் போட்டனர். அப்போது நடந்த ஒரு மோதலைத் தொடர்ந்து தோழர் பரமன் கைது செய்யப்பட்டு ஒரு மாதம் சிறைப்படுத்தப்பட்டார். சிறைவாசம் முடிந்தபோது, இயக்க ஈடுபாட்டில் மேலும் தன்னை உறுதிப்படுத்திக்கொண்ட வராக வெளியே வந்தார் பரமன்.

1975ஆம் ஆண்டு நடுவில் பிரதமர் இந்திரா காந்தி அரசு அவசர நிலை ஆட்சியை அறிவித்தது. அப்போது மார்க்சிஸ்ட் கம்யூனிஸ்ட் கட்சித் தலைவர்கள் பலரும் சிறையிடப்பட்டனர். தோழர் பரமன் ஒரு மாத காலம் தலைமறைவாகச் செயல்பட்டார். மாவட்டத்தில் இந்திரா அரசின் எதேச்சதிகாரத்தை எதிர்த்து நடந்த பிரச்சார இயக்கத்தில் தோழர் பரமன் ஜனநாயகத்தைக் காக்கும் உணர்வுடன் சுறுசுறுப்பாகப் பங்கேற்றார். அத்துடன் தனது சொந்த முயற்சியாகவும் கிராமங்களில் அவசர நிலை சர்வாதிகாரத்துக்கு எதிராக மக்கள் உணர்வைத் திரட்டும் முயற்சியில் ஈடுபட்டார்.

திருமங்கலம் பிரதானக் கால்வாய் (வைகையின் கிளைக் கால்வாய்) மூலம் உசிலம்பட்டி பகுதிக்கு 20,000 ஏக்கர் நிலத்திற்கு பாசன நீர் கிடைத்து வந்தது. 1984ஆம் ஆண்டு பாசன நீர் கிடைக்காமல் நெற்பயிர்கள் கருகலாயின. விவசாயிகளைத் திரட்டியது மார்க்சிஸ்ட் கம்யூனிஸ்ட் கட்சி. கால்வாய் மூலம் பாசன நீர் விடவேண்டும் என்று கோரிய விவசாயிகள்

தோழர் பரமன் தலைமையில் மறியல் போராட்டத்தில் ஈடுபட்டனர். போராட்டக்காரர்கள் மீது காவல்துறையினர் தடியடி நடத்தியதோடு, துப்பாக்கிச்சூடும் நடத்தினர். துப்பாக்கிச்சூட்டில் 2 பேர் பலத்த காயமுற்றனர். இப்படி போராட்டக்காரர்கள் மீது அடக்குமுறை ஏவப்பட்டதோடு, பரமன் உள்ளிட்ட 65 பேர் கைது செய்யப்பட்டு ஒரு மாதம் சிறையில் அடைக்கப்பட்டனர். அனைவரும் பிணையில் வெளியே வந்தார்கள். பின்னர் கட்சி தொடர்ந்து தலையிட்டதன் பேரில் வழக்கை மாவட்ட நிர்வாகம் விலக்கிக்கொண்டது. நடைபெற்ற பேச்சுவார்த்தையில் விவசாயிகளுக்கு பாசன நீர் அளிப்பதென்று அரசு நிர்வாகம் ஏற்றுக் கொண்டது. அந்த வெற்றிகரமான போராட்டத்தால் அப்பகுதி மக்களிடையே கட்சியின்மீதும் விவசாயிகள் சங்கத்தின்மீதுமான மரியாதை வெகுவாக உயர்ந்தது.

மேற்கண்ட போராட்டத்திற்குப் பிறகு உசிலம்பட்டி, திருமங்கலம் ஆகிய பகுதிகளில் பல கிராமங்களில் விவசாயிகள் சங்கக் கிளைகள் உருவாகின. அதையொட்டி மார்க்சிஸ்ட் கம்யூனிஸ்ட் கட்சிக் கிளைகளும் பல கிராமங்களில் உருவாக்கப்பட்டன.

தோழர் பரமன் மார்க்சிஸ்ட் கம்யூனிஸ்ட் கட்சியின் இடைக்குழுவிற்கு தேர்வு செய்யப்பட்டதோடு விவசாயிகள் சங்கத்தில் மாவட்ட நிர்வாகிகளில் ஒருவராகவும் தேர்வு செய்யப்பட்டு பல ஆண்டுகள் செயல்பட்டார். இன்று கட்சியின் மாவட்டக்குழு உறுப்பினராகச் செயலாற்றி வருகிறார்.

மக்கள் பிரச்சினைகளுக்காகப் போர்க்குணமிக்க பல போராட்டங்களை நடத்தியவர், தொடர்ந்து நடத்தி வருபவர் தோழர் பரமன். தன்னலம் கருதாது, உறுதியாக மக்களுக்காக நிற்கும் ஒரு போராளியாகத் திகழும் பரமன் அனைத்துத் தரப்பினரின் நன்மதிப்பைப் பெற்றிருப்பதில் வியப்பில்லை.

1996ஆம் ஆண்டு நடைபெற்ற உள்ளாட்சித் தேர்தலில் பரமன் செல்லம்பட்டி ஊராட்சி மன்றத் தலைவராகத் தேர்வு செய்யப்பட்டார். 2001 வரை செல்லம்பட்டி ஊராட்சிக்குட்பட்ட பகுதிகளில் பல நலத்திட்டங்களை முறையாகச் செயல்படுத்தி நேர்மையான தலைவர் என்ற பெயரையும் பெற்றார்.

தோழர் பரமன் உசிலம்பட்டி பகுதியில் பல இளைஞர்களை கட்சிக்கு கொண்டு வந்தார். பல ஆண்டு காலம் ‘தீக்கதிர்’ விநியோகம் செய்திருக்கிறார். இவருக்கு ஒரு

மகன், 2 மகள்கள். மூவரும் கட்சி ஆதரவாளர்கள். பரமனுடைய துணைவியார் தாயம்மாள், மார்க்சிஸ்ட் கட்சி உறுப்பினர், அனைத்திந்திய ஜனநாயக மாதர் சங்கத்திலும் செயல்படுகிறார். இவரது குடும்பம் கட்சி குடும்பம்.

மக்கள் மீது நேசம், அவர்களுக்காகப் போராடுகிற உறுதி, கம்யூனிஸ்ட் கட்சியில் ஆழ்ந்த விசுவாசம் என தோழர் பரமன் கடந்த 45 ஆண்டுகளுக்கு மேலாக ஆற்றி வரும் இயக்கப்பணி பாராட்டுக்குரியது, பின்பற்றத்தக்கது.

❑

13

சாதிப் பிரச்சினையாக்க முயன்ற மிராசுகளின் சதியை முறியடித்த போராட்டம்

பஞ்சாலைகளையும், பல வகை எந்திரவியல் தொழிற்சாலைகளையும் தனது அடையாளமாகக் கொண்ட கோவை நகரத்தில் அந்நியர் ஆட்சிக்கு எதிரான சுதந்திரப் போராட்டக் கனல் எழுந்த காலத்திலேயே, நிறுவனங்களின் உழைப்புச் சுரண்டல் ஒடுக்குமுறைகளுக்கு எதிரான தொழிற்சங்க இயக்கமும் பிறப்பெடுத்தது. அந்த நிறுவனங்களின் தொழிலாளர்கள் தங்களுடைய வேலை நிலை சார்ந்த கோரிக்கைகளுக்காக மட்டுமின்றி, பிரிட்டிஷ் ஆட்சிக்கு எதிராகவும் வீரம் செறிந்த போராட்டங்களை முன்னெடுத்தார்கள். அத்தகைய போராட்டங்களில் முன்னணியில் நின்ற தொழிலாளர்கள் பலரும் கம்யூனிஸ்ட் இயக்கத்தில் இணைந்தார்கள். இவ்வாறு ஒரு தொழிலாளியாக வாழ்க்கையைத் தொடங்கி, தொழிற் சங்கத்தில் சேர்ந்து, கம்யூனிஸ்ட் கட்சியிலும் உறுப்பினரானவர் தோழர் பி. நடராஜன். இன்று வரையிலும் கட்சியின் துடிப்புள்ள அங்கமாக இருப்பவர்.

நடராஜன் 1940ஆம் ஆண்டு கோவை மாவட்டம் காளப்பட்டி கிராமத்தில் ஒரு விவசாயக் குடும்பத்தில் பிறந்தவர். உடன் பிறந்த சகோதரர்கள் 3 பேர். தற்போது காளப்பட்டி கோவை மாநகராட்சியின் ஒரு வார்டு. இவரது தந்தை குத்தகைக்கு நிலத்தில் சாகுபடி செய்து குடும்பத்தைப் பராமரித்து வந்தார். பின்னர் இவரது தாத்தா சொந்தமாக 48 ஏக்கர் புஞ்சை நிலம் வாங்கினார். தந்தையார் அந்த நிலத்தை நான்கு மகன்களுக்கும் சமமாகப் பிரித்துக் கொடுத்தார்.

நடராஜன் 8ஆம் வகுப்பு வரை படித்தார். கோவை நகரத் தொழிற்சாலைகளில் வேலை செய்த தொழிலாளர்களில் பலர் காளப்பட்டி கிராமத்தில் வசித்து வந்தனர். அங்கு அக்காலத்திலேயே கம்யூனிஸ்ட் கட்சிக் கிளை ஒன்றும் செயல்பட்டு வந்தது.

1957ஆம் ஆண்டு நடராஜன் ஒரு இன்ஜினியரிங் தொழிற்சாலையில் வேலையில் சேர்ந்தார். அடுத்த ஆண்டிலேயே தொழிற்சங்கத்தில் உறுப்பினரானார். நடராஜனின் மாமா கம்யூனிஸ்ட் கட்சி உறுப்பினராகச் செயல்பட்டு வந்தவர். அவருடைய சொந்த ஊரான கரையான்பாளையத்திற்கு நடராஜன் அடிக்கடி செல்வார். கட்சித்தலைவர்கள் அவரது வீட்டிற்கு வருவார்கள். ‘ஜனசக்தி’ ஏட்டையும் சோவியத் வெளியீடுகளையும் நடராஜன் படிப்பதற்கு வாய்ப்பு கிடைத்தது. தன்னுடைய மாமா தன்னுடன் அன்றைய அரசியல் நிலவரங்கள் பற்றிப் பேசியதை நினைவுகூர்கிறார் நடராஜன்.

கோவை நகரத்தில் மே தின விழாவுக்கு நடராஜன் சென்றிருந்தார். அதில் சிறப்புரையாற்றியவர் தோழர் ஜீவா. அந்த உரையைக் கேட்ட பிறகு கம்யூனிஸ்ட் கட்சியில் சேர்வதென்று முடிவெடுத்தார்.

காளப்பட்டி கிராமக் கிளையை உள்ளடக்கியது கட்சியின் எஸ். எஸ்.குளம் வட்டாரக் குழு. 1960ஆம் ஆண்டு வட்டாரக் குழு மாநாடு அங்கு நடைபெற்றது இவரது இல்லத்தில்தான். அப்போது பரீட்சார்த்த உறுப்பினர் என்ற நிலையில் இருந்ததால் நடராஜன் மாநாட்டில் பிரதிநிதியாகக் கலந்துகொள்ள இயலவில்லை. ஆனால் மாநாட்டுத் தயாரிப்பு வேலைகளில் ஈடுபட்டதோடு, தொண்டராகவும் பங்கேற்றார்.

1961ஆம் ஆண்டு அவர் வேலை செய்துவந்த நிறுவனத்தில் பணி நிரந்தரம் பெற்றார். அவரது தொழிற்சங்கப் பணிக்கான அங்கீகாரமாக ஏ.ஐ.டி.யு.சி. சங்கத்தின் மாவட்டக்குழு உறுப்பினராகத் தேர்வு செய்யப்பட்டார். பிறகு அதன் மாவட்ட நிர்வாகிகளில் ஒருவராகவும் தேர்வானார். 1966ஆம் ஆண்டு பம்பாயில் நடைபெற்ற ஏ.ஐ.டி.யு.சி. அகில இந்திய மாநாட்டிற்குப் பிரதிநிதியாகச் சென்று கலந்துகொண்டதை இப்போதும் பெருமையாகக் கருதுகிறார்.

1964ஆம் ஆண்டு மார்க்சிஸ்ட் கம்யூனிஸ்ட் கட்சி உருவானது. இதற்கு ஆறு மாதத்திற்கு முன்னதாகவே கோவையைச் சார்ந்த கட்சித் தோழர்களின் ரகசியக் கூட்டம் பாலக்காட்டில் நடந்தது. இதில் கே. ரமணி, ஏ.கே. கோபாலன் இருவரும் கலந்துகொண்டனர். இதற்குப் பிறகு நடராஜன் உள்ளிட்டோர் தோழர் ரமணி தலைமையில் மார்க்சிஸ்ட் கம்யூனிஸ்ட் கட்சியில் இணைந்தனர். தொழிற்சங்கப் பணியிலும், கட்சிப் பணியிலும்

பி நடராஜன்

முனைப்புடன் ஈடுபட்ட தோழர் நடராஜன் 1970ஆம் ஆண்டு தொழிற்சாலை வேலையிலிருந்து விலகினார், இயக்கத்தின் முழுநேர ஊழியராகத் தன்னை ஒப்படைத்துக்கொண்டார். அப்போது தொழிற்சங்கப் பணிகள் அவரை அழைத்தன. அவர் கிராம மக்களிடையே பணியாற்றக் கருதி விவசாயிகள் சங்கத்தில் இணைந்து பணியாற்றினார்.

1971ஆம் ஆண்டு கட்சியின் கோவை வடக்கு தாலுகாச் செயலாளராகத் தேர்வு செய்யப்பட்டார். விவசாயிகள் சங்கத்தின் தாலுகாச் செயலாளராகவும் தேர்வு செய்யப்பட்டார். கட்சியிலும், விவசாயிகள் சங்கத்திலும் பொறுப்பு வகித்த நடராஜன், பொதுமக்களின் பிரச்சினைகளுக்காகவும் அயராத பல போராட்டங்களை நடத்தினார்.

எஸ்.எஸ். குளம் ஒன்றியத்தில் மணியக்காரன்பாளையம், நல்லாம்பாளையம், வெள்ளக்கிணறு, அப்பநாயக்கன்பாளையம், கொண்டநாயக்கன்பாளையம், சங்கனூர் ஆகிய கிராமங்களில் கூலி உயர்வு கோரி விவசாயத் தொழிலாளர்களைத் திரட்டி நடராஜன் தலைமையில் போராட்டம் நடைபெற்றது. பொதுவாக விவசாயத் தொழிலாளர்களில் பெரும்பான்மையானோர் தலித்துகள்

என்பதால், பெரும் நிலவுடைமையாளர்களான மிராசுதாரர்கள் தலித்துகளுக்கும், நில உடைமையாளர்களாகவும் இருந்த சாதி இந்து விவசாயிகளுக்கும் இடையே சாதிப் பிரச்சினையாகத் திரித்துவிட்டுப் போராட்டத்தை உடைக்க முயல்வார்கள், பல இடங்களில் போராட்டத்தை உடைக்கவும் செய்தார்கள். இந்தப் பகுதியின் மிராசுதாரர்கள் நாயுடு சமூகத்தைச் சேர்ந்தவர்கள்.

இந்தக் கிராமங்களைச் சார்ந்த ஆலைத் தொழிலாளர்களும், தொழிற்சங்கத்தில் இருந்த முன்னணி ஊழியர்களும் அதே நாயுடு சமூகத்தைச் சேர்ந்தவர்கள்தான். தொழிற்சங்கம் விவசாயத் தொழிலாளர்களின் போராட்டத்தை ஆதரித்ததால் மிராசுதாரர்கள் போராட்டத்தைச் சாதி மோதலாகத் திசைதிருப்ப முடியவில்லை. மேலும் வேலைநிறுத்தம் நடந்தபோது தொழிற்சங்கத்தின் சார்பில் மக்களிடமிருந்து அரிசி வசூல் செய்து கஞ்சி காய்ச்சி விவசாயத் தொழிலாளர்களுக்கு வழங்கினார்கள். தலித் மக்கள் வசிக்கும் பகுதியிலேயே தொழிலாளர்களும் தங்கியிருந்து போராட்டத்தை ஆதரித்தார்கள். போராட்டத்தை உடைக்க முடியாத மிராசுதாரர்கள் விவசாயத் தொழிலாளர்களின் கூலி உயர்வுக் கோரிக்கையை ஏற்க வேண்டியதாயிற்று.

அந்தப் போராட்டம் தொழிலாளர் - விவசாயிகள் ஒற்றுமைக்குச் சான்றாக அமைந்தது. கே. ரமணி, ஆர். வெங்கிடு ஆகிய தோழர்கள் அவ்வப்போது கிராமத்திற்கு வந்து போராட்டத்தை முன்னெடுத்துச் செல்ல வழிகாட்டி உதவினர். “எல்லாவற்றிற்கும் மேலாக போராட்டத்தை ஆதரித்து நடந்த பொதுக்கூட்டத்தில் தோழர் ஏ.கே.கோபாலன் கலந்துகொண்டு எழுச்சிமிக்க உரையாற்றினார். போராட்டம் வெற்றி பெற்றது,” என்று பெருமிதத்தோடு குறிப்பிடுகிறார் நடராஜன்.

கோவையில் விவசாயத் தொழிலாளர்களுக்கு ஆதரவாக தொழிலாளர்கள் நின்றார்கள். 1968ஆம் ஆண்டு டிசம்பர் 25 அன்று, கீழவெண்மணியில் மார்க்சிஸ்ட் கம்யூனிஸ்ட் கட்சியைச் சேர்ந்த விவசாயத் தொழிலாளர்களும் அவர்களது குடும்பத்தினருமாக 44 பேரை மிராசுதாரர்கள் உயிரோடு கொளுத்தினர் அல்லவா? அந்தக் கொடூரத்தைக் கண்டித்து கோவை நகரத் தொழிலாளர்கள் எந்திரச் சக்கரங்கள் சுழல்வதை முடக்கி, வேலைநிறுத்தம் செய்தது குறிப்பிடத்தக்கது.

இதற்குப் பிறகு பழனியில் நடந்த விவசாயிகள் சங்க மாநாட்டில் தோழர் நடராஜன் அதன் மாநில நிர்வாகக் குழுவிற்குத் தேர்வு செய்யப்பட்டார். அடுத்து ராஜஸ்தானில் நடைபெற்ற அகில இந்திய விவசாயிகள் சங்க மாநாட்டில் பிரதிநிதியாகக் கலந்துகொண்டார்.

தோழர் நடராஜன் 1973ஆம் ஆண்டு கட்சியின் மாவட்டக் குழு உறுப்பினராகத் தேர்வு செய்யப்பட்டார். சேலத்தில் நடைபெற்ற கட்சியின் மாநில மாநாட்டில் பிரதிநிதியாகக் கலந்துகொண்டபோது, அன்றைய அகில இந்திய பொதுச் செயலாளர் தோழர். பி. சுந்தரய்யா ஆற்றிய உரை மனதில் ஆழமாகப் பதிந்துவிட்டது என்று பெருமையாகக் குறிப்பிட்டார் நடராஜன்.

1974ஆம் ஆண்டு மாநிலத்தில் அரிசி, மண்ணெண்ணெய் பற்றாக்குறை ஏற்பட்டது. பெரிய வியாபாரிகள் அரிசியையும் மண்ணெண்ணையையும் பதுக்கி விலைகளை ஏற்றினார்கள். பதுக்கலையும் பகற்கொள்ளையையும் எதிர்த்து மறியல் போராட்டத்திற்கு அறைகூவல் விடுத்தது கட்சி. அந்த அறைகூவலை ஏற்று நடந்த மறியல் போராட்டத்தில் கலந்துகொண்டவர்கள் கைது செய்யப்பட்டு 15 நாட்கள் சிறையில் அடைக்கப்பட்டனர். அவர்களில் ஒருவர் நடராஜன்.

1950களில் காளப்பட்டியில் கம்யூனிஸ்ட் கட்சி கிளை செயல்படுவதற்கு பல எதிர்ப்பு இருந்தது. காங்கிரஸ் கட்சியினர் கம்யூனிஸ்ட் கட்சி தோழர்களைப் பலவகைகளில் மிரட்டுவார்கள், தாக்குவார்கள். கம்யூனிஸ்ட் தோழர்கள் தாக்கப்பட்டார்கள். பலருக்கும் பலத்த காயம் ஏற்பட்டது. கை, கால் முறிவு ஏற்பட்டது. நடராஜனின் தலை உருளும் என காங்கிரசார் பகிரங்கமாக மிரட்டினார்கள். அந்த வன்முறையை உறுதியாக எதிர்த்து முறியடித்ததில் நடராஜனுக்கு முக்கியப் பங்குண்டு.

1970களின் இறுதியில் காளப்பட்டியில் வாலிபர் அமைப்பு உருவானது. இவ்வாறு ஒன்றியத்தில் பல பகுதிகளில் கட்சி மற்றும் வெகுஜன அமைப்புகளை உருவாக்குவதில் நடராஜன் முக்கிய பங்காற்றினர்.

தனக்குப் பிறகு ஊரில் கட்சிக் கிளை எப்படி செயல்படப் போகிறதோ என்ற கவலை தனக்கு ஏற்பட்டிருந்தாகத் தெரிவித்தார் நடராஜன். தோழர்களோடு சேர்ந்து அடுத்தடுத்து பல இளைஞர்களை

கட்சியின் தலைமையிலான அமைப்புகளிலும் கட்சியிலும் இணைத்தார். காளப்பட்டியில் கட்சிக் கிளை, இந்திய ஜனநாயக வாலிபர் சங்கம், தையல் தொழிலாளர் சங்கம், சுமைப்பணி தொழிலாளர் சங்கம் ஆகியவையும் மாதர் சங்கம் உள்ளிட்ட இதர வெகுமக்கள் அமைப்புகளும் செயல்பட்டு வருகின்றன. இந்திய மாணவர் சங்கத்தின் மாநிலத் தலைவராகச் செயல்பட்டு தற்போது வாலிபர் சங்கத்தின் மாவட்டச் செயலாளராகப் பணியாற்றி வரும் தோழர் எஸ். கனகராஜ் இந்தக் கிராமத்தைச் சேர்ந்தவர்தான் என்பது குறிப்பிடத்தக்கது. இப்படி பல இளைய தலைமுறைத் தோழர்கள் கட்சியில் சேர்ந்து செயல்படுவது தனக்கு மகிழ்ச்சியையும் நம்பிக்கையையும் அளிப்பதாகக் கூறுகிறார் நடராஜன்.

தோழர் நடராஜன் கட்சியின் இடைக்குழுச் செயலாளராக, விவசாய சங்கத்தின் தாலுகா செயலாளராக, தொழிற்சங்க நிர்வாகியாக, கட்சியின் முழுநேர ஊழியராகப் பணியாற்றிய பெருமைக்குரியவர். அவருடைய துணைவியார், இரண்டு மகன்கள், மகள் என குடும்பத்தினர் அனைவரும் கட்சியின் உறுதியான ஆதரவாளர்கள்.

தற்போது 76 வயதாகும் தோழர் நடராஜன் கட்சி உறுப்பினராக இருந்துகொண்டு தன்னால் இயன்ற பணியைச் செய்து வருகிறார். கடந்த 60 ஆண்டு காலமாக கோவை மாவட்டத்தில் ஒரு ஒரு முன்னோடித் தோழராக பி.நடராஜன் ஆற்றிவரும் களப்பணி குறிப்பிடத்தக்கது, பின்பற்றத்தக்கது.

❑

14

வரலாறுகளை வழங்கிடும் வரலாற்றுப் பங்களிப்பு

தமிழகம் உள்பட இந்தியாவில் கம்யூனிஸ்ட் இயக்க வரலாற்றின் மைல்கற்களாய் அமைந்த நிகழ்வுகள், உழைக்கும் வர்க்கத் தலைவர்களது வாழ்க்கைப் பயணங்கள்... இவை பற்றிய துல்லியமாகத் தெரிந்துகொள்ள வேண்டுமானால் நம்பிக்கையோடு நாடக்கூடிய ஒருவர் இருக்கிறார் - தோழர் என். ராமகிருஷ்ணன். ‘களப்பணியில் கம்யூனிஸ்ட்கள்’ தொடரில் நாற்பதாண்டு, ஐம்பதாண்டு, ஏன் - அறுபதாண்டுகளுக்கும் மேலாகக் கட்சியிலும், வர்க்க அமைப்புகளிலும், வெகுமக்கள் அமைப்புகளிலும் பொறுப்புகளை வகித்து, போராட்டங்களில் முன்னின்று. சிறை சென்று அர்ப்பணிப்போடு கட்சிப்பணியாற்றிய பல தோழர்களைப் பற்றி எழுதியிருக்கிறேன். சற்றே மாறுபட்ட வகையில், ஆனால் அதே அர்ப்பணிப்பு உணர்வோடு இயங்கிக்கொண்டிருப்பவர் என்.ஆர். கம்யூனிஸ்ட் கட்சியில் பத்திரிகையாளராக பணியைத் தொடங்கி, கட்சியின் மத்தியக்குழு அலுவலகத்தில் பல ஆண்டுகள் சிறப்பாகப் பணியாற்றி, தற்போது கட்சியின் வரலாற்றையும், தலைவர்களின் வாழ்க்கையையும் தொகுத்தளிக்கிற நடமாடும் தகவல் களஞ்சியமாக அரும்பணியாற்றி வருபவர்.

1942ஆம் ஆண்டு இவர் பிறந்தார். இளம் வயதிலேயே இவரது தந்தை இறந்து விட்டதால் இவரது மூத்த சகோதரர்களாலும் சகோதரிகளாலும் வளர்க்கப்பட்டார். அந்த மூத்த சகோதரர்களில் ஒருவர்தான் விடுதலைப்போராட்ட வீரரும் மார்க்சிஸ்ட் கம்யூனிஸ்ட் கட்சியின் மூத்த தலைவருமான என். சங்கரய்யா. ராமகிருஷ்ணன் பிறந்தபோது சங்கரய்யா மதுரை மாநகரில் கம்யூனிஸ்ட் தலைவர்களில் ஒருவராக விளங்கினார். ராமகிருஷ்ணன் தமது மாணவப் பருவத்திலேயே கம்யூனிஸ்ட் கட்சியின்பால் ஈர்க்கப்பட்டதற்கு இந்தப் பின்னணியும் ஒரு காரணம். பள்ளி மாணவராக இருந்தபோது கட்சியின் அகில இந்திய 3வது மாநாடு 1952இல் மதுரையில் நடைபெற்றது. தமுக்கம் மைதானத்தில்

வைகை வெள்ளம் புகுந்தது போலத் திரண்ட பேரணியைப் பார்த்ததும், அதில் இங்கிலாந்து கம்யூனிஸ்ட் கட்சித் தலைவர் தோழர் ஹரிபாலிட் பேசியதைக் கேட்டதும் இவருடைய சிந்தனையில் மின்விளக்கொளியைப் பாய்ச்சியது போல் இருந்தது. அதிலிருந்தே இவர் மனதளவில் கம்யூனிஸ்ட்டாகிவிட்டார். கட்சி அலுவலகத்திற்குச் செல்ல ஆரம்பித்தார். நிறைய நூல்களைப் படிக்கத் தொடங்கினார்.

பள்ளியிறுதி வகுப்பு முடித்த பிறகு, அந்த இளம் வயதிலேயே மதுரையில் 'ஜனசக்தி' இதழின் செய்தியாளராகச் செயல்பட ஆரம்பித்தார். எதிர்காலத்தில் ஒரு சிறந்த எழுத்தாளராக உருவாவதற்குத் தொடக்கப்புள்ளியாக அமைந்தது 'ஜனசக்தி' நிருபர் பணிதான். அதன் ஆசிரியராகப் பொறுப்பேற்றிருந்தவர் தோழர் ஜீவா. அவருடன் ஏற்பட்ட தொடர்பு தன்னைச் செழுமைப்படுத்தியது என்று குறிப்பிடுகிறார் என்.ஆர். 1961ல் சென்னையில் 'ஜனசக்தி' அலுவலகத்தில் துணையாசிரியராகச் சேர்ந்தார்.

கம்யூனிஸ்ட் கட்சிக்குள் தத்துவார்த்த, கொள்கைப் பிரச்சினையில் உட்கட்சிப் போராட்டம் நடந்த பின்னணியில் 1963ஆம் ஆண்டு 'தீக்கதிர்' தொடங்கப்பட்டது. என்.ஆர். காலையில் 'ஜனசக்தி' அலுவலகத்திலும், மாலையில் 'தீக்கதிர்' அலுவலகத்திலும் பணியாற்றினார். 1964ஆம் ஆண்டு உருவான மார்க்சிஸ்ட் கம்யூனிஸ்ட் கட்சியின் பயணத்தில் தானும் இணைந்துகொண்டார்.

மார்க்சிஸ்ட் கம்யூனிஸ்ட் கட்சி மீது அன்றைய மத்திய காங்கிரஸ் அரசு அடக்குமுறையை ஏவியது. முக்கியத் தலைவர்கள் கைது செய்யப்பட்டனர். தோழர்கள் என்.ஆர்.,, கோவை ஈஸ்வரன் இருவரும் தடுப்புக் காவல் சட்டத்தில் கைது செய்யப்பட்டு ஓராண்டு சிறையிலடைக்கப்பட்டனர். சிறையில் அவர்களை வரவேற்றவர்கள் பி. ராமமூர்த்தி உள்ளிட்ட தலைவர்கள். பின்னர் என்.ஆர். 'தீக்கதிர்' பணியில் முழுமையாக ஈடுபட்டார்.

1966ஆம் ஆண்டு சென்னையில் மார்க்சிஸ்ட் கம்யூனிஸ்ட் கட்சியில் உறுப்பினராக சேர்க்கப்பட்டார். பல ஆண்டுகள் 'ஜனசக்தி' இதழின் நிருபராகப் பணியாற்றினாலும் கட்சி உறுப்பினராகச் சேர்க்கப்படவில்லை. அக்காலத்தில் கட்சி உறுப்பினராவது அவ்வளவு கடினமானது.

என். ராமகிருஷ்ணன்

மார்க்சிஸ்ட் கம்யூனிஸ்ட் கட்சியினுடைய அரசியல் தலைமைக்குழுவின் முடிவின்படி தோழர் என்.ஆர். தில்லி சென்று கட்சியின் அகில இந்திய மையத்திலிருந்து செயல்பட்டார். அங்கு கட்சியின் பொதுச் செயலாளர் தோழர் பி. சுந்தரய்யா, அரசியல் தலைமைக்குழு உறுப்பினர்கள் பி. ராமமூர்த்தி, ஏ.கே. கோபாலன், ஹர்கிஷன் சிங் சுர்ஜித், இ.எம்.எஸ். நம்பூதிரிபாத், ஜோதிபாசு, பி.டி.ரணதிவே உள்ளிட்ட கட்சியின் நவரத்தினங்களோடு நெருங்கிப் பழகக் கிடைத்த வாய்ப்பு தனது பெரும்பேறு என நெகிழ்கிறார் என்.ஆர்.

"தில்லியில் இருந்தபோது, தூக்குமேடை வீரர்கள் பகத்சிங், ராஜகுரு, சுகதேவ் ஆகியோரது வழக்கில் சம்பந்தப்பட்டவர்களும் அந்தமான் சிறையில் ஆயுள் தண்டனை விதிக்கப்பட்டவர்களுமான சிவவர்மா, பண்டிட் கிஷோரிலால், டாக்டர் கயாபிரசாத் ஆகியோரைச் சந்தித்துக் கலந்துரையாடும் வாய்ப்பும் எனக்குக் கிடைத்தது," என்று நினைவுகூர்கிறார். எப்பேற்பட்ட வாய்ப்பு அது!

தோழர் பிரகாஷ் காரத் 1971ல் ஜவஹர்லால் நேரு பல்கலைக்கழகத்தில் சேர்வதற்காக தில்லி சென்றார். தன்னிடம் தோழர் வி.பி. சிந்தன் கொடுத்திருந்த அறிமுகக் கடிதத்தோடு அவர் ராமகிருஷ்ணனைச் சந்தித்தார். இவர்தான் பிரகாஷ் காரத்தைக் கட்சியின் தில்லி மாநிலச் செயலாளருக்கு அறிமுகப்படுத்தினார்.

என்.ஆர். ஆங்கிலத்தில் பேசவும் எழுதவும் கற்றுக் கொண்டு கட்சி மையத்தில் பணியாற்றினார்.

மார்க்சிஸ்ட் கம்யூனிஸ்ட் கட்சியின் நாடாளுமன்ற குழுத் தலைவராக இருந்தவர் தோழர் ஏ.கே. கோபாலன். அவருக்கு வரும் கடிதங்களைப் பராமரிப்பது, அவர் அரசுக்கு அனுப்ப வேண்டிய மனுக்களைத் தயாரிப்பது போன்ற பணிகளையும் என்.ஆர். செய்து வந்தார். மேலும், அரசியல் தலைமைக்குழு உறுப்பினர்கள் தில்லிக்கு வருகிறபோதும் அவர்கள் தங்கள் மாநிலங்களுக்குத் திரும்பிச் செல்கிறபோதும் அவர்களுக்கு வேண்டிய உதவிகளை இவர்தான் செய்வார்.

வங்கச் சிறைகளிலும் அந்தமான் சிறைகளிலும் 28 ஆண்டுகள் அடைக்கப்பட்டிருந்த தோழர் கணேஷ்கோஷ் 1967 முதல் 1971 வரை மக்களவை உறுப்பினராக இருந்தார். அவருடைய அன்பிற்குரிய தோழனாகப் பழகிடும் வாய்ப்பு இவருக்குக் கிடைத்தது. அதேபோல், ஒன்றுபட்ட கம்யூனிஸ்ட் கட்சியின் பொதுச்செயலாளர் பி.சி. ஜோஷியுடன் கலந்துரையாடும் வாய்ப்பும் இவருக்குக் கிடைத்தது.

1982இல் தோழர் என்.ஆர். கட்சி மையத்திலிருந்து செயல்பட வேண்டுமென்று அரசியல் தலைமைக்குழு முடிவு செய்தது. இரண்டுமுறை அரசியல் தலைமைக்குழு கூட்டத்திற்கு அழைக்கப்பட்டு அதில் விவாதிக்கப்படும் தீர்மானங்களை உரிய திருத்தங்களுடன் எழுத்தாக்குவதற்குப் பணிக்கப்பட்டார். முக்கியமான அந்தப் பணியையும் திறம்படச் செய்தார் என்.ஆர்.

இவர் மனதில் பல ஆண்டுகளாகவே தமிழகத்திற்கு வந்து கட்சி, கட்சித் தலைவர்கள், கட்சியின் தலைமையிலான பல்வேறு இயக்கங்களின் வரலாறுகளைப் புத்தகங்களாக எழுத வேண்டுமென்ற அவா இருந்தது. அதற்காகத் தன்னை தமிழகத்திற்கு அனுப்பிவைத்திடக் கேட்டுக்கொண்டு அரசியல் தலைமைக் குழுவிற்குக் கடிதம் கொடுத்தார். 1983இல் கட்சியின் பொதுச்செயலாளர் தோழர் இ.எம்.எஸ். இவரது

பதினைந்தாண்டுகால தில்லி அலுவலகப் பணிகளைப் பாராட்டி, இவரின் பணி மத்தியக் குழுவிற்கு மீண்டும் கிடைக்குமென நம்பிக்கை தெரிவித்து கடிதம் கொடுத்து அனுப்பி வைத்தார்.

மதுரைக்கு வந்தபிறகு குடும்பத்தைப் பராமரிக்கவென ஒரு தனியார் நிறுவனத்தில் வேலைக்குச் சேர்ந்தார். ஆயினும் தினமும் மாலை 'தீக்கதிர்' அலுவகத்திற்கு வந்துவிடுவார். கட்சியின் ஆங்கில வெளியீடுகளைத் தமிழாக்கம் செய்துகொடுப்பார். 1985இல் தோழர் என். வரதராஜன் கேட்டுக்கொண்டதற்கிணங்க 'தீக்கதிர்' ஊழியராகச் சேர்ந்து மொழியாக்கத்தோடு, விளம்பரப் பிரிவிலும் பணியாற்றி வந்தார்.

இந்தியாவில் கம்யூனிஸ்ட் கட்சியை உருவாக்கிய தலைவர்களில் ஒருவரான தோழர் முசபர்அகமத் வாழ்க்கை வரலாற்றை என். ஆர்.நூலாக எழுதி, அது 1988இல் வெளியானது. அதைத் தொடர்ந்து தோழர் பாலாஜி ('சவுத் விஷன்' பதிப்பகம்) இவரது 22 புத்தகங்களை வெளியிட்டார். தன்னை பாலாஜிதான் புத்தக எழுத்தாளராக்கினார் என்று என்.ஆர். நன்றியறிதலோடு கூறுகிறார். அடுத்தடுத்து எழுதிக்கொண்டே இருந்தார். எழுதித் தள்ளினார் என்றார் மிகையாகாது. இன்றுவரை என்.ஆர். 68 புத்தகங்கள் எழுதியுள்ளார்.

'அயர்லாந்து - 800 ஆண்டு விடுதலைப்போர்', 'மகத்தான பிரெஞ்சுப் புரட்சி', 'நீதிக்குப் போராடும் பாலஸ்தீன் மக்கள்', 'உலகின் முதல் கம்யூனிஸ்ட் சதி வழக்கு', 'இங்கிலாந்தை உலுக்கிய சாசன இயக்கம்', 'ரஷ்யப் புரட்சி புதிய பார்வை', 'தமிழகத்தில் கம்யூனிஸ்ட் இயக்கத்தின் தோற்றமும் வளர்ச்சியும் (1917-1984)', 'தமிழகத்தில் மார்க்சிஸ்ட் கம்யூனிஸ்ட் இயக்கத்தின் தோற்றமும் வளர்ச்சியும்(1964-2014)', 'தமிழக சுதந்திரப் போரில் கம்யூனிஸ்ட்டுகளின் மகத்தான பங்கு' -இவை இவரது குறிப்பிடத்தக்க நூல்களில் சில. காரல் மார்க்ஸ், ஜென்னி, ஆங்சான் சூ கி, மார்ட்டின் லூதர் கிங், டாக்டர் அம்பேத்கர், ஈவெரா பெரியார், மார்க்சிஸ்ட் கம்யூனிஸ்ட் கட்சியின் நவரத்தினங்கள் உள்ளிட்ட 30க்கும் மேற்பட்ட தலைவர்களின் வாழ்க்கை வரலாறுகளையும் என்.ஆர். வழங்கியுள்ளார்.

மார்க்சிஸ்ட் கம்யூனிஸ்ட் கட்சியின் நவரத்தினங்கள் பி.டி. ரணதிவே, பி.ராமமூர்த்தி, சமர்முகர்ஜி, எம்.கே.பாந்தே, கே.ரமணி ஆகியோரின் வாழ்க்கை வரலாறுகளை இவர் ஆங்கிலத்தில்

எழுதியுள்ளார். இவர் ஆங்கிலத்தில் எழுதிய பி.டி.ரணதிவே வாழ்க்கை வரலாற்றை கட்சியின் மலையாள நாளேடாகிய ‘தேசாபிமானி’ தொடராக வெளியிட்டது. இவர் எழுதிய கே.ரமணி, லீலாவதி ஆகிய வரலாறுகளை தெலுங்கு மொழியில் ‘பிரஜாசக்தி’ வெளியிட்டுள்ளது. இவர் எழுதிய பி.ராமமூர்த்தி வரலாறு கன்னடத்தில் மொழிபெயர்க்கப்பட்டுள்ளது. இவர் ஆங்கிலத்தில் எழுதிய சமர்முகர்ஜி வாழ்க்கை வரலாறு வங்காள மொழியில் வந்துள்ளது. ‘மார்க்சிஸ்ட் கட்சியின் நவரத்தினங்கள்’ தற்பொழுது மராத்தியில் மொழியாக்கம் செய்யப்பட்டு வருகிறது. ‘அம்பேத்கர் வாழ்க்கையும் - பங்களிப்பும்’ பற்றிய இவருடைய நூல் முக்கியத்துவம் வாய்ந்தது.

தற்போது உலக கம்யூனிஸ்ட் இயக்கத்தின் சுருக்கமான வரலாறு *(1844-1917)* என்ற *600* முதல் *700* பக்கங்களைக் கொண்ட நூலை ஆங்கிலத்தில் எழுதியுள்ளார். ஒப்புதலுக்காக அதன் படியை கட்சியின் பொதுச் செயலாளர் தோழர் சீத்தாராம் யெச்சூரிக்கு அனுப்பி வைத்துள்ளார்.

படிப்பதையும் எழுதுவதையுமே முழுநேரப் பணியாக தோழர் என்.ஆர். செய்து வருகிறார். இத்தகைய வரலாறுகளை என்.ஆர். எழுதவில்லை என்றால் கட்சியின் வீரமிகு அத்தியாயங்களும், கட்சித் தலைவர்களின் அர்ப்பணிப்பு மிக்க புரட்சிகரச் செயல்பாடுகளும் பற்றி இன்றைய தலைமுறையினருக்குத் தெரியாமலேயே போயிருக்கும் என்றால் மிகையல்ல.

இவருடைய துணைவியார் குருவம்மாள் 10 ஆண்டுகளுக்கு முன் காலமாகிவிட்டார். மகன் மணவாளன், மகள் சாந்தி இருவரும் கட்சி மீது பற்றுக் கொண்டவர்கள்.

எளிமையை, பணிவைத் தனது அடையாளமாகக் கொண்டவர் தோழர் என்.ஆர். இக்கட்டுரையை எழுதுவதற்காகக்கூட தன்னுடைய வாழ்க்கை விபரங்களைத் தர மறுத்தார். கடந்த ஓராண்டு காலமாக அவரோடு போராடித்தான் சில தகவல்களைப் பெற வேண்டியிருந்தது. கட்சிக்கும், தான் வாழும் சமூகத்திற்கும் தோழர் என்.ஆர். ஈடுபாட்டோடும் அர்ப்பணிப்போடும் செய்த, தொடர்ந்து செய்துவருகிற எழுத்துப்பணி பாராட்டத்தக்கது- பின்பற்றத்தக்கது.

❑

15
அரை நூற்றாண்டு அயராத ஈடுபாடு

இயக்கம் என்ற மாமரத்தின் வேர்களாகக் களத்தில் உழைத்த, உழைத்துக்கொண்டிருக்கிற மூத்த தோழர்கள் பலரையும் இக்கட்டுரைத்தொடரில் நாம் சந்தித்து வருகிறோம். பல தோழர்களின் அறிமுகம், ஈடுபாடு ஆகியவை ஒரே மாதிரியானவையாகத் தெரிந்தாலும் ஒவ்வொரு தோழரின் களப்பணியும் ஏதேனும் ஒரு வகையில் தனித்துவத்துடன் அமைந்திருப்பதையும் காண்கிறோம். குடும்பத்தைக் காப்பதற்காகத் பல்வேறு நிறுவனங்களின் தொழிலாளர்களாகப் பணி செய்யப் புறப்பட்டு, பின்னர் உழைப்பாளி மக்களின் நலன்களையும் உரிமைகளையும் காப்பதற்காக செங்கொடி இயக்கத்தை அடையாளம் கண்டு தங்களை ஒப்படைத்துக் கொண்ட தோழர்கள் இன்றளவும் தங்கள் பகுதிகளில் மற்ற தோழர்களுக்கு, குறிப்பாக இளம் தலைமுறையினருக்கு, ஒரு ஈர்ப்பு விசையாக இயங்கிக்கொண்டிருக்கிறார்கள்.

கோவை, மதுரை ஆகிய இரண்டு நகரங்களில் ஆலைத் தொழிலாளர்களாக வாழ்க்கையைத் தொடங்கி, பின்னர் தொழிற்சங்கத்திலும் கட்சியிலும் இணைந்து அர்ப்பணிப்போடு செயல்படும் பல தோழர்களைப் பற்றிய கட்டுரைகள் இப்பகுதியில் தொடர்ச்சியாக இடம்பெற்றுள்ளன. அத்தகையோரில் குறிப்பிடப்பட வேண்டிய மற்றொரு தோழர்தான் கோவையைச் சார்ந்த ஆர். திருவேங்கடம். இவரும் ஒரு வகையில் தனித்துவமான முறையில் களப்பணியாற்றியிருக்கிறார்.

தோழர் திருவேங்கடம் 1943ஆம் ஆண்டு கோவை சின்னமேட்டுப்பாளையம் கிராமத்தில் ஒரு எளிய விவசாயக் குடும்பத்தில் பிறந்தவர். கல்வியின் முக்கியத்துவம் பற்றிய சரியான புரிதல் பல குடும்பங்களுக்குக் கிடைக்கப் பெறாத காலகட்டம் அது. திருவேங்கடத்தின் பெற்றோர் இவரை 7ஆம் வகுப்பு வரை மட்டுமே படிக்க வைத்தனர்.

பள்ளிப் படிப்பு முடிந்து சில ஆண்டுகளில், தனது 16வது வயதில் திருவேங்கடம் ஒரு அச்சகத்தில் வேலையில் சேர்ந்தார். அங்கே இவருக்குக் கிடைத்த ஊதியம் மிகக் குறைவு. ஆகவே வேறு வாய்ப்புகளுக்காகக் காத்திருந்தவருக்கு 1961ஆம் ஆண்டு கோவையின் கோபாலகிருஷ்ணா பஞ்சாலையில் வேலை கிடைத்தது. இந்தியாவில் மான்செஸ்டர் என்று பெயர் பெற்ற கோவை மாநகரில் அன்று ஏராளமான பஞ்சாலைகள் இருந்தன. கோவை மாவட்டத்தைச் சார்ந்த இளைஞர்களுக்குச் சிறு வயதிலேயே அந்தப் பஞ்சாலைகளில் வேலைக்குச் சேரக்கூடிய வாய்ப்பிருந்தது. அந்த வகையில்தான் தானும் ஒரு பஞ்சாலைத் தொழிலாளியானார் திருவேங்கடம்.

பஞ்சாலைத் தொழிலாளர்களின் நம்பிக்கையையும் ஆதரவையும் பெற்ற வலுவானதொரு தொழிற்சங்க அமைப்பு தோழர் கே.ரமணி தலைமையில் இயங்கி வந்தது. பஞ்சாலை வேலையில் சேரும் தொழிலாளர்கள் அன்றைய ஏ.ஐ.டி.யு.சி. தலைமையிலான பஞ்சாலைத் தொழிலாளர் சங்கத்தில் தங்களை இணைத்துக்கொள்வார்கள். அந்த இயல்புப்படி திருவேங்கடமும் அந்தத் தொழிற்சங்கத்தில் இணைந்தார். தான் இணைந்ததோடு நிற்காமல், சுற்று வட்டாரத்தில் இருந்த இதர பஞ்சாலைகளிலும், வேறு நிறுவனங்களிலும் தொழிற்சங்கத்தைத் துவக்குவதில் முன்னின்றார். தான் வேலை செய்த பஞ்சாலையில் சக தொழிலாளர்களுக்காக நடந்த போராட்டங்களில் பங்கேற்ற அவர், அதற்கும் மேலாக மற்ற ஆலைகள், நிறுவனங்களின் தொழிலாளர் போராட்டங்களிலும் கலந்து கொண்டார்.

தோழர் திருவேங்கடத்தின் இத்தகைய பணிக்குக் கிடைத்த ஒரு அங்கீகாரமாக, பஞ்சாலைத் தொழிற்சங்க நிர்வாகக்குழு உறுப்பினராகத் தேர்வு செய்யப்பட்டார். தொழிற்சங்கத்தின் மாவட்டக் குழு உறுப்பினராகவும் செயல்பட்டிருக்கிறார்.

பின்னர் இந்திய தொழிற்சங்க மையம் (சி.ஐ.டி.யு.) உதயமானபோது அதில் சேர்ந்தார். சி.ஐ.டி.யு. அகில இந்திய மாநாட்டிலும் கலந்து கொண்டார்.

திருவேங்கடத்தின் மாமா எம்.ஆர். நாராயணசாமி (இவரைப் பற்றிய கட்டுரை 'களப்பணியில் கம்யூனிஸ்ட்கள்' தொடரில் ஏற்கெனவே இடம்பெற்றுள்ளது). 1940களிலேயே கம்யூனிஸ்ட் கட்சியில் சேர்ந்து தொழிற்சங்கப் பணியிலும், கட்சிப்பணியிலும்

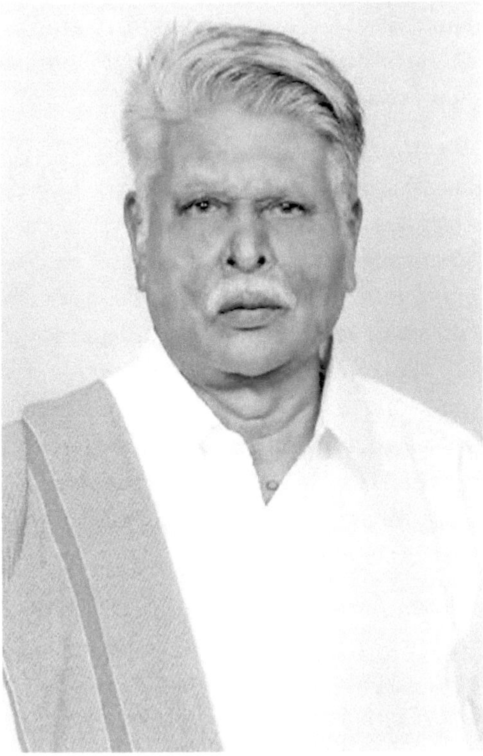

ஆர். திருவேங்கடம்

ஈடுபட்டு வந்தவர். ஏராளமான தொழிலாளர்களை செங்கொடி இயக்க ஆதரவாளர்களாகத் திரட்டியவர். "தொழிற்சங்கத்தில் மட்டுமே செயல்பட்டுவந்த நான் கம்யூனிஸ்ட் கட்சியில் உறுப்பினராகச் சேர்வதற்கு மாமா நாராயணசாமிதான் தூண்டுதலாக இருந்தார்," என்று கட்சிக்குள் தாம் வந்ததன் பின்னணியை நினைவுகூர்கிறார் திருவேங்கடம்.

1964ஆம் ஆண்டு இந்திய கம்யூனிஸ்ட் (மார்க்சிஸ்ட்) கட்சியின் மாநிலச் செயலாளராக இருந்தவர் தோழர் எம்.ஆர். வெங்கட்ராமன். அவர் அந்தப் பொறுப்பை ஏற்றிருந்த காலகட்டத்தில் தானும் மார்க்சிஸ்ட் கம்யூனிஸ்ட் கட்சி உறுப்பினரானதை ஒரு பெருமிதம் கலந்த மகிழ்ச்சியோடு குறிப்பிடுகிறார்.

தான் வேலை செய்த பஞ்சாலையிலும், மற்ற நிறுவனங்களிலும் தொடங்குகிற தொழிலாளர் உரிமைகளுக்கான போராட்டங்களிலும் தவறாமல் கலந்து கொள்வார். இதற்காகக் கைது செய்யப்பட்டு

சிறையில் அடைக்கப்பட்டதும் உண்டு. ஏழு முறை கைது செய்யப்பட்டு ஒவ்வொரு முறையும் 15 நாட்கள் சிறையில் இருந்ததைத் தெரிவிக்கிறார்.

ஆலைத் தொழிலாளர் போராட்டங்களோடு இவர் தன்னைச் சுருக்கிக்கொள்ளவில்லை. இவர் வாழ்ந்த பகுதியில் விவசாயத் தொழிலாளர்களுக்கும் தோள் கொடுத்தார். குறிப்பாக சங்கனூர் என்ற கிராமத்தில், விவசாயத் தொழிலாளர்கள் கூலி உயர்வுக்காக வேலை நிறுத்தப் போராட்டம் நடத்தினார்கள். நிலவுடைமையாளர்களின் அச்சுறுத்தல்கள், அரசு எந்திரத்தின் கெடுபிடிகளை மீறி 23 நாட்கள் வெற்றிகரமாக நடைபெற்ற அந்தப் போராட்டத்திற்காக ஏ.கே. கோபாலன், ஆர். ராமராஜ் உள்ளிட்ட கம்யூனிஸ்ட் தலைவர்கள் கிராமத்திற்கே வந்து வழிகாட்டி ஊக்கமளித்தார்கள். விவசாயத் தொழிலாளர்களின் போராட்டத்திற்குத் துணையாக இருந்ததோடு அவர்களில் தானும் ஒருவராகக் இரண்டறக் கலந்து நின்றார் திருவேங்கடம்.

விவசாயத் தொழிலாளர்களின் அந்தப் போராட்டம் வெற்றி பெற்றது. அவர்கள் கோரிக்கை நிறைவேறியது. அதன் தொடர்ச்சியாக, ஆலைத் தொழிலாளரல்லாத விவசாயிகள், விவசாயத் தொழிலாளர்களிடையே கட்சி வளர்ந்தது.

1973ஆம் ஆண்டு, தங்கள் கோரிக்கைகளுக்காகப் போராடிய சிவானந்தா மில் தொழிலாளிகளை அதன் நிர்வாகம் பழிவாங்கியது. அவர்களுடன் ஒருமைப்பாடு தெரிவித்து உடனடியாக நடைபெற்ற மறியல் போராட்டத்தில் தோழர் திருவேங்கடம் கலந்து கொண்டார். அதற்காகக் கைது செய்யப்பட்டு 15 நாட்கள் சிறையில் அடைக்கப்பட்டார்.

இந்திரா காந்தி தலைமையிலான மத்திய காங்கிரஸ் அரசு அவசரநிலை ஆட்சியைப் பிரகடனப்படுத்தி எதிர்க்கட்சித் தலைவர்களை எல்லாம் கைது செய்தது. மார்க்சிஸ்ட் கம்யூனிஸ்ட் கட்சியின் தலைவர்கள் பலர் கைது செய்யப்பட்டனர். கட்சியின் மக்களவை உறுப்பினராக இருந்த ஜோதிர்மாய் பாசு கைது செய்யப்பட்டு சிறையில் அடைக்கப்பட்டார். சிறையில் அவரைக் காவல்துறையினர் சித்திரவதை செய்தார்கள். அத்தகைய சூழலில் தோழர்கள் கே. ரமணி, ஆர். வெங்கிடு, கே.எஸ். கருப்புசாமி, ஆகியோர் தலைமறைவாக செயல்பட வேண்டிய அவசியம் ஏற்பட்டது. அந்தத் தலைவர்களுக்குப் பாதுகாப்பு அளிக்கும்

கடமை தோழர் திருவேங்கடத்திற்கும் அளிக்கப்பட்டது. அதனைக் கவனத்தோடும் பொறுப்போடும் நிறைவேற்றினார்.

கட்சியில் அயராது செயல்பட்ட தோழர் திருவேங்கடம் கட்சியின் கிளைச் செயலாளராகவும், இடைக்குழு உறுப்பினராகவும் பணியாற்றியிருக்கிறார்.

அமெரிக்க ஏகாதிபத்திய அரசின் வஞ்சகத்தை எதிர்கொண்ட கியூபா சோசலிச அரசுக்கும் மக்களுக்கும் ஒருமைப்பாட்டை வெளிப்படுத்தும் வகையில் உலக அளவில் ஆதரவு நிதி திரட்டப்பட்டது. இந்தியாவிலும் தோழர் ஹர்கிஷன் சிங் தலைமையில் கியூபா ஒருமைப்பாட்டுக் குழு அமைக்கப்பட்டது. நாடு முழுவதும் மார்க்சிஸ்ட் கம்யூனிஸ்ட் கட்சியின் சார்பில் நிதி, அரிசி, கோதுமை போன்ற உணவுப் பொருட்கள் சேகரிக்கப்பட்டன. தோழர் திருவேங்கடம் தன்னுடைய சொந்த முயற்சியில் வீடு வீடாகச் சென்று பல மூட்டை அரிசி பெற்றுக் கொடுத்தார்.

2008ஆம் ஆண்டு கோவையில் கட்சியின் அகில இந்திய மாநாடு நடைபெற்றது. மாநாடு சிறப்பாக நடைபெறுவதற்காகச் செலுத்திய பங்களிப்பை ஒரு பெருமிதத்தோடு குறிப்பிட்டார்.

எல்லாவற்றிற்கும் மேலாக தோழர் திருவேங்கடம் தான் வாழ்ந்த பகுதியில் ‘தீக்கதிர்’ விநியோகம் செய்து வந்தார். தொடர்ச்சியாக 6 ஆண்டுகள் நாள்தோறும் 80 படிகள் வாசகர்களைத் தேடிச் சென்று விநியோகித்தார். இவ்வாறு ‘தீக்கதிர்’ விநியோகப் பணியில் ஈடுபட்ட தோழர்களைப் பாராட்டி அப்போது கட்சியின் பொதுச் செயலாளராக இருந்த பிரகாஷ் காரத் பேசியதை இன்னும் தன் நெஞ்சில் பசுமையாகப் பதித்து வைத்திருக்கிறார் திருவேங்கடம்.

திருவேங்கடத்தின் துணைவியார் ரேணுகா. இவர்களது திருமணம் 1968ஆம் ஆண்டு நடைபெற்றது. ரேணுகாவின் தந்தை பி.கே. கிருஷ்ணன் ஒன்றுபட்ட கம்யூனிஸ்ட் கட்சியில் செயல்பட்ட முக்கியமான ஊழியர்களில் ஒருவர். நாட்டின் விடுதலைக்கு முன்பே, 1940களில் காங்கிரஸ் கட்சியினர் தமிழகத்தில் கம்யூனிஸ்ட் கட்சி வளர்வதை விரும்பவில்லை. ஆகவே கம்யூனிஸ்ட் கட்சி ஊழியர்கள் மீது அடிக்கடி வன்முறைத் தாக்குதல் நடத்துவார்கள். அப்படி நடத்தப்பட்ட ஒரு தாக்குதலில் படுகாயமடைந்த பி.கே. கிருஷ்ணன் பின்னர் இறந்துவிட்டார்.

தோழர் பி.கே. கிருஷ்ணன் கம்யூனிஸ்ட் கட்சி மீது மாறாத பற்று கொண்டவர். அவர் நடத்திய சிறிய பீடி நிறுவனத்திற்கு 'ரெட் ஸ்டார் பீடி' என்று பெயர் வைத்தார். 'ரெட் ஸ்டார்' என்று பதிக்கப்பட்ட முத்திரையை மிகுந்த மகிழ்ச்சியுடன் என்னிடம் காட்டினார் திருவேங்கடம். இயக்கத்தில் உமாநாத், கே. ரமணி, கண்ணாக்குட்டி ஆகியோரோடு இணைந்து வேலை செய்தவர் பி.கே. கிருஷ்ணன். தோழர் பி.கே. கிருஷ்ணன் ஒரு தியாகி என்ற முறையில் அவருடைய மகள் ரேணுகாவை தான் திருமணம் செய்து கொண்டதாக திருவேங்கடம் நெகிழ்வோடு கூறுகிறார்.

'ரேணுகா கட்சி உறுப்பினராக இருந்தாரா?' என்று நான் கேட்டபோது, தனக்கு முன்னதாகவே கம்யூனிஸ்ட் கட்சியில் உறுப்பினராகச் சேர்ந்துவிட்டார் அவர் என்று பெருமையுடன் குறிப்பிட்டார். ரேணுகா சில ஆண்டுகளுக்கு முன்னதாக காலமாகிவிட்டதையும் நா தழுதழுக்கக் கூறினார்.

தோழர் திருவேங்கடத்திற்கு இரண்டு மகன்கள், ஒரு மகள் உள்ளனர். ஒரு மகன் கட்சியின் இடைக்குழு உறுப்பினராக செயல்பட்டவர். இப்போது கட்சி உறுப்பினராக இருப்பவர். மகளும் மற்றொரு மகனும் கட்சியின் உறுதியான ஆதரவாளர்கள் என்றார்.

தோழர் திருவேங்கடம் கடந்த 50 ஆண்டுகளுக்கு மேலாக மார்க்சிஸ்ட் கம்யூனிஸ்ட் கட்சியின் ஒரு வேராக, சி.ஐ.டி.யு. அங்கமாகச் இயங்கிவந்திருக்கிறார். வயதும், உடல்நிலையும் ஒத்துழைக்காத காரணத்தினால் தற்போது கட்சி உறுப்பினராகத் தொடர்கிறார். வீட்டில் ஓய்ந்திருக்காமல் தன்னால் இயன்ற இயக்கப் பணிகளைச் செய்து வருகிறார். இவ்வாறு அரை நூற்றாண்டுக்கும் மேலாக தோழர் திருவேங்கடம் சமுதாய அக்கறையோடு ஆற்றி வரும் இயக்கப்பணி பாராட்டுக்குரியது, பின்பற்றத்தக்கது.

❑

16

சண்டைக் கலைஞர்கள் நலன்களுக்காக சங்கத்தைக் கட்டிய சாதனை

திரைப்படங்களில் கதாநாயகர்கள் சண்டைக் காட்சிகளில் சாகசம் செய்வதைப் பார்த்து வியந்து அவர்களது அபிமானிகளாக மாறியவர்கள் அன்றும் இருந்தார்கள், இன்றும் இருக்கிறார்கள். அந்த நட்சத்திரங்களின் சாகச ஜொலிப்புக்கு முக்கியமான காரணம் சண்டைப் பயிற்சிக் கலைஞர்கள். நட்சத்திரங்களை இப்படி சண்டைக் காட்சிகளில் ஜொலிக்க வைப்பவர்கள் ஸ்டண்ட் மாஸ்டர் எனப்படும் சண்டைப் பயிற்சி ஆசிரியர்கள். சில ஆண்டுகளுக்கு முன்வரையில் திரைப்படச் சண்டைக் கலைத்துறையில் முக்கியமான ஒருவராகத் திகழ்ந்தவர் ஜூடோ ரத்தினம். அவர் மார்க்சிஸ்ட் கம்யூனிஸ்ட் கட்சியின்மீது பற்றும் பிடிப்பும் உள்ள ஒரு உறுப்பினருமாவார்.

நெசவாளர் குடும்பத்தில் பிறந்தவர். ஒரு பஞ்சாலையில் தொழிலாளியாய் வேலைக்குச் சேர்ந்தவர். அப்போதே கம்யூனிஸ்ட் கட்சியில் இணைந்தவர். திரைப்படத்துறையில் சண்டைப் பயிற்றுநராகப் பிரபலமானவர். தற்போதும் மார்க்சிஸ்ட் கம்யூனிஸ்ட் கட்சியில் உறுப்பினராக இருப்பவர் தோழர் ஜூடோ ரத்தினம்.

குடியாத்தத்தில் 1930ஆம் ஆண்டு ஒரு கைத்தறி நெசவாளர் குடும்பத்தில் பிறந்தார் ரத்தினம். வறுமையில் வாடிய குடும்பம். பெற்றோரால் இவரை இரண்டாம் வகுப்பிற்கு மேல் படிக்க வைக்க முடியவில்லை. தந்தைக்கு உதவியாக கைநெசவுத் தொழிலில் ஈடுபட்டிருந்த இவர், குடும்பத்தின் தேவை கருதி வேறு வேலைக்குச் சென்றாக வேண்டிய நிலை ஏற்பட்டதைத் தொடர்ந்து குடியாத்தம் திருமகள் மில்லில் சேர்ந்தார்.

மில் தொழிலாளர்களின் நிலைமைகளை அவர்களில் தானும் ஒருவராக இருந்து அனுபவப்பூர்வமாகவும் புரிந்துகொண்டார். தொழிலாளர்களுக்கான போராட்டங்களில் கலந்து கொண்டார்.

அப்போது தோழர்கள் வி.கே. கோதண்டராமன், கண்ணபிரான், முனுசாமி உள்ளிட்ட கம்யூனிஸ்ட் கட்சித் தலைவர்களோடு பழகும் வாய்ப்பும் தொடர்பும் கிடைத்தது. "அந்தத் தொடர்பு என்னை ஒரு கம்யூனிஸ்ட் ஆக்கியது," என்று அந்த நாள் நினைவுகளில் மூழ்குகிறார் ரத்தினம்.

மில்தொழிலாளியாக வேலைக்குச் சென்ற நாட்களிலேயே உடற்பயிற்சியிலும் ஆர்வம் ஏற்பட்டு அதிலும் முனைப்போடு ஈடுபட்டார்.

மில் கேண்ட்டீனில் நடந்த ஊழலைத் தட்டிக்கேட்டதற்காக மில் நிர்வாகம் இவரை வேலையைவிட்டு நிறுத்திவிட்டது. வேலையில்லாமல் தவித்த இவரை சென்னைக்கு அழைத்து வந்த வி.கே. கோதண்டராமன், முகவை ராஜமாணிக்கத்திற்கு அறிமுகப்படுத்தினார். உடற்பயிற்சியால் கட்டுடலோடு இருந்த இவரை முகவை ராஜமாணிக்கம் திரைப்படத் தயாரிப்பாளரும், இயக்குநருமான முக்தா சீனிவாசன், மாடர்ன் தியேட்டர்ஸ் உரிமையாளர் சுந்தரம் ஆகியோரிடம் அறிமுகப்படுத்தினார்.

1959ம் ஆண்டு 'தாமரைக்குளம்' என்ற படத்தில் நடிப்பதற்கு இவருக்கு வாய்ப்புக் கிடைத்தது. நடிகவேள் எம்.ஆர். ராதா வில்லனாக நடித்த படம் அது. ஒரு சண்டைக்காட்சிப் படப்பிடிப்பின்போது, எப்படி நின்று எப்படித் தாக்க வேண்டும், எப்படி தாக்குதலை எதிர்கொள்ள வேண்டும் என்று ரத்தினம் ஆலோசனை சொல்லியிருக்கிறார். அதை அத்துமீறலாகக் கருதாமல் இவரது ஆலோசனைக்குப் பாராட்டுக் கிடைத்தது.

ஆர்.எஸ். மனோகர் கதாநாயகனாக நடித்த 'கொஞ்சும் குமரி' படத்தில் சண்டைக்காட்சியை அமைத்துத் தருகிற 'ஸ்டண்ட் டைரக்டர்' பணி இவருக்குக் கிடைத்தது. அந்தப் படம் இவரை வெகுவாக மேலே தூக்கிவிட்டது எனலாம். 'வல்லவன் ஒருவன்', 'இரு வல்லவர்கள்' போன்ற ஜெய்சங்கர் நடித்த படங்களுக்கு சண்டைக்காட்சி அமைத்துக் கொடுத்தார்.

தமிழ்த் திரைப்படங்களில் ஜூடோ காட்சியை அறிமுகப்படுத்தியதால் இவருக்கு ஜூடோ ரத்தினம் என்ற அடைமொழி வழங்கப்பட்டது. இவரைப் பற்றிக் கேள்விப்பட்ட எம்.ஜி.ஆர். இவரை அழைத்துத் தன்னுடைய படத்திற்கு சண்டைக் காட்சி அமைத்துக் கொடுக்கக் கேட்டிருக்கிறார். அவருடைய படங்களிலும் என்.டி. ராமராவ், சிவாஜி கணேசன் உள்ளிட்ட

ஜூடோ ரத்தினம்

புகழ்பெற்ற நடிகர்கள் பலரது படங்களிலும் சண்டைக் காட்சிகளை இயக்கவும், முக்கிய நடிகர்களுக்குப் பதிலாக அக்காட்சிகளில் (டூப்) நடிக்கவும் இவருக்கு வாய்ப்பு கிடைத்தது. இன்றைய நாயக நடிகர்கள் கமலஹாசன், ரஜினிகாந்த் ஆகியோரையும் சண்டைக்காட்சிகளில் இயக்கியிருக்கிறார். இப்படி இவர் சண்டைக் காட்சிகளை அமைத்துக்கொடுத்த படங்கள் சுமார் 1,200.

சண்டைக் காட்சிகளில் நடித்துவந்த புலிகேசி என்ற சண்டைக் கலைஞர் திடீரென மரணமடைந்தார். அதனால் அவருடைய குடும்பத்தின் எதிர்காலமே கேள்விக்குறியானது. அது குறித்த சிந்தனையோடு இறுதி நிகழ்ச்சிகளில் கலந்துகொண்டார் ரத்தினம். புலிகேசி அடக்கம் செய்யப்பட்ட மயானத்திலேயே ‘ஸ்டண்ட் ஆர்டிஸ்ட் யூனியன்’ தொடங்கப்பட்டது. குறைந்த சம்பளமே வழங்கப்பட்டு வந்த ஸ்டண்ட் கலைஞர்களுக்கு ஊதிய உயர்வு கோரிய ஒரு போராட்டத்தை ஜூடோ ரத்தினம் தொடங்கினார்.

அவர் உள்ளிட்ட சங்கத் தலைவர்களை அன்றைய மாநில அரசு காவல்துறையை ஏவிவிட்டுக் கைது செய்தது. ஆனாலும் போராட்டம் பின்வாங்கிவிடவில்லை.

ஸ்டண்ட் கலைஞர்கள் மற்றும் திரைப்படத் துறையின் பல்வேறு பிரிவுகளைச் சேர்ந்த தொழிலாளர்களுக்காகச் செயல்பட்டு வந்த 24 சங்கங்களை இணைத்து இயக்குநர் நிமாய்கோஷ், இசையமைப்பாளர் எம்.பி. சீனிவாசன் இருவரும் ஒரு சம்மேளனத்தை துவக்கினார்கள். இவர்களும் செங்கொடி இயக்கச் சிந்தனையாளர்கள் என்பது குறிப்பிடத்தக்கது. அந்த சம்மேளனமும் போராட்டத்தில் இறங்கியது.

அன்று தி.மு.க. சட்டமன்ற உறுப்பினராக இருந்தார் எம்.ஜி.ஆர். அவருடைய படங்களில் நடித்து வந்த ஸ்டண்ட் கலைஞர்கள் இந்த சம்மேளனத்தில் இணையவில்லை. சம்மேளனம் நடத்திய போராட்டத்திற்கு எம்.ஜி.ஆர். எதிர்ப்பாகவே இருந்தார். போராட்டம் நீடித்தது. பம்பாய் நடிகர் சங்கம் இப்பிரச்சினையில் தலையிட்டதைத் தொடர்ந்து எம்.ஜி.ஆர். உள்ளிட்டோர் சமாதானத்திற்கு வந்தார்கள். போராட்டம் வெற்றிகரமாக முடிந்தது.

ஒன்றுபட்ட இந்திய கம்யூனிஸ்ட் கட்சியிலும், பின்னர் மார்க்சிஸ்ட் கம்யூனிஸ்ட் கட்சியிலும் மாநிலச் செயலாளராகப் பல ஆண்டுகள் பணியாற்றிய தோழர் எம்.ஆர். வெங்கட்ராமனின் அண்ணன் மகன்தான் தோழர் எம்.பி. சீனிவாசன். கம்யூனிஸ்ட் கட்சி உறுப்பினர். வங்கத்திலிருந்து சென்னைக்கு வந்து ஒளிப்பதிவாளராகவும் இயக்குநராகவும் பணியாற்றியவர் தோழர் நிமாய் கோஷ். அவரும் கம்யூனிஸ்ட் கட்சி உறுப்பினர்.

தோழர் ரத்தினம் கட்சி உறுப்பினர் என்ற அடிப்படையில், குடியாத்தத்தில் இருந்தபோது கட்சியின் பல போராட்டங்களில் கலந்துகொண்டு நான்கு மாதங்கள் வரை சிறை சென்றிருக்கிறார். அப்படி ஒரு முறை சிறையிலிருந்தபோது தன்னுடைய மகளுக்கு சிறைவாணி என்று பெயர் வைத்தார்!

பின்னாட்களில் குடியாத்தத்தில் லெனின் பெயரில் திருமண மண்டபம் கட்டினார். இவரது துணைவியார் கோவிந்தம்மாள். இவர்களுக்கு மூன்று மகன்கள், ஐந்து மகள்கள். ஒரு மகன் ராமமூர்த்தி கொல்கத்தாவில் திரைப்படத்துறையில் ஸ்டண்ட் மாஸ்டராக இருக்கிறார். இன்னொரு மகன் கோபிநாத் சென்னையில் ஸ்டண்ட் மாஸ்டர். மற்றொரு மகன் பகத்சிங் சென்னையில் ஒளிப்பதிவாளர்.

புகழ்பெற்ற திரைப்பட சண்டை இயக்குநராக லட்சக்கணக்கில் பொருளீட்டியபோதிலும், இயக்க லட்சியத்திலிருந்து ஒருபோதும்

தடம் விலகியதில்லை. பல நடிகர்களுக்கு டூப்பாக நடித்திருக்கிறார் என்றாலும், உண்மையில் இவர்தான் ஒரிஜினல், அவர்கள் டூப் என்றால் மிகையல்ல. சண்டைக்காட்சிகளின்போது அடிக்கடி கை கால் முறிவு ஏற்பட்டதுண்டு, அதற்காக சிகிச்சை எடுத்துக்கொண்டதுண்டு.

2008ஆம் ஆண்டு திரைப்படத் துறையிலிருந்து ஓய்வுபெற்ற ரத்தினம் தற்போது சொந்த ஊரான குடியாத்தத்தில் வசித்து வருகிறார். சென்னை கோடம்பாக்கத்தில் வாழ்ந்த நாட்களில் அப்பகுதியைச் சேர்ந்த கட்சித் தோழர்களோடு நெருக்கமாகப் பழகிவந்தார்.

1947ஆம் ஆண்டில் கம்யூனிஸ்ட் கட்சி உறுப்பினரான இவர் 1964ஆம் ஆண்டு மார்க்சிஸ்ட் கம்யூனிஸ்ட் கட்சியில் தொடர்ந்தார். 1952ஆம் ஆண்டு மதுரையில் நடைபெற்ற கம்யூனிஸ்ட் கட்சியின் அகில இந்திய மாநாட்டிற்குச் சென்றதையும், பி.ராமமூர்த்தி, ஏ.கே.கோபாலன், வி.பி.சிந்தன், ஆந்திராவைச் சோர்ந்த நாகி ரெட்டி போன்ற தலைவர்களைப் பார்த்ததையும் இன்றளவும் ஒரு பெருமைக்குரிய அனுபவமாகக் கருதுகிறார்.

அக்காலத்தில் மத்திய அரசின் ஒடுக்குமுறை காரணமாக கம்யூனிஸ்ட் கட்சித் தலைவர்கள் தலைமறைவாகச் செயல்பட வேண்டிய நிலைமை ஏற்பட்டபோது அவர்கள் மாறுவேடம் போட்டுக்கொண்டு நடமாடுவதற்கு உதவினார் ரத்தினம். “அவர்களைப் பாதுகாக்கிற பொறுப்பில் எனக்கு அப்போது கிடைத்த அந்த வாய்ப்பை இன்று நினைத்தாலும் பெருமையாக இருக்கிறது தோழர்,” என்கிறார் ரத்தினம்.

கடந்த 70 ஆண்டு காலமாக கட்சி உறுப்பினராக தோழர் ஜூடோ ரத்தினம் இருக்கிறார். தற்போது வயதாகி உடல்நலம் பாதிக்கப்பட்டிருந்தாலும் கட்சி உறுப்பினராக குடியாத்தம் நகரத்தில் தன்னால் இயன்ற பணிகளைச் செய்து வருகிறார். குடியாத்தம் பகுதியில் கட்சியின் பல்வேறு இயக்கங்களுக்கு உறுதுணையாக இருந்து வருகிறார்.

நெசவாளியாக, ஆலைத் தொழிலாளியாக, சண்டைக் கலை இயக்குநராக என மாறுபட்ட வாழ்க்கையை வாழ்ந்த தோழர் ஜூடோ ரத்தினம் கடந்த 70 ஆண்டு காலமாக ஆற்றிவரும் முன்னுதாரணமான இயக்கப் பணி பாராட்டத்தக்கது, பின்பற்றத்தக்கது.

❑

17

போர்க்களச் சூழலில் இயக்கத்தில் இணைந்த நெஞ்சுரம்

நாட்டின் சுதந்திரப் போராட்டக் காலத்திலேயே கோவை மாவட்டத்தில் கம்யூனிஸ்ட் கட்சி தொடங்கப்பட்டது. பஞ்சாலைத் தொழிலாளர்களும், இன்ஜினியரிங் தொழிலாளர்களும்தான் கம்யூனிஸ்ட் கட்சியின் அடித்தளமாக இருந்தனர். 1940களிலும், 1950களிலும் கோவை நகரமும், மாவட்டமும் போராட்டக்களமாக திகழ்ந்தன. அத்தகைய சூழலில் 1952ஆம் ஆண்டு பஞ்சாலையில் வேலைக்குச் சேர்ந்து அதே ஆண்டில் கம்யூனிஸ்ட் கட்சியில் இணைந்து இப்போதும் உறுப்பினராகப் பங்களித்துக்கொண்டிருக்கிற மிகச் சிலரில் ஒருவர் தோழர் என். துரைசாமி.

உப்பிலியபாளையம் கிராமத்தில் 1932ல் பஞ்சாலைத் தொழிலாளி குடும்பத்தில் பிறந்தவர் துரைசாமி. இவர் எட்டு வயதை எட்டியபோது தந்தை இறந்துவிட்டார். இவருடைய தாத்தாதான் இவரைப் படிக்க வைத்தார். ஆறாவது வரையில் மட்டுமே படித்த இவர், 1952 ஆம் ஆண்டு ஜெயலட்சுமி பஞ்சாலையில் வேலைக்குச் சேர்ந்தார். பஞ்சாலைத் தொழிலாளர் சங்கத்தில் சேர்ந்து அதே ஆண்டு கட்சியில் உறுப்பினரானார். தொழிலாளியான ஒரே ஆண்டுக்குள் கம்யூனிஸ்ட் கட்சி உறுப்பினராக ஆனது பற்றிக் கேட்டபோது, “சிறுவயதிலேயே எங்கள் கிராமத்தில் இருந்த பழனிச்சாமி என்கிற டெய்லர் எனக்கு கட்சி வெளியிட்ட புத்தகங்களைப் படிக்கக் கொடுப்பார். அவர் கம்யூனிஸ்ட் கட்சி உறுப்பினர். அவருடைய செயல்முறையும் விளக்கங்களும்தான் நான் கட்சி உறுப்பினரானதற்குக் காரணம்,” என்று கூறினார்.

1940களில் கம்யூனிஸ்ட் கட்சியும் கட்சியின் தலைமையில் செயல்பட்ட தொழிற்சங்கமும், ஆலை முதலாளிகளின் சுரண்டலுக்கு எதிராகவும் தொழிலாளர்களின் கோரிக்கைகளுக்காகவும் வீரமிக்க போராட்டங்களை நடத்தினார்கள். முதலாளிகளின் பக்கம் நின்ற அன்றைய அந்நிய ஆட்சி, அடக்குமுறையை ஏவிவிட்டது. தொழிலாளர்களின் ஒவ்வொரு போராட்டமும்

என். துரைசாமி

ஆலை நிர்வாகங்களுக்கு எதிராக மட்டுமல்ல, அந்நியர் ஆட்சிக்கு எதிரானதாகவும் அமைந்தது. இதனால் ஒரு பக்கம் காவல்துறையும் இன்னொரு பக்கம் முதலாளிகள் ஏவிவிட்ட குண்டர்களும் தொடுத்த தாக்குதல்களைக் கட்சியும், தொழிற்சங்க இயக்கமும் எதிர்கொள்ள வேண்டியிருந்தது.

1947க்குப் பிறகு காங்கிரஸ் அரசு அதே வேலையைச் செய்தது. முதலாளிகளுக்கு விசுவாசமாக தொழிலாளர்களின் போராட்டங்களை ஒடுக்குவதில் முனைப்புக் காட்டியது. கம்யூனிஸ்ட் கட்சியும், தொழிற்சங்க இயக்கமும் வளர்வதை காங்கிரஸ் கட்சி விரும்பவில்லை. முதலாளிகளின் குண்டர்கள், காவல்துறையினர், காங்கிரஸ் கட்சியினர் கூட்டுச் சேர்ந்து கம்யூனிஸ்ட் தலைவர்கள்மீதும் தொழிற்சங்கத்தினர்மீதும் கொடும் வன்முறைகளைக் கட்டவிழ்த்துவிட்டனர்.

கோவை மாவட்டத்தில் 1940களிலும், 1950களிலும் கம்யூனிஸ்ட் கட்சியில் சேர்வதென்பதே போராட்டக் களத்திற்குச் செல்வது போன்றதுதான். அப்படியொரு பின்னணியில்தான் தோழர் துரைசாமி கம்யூனிஸ்ட் கட்சி உறுப்பினரானார்.

தான் கட்சியில் இணைந்தபோது தனக்கு உறுப்பினர் ரசீது கொடுத்தது தோழர் வி.பி. சிந்தன் என்றும், அதை இப்போதும் ஒரு பெருமையாக கருதுவதாகவும் கூறினார் துரைசாமி. கே.ரமணி, பூபதி, பார்வதி கிருஷ்ணன், வெங்கிடு போன்றவர்கள்தான் கோவை மாவட்டத்தில் கட்சித் தலைவர்களாக இருந்ததாக கூறினார்.

சிங்காநல்லூர் பகுதியைச் சார்ந்த உப்பிலிபாளையம் கிராமம் இன்றைய கோவை மாநகராட்சிக்கு உட்பட்ட 64வது வட்டம். அன்று அந்தக் கிராமத்தில் பெரும்பான்மையாக தொழிலாளர் குடும்பங்களே இருந்தன. இக்கிராமத்தில் இருந்த கதிரி மில்லில் தொழிலாளியாக இருந்த கந்தசாமியின் மகன் முத்து, சிங்காநல்லூரில் கோத்தாரி மில் தொழிலாளி. தொழிற்சங்கத்திலும், கம்யூனிஸ்ட் கட்சியிலும் துடிப்புடன் செயல்பட்டவர் தோழர் முத்து. தான் வேலை செய்த மில்லில் மட்டுமல்ல, சிங்காநல்லூர் பகுதி முழுவதும் தொழிலாளர் போராட்டங்களிலும், கம்யூனிஸ்ட் கட்சியின் இயக்கங்களிலும் அவர் கலந்துகொள்வார்.

கோத்தாரி மில்லில் சங்கம் அமைத்த தோழர் முத்து தொழிலாளர்களின் ஊதிய உயர்வு, போனஸ், பஞ்சப்படி உள்ளிட்ட பல கோரிக்கை களுக்காகப் போராட்டங் களை நடத்தினார். அந்த ஆலையின் தொழிலாளர்களில் பெரும் பகுதியினர் காங்கிரஸ்காரர்கள், முதலாளிகளுக்கு ஆதரவானவர்கள். அக்காலத்தில் தொழிற்சங்க முன்னோடிகளையும், கட்சித் தலைவர்களையும் தாக்குவதற்காகவே ஆலை முதலாளிகள் ரவுடிக் கும்பல்களை வைத்திருப்பார்கள். 1954 ஜூலை மாதம் 7 அன்று, முதலாளி அனுப்பிவைத்த ரவுடிகள் மில்லுக்குள் நுழைந்து முத்துவை வம்புக்கிழுத்து வாய்த்தகராறை ஆரம்பித்தனர். அது முற்றியபோது மில்லில் பயன்படுத்தப்படும் கொக்கி போன்ற வளைவுடன் இருந்த கத்திகளால் முத்துவைக் குத்திக் கொன்றனர். அந்தக் கொலையால் கோபமடைந்த தொழிலாளர்கள் முதலாளிகளின் குண்டர்கள், ரவுடிகளைத் தாக்கத் தொடங்கினார்கள். அதற்குள் காவல்துறை வந்துவிட்டது.

தோழர் முத்து கொல்லப்பட்ட செய்தி காட்டுத் தீ போல் பரவி கோவை மாவட்டம் முழுவதும் இப்படுகொலையைக் கண்டித்து தொழிலாளர்கள் வேலைநிறுத்தம் செய்து முத்துவின் இறுதி நிகழ்ச்சியில் பங்கேற்றார்கள். “தோழர் முத்துவின் படுகொலையைக் கண்டித்து நடந்த இயக்கத்திலும், இறுதி நிகழ்ச்சியிலும் நான் கலந்து கொண்டதை மறக்கவே

முடியாது,'' என உணர்ச்சிவசப்பட்டவராகக் கூறினார் துரைசாமி. இன்றளவும் ஒவ்வொரு ஜூலை 7 மாலையில் உப்பிலிபாளையத்தில் தியாகி முத்து நினைவேந்தல் கடைப்பிடிக்கப்படுகிறது. திரளாக தொழிலாளர்கள் கலந்துகொள்கிறார்கள்.

இதேபோல், நாட்டின் விடுதலைக்கு முன்னர் 1946 ஏப்ரல் 22ல் இளம் தொழிலாளியும் ரத்தினபுரி பகுதியைச் சேர்ந்தவருமான 21 வயது அப்பாய், நகரத்தில் செங்கொடி இயக்கம் வேரூன்றவும், ராஜலட்சுமி மில்லில் தொழிற்சங்கம் அமைக்கவும் பணியாற்றினார். அதற்காக ஆலையின் முன்பாக ரவுடிகளால் படுகொலை செய்யப்பட்டார்.

இவ்வாறு போர்க்களமாகத் திகழ்ந்த சூழலில், தொழிற்சங்கத்திலும், கம்யூனிஸ்ட் கட்சியிலும் உறுப்பினரான தோழர் துரைசாமி எல்லாப் போராட்டங்களிலும் கலந்துகொள்வார். பலமுறை கைதாகி பல நாட்கள் சிறைக்குச் சென்றுள்ளார். 1961ஆம் ஆண்டு மாநிலம் முழுவதும் விவசாயிகளுக்கான போராட்டத்தைக் கட்சி நடத்தியது. மாநிலத்தின் நில உச்சவரம்புச் சட்டத்தைத் திருத்தி நிலமற்ற விவசாயிகளுக்கு நிலம் வழங்க வலியுறுத்தி நடைபெற்ற மறியல் போராட்டத்திலும் கலந்துகொண்டு சிறை சென்றார்.

அன்றிலிருந்தே கட்சி பண்பாட்டுத் தளத்திலும் செயல்பட்டு வருகிறது. 1940களில் கட்சியின் முயற்சியால் 'செங்கதிர் கலாமன்ற வாசக சாலை' ஏற்படுத்தப்பட்டது. 1945ல் பஞ்சத்தால் பாதிக்கப்பட்ட மேற்குவங்க மக்களுக்கு உதவுவதற்கான பணிகளைக் கட்சி மேற்கொண்டது. செங்கதிர் கலா மன்றத்தின் சார்பாக நாடகங்கள் நடத்திச் சேர்க்கப்பட்ட நிதியும் மேற்கு வங்கத்திற்கு அனுப்பி வைக்கப்பட்டது. நாடகம் நடைபெறுகிறபோது இடையிடையே பி.ராமமூர்த்தி, ஆர். உமாநாத், கே. ரமணி, ஆர். வெங்கிடு உள்ளிட்ட தோழர்கள் மேடையேறி உரை நிகழ்த்துவார்கள். தொழிலாளியாக ஆவதற்கு முன்பே இத்தகைய நிகழ்ச்சிகளில் கலந்துகொண்டதையும், அவை ஏற்படுத்திய தாக்கங்களையும் நெகிழ்ச்சியோடு நினைவுகூர்கிறார் துரைசாமி.

இந்த நாடக இயக்க அனுபவத்தின் பின்னணியில்தான் மாநில அளவில் 1962ல் தமிழ்நாடு கலை இலக்கியப் பெருமன்றம் துவக்கப்பட்டது. கோவையில் அதன் தொடக்க விழாவில் தோழர் ப.ஜீவானந்தம், பட்டிமன்றப் பேச்சாளர் சாலமன் பாப்பையா, சிவகாம சுந்தரி உள்ளிட்டோர் பங்கேற்றதைக் குறிப்பிட்டார் துரைசாமி.

கோவை மாநகரில் பிளேக் நோய் பரவி கடுமையான பாதிப்பு ஏற்பட்டபோது கம்யூனிஸ்ட் கட்சி நிவாரணப் பணிகளில் ஈடுபட்டது. அந்தப் பணியில் இவரும் தன்முனைப்போடு பங்கேற்றார். தொழிலாளர் பிரச்சினைக்காக மட்டுமல்லாமல் தலித் மக்களுக்கு சுடுகாட்டுப் பாதை உள்ளிட்டு மாவட்ட மக்களின் இதர பிரச்சினைகளுக்காகவும் கம்யூனிஸ்ட் கட்சி போராடியுள்ளது. அவற்றிலும் இவர் பங்கேற்றுள்ளார்.

1959ஆம் ஆண்டு கேரளத்தில் நடைபெற்ற ஏ.ஐ.டி.யு.சி. சங்கத்தின் அகில இந்திய மாநாட்டில் ஒரு பிரதிநிதியாகக் கலந்துகொண்டார் தோழர்.

1964ஆம் ஆண்டு மார்க்சிஸ்ட் கட்சி உருவானபோது அதன் பயணத்தில் தன்னை இணைத்துக்கொண்டார் துரைசாமி. அந்த இணைப்பிற்காக தோழர் ஏ.கே. கோபாலன் பங்கேற்ற ஊழியர் கூட்டத்தில் தான் கலந்துகொண்டதைப் பசுமையாக நினைவில் வைத்திருக்கிறார்.

தோழர் துரைசாமி 10 ஆண்டுகள் கட்சியின் கிளைச் செயலாளராகவும், 3 ஆண்டுகள் இடைக்குழு உறுப்பினராகவும் செயல்பட்டிருக்கிறார்.

இவருக்கு 4 மகள்கள், ஒரு மகன் உள்ளனர். இவர்கள் எல்லோருமே கட்சி ஆதரவாளர்கள்.

தோழர் முத்து, அப்பாய், சின்னியம்பாளையம் தியாகிகள் உள்ளிட்டு பல தோழர்கள் உயிர்த்தியாகம் செய்ததோடு, கண்ணீரும், செந்நீரும் சிந்தி நடத்திய போராட்டத்தால் வளர்ந்த இயக்கம்தான் கோவை மாவட்டத் தொழிற்சங்கமும், கம்யூனிஸ்ட் கட்சியும். இத்தகைய தியாகம் இல்லையென்றால் கோவை மாவட்டத்தில் இன்றைய கம்யூனிஸ்ட் இயக்கம் இல்லை. பல தோழர்களின் அளப்பரிய தியாகங்களும் சமரசமற்ற போராட்டங்களும், துரைசாமி உள்ளிட்ட பல தோழர்களின் அர்ப்பணிப்புமிக்க களப்பணிகளும் இந்த மாவட்டத்தில் மார்க்சிஸ்ட் கம்யூனிஸ்ட் கட்சி துடிப்போடு செயல்படுவதற்கு அடித்தளம் அமைத்துக் கொடுத்தவை.

தோழர் துரைசாமி கடந்த 64 ஆண்டு காலமாக கம்யூனிஸ்ட் இயக்கத்தின் அங்கமாக இருந்து இயங்கி வருகிறார். 85 வயதிலும், உப்பிலிபாளையத்தில் மார்க்சிஸ்ட் கம்யூனிஸ்ட் கட்சியின் உறுப்பினராகத் தன்னால் இயன்ற கட்சிப்பணியை செய்து வருகிறார். சமுதாய அக்கறையோடு தோழர் துரைசாமி இவ்வாறு இயங்கிவருவது குறிப்பிடத்தக்கது, பின்பற்றத்தக்கது.

❑

18

சக தொழிலாளர்களுக்காக போராடியதால் வேலை நீக்கம்

சுதந்திரப் போராட்ட காலத்திலேயே தொழிற்சங்க இயக்கத்தையும், தொடர்ந்து கம்யூனிஸ்ட் கட்சியையும் கட்டி வளர்த்த வரலாறு கோவை மாவட்டத்தைப் போன்று மதுரை மாவட்டத்திற்கும் உண்டு. அன்று கம்யூனிஸ்ட் கட்சி உறுப்பினர்களில் பெரும்பான்மையோர் பஞ்சாலைத் தொழிலாளர்கள்தான். தொடர்ந்து மதுரை மாவட்டத்தில் விவசாயிகளையும், இளைஞர்களையும், மாணவர்களையும் கட்சி திரட்டியது.

அண்மைக் காலத்தில் பல பஞ்சாலைகள் மூடப்பட்டுவிட்டன. மதுரை கோட்ஸ் ஆலையில் பல ஆயிரக்கணக்கில் ஆட்குறைப்புச் செய்து, ‘சுமங்கலி’ திட்டத்தில் கொத்தடிமைகளாக ஆட்களை வைத்து ஆலையை நிர்வாகம் இயக்குகிறது. இச்சூழல்கள் இயக்கத்தில் பஞ்சாலைத் தொழிலாளர் எண்ணிக்கை வெகுவாகக் குறையவும் இட்டுச்சென்றுள்ளன. இன்று பெரும்பாலும் முறைசாராத் தொழிலாளர்கள் கட்சி உறுப்பினராக உள்ளனர். 1947க்கு முன்பும், பின்பும் வீரமிக்க தொழிற்சங்க போராட்டங்களைச் சந்தித்த மாவட்டம் மதுரை. தொழிலாளர்கள் தங்கள் உரிமைகளையும் நலன்களையும் காப்பதற்காக, வேலை நீக்கம் உள்ளிட்ட பழிவாங்கல் நடவடிக்கைகள், அடியாட்களின் வன்முறைகள் என நிர்வாகங்களின் ஒடுக்குமுறைகளை எதிர்த்து எழுச்சிகரமான வர்க்கப் போராட்டங்களை நடத்தினார்கள். அன்றைய இத்தகு போராட்டங்களில் பங்கேற்ற போராளித் தோழர்களில் ஒருவர்தான் எக்குதுரை.

உசிலம்பட்டி வட்டம், போச்சம்பட்டி கிராமத்தில் 1945ல் ஒரு நடுத்தர விவசாயக் குடும்பத்தில் பிறந்தவர் தோழர் எக்குதுரை. 7ஆம் வகுப்பு வரை படித்தவர் 1962ல் மதுரை திருநகரில் சீத்தாலட்சுமி மில்லில் வேலைக்குச் சேர்ந்தார். பின்னர் சில ஆண்டுகள் தேனியில் ஒரு மில்லில் வேலைசெய்தவர் 1967ல் மீண்டும் சீத்தாலட்சுமி மில்லுக்கே வந்தார். மில்லில்

அப்போது 1,200 தொழிலாளர்கள் இருந்தார்கள். ஐ.என்.டி.யூ.சி., தி.மு.க. தலைமையிலான சங்கம், எச்எம்எஸ், ஆகிய சங்கங்கள் இருந்தன. ஒவ்வொரு சங்கத்திலும் தொழிலாளர்கள் பரவலாக இருந்தனர். எக்குதுரை ஐ.என்.டி.யு.சி. உறுப்பினராகச் சேர்ந்தார். அன்றைய ஸ்தாபன காங்கிரஸ் கட்சியிலும் சேர்ந்திருந்தார். காங்கிரஸ் இரண்டாகப் பிளவு பட்டபோது ஸ்தாபன காங்கிரஸ் தலைமையில் ஒரு ஐ.என்.டி.யு.சி., இந்திரா காங்கிரஸ் தலைமையில் இன்னொரு ஐ.என்டி.யு.சி செயல்பட்டு வந்தன.

1973ல் சீத்தாலட்சுமி மில்லில் தீபாவளி போனஸ் சம்பந்தமான பிரச்சினை எழுந்தது. பேச்சுவார்த்தையின் முடிவில் தொழிலாளர் நலன்களைக் கைவிட்டு, நிர்வாகத்திற்கு ஆதரவாக தி.மு.க., எச்.எம். எஸ்., ஐ.என்.டி.யு.சி சங்கங்கள் ஒப்பந்தத்தில் கையெழுத்திட்டன. அதை ஏற்க மறுத்த தொழிலாளர்கள் உள்ளிருப்பு வேலை நிறுத்தத்தில் ஈடுபட்டனர். அனைத்துத் தொழிலாளர்களும் கலந்துகொண்ட அந்தப் போராட்டம் 3 ஷிப்ட்டுகளிலும் தொடர்ந்து 25 நாட்கள் நடைபெற்றது.

போராட்டம் நடந்து கொண்டி ருந்தபோது மாவட்ட சி.ஐ.டி.யு. தலைவர்களில் ஒருவரான தோழர் வாழவந்தான் தொழிலாளர்களைச் சந்திக்க மில்லிற்கு நேரடியாக வந்தார். தொழிலாளர்களை ஒன்றுகூட்டிய அவர் சி.ஐ.டி.யு., தி.மு.க., ஹச்.எம்.எஸ்., ஐ.என்.டி.யு.சி, ஸ்தாபன காங்கிரஸ், பார்வர்டு பிளாக் ஆகிய 6 தொழிற்சங்கங்களை ஒன்றிணைத்து சங்கத்திற்கு 3 பிரதி நிதிகள் வீதம் 18 பேர் கொண்ட ஐக்கிய கமிட்டி என்ற கூட்டமைப்பை உருவாக்கினார். அதன் தலைவராக மச்சக்காளை (சி.ஐ.டி.யு), செயலாளராக எக்கு துரை (ஐ.என்.டி.யு.சி) ஆகியோர் தேர்வு செய்யப்பட்டனர்.

இதற்கிடையில் தி.மு.க. சங்க நிர்வாகிகளுடன் பேச்சு நடத்திய மில் நிர்வாகத்தினர், ஒவ்வொரு தொழிலாளிக்கும் 350 ரூபாய் வீதம் போனஸ் முன்தொகை வழங்குவது, மீதிப் பணத்தை பிறகு தருவது என ஒப்பந்தம் போட்டு போராட்டத்தை முடிவுக்கு கொண்டு வந்தனர். தீபாவளி முடிந்தது, ஆனால் ஒப்பந்தப்படி மீதித் தொகையைப் பெற்றுத்தர தி.மு.க. சங்கத்தினர் முயற்சி எடுக்கவில்லை.

எக்குதுரை

சி.ஐ.டி.யு. சங்கத்தின் தோழர்கள் வி. கார்மேகம், பி.எம். குமார் ஆகியோர் தொடர்ந்து நிர்வாகத்துடன் பேச்சு வார்த்தை நடத்தினர். அதன் பலனாகத் தொழிலாளர்களுக்கு 15 சதவிகித போனஸ் கிடைத்தது. கார்மேகம், குமார் இருவரும் சி.ஐ.டி.யு. சங்கத்தின் முக்கியமான மாநிலத் தலைவர்களாக செயல்பட்டவர்கள் என்பது குறிப்பிடத்தக்கது. தங்கள் நலன்களைப் பாதுகாப்பதில் சி.ஐ.டி.யு. மட்டுமே உறுதியாக நின்றதைத் தொழிலாளர்கள் அனுபவப்பூர்வமாகக் கண்டார்கள். ஆலையின் மொத்தத் தொழிலாளர்கள் 1,200 பேரும் சி.ஐ.டி.யு. உறுப்பினரானார்கள். அவர்களோடு தோழர் எக்குதுரையும் சி.ஐ.டி.யு.வில் இணைந்தார்.

சி.ஐ.டி.யு. செல்வாக்குப் பெறுவதை ஆலை நிர்வாகத்தால் பொறுத்துக் கொள்ள முடியவில்லை. ஆளுங்கட்சியினரைத் தூண்டிவிட்டு சி.ஐ.டி.யு. சங்கத்தை உடைக்க முயன்றது. திடீர் திடீரென சி.ஐ.டி.யு. சங்கத்தினர் தாக்கப்பட்டார்கள். சங்க முன்னோடிகள் மீது பொய் வழக்குகள் புனையப்பட்டன.

1970களின் தொடக்கத்தில் மாநிலத்தின் பல பகுதிகளில் மார்க்சிஸ்ட் கம்யூனிஸ்ட் கட்சியும், கட்சியின் தலைமையிலான வர்க்க அமைப்புகளும், வெகுமக்கள் அமைப்புகளும் வளர்வதைப்

பொறுத்துக் கொள்ள முடியாத அன்றைய ஆளுங்கட்சியான திமுகவைச் சேர்ந்தவர்கள் காவல்துறையை ஏவிவிட்டுத் தாக்கினார்கள். அவர்களது ஏவலர்களும் தாக்கினார்கள்.

தொழிலாளர்கள் பிரச்சினைகுறித்து ஐக்கியக் கமிட்டியினர் நிர்வாகத்திடம் பேசியபோது அதனைக் காது கொடுத்துக் கேட்கவும் ஆலை நிர்வாகம் முன்வரவில்லை. அதை எதிர்த்து ஐக்கியக் கமிட்டி சார்பில் அரை மணி நேர வேலைநிறுத்தப் போராட்டம் நடைபெற்றது. மூன்று ஷிப்ட் தொழிலாளர்களும் வேலைநிறுத்தத்தில் ஈடுபட்டனர். நிர்வாகம் எந்திரங்களை இயக்க முயன்றது, இதனால் நிர்வாகத்திற்கும் தொழிலாளர்களுக்கும் இடையே தகராறு ஏற்பட்டது. அரை மணி நேர வேலை நிறுத்தம் தொடர்ந்தது. அதில் ஈடுபட்ட தொழிலாளர்கள் மறுநாள் வேலைக்கு வந்தபோது அவர்களுடைய 8 நாள் சம்பளம் பிடிக்கப்படும் என நிர்வாகம் அறிவித்தது. அத்துடன், போராட்டத்திற்குத் தலைமை தாங்கிய மச்சக்காளை, எக்குதுரை, கருப்பையா, ராமன் சின்னக்காளை ஆகியோரை நிர்வாகம் இடைநீக்கம் செய்தது. பின்னர் விசாரணை என்பதாக நடத்தி அந்த ஐந்து பேரையும் நிர்வாகம் நிரந்தரமாக வேலையிலிருந்து நீக்கியது.

அந்த ஐவரையும் வேலையில் சேர்க்க வலியுறுத்திய தொழிலாளர்கள் அதற்காகவும் தொடர்ச்சியாக 22 நாட்கள் வேலைநிறுத்தம் செய்தார்கள். அப்போது ஆட்சியில் இருந்தது தி.மு.க. திருப்பரங்குன்றம் ஊராட்சித் தலைவராக இருந்தவர் அக்கினிராஜ். அவர் தொழிலாளர்களிடம், “மில்லை ஓட்டுங்கள். டிஸ்மிஸ் செய்யப்பட்டவர்களை வேலைக்கு எடுக்கப் பிறகு ஏற்பாடு செய்கிறேன்,” என தொழிலாளர்களிடம் கூற, தொழிலாளர்களும் அதை நம்பி வேலைக்குச் சென்றனர். சில நாட்கள் கடந்தபின், இந்த ஐந்து பேரும் அக்கினிராஜைச் சந்தித்து வேலையில் சேர்ப்பதாகச் சொன்னது என்ன ஆனது என்று கேட்டிருக்கிறார்கள். அதற்கு அவர், நிர்வாகம் வேலை தர மறுத்துவிட்டதாகவும், ஆனால் அவர்களுக்கு நிர்வாகத்திடமிருந்து கொஞ்சம் பணம் பெற்றுத் தருவதாகவும், பிரச்சினையை அத்துடன் முடிவுக்குக் கொண்டு வரலாம் என்றும் கூறியிருக்கிறார்.

“இந்த ஆலோசனையை மச்சக்காளையும், நானும் ஏற்கவில்லை. மற்ற மூன்று பேரும் ஏற்றுக்கொண்டார்கள். பின்னர் மச்சக்காளையும் நானும் சி.ஐ.டி.யு. மூலம் வழக்குத் தொடுத்தோம். வழக்கு 10

வருடங்கள் நடந்தது. 1984ல் தீர்ப்பளித்த நீதிமன்றம் நான்கு வருட சம்பளம், பிஎப், கிராஜூட்டி தொகையை எங்களுக்கு வழங்க ஆணையிட்டது," என்று வழக்கு நடந்த நாட்களுக்குச் சென்று வருகிறார் எக்குதுரை.

தொழிலாளர் நலன்களைப் பாதுகாப்பதில் உறுதியாக இருந்த தோழர் எக்குதுரை, அதற்காக சி.ஐ.டி.யு. சங்கத்தில் சேர்ந்தவர், 1975ஆம் ஆண்டு மார்க்சிஸ்ட் கம்யூனிஸ்ட் கட்சியில் உறுப்பினரானார். அப்போதிருந்து தொடர்ச்சியாக மார்க்சிஸ்ட் கம்யூனிஸ்ட் கட்சியின் ஒரு அங்கமாக இருந்து செயல்பட்டு வருகிறார். இன்றும் கட்சியின் விளாச்சேரி கிளைச் செயலாளராகப் பணியாற்றி வருகிறார். கட்சி நடத்துகிற இயக்கங்களிலும், கட்சி தலைமையிலான வர்க்க, வெகுமக்கள் அமைப்புகள் மேற்கொள்கிற இயக்கங்களிலும் தோழர் எக்குதுரை ஆர்வத்தோடு பங்கேற்பதைத் தவறாமல் காண முடியும் என்று தோழர்கள் தெரிவிக்கிறார்கள்.

1991-ல் இந்திய ஜனநாயக வாலிபர் சங்கம் பேருந்துக் கட்டண உயர்வை எதிர்த்து மாநிலம் தழுவிய மறியல் போராட்டத்தை நடத்தியது. மறியலுக்கு முதல் நாள் இரவே முன்னெச்சரிக்கை நடவடிக்கை எனக் கூறி பலரை காவல்துறை கைது செய்தது. மற்ற பல தோழர்களோடு எக்குதுரையும் கைது செய்யப்பட்டு 14 நாட்கள் சிறையில் அடைக்கப்பட்டார்.

தமிழ்நாடு விவசாயிகள் சங்கத்திலும் பணியாற்றினார் தோழர். அதன் வட்டக்குழு உறுப்பினராகவும், மாவட்டக்குழு உறுப்பினராகவும் செயல்பட்டிருக்கிறார்.

வைகை ஆற்றிலிருந்து துணைக்கால்வாயாகப் பிரிந்து வருகிற நிலையூர் பாசனக் கால்வாய் மூலம் திருப்பரங்குன்றம் பகுதியைச் சேர்ந்த பல கிராமங்களில் 8,000 ஏக்கர் வயல்களுக்குப் பாசன நீர் கிடைத்து வந்தது. 2007ஆம் ஆண்டில் நெற்பயிர் கதிர் முற்றியிருந்த நிலையில் பாசன நீர் கிடைக்காமல் போனதால் பயிர்கள் கருகும் அபாயம் ஏற்பட்டது. நெற்பயிரைப் பாதுகாக்க நிலையூர் கால்வாய் மூலம் பாசன நீர் கேட்டு மார்க்சிஸ்ட் கம்யூனிஸ்ட் கட்சி போராட்டம் நடத்தியது. அந்தப் போராட்டத்தில் தோழர் எக்குதுரை முக்கியப் பங்காற்றினார்.

முதல் நாள் பட்டினிப் போராட்டம் நடைபெற்றது. இதில் ஐந்தாயிரத்திற்கு மேற்பட்ட விவசாயிகள் கலந்து கொண்டனர். இரண்டாவது நாள் மறியல் போராட்டம் மூலக்கரை தியாகராஜா

காலனி அருகே நடைபெற்றது. அதில் கூத்தியார்குண்டு, கருவேலம்பட்டி, நிலையூர், தோப்பூர், விளாச்சேரி ஆகிய பகுதிகளைச் சேர்ந்த மூவாயிரத்திற்கு மேற்பட்ட மக்கள் கலந்துகொண்டனர். 200க்கு மேற்பட்ட காவல்துறையினர் குவிக்கப்பட்டனர். போராட்டத்தை ஒடுக்க தடியடி நடத்தி, கண்ணீர்ப் புகைக் குண்டு வீசியதோடு, துப்பாக்கிச் சூடு வரை சென்றனர். நூற்றுக்கும் மேற்பட்டோர் காயமடைந்தனர். போராட்டத்தில் பங்கேற்ற அனைவரும் கைது செய்யப்பட்டனர். ஆயினும் அந்தப் போராட்டத்திற்குப் பிறகு அரசாங்கம் நெற்பயிரைப் பாதுகாக்க தண்ணீர் திறந்துவிட்டதை, போராட்டத்தில் பங்கேற்ற கம்பீரத்தோடு தெரிவிக்கிறார் எக்குதுரை.

இவரோடு வேலைநீக்கம் செய்யப்பட்டு, வழக்கு நடத்தி இழப்பீடு பெற்ற தோழர் மச்சக்காளையும் மார்க்சிஸ்ட் கம்யூனிஸ்ட் கட்சியில் இணைந்து செயல்பட்டுவந்தார் என்பது குறிப்பிடத்தக்கது. 7 ஆண்டுகளுக்கு முன்பு அவர் காலமாகிவிட்டார்.

1975ஆம் ஆண்டு தொடங்கி கடந்த 42 ஆண்டுகளாக மார்க்சிஸ்ட் கம்யூனிஸ்ட் கட்சியின் உறுப்பினராகச் செயல்பட்டு வருகிற எக்குதுரையிடம், “நிர்வாகத்தை எதிர்த்து உறுதியாகப் போராடியதால் உங்களை நிர்வாகம் வேலை நீக்கம் செய்தது பற்றி நீங்கள் எப்போதாவது வருத்தப்பட்டிருக்கிறீர்களா?” என்று கேட்டபோது, “எனக்கு எந்த வருத்தமும் இல்லை. அதனால் கட்சி இயக்கத்தில் அதிகமாக ஈடுபட முடிந்தது மகிழ்ச்சிதான்,” என்றார்.

தனது துணைவியார் அன்னக்கொடி காலமாகும் வரையில் கட்சிப்பணிகளுக்குப் பெருந்துணையாக இருந்து வந்ததை நினைவுகூர்கிறார். கட்டுமானத் தொழிலாளியான மகன் செந்தில் கட்டுமானத் தொழிலாளர் சங்கத்திலும் மார்க்சிஸ்ட் கம்யூனிஸ்ட் கட்சியிலும் உறுப்பினராக முனைப்புடன் பணியாற்றி வருகிறார். பட்டயப் படிப்பு படித்துவருகிற பேரன் சுபாஷ் இந்திய மாணவர் சங்கத்தில் இணைந்து செயல்பட வழிகாட்டியிருக்கிறார். “என் குடும்பம் கட்சிக் குடும்பம்,” என்று பெருமையாக குறிப்பிட்டார்.

தற்போது 72 வயதில் ஒரு கிளைச்செயலாளராக, முனைப்பு மிக்க மக்கள் தொண்டராகப் பங்களித்து வருகிற தோழர் எக்குதுரையின் அர்ப்பணிப்போடு கூடிய இயக்கப்பணி பாராட்டுக்குரியது, பின்பற்றத்தக்கது.

❑

19

சுமைத் தொழிலாளர்களின் தோழர்

கோவை மாவட்டத்தைச் சார்ந்த பல தோழர்கள் பற்றி 'களப்பணியில் கம்யூனிஸ்ட்கள்' தொடரில் எழுத வாய்ப்புக் கிடைத்திருக்கிறது. அவர்களில் பெரும்பான்மையானவர்கள் ஆலைத் தொழிலாளிகள். அந்த வரிசையில் இப்போது நாம் சந்திக்க இருப்பவர் தோழர் எம்.ஏ.பாபு.

ஒரு கூலித் தொழிலாளியாக வாழ்க்கையைத் தொடங்கிய எம்.ஏ.பாபு, பின்னர் தொழிற்சங்கத்தில் இணைந்து ஒரு தலைவராக உயர்ந்தவர். கம்யூனிஸ்ட் கட்சியோடு தன்னை இணைத்துக்கொண்டு ஐம்பது ஆண்டுகளுக்கு மேலாக கோவை மாவட்டத்தில் இயக்கப் பணிகளில் ஈடுபட்டிருப்பவர்.

தோழர் எம்.ஏ.பாபுவின் பூர்வீகம் கேரள மாநிலம். பாலக்காடு மாவட்டம் ஒட்டப்பாலம் கிராமத்தில் பிறந்தவர். தந்தை சிறிய அளவில் மர வியாபாரம் செய்து வந்தார். அதில் கிடைத்த வருமானம் குடும்பத்தை நடத்தப் போதாததால், வேறு பிழைப்புக்கு வழி தேடி குடும்பத்தோடு கோவை நகருக்கு வந்தார். அப்போது எம்.ஏ.பாபுவுக்கு 8 வயது.

வறுமையோடு போராடிக்கொண்டிருந்த குடும்பம் என்பதால், தந்தையாரால் எம்.ஏ.பாபுவை இரண்டாம் வகுப்பிற்கு மேல் பள்ளிக்கு அனுப்பிப் படிக்க வைக்க இயலவில்லை.

சிறுவன் எம்.ஏ.பாபு பத்து வயதில் கோவை ரெயில் நிலையத்தில் இருந்த டீக் கடையில் குழந்தைத் தொழிலாளியாய் வேலைக்குச் சேர்ந்தார். பிறகு, மாதம் 10 ரூபாய் சம்பளத்திற்கு ஒரு மருத்துவரிடம் உதவியாளராக வேலையில் சேர்ந்தார்.

சொந்தக் காலில் நிற்க வேண்டும் என்று கருதிய பாபு ஒரு சுமைத்தொழிலாளியாய் கைவண்டியில் மூட்டைகளைக் கொண்டு செல்லும் தொழிலைத் தேர்ந்தெடுத்தார். மூட்டைகளை வண்டியில் ஏற்றுவதையும் இறக்குவதையும் அவரே செய்தார். கடைத்தெருக்களின் இதர கைவண்டித் தொழிலாளிகளோடு

நன்கு பழகிய பாபு, எவ்விதப் பாதுகாப்பும் இல்லாதிருந்த அவர்களுக்காகச் செயல்பட முடிவு செய்தார். சுமைப்பணித் தொழிலாளர்களைத் திரட்டி பொதுத் தொழிலாளர் சங்கக் கிளையை உருவாக்கினார்.

கம்யூனிஸ்ட் கட்சி நடத்தி வந்த திரு.வி.க மன்றத்தோடு தொடர்பு ஏற்பட்டது. எல். அப்பு, பி.கே. நாராயணன் உள்ளிட்ட தோழர்களோடு ஏற்பட்ட தொடர்பின் பயனாக 1963ஆம் ஆண்டு, கம்யூனிஸ்ட் கட்சியின் ஆதரவாளரானார். 1965-ஆம் ஆண்டு மார்க்சிஸ்ட் கம்யூனிஸ்ட் கட்சியில் இணைந்தார்.

1964ம் ஆண்டு எம்.ஏ.பாபு சொந்தமாக மர அறுவை ஆலை (சா மில்) துவங்கினார். அந்தத் தொழிலைக் கவனித்துக் கொண்டே, மாவட்டத்தில் அப்போதிருந்த மற்ற மர அறுவை ஆலைகளில் உழைத்துக்கொண்டிருந்த தொழிலாளர்களைப் பொதுத் தொழிலாளர் சங்கத்தில் சேர்த்தார். மாவட்டம் முழுவதும் இருந்த பதினெட்டு சா மில்களில் வேலை செய்த 250 தொழிலாளர்கள் சங்கத்தில் சேர்ந்தனர். சங்கத்தின் பொதுச் செயலாளராக பாபு தேர்ந்தெடுக்கப்பட்டார். இத்தோடு நின்றுவிடவில்லை.

கோவை மாவட்ட ஹோட்டல் தொழிலாளர் சங்கம், சிந்தாமணி பொதுத் தொழிலாளர் சங்கம், ஆட்டோ தொழிலாளர் சங்கம் ஆகிய சங்கங்களை எம்.ஏ.பாபு தொடங்கினார். அந்தச் சங்கங்களும் இவரையே தமது பொதுச் செயலாளராகத் தேர்வு செய்தன.

கோவை மாவட்டத்தில் உள்ள பல்வேறு பிரிவுகளைச் சேர்ந்த பொதுத் தொழிலாளர் சங்க அமைப்புகளில் பெரும்பாலானவை இவரால் துவக்கப்பட்டவையே. ஒவ்வொரு சங்கத்தையும், தனித்தனியாக நடத்துவது, ஒவ்வொரு சங்கத்தின் சார்பிலும் அதனதன் தொழிலாளர்களது கோரிக்கைகளுக்காக தனிப் போராட்டங்களை நடத்துவது, தேவைப்படும் நிலையில் அனைத்துச் சங்கங்களின் கூட்டுப் போராட்டங்களுக்கும் ஏற்பாடு செய்வது என பாபு செயல்திறனோடு சங்கப் பணிகளை மேற்கொண்டார்.

தோழர் பாபு தான் பொறுப்பு வகித்த சங்கங்கள் மட்டுமல்லாமல், கோவையின் பஞ்சாலைகள், பொறியியல் தொழிற்சாலைகள் ஆகியவற்றின் தொழிலாளர்கள் நடத்திய போராட்டங்களிலும், குறிப்பாக போக்குவரத்துத் தொழிலாளர் சங்க இயக்கங்களிலும், தோழமை உணர்வோடு கலந்து கொள்வார். சி.ஐ.டி.யு. சங்க

எம்.ஏ.பாபு

அகில இந்திய அமைப்பு மாநாட்டிற்குப் பிறகு அதன் கோவை மாவட்டக் குழு தேர்வு செய்யப்பட்டது. தோழர் பாபு சி.ஐ.டி.யு. மாவட்டக் குழு உறுப்பினராகத் தேர்ந்தெடுக்கப்பட்டார்.

வடகோவை ரயில்வே நிலையம் அருகில் சுமார் 900 குடிசைகள் இருந்தன. கோவைக்குப் பிழைப்புத் தேடி வந்த ஏழை மக்கள் அந்தக் குடிசைகளை அமைத்துக் குடியிருந்தார்கள். அவர்களுக்கு அந்தக் குடியிருப்பிடங்களை உடைமையாக்கிப் பட்டா வழங்கிட வலியுறுத்திக் கட்சியும், சி.ஐ.டி.யு.வும் தொடர்ச்சியான போராட்டங்களை நடத்தின. அந்தப் போராட்டங்களில் மையமான பங்காற்றினார் பாபு. அப்பகுதியில் சுமைப்பணியாளர் சங்க அலுவலகம் ஒன்றும் செயல்பட்டு வந்தது.

அப்பகுதியில் சித்திவிநாயகர் கோவில் ஒன்று இருக்கிறது. பகுதி மக்கள் நம்பிக்கையோடு சென்று வருகிற அந்தக் கோவிலைத் தூய்மையாகப் பராமரிப்பதற்கு தோழர் பாபு அக்கறையோடு உதவி செய்தார். பக்தர்கள் சேர்ந்து கோவிலுக்கான பராமரிப்புக் குழு ஒன்றை அமைத்தபோது, பாபு ஒரு கம்யூனிஸ்ட் என்று

தெரிந்தும், அவரை அதன் தலைவராகத் தேர்ந்தெடுத்தனர்! இப்போதும் அப்பணியை செய்து வருகிறார். விநாயகர் கோவில் பராமரிப்புக்குழுத் தலைவராக பாபுவை அப்பகுதி மக்கள் தேர்ந்தெடுத்தது தொடர்பாக இன்னொரு சுவாரசியமான செய்தியும் உண்டு, அதைப் பின்னர் பார்ப்போம்.

அந்தக் குடிசைப் பகுதியிலிருந்து மக்களை வெளியேற்ற நடவடிக்கை எடுக்கப்பட்டபோது நீதிமன்றத்தில் வழக்குத் தொடுக்கப்பட்டது. வழக்கு விசாரணையில், அந்தக் கோவிலும் சங்கமும் பொதுநோக்கத்திற்கான இடங்கள் என்ற வாதத்தை மக்கள் சார்பாகவும் சங்கத்தின் சார்பாகவும் வாதிட்ட வழக்குரைஞர்கள் நீதிமன்றத்தில் வைத்தனர். நீதிமன்றம் அப்பகுதியிலிருந்து மக்கள் வெளியேற்றப்படுவதை அங்கீகரித்தது, ஆனால் அந்தக் கோவிலையும், சுமைப் பணி தொழிலாளர் சங்கம் செயல்பட்டு வந்த 2 சென்ட் இடத்தை சங்கமே தொடர்ந்து பயன்படுத்திக்கொள்ளவும் அனுமதித்தது! அந்த இடத்தில் தொழிலாளர்களின் நிதியுதவியோடு எழுப்பப்பட்ட கட்டடத்தில்தான் இன்றும் சுமைப்பணி தொழிலாளர் சங்கம் செயல்பட்டு வருகிறது.

கோவை மாவட்டத்தில் மக்களுக்காக மார்க்சிஸ்ட் கம்யூனிஸ்ட் கட்சி, சி.ஐ.டி.யு. நடத்துகிற போராட்டங்களிலும் உணர்வுப்பூர்வமாகப் பங்கேற்கிற போர்க்குணமுள்ளவரான தோழர் பாபு, அத்தகைய பல போராட்டங்களில் கலந்துகொண்டதற்காக சுமார் இரண்டரை ஆண்டுகள் சிறைசென்றிருக்கிறார். இந்திரா காந்தி அரசு அவசர நிலை ஆட்சியை அறிவித்தபோது, 'மிசா' சட்டத்தின் கீழ் கைது செய்யப்பட்டு ஒன்றரை ஆண்டு காலம் சிறையில் அடைக்கப்பட்டார். கட்சி முடிவை ஏற்று ஒரு மாதம் தலைமறைவாகவும் செயல்பட்டிருக்கிறார்.

தோழர் ஏ.கே. கோபாலன், இ.எம்.எஸ், இ.கே. நாயனார், ஜோதிபாசு, சுர்ஜித் உள்ளிட்ட தலைவர்கள் கோவை மாநகரத்திற்கு மாநாடுகளுக்காகவும் பொதுக்கூட்டங்களுக்காகவும் வந்தபோது சில கூட்டங்களுக்குத் தலைமை தாங்குகிற வாய்ப்பு தனக்கு அளிக்கப்பட்டதையும், அவர்கள் பங்கேற்ற கூட்டங்களில் எல்லாம் கலந்துகொண்டதையும் நினைவுகூர்ந்து இன்றும் பெருமிதம் கொள்கிறார் தோழர் பாபு.

தன்னல மறுப்புக்கு ஒரு எடுத்துக்காட்டான பாபு. தன்னுடைய மூத்த சகோதரி, தம்பி, தங்கை ஆகியோர் கொண்ட குடும்பத்தைக்

காப்பதற்காகத் தனக்கென குடும்பம் அமைத்துக்கொள்ளவில்லை. கே.ரமணி, வி.பி.சிந்தன் போன்ற தோழர்கள் திருமணம் செய்துகொள்ளுமாறு அறிவுறுத்தியதையும் இவர் ஏற்கவில்லை.

மார்க்சிஸ்ட் கம்யூனிஸ்ட் கட்சியின் பகுதிக்குழு உறுப்பினராகவும், மாவட்டக்குழு உறுப்பினராகவும் செயல்பட்டிருக்கிறார். கடந்த 54 ஆண்டு காலமாக முறைசாராத் தொழிலாளர்களின் நலன்களைக் காக்க பாபு அயராது பாடுபட்டு வருகிறார்.

பிள்ளையார் கோவில் பராமரிப்புப் பொறுப்பாளராக இவர் தேர்ந்தெடுக்கப்பட்டது பற்றிய சுவாரசியமான பின்னணி என்ன தெரியுமா? எம்.ஏ.பாபு என்ற, எந்தச் சமய அடையாளமும் இல்லாத பெயர் கொண்ட இவர் பிறப்பால் ஒரு இஸ்லாமியக் குடும்பத்தைச் சேர்ந்தவர் என்பது, இவரது குடும்பத்தினரை அறிந்த சிலருக்குத்தான் தெரியும். ஆனால் சமய அடையாளம் எதையும் பின்பற்றாதவர். இருப்பினும் கோவையில் மதக்கலவரம் திட்டமிட்டுத் தூண்டப்பட்டபோது, ஆர்.எஸ்.எஸ். பரிவாரத்தைச் சேர்ந்தவர்கள் தோழர் பாபுவின் கடையையும் குறிவைத்து அடித்து நொறுக்கினார்கள்.

சிறு வயதிலிருந்தே தொழிலாளர்களைத் திரட்டி அவர்களது கோரிக்கைகளுக்காக பல போராட்டக் களம் கண்டவர் தோழர் பாபு. தொடர்ச்சியாக மார்க்சிஸ்ட் கம்யூனிஸ்ட் கட்சியில் சேர்ந்து பல பொறுப்புகளை வகித்தவர். இப்போதும் கட்சியின் கோவை மேற்கு பகுதிக்குழு உறுப்பினராக உற்சாகமாகச் செயல்பட்டு வருகிறார்.

68 வயதை எட்டியுள்ள தோழர் எம்.ஏ.பாபு, இளம் தோழர்களுக்கு ஒரு சிறப்பான முன்னோடியாகக் கடந்த 50 ஆண்டுகளுக்கு மேலாகத் தொழிற்சங்கத்திலும் கட்சி இயக்கத்திலும் அர்ப்பணிப்போடு நிறைவேற்றி வருகிற பணி பாராட்டுக்குரியது, பின்பற்றத்தக்கது.

❑

20

பன்முக ஈடுபாட்டில் பரிணமித்த செயல்பாடு

தோழர் வெ.சுந்தரம் - சமூக அடிப்படையிலும், பொருளாதார நிலையிலும், கல்வி சார்ந்தும் ஒரு பின்தங்கிய குடும்பத்தில் பிறந்து, வங்கி ஊழியராகச் செயல்பட்டு இன்று மார்க்சிஸ்ட் கம்யூனிஸ்ட் கட்சியின் முக்கிய அங்கமாகிய ‘தீக்கதிர்’ குடும்பத்தில் ஒருவராக இயங்கிக்கொண்டிருப்பவர். ‘வி.எஸ்.’ என்று சக தோழர்களால் அன்புடன் குறிப்பிடப்படும் இவர், மண்பாண்டத் தொழிலில் ஈடுபட்டிருந்த எளியதொரு குடும்பத்தைச் சேர்ந்தவர். இவருக்கு இன்னொரு புனைப்பெயரும் உண்டு: தோழர் எழில்.

சிவகங்கை மாவட்டம் மானாமதுரையில் 1949ஆம் ஆண்டு மே 4ல் பிறந்தவர் வி.எஸ்.சுதந்திரப் போராட்டக் காலத்திலேயே கம்யூனிஸ்ட் இயக்கமும், விவசாயிகள் இயக்கமும் வலுவாகச் செயல்பட்ட மாவட்டங்களில், சிவகங்கை, விருதுநகர், ராமநாதபுரம் உள்ளிட்ட முகவை மாவட்டமாகிய இராமநாதபுரம் மாவட்டமும் ஒன்று. ஒரே இயக்கமாக இருந்த இந்திய கம்யூனிஸ்ட் கட்சியின் மாநிலத் தலைவர்கள் பலர் இம்மாவட்டங்களில் உருவாகி வந்தவர்கள்.

அன்றைய ஒரே இந்திய கம்யூனிஸ்ட் கட்சியிலும் பின்னர் மார்க்சிஸ்ட் கம்யூனிஸ்ட் கட்சியிலும் மாநிலச் செயலாளராகப் பணியாற்றிய மகத்தான தோழர் எம்.ஆர். வெங்கட்ராமனின் சொந்த ஊர் மானாமதுரை. அவர் சென்னையில் படித்து வழக்கறிஞராகப் பணியாற்றி அன்றைய ஒன்றுபட்டிருந்த கம்யூனிஸ்ட் கட்சியில் சேர்ந்து அதன் மாநிலச் செயலாளராகப் பொறுப்பேற்ற பிறகு, மானாமதுரையில் தமது பூர்வீகக் குடும்பச் சொத்தாக இருந்த வீட்டை கட்சிக்கு எழுதிக் கொடுத்துவிட்டார். 1964ஆம் ஆண்டு மார்க்சிஸ்ட் கம்யூனிஸ்ட் கட்சி உருவாகி அக்கட்சியின் மாநிலச் செயலாளராகப் பொறுப்பேற்ற அவர், ஒன்றுபட்ட கட்சியின்

மாவட்டக்குழுவிற்கு எனக் கொடுத்த தனது வீட்டைத் திரும்பக் கேட்க வேண்டாம் என்று முடிவெடுத்தார்.

அத்தகைய இயக்கப் பின்னணி கொண்ட பகுதியில் பிறந்து வளர்ந்த சுந்தரத்தின் வீட்டிற்கு அருகில் கம்யூனிஸ்ட் கட்சியின் தலைமையில் செயல்பட்டு வந்த ஏ.ஐ.டி.யு.சி. தொழிற்சங்க அலுவலகம் இருந்தது. பள்ளி மாணவராக இருந்த சுந்தரம் அடிக்கடி அங்கே செல்வார். அங்கு செயல்பட்டு வந்த முற்போக்கு வாலிபர் சங்கப் பாடசாலையில் சோவியத் வெளியீடுகள், ஜெயகாந்தன் படைப்புகள், மு.வரதராசனார், தீபம் நா.பார்த்தசாரதி உள்ளிட்டோரின் எழுத்தாக்கங்களைப் படிக்கும் வாய்ப்பு கிடைத்தது.

மானாமதுரையில் கம்யூனிஸ்ட் கட்சியின் செயல்பாடுகளை உற்றுக் கவனித்து வந்ததால் சிறுவயதிலேயே இவர் செங்கொடி இயக்கத்தின்பால் ஈர்க்கப்பட்டார். படித்த நூல்களிலிருந்து உள்வாங்கிய கருத்துகளையும் கம்யூனிஸ்ட் கட்சியின் நடவடிக்கைகளையும் உற்றுநோக்கியது இவருக்கு அரசியலைப் பற்றிய ஒரு புதிய வெளிச்சம் கிடைக்கச் செய்தது.

பள்ளிப் படிப்பு முடிந்து கல்லூரியில் இணைந்து பட்டப் படிப்பில் ஈடுபட்டவர், கல்வித்திட்டப் பாடங்களை நன்கு பயின்றவராக மட்டுமல்லாமல், சமுதாய அக்கறையும், இடதுசாரிச் சிந்தனையும் கொண்ட மாணவராகவும் பரிணமித்தார்.

அந்தப் பின்னணியோடு 1970களின் தொடக்கத்தில் தபால் தந்தி துறையில் முதலில் பணிக்குச் சேர்ந்தவர், 1972 -ல் கனரா வங்கி ஊழியரானார். வங்கியில் பணியாற்றியபோது, சக ஊழியர்களின் நலன்களுக்காகத் தன்னலமின்றிப் போராடுகிறவராக, தொழிற்சங்க நடவடிக்கைகளில் ஈடுபட்டார். இன்றைய இந்திய வங்கி ஊழியர் சம்மேளனம் (பெஃபி) உருவானதில் முனைப்புடன் பங்களித்தார். பின்னாளில் சங்கம் ஒப்படைத்த மாநில, அகில இந்தியப் பொறுப்புகளை ஏற்றுப் பணியாற்றினார் என்பது குறிப்பிடத்தக்கது.

வங்கி அரங்கப் பணிகளோடு நேரடி கட்சிப் பணிகளிலும் முழுமையாக இறங்கிச் செயல்பட்டார் தோழர் வி.எஸ். கோவில்பட்டி வங்கிக் கிளையில் பணியாற்றியபோது தோழர்கள் பால்வண்ணம், ஆர்.எஸ். மணி, ஆர். ஜவகர் ஆகியோருடன் அறிமுகம் கிடைத்தது. அந்த நாட்களில் கோவில்பட்டி நகரம் இளைஞர்களிடையே அரசியல், சமூகம், இலக்கியம் குறித்து

விரிவான விவாதங்களும் கருத்துச் சண்டைகளும் நடந்த ஒரு ஆக்கப்பூர்வமான தளமாக இருந்தது. அறிவார்ந்த அந்த வாத-எதிர்வாதச் சண்டைகளில் சுந்தரமும் பங்கேற்றார்.

சமுதாய அக்கறையோடு பேனாவைக் கையில் எடுத்த எழுத்தாளர்களை இணைத்து 'முற்போக்கு இலக்கிய வாசகர் குழு' உருவாக்கப்பட்டது. சுந்தரம் அதன் செயலாளராகத் தேர்வு செய்யப்பட்டார். 1973ல் மார்க்சிஸ்ட் கம்யூனிஸ்ட் கட்சியுடன் அவருக்குத் தொடர்பும் நெருக்கமும் ஏற்பட்டதைத் தொடர்ந்து, 1975ல் மானாமதுரைக்கு மாறுதலானபோது கட்சி உறுப்பினரானார்.

கட்சியின் மதுரை - ராமநாதபுரம் மாவட்டக் குழுக்கள் ஒரே குழுவாக இருந்த அந்தக் காலகட்டத்தில் கலை இலக்கிய ஈடுபாட்டுடன் அதற்கான அமைப்பில் செயல்படத் தொடங்கினார். இன்றைய தமிழ்நாடு முற்போக்கு எழுத்தாளர் கலைஞர்கள் சங்கம் (த.மு.எ.க.ச) அன்று தமிழ்நாடு முற்போக்கு எழுத்தாளர் சங்கமாக (த.மு.எ.ச) உருவானபோது, அதன் மானாமதுரை கிளை உருவாக்கப்பட்டது; அந்தக் கிளையின் முதல் தலைவராகத் தேர்ந்தெடுக்கப்பட்டார். தமுஎச முதல் மாநில மாநாட்டில் ஒரு பிரதிநிதியாகப் பங்கேற்று, பின்னர் மூன்றாவது மாநில மாநாட்டில் மாநிலக்குழு உறுப்பினராகவும் தேர்வு செய்யப்பட்டார்.

1975ல் அவசர நிலை ஆட்சிக் காலத்தில் மார்க்சிஸ்ட் கம்யூனிஸ்ட் கட்சியுடன் தொடர்பு கொண்டிருந்த அரசு ஊழியர்கள், பொதுத்துறை நிறுவனங்களின் அலுவலர்கள் உள்ளிட்டோர், அவர்களது பாதுகாப்பு கருதி, புனைப் பெயர்களிலேயே கட்சிக்குள் குறிப்பிடப்பட்டார்கள். தாங்களாகப் புனைப் பெயர் வைத்துக்கொண்டவர்களும் உண்டு, தலைவர்களால் வேறு பெயர்களில் அழைக்கப்பட்டவர்களும் உண்டு. தோழர் சுந்தரத்துக்கு தோழர் எஸ்.ஏ.பெருமாள் சூட்டிய புனைப்பெயர்தான் 'எழில்'.

1977ல் அவசர நிலை ஆட்சி முடிவுக்கு வந்தது. மார்க்சிஸ்ட் கம்யூனிஸ்ட் கட்சியின் முகவை மாவட்டக்குழு உருவாக்கப்பட்டு அதன் செயலாளராக தோழர் எஸ்.ஏ.பெருமாள் தேர்வு செய்யப்பட்டார். அப்போது அவருடன் ஏற்பட்ட தொடர்பினால் புத்தகங்கள் படிப்பது, இயக்கங்களில் பங்கேற்பது என தோழர் வி.எஸ். செயல்பாடுகள் விரிவடைந்தன. அதற்கு எஸ்.ஏ.பி. வழிகாட்டினார். 1980ல் கட்சியின் முகவை மாவட்டக்குழுவில்

வெ.சுந்தரம்

இணைக்கப்பட்டு ஆர்வத்தோடு கட்சி வேலைகளில் ஈடுபட்ட நினைவுகளைப் பசுமையாக நினைவுகூர்கிறார் முகவை எழில்.

அன்றைய முகவை மாவட்டத்தில் கட்சித் தோழர்களுக்கு அரசியல் வகுப்புகளை எடுக்கத்தொடங்கினார். பின்னாளில் கட்சியின் மாநில கல்விக்குழுவில் இணைக்கப்பட்டு பல்வேறு மாவட்டங்களிலும், வெகுமக்கள் அரங்கங்களிலும் அரசியல் வகுப்புகளை எடுத்துள்ளார் என்பது குறிப்பிடத்தக்கது. வங்கி ஊழியராக பணியாற்றிக்கொண்டே அரசியல் கல்வி ஆசிரியராக அனைத்து மாவட்டங்களுக்கும் சென்றார். மார்க்சியத் தத்துவம், கட்சித் திட்டம் உள்ளிட்ட பாடப்பொருள்களை எளிமையாகவும் சுவைபடவும் எடுத்துரைக்கும் திறன் கொண்டவர். “அகில இந்திய கட்சிப் பள்ளிகளில் இரண்டுமுறை பங்கேற்றிருக்கிறேன். நம்முடைய மகத்தான தலைவர்கள் இ.எம்.எஸ், ஹர்கிஷன் சிங் சுர்ஜித் போன்றவர்களின் வகுப்புகளை கேட்கிற அரிய வாய்ப்புகள் எனக்குக் கிடைத்தன,” என்று அடக்கத்தோடு பெருமிதத்தைப் பகிர்ந்துகொள்கிறார்.

அறிவியல் இயக்கம், அறிவொளி இயக்கம் உள்ளிட்ட ஆக்கப்பூர்வமான பன்முகச் செயல்பாடுகளிலும் தன்னை இணைத்துக் கொண்டவரான வி.எஸ்., வங்கிப் பணியில் இன்னும் பத்தாண்டுகள் தொடர வாய்ப்பிருந்த நிலையிலும் தன்னுடைய 50வது வயதில் வேலையிலிருந்து தன்விருப்ப ஓய்வு பெற்று, 2001ஆம் ஆண்டு முதல் கட்சியின் முழுநேர ஊழியராகப் பணியாற்றி வருகிறார். கட்சியின் மதுரை புறநகர் மாவட்டச் செயலாளராகவும் பொறுப்பேற்றார். மாநிலக்குழு உறுப்பினராகவும் தேர்வு செய்யப்பட்டு, கட்சியின் மாநில தணிக்கைக் குழுவிலும் பணியாற்றினார்.

கட்சியின் வேண்டுகோளை ஏற்று, மாவட்டச் செயலாளர் பொறுப்பிலிருந்து விடுவிக்கப்பட்டு 'தீக்கதிர்' மதுரைப் பதிப்புப் பொது மேலாளராகப் பணியாற்றினார். உடல்நலம் பாதிக்கப்பட்டபோது தாமாகவே முன்வந்து தன்னை மாநிலக்குழுவிலிருந்து விடுவிக்கக் கேட்டுக்கொண்டார். இப்போதும் 'தீக்கதிர்' நிர்வாக ஆலோசகராக தினமும் அலுவலகம் வருகிறார். கட்சி நடத்திடும் இலக்கிய மாத இதழான 'செம்மலர்' ஆசிரியர் குழுவிலும் செயல்பட்டு வருகிறார்.

கட்சி தனக்களிக்கும் பணிகளை ஆர்வத்தோடும் அக்கறையோடும் செய்து பன்முகச் செயல்பாட்டில் முன்னணியில் நிற்பவர், தன்னடக்கத்தின் உருவமாகவும் இருப்பார். அதே நேரத்தில் எந்தவொரு பிரச்சினையிலும், ஆழ்ந்த அரசியல் பார்வையுடன், தன்னுடைய கருத்தை உரிய அமைப்பில் அழுத்தமாக பதிவு செய்யத் தவறுவதில்லை.

மாணவர்கள், இளைஞர்கள், வயதில் மூத்தவர்கள் என அனைத்துத் தரப்புத் தோழர்களுடனும் கலந்து கரைந்துபோவது இவரது ஒரு சிறப்புப் பண்பு. கட்சி அமைப்பை ஒருங்கிணைத்துப் பணிகளை முன்னெடுத்துச் செல்வதிலும், அவ்வப்போது எழக்கூடிய கடினமான சூழ்நிலைமைகளைப் பொறுமையாகக் கையாளுவதிலும் வல்லவர்.

மதுரை புறநகர் மாவட்டச்செயலாளராக பணியாற்றியபோது, தலித் மக்களின் வாய்ப்பை மறிக்கும் வகையில் தேர்தல் நடத்தப்படாமலிருந்த பாப்பாப்பட்டி, கீரிப்பட்டி, நாட்டாமங்கலம் ஊராட்சிகளுக்குத் தேர்தல் நடத்துவதற்கான போராட்டத்திலும்,

உத்தப்புரம் தீண்டாமைச் சுவர் தகர்ப்புப் போராட்டத்திலும் தன் முன்னணிப் பங்களிப்பைச் செலுத்தியுள்ளார்.

கட்சியிலும், ‘தீக்கதிர்’ அலுவலகத்திலும் ஊழியராகத் தொடர்ந்து இயங்கி வரும் தோழர் வி.எஸ்., முழுநேர ஊழியர்களுக்கான ஊதியத்தைப் பெற்றுக்கொள்ளாமல், மிகுந்த அர்ப்பணிப்புடன் இயக்கப்பணியாற்றி வருகிறார். இவரது துணைவியார் கனுகாந்தி, தமிழ்நாடு மின்சார வாரியத்தில் பணியாற்றி ஓய்வு பெற்றவர். மகள் விஜயராணி திருமணமாகி, அரசு ஊழியராகப் பணியாற்றி வருகிறார்.

இளமைப் பருவத்தில் தொடங்கி இன்றளவும் அர்ப்பணிப்போடு கட்சிப் பணியாற்றி வருகிற தோழர் சுந்தரம் தற்போது தமது 68 வயதில் உடல்நிலை பாதிக்கப்பட்டுள்ள நிலையிலும் சாத்தியமான அளவுக்கு உணர்வுப்பூர்வமாக இயக்க ஈடுபாட்டோடு செயல்படுகிறார். கடந்த 45 ஆண்டுகளுக்கும் மேலாக கம்யூனிஸ்ட் ஊழியருக்கான ஒரு எடுத்துக்காட்டாக தோழர் வி.எஸ். ஆற்றி வரும் இயக்கப் பணி பாராட்டுக்குரியது - பின்பற்றத்தக்கது.

❑

21
குடும்பங்களில் அரசியல் பேச வேண்டும்

பொதுவுடைமை இயக்கத்தில் இணைந்தோரில் பெரும்பாலோர் தொழிற்சங்கச் செயல்பாடுகள் மூலமாகவும், விவசாயிகளின் போராட்டங்கள் மூலமாகவும் கம்யூனிஸ்ட் கட்சியில் சேர்ந்தவர்கள்தான். மற்ற பல பிரிவுகளைச் சேர்ந்தோரைப் போலவே, கைத்தொழில் ஒன்றைக் கற்றுக்கொண்டு குடும்ப வருவாய்க்கென சொந்தமாகத் தொழில் செய்துகொண்டே கம்யூனிஸ்ட் கட்சியில் ஐக்கியமாகிச் செயல்பட்டுக்கொண்டிருப்போரும் கணிசமாக இருக்கிறார்கள். அத்தகையோரில் ஒருவர், கட்சியின் அங்கமாக 50 ஆண்டுகளுக்கும் மேலாக செயல்பட்டுக் கொண்டிருப்பவர் தோழர் எஸ்.ஆர்.பாலன். கேரளத்திலிருந்து தமிழகம் வந்து திருச்சி நகரில் இயக்கத்தோடு பயணித்துக்கொண்டிருப்பவர்.

கேரளத்தின் திருச்சூரில் 1934இல் பிறந்தவரான பாலன், அங்குள்ள பள்ளியில் 4ஆம் வகுப்பு வரை படித்தார்.

தந்தையார் ராவுண்ணி திருச்சிக்கு மாற்றப் பட்டதைத் தொடர்ந்து இவர்களது குடும்பத்தினரும் மலைக்கோட்டை நகருக்கு வந்தது. திருச்சி நகரத்தில் பாலன் 10ஆம் வகுப்பு வரையில் படித்தார்.

ராவுண்ணி ராணுவத்தில் மரப் பொருட்கள் தயாரித்துத் தருகிற தச்சு வேலையில் இருந்தவர். பல மாநிலங்களில் பணியாற்றியவர். கடைசியாக திருச்சிக்கு மாற்றலானார்.

எஸ்.ஆர். பாலன் சிறுவயதிலேயே கம்யூனிஸ்ட் கட்சி நடத்தும் ஊர்வலங்களிலும் ஆர்ப்பாட்டங்களிலும் இதர இயக்கங்களிலும் கலந்து கொள்வார். எப்படி இந்த ஆர்வம் வந்தது என்று கேட்டபோது, “எங்கள் குடும்பமே அரசியல் ஈடுபாடு உள்ள கட்சிக் குடும்பம். குடும்பத்தில் எல்லோரும் அரசியல் பேசுவோம், விவாதிப்போம். அது இந்த ஆர்வத்தை ஏற்படுத்தியிருக்கக்கூடும்,” என்றார். செங்கொடி இயக்கத் தோழர்களின் குடும்பங்களில்

எல்லோருமே அரசியல் பேசுகிற பண்பாடு வளர வேண்டும் என்பதற்கு இவர் ஒரு எடுத்துக்காட்டு.

தனது சித்தப்பா திருச்சூரில் கம்யூனிஸ்ட் கட்சியின் மாவட்டச் செயலாளராகப் பணியாற்றியவர் என்றும் அவர் தெரிவித்தார். இப்படி குடும்பமே இயக்க ஈடுபாட்டுடன் இருந்ததால் சிறு வயதிலேயே பாலனுக்கு கம்யூனிஸ்ட் கட்சியின் மீது ஒரு ஈர்ப்பு ஏற்பட்டிருந்தது.

10ஆம் வகுப்புக்கு மேல் தொடர்ந்து பாலனைப் பள்ளிக்கு அனுப்பாத தந்தை, தன்னைப் போன்றே கார்ப்பெண்டர் வேலைக்கு என ரயில்வேக்கு அனுப்பினார். திருச்சியில் ரயில்வேயில் ஒரு கலாசியாக வேலையில் சேர்ந்த பாலன் கார்ப்பெண்டர் வேலைசெய்து வந்தார். அங்கு தொழிலாளர்கள் குறிப்பிட்ட பிரச்சினைக்காக இறுதிக்கட்டப் போராட்டமாக வேலைநிறுத்தத்தில் ஈடுபட்டபோது பாலனும் அதில் கலந்துகொண்டார். வேலைநிறுத்தம் செய்த அனைவரையும் ரயில்வே நிர்வாகம் வேலை நீக்கம் செய்தது. பாலனும் வேலையிலிருந்து நீக்கப்பட்டார்.

பின்னர் வேறு அரசாங்க வேலைக்கோ, தனியார் நிறுவன வேலைக்கோ செல்ல விரும்பாத பாலன் சொந்தமாகத் தச்சுப் பட்டறை தொடங்கி நடத்தினார். அந்தப் பட்டறையில் பத்து பேருக்கு வேலை கொடுத்தார்.

1955ஆம் ஆண்டு பாலன் - லட்சுமி திருமணம் நடைபெற்றது.

தொடர்ச்சியாக கம்யூனிஸ்ட் கட்சியின் பல்வேறு நிகழ்ச்சிகளில் பங்கேற்றுவந்தபோது கட்சியின் அன்றைய மாவட்டச் செயலாளரான பி.ராமச்சந்திரனுடன் (பி.ஆர்.சி) நல்ல தொடர்பு கிடைத்தது. அவருடன் நடத்திய உரையாடல்கள், கிடைத்த அனுபவப் பாடங்கள் ஆகியவற்றின் அடிப்படையில் 1955ஆம் ஆண்டு கட்சியின் உறுப்பினராக இணைந்தார்.

பாலனின் ஆர்வமும் அக்கறையும் மிக்க பணிகளுக்கான ஒரு அங்கீகாரமாக, 1958ஆம் ஆண்டு திருச்சியின் பீமன் நகர் கட்சிக் கிளைச் செயலாளராக தேர்வு செய்யப்பட்டார். 9 ஆண்டு கிளைச் செயலாளராகச் செயல்பட்டார். பின்னர் கட்சியின் நகர்க்குழு உறுப்பினராகத் தேர்ந்தெடுக்கப்பட்டு அந்தப் பொறுப்பை 1998 வரை நிறைவேற்றி வந்தார்.

தோழர் பாலனின் முன்முயற்சியால் திருச்சி நகரத்தில் அப்பளத் தொழிலாளர்கள் சங்கம் துவக்கப்பட்டது. அந்தச் சங்கத்தின் நிர்வாகிகளில் ஒருவராகச் செயல்பட்டார். திருச்சி நகரத்தில் நடந்த கட்சி நடத்திய போராட்டங்கள், தொழிற்சங்கம் அறைகூவல்படி நடந்த இயக்கங்கள் அனைத்திலும் பாலன் பங்கேற்பது தவறாது.

திருச்சி மாவட்டத்தில் சுந்தரம் மோட்டார்ஸ் கம்பெனி ஓட்டுநர்கள், ஊதிய உயர்வு கோரி வேலைநிறுத்தப் போராட்டம் நடத்தினர். போராட்டத்தை உடைக்க எண்ணிய நிர்வாகத்திற்கு ஆதரவாக போலீஸ் தலையிட்டது. ஓட்டுநர்களைக் கைது செய்து சிறையில் அடைத்தது. வேறு ஆட்களை வைத்து பேருந்துகளை இயக்க நிர்வாகம் முயன்றது. போராடிய தொழிலாளர்களை ஆதரித்து, பேருந்துகளின்முன் மறியல் போராட்டம் நடத்துவது என கட்சியின் மாவட்டக்குழு முடிவு செய்தது. எஸ்.ஆர். பாலனும் இன்னும் சில தோழர்களும் புறநகர் பகுதியில் அதிகாலையில் வாழைத்தோட்டத்தில் பதுங்கியிருந்து சுந்தரம் மோட்டார்ஸ் பேருந்துகளை மறியல் செய்யக் காத்திருந்தனர். இவர்களை அங்கே பார்த்த தோட்ட உரிமையாளர், வாழைக்காய்களைத் திருட வந்தவர்கள் என்று போலீசில் புகார் கொடுத்தார். தோட்டத்தில் பதுங்கியிருந்த தோழர்களைக் காவல்துறை கைது செய்ய வந்தது. நகர காவல்துறை துணை கண்காணிப்பாளர் துப்பாக்கியை உயர்த்திக் காட்டி, "உங்களைச் சுட்டு விடுவேன், இங்கிருந்து வெளியேறுங்கள்," என அச்சுறுத்தினார்.

"எங்கே சுடுங்கள் பார்க்கலாம்," என துணிந்து முழங்கினார் எஸ்.ஆர். பாலன். காவல்துறையினர் அதிகமானோர் வரவழைக்கப்பட்டார்கள். தொழிலாளர்களுக்காகப் போராட வந்திருந்த பாலன் உள்ளிட்ட 9 தோழர்கள் கைது செய்யப்பட்டு காவல் நிலையம் கொண்டு செல்லப்பட்டனர். காவல்நிலையத்திற்கு வந்த காவல்துறை மாவட்டக் கண்காணிப்பாளர், "இவர்களையா திருடர்கள் என்று பிடித்து வந்தீர்கள், இவர்கள் கம்யூனிஸ்ட் கட்சிக்காரர்களய்யா," எனக் கூறி அனைவரையும் வழக்குப் பதிவு செய்யாமல் விடுவித்தார்.

1961ஆம் ஆண்டு மாநில அளவில் விவசாயிகள் சங்கம், நிலமற்ற விவசாயிகளுக்கு நில விநியோகம் செய்ய வலியுறுத்தி நடத்திய மறியல் போராட்டத்தில் பாலனும் கலந்துகொண்டு, அதற்காக 10 நாட்கள் சிறையில் இருந்திருக்கிறார்.

எஸ்.ஆர்.பாலன்

1964ஆம் ஆண்டு இந்திய கம்யூனிஸ்ட் கட்சி (மார்க்சிஸ்ட்) உருவானது. தோழர் எஸ்.ஆர். பாலன் சிபிஎம் அங்கமாகத் தொடர்ந்து பயணித்தார். முன்னதாக தில்லியில் நடைபெற்ற ஒன்றுபட்ட கட்சியின் தேசிய கவுன்சில் கூட்டத்தில் இருந்து 32 தோழர்கள் வெளியேறினார்கள். இவர்கள்தான் அதே ஆண்டில் மார்க்சிஸ்ட் கம்யூனிஸ்ட் கட்சியை உருவாக்கினார்கள். தோழர் எஸ்.ஆர்.பாலன் முயற்சி மேற்கொண்டு திருச்சியில் தோழர் எம். ஆர்.வெங்கட்ராமனை அழைத்துவந்து 32 இடங்களில் கொடியேற்றச் செய்து பெரியதொரு பொதுக்கூட்டத்தையும் நடத்தினார்.

தோழர்கள் இ.எம்.எஸ்., ஏ.கே. கோபாலன், பி. ராமமூர்த்தி முதலான தலைவர்கள் திருச்சிக்குக் கட்சிப் பணிகளாக வந்தபோது தன்னுடைய வீட்டில் உணவருந்திச் சென்றதை பெருமிதத்திற்குரியதொரு வாய்ப்பாகக் கருதுகிறார். தன்னுடைய

வீட்டிற்குக் கட்சியின் மாநிலத் தலைவர்கள் எல்லோரும் வந்துள்ளதாகக் கூறினார்.

1952ஆம் ஆண்டு நடைபெற்ற சட்டமன்றத் தேர்தலில் சென்னை வண்ணாரப்பேட்டை தொகுதியில் தோழர் ஜீவானந்தம், ஒன்றுபட்ட கட்சியின் வேட்பாளராகப் போட்டியிட்டபோது, திருச்சியிலிருந்து சென்னை சென்று அவருக்காகத் தேர்தல் பணியாற்றியதை நினைவுகூர்கிறார்.

பாலனின் மனைவி ஜானகி, மாதர் சங்கத்தில் பணியாற்றியிருக்கிறார். இவர்களுக்கு 3 மகன்கள், 4 மகள்கள். எல்லோரும் கட்சி ஆதரவாளர்கள்.

தொடக்க காலத்திலிருந்தே தோழர் பாலன் தொடர்ந்து 'தீக்கதிர்' வாங்குகிறார். திருச்சி பீமன் நகரில் இவர் ஆற்றி வந்திருக்கிற கட்சிப் பணிகள், தோழர்கள் இவரை 'பீமன் நகர் பாலன்' என்றே அழைக்கிற அளவுக்கு அடையாளம் பெற்றுத் தந்திருக்கின்றன. கட்சியில் உயர் பொறுப்புகளுக்கு வரவில்லை என்றாலும் அக்காலத்தில் எஸ்.ஆர். பாலன் போன்ற தோழர்கள் திருச்சி மாநகரத்தில் உருவாக்கிய வலுவான அடித்தளம்தான் இன்றைக்கு கட்சி துடிப்போடு செயல்படுவதற்கு ஆதாரமாக அமைந்திருக்கிறது என்றால் மிகையில்லை.

9 ஆண்டுகள் கிளைச் செயலாளராகவும், 30 ஆண்டுகள் இடைக்குழு உறுப்பினராகவும் பாலன் பணியாற்றியிருக்கிறார். இப்போதும் கட்சி உறுப்பினராக இருந்துகொண்டு தன்னால் இயன்ற பணிகளைச் செய்து வருகிறார். பாலனைச் சென்று சந்திக்க விரும்புவது தெரியவந்தபோது, தனது இரு சக்கர வாகனத்தில் கட்சியின் மாவட்டக்குழுவிற்கு தானே வந்து விட்டார் இந்த 83 வயதுக்காரர்! மூத்த தோழர்களின் பங்களிப்புக்கு ஒரு சான்றாகவும், இளம் தோழர்களுக்கு ஒரு முன்னுதாரணமாகவும் கடந்த 60 ஆண்டுகளுக்கு மேலாக தோழர் எஸ்.ஆர். பாலன் ஆற்றி வரும் இயக்கப்பணி குறிப்பிடத்தக்கது, பின்பற்றத்தக்கது.

❑

22

சிறையில் அடைத்தும் சிதையாத மன உறுதி

தொழில் வளர்ச்சியில் மட்டுமல்லாமல் தொழிற்சங்க இயக்கம், அதன் வாயிலாகப் பொதுவுடைமைக் கட்சி இரண்டின் வளர்ச்சியிலும் தனக்கென வரலாறும் வளமும் படைத்தது கோவை மாவட்டம். இந்த மாவட்டத்தில் ஆலை நிர்வாக ஒடுக்குமுறைகள் உள்ளிட்ட பிரச்சினைகளை எதிர்கொண்ட தொழிலாளர்களை திரட்டிச் செயல்பட்ட தொழிற்சங்க இயக்கத்தில் முன்னணிப் பாத்திரம் வகித்த பலர் அரசியல் உணர்வு உந்தப் பெற்றவர்களாக கம்யூனிஸ்ட் கட்சியில் சேர்ந்து மகத்தான பல களப் போராட்டங்களைக் கண்டனர். அவ்வாறு தொடக்கத்தில் தொழிற்சங்க உறுப்பினராக உருவெடுத்து, பின்னர் கட்சி உறுப்பினராக வளர்ந்து இன்றளவும் மார்க்சிஸ்ட் கம்யூனிஸ்ட் கட்சியின் ஒரு அங்கமாக இயங்கிக்கொண்டிருக்கிற மூத்த தோழர் கே.சிவசாமி.

வடக்கு மேட்டுப்பாளையம் வெள்ளக்கிணறு கிராமத்தில் ஒரு எளிய விவசாயக் குடும்பத்தில் 1937ஆம் ஆண்டு பிறந்தவர் சிவசாமி. தொடர்ந்து விவசாயத்தை நம்பி வாழ இயலாத சூழல் ஏற்பட்டபோது, 1953ல் இவருடைய தந்தை குடும்பத்தை அழைத்துக்கொண்டு கோவையின் உடையாம்பாளையம் பகுதிக்கு வந்து குடியேறினார். அதன் பிறகும் குடும்பம் வறுமையின் பிடியிலிருந்து விடுபட முடியாத நிலையில், சிறுவன் சிவசாமியை 8ஆம் வகுப்பிற்குமேல் பெற்றோர்களால் படிக்கவைக்க முடியவில்லை.

அந்தச் சிறுவயதிலேயே தனக்கும் குடும்பத்தைப் பாதுகாக்கும் பொறுப்பு ஏற்பட்டதால் சிவசாமி ஒரு பட்டறையில் வேலைக்குச் சேர்ந்தார். தினக்கூலி 50 காசு! அதைப் பெற்றோரிடம் கொடுத்துவிடுவார். வேலை முடிந்து வீட்டிற்குத் திரும்பிய பிறகு, மாலைப் பொழுதுகளில் உடையாம்பாளையம் கிராமத்தில் இயங்கி வந்த ஜனசேவா சங்கம் என்ற அமைப்பு நடத்திய கூட்டங்களில்

கலந்து கொள்வார். அந்தக் கூட்டங்களில் கம்யூனிஸ்ட் கட்சியைச் சார்ந்த வெங்கிடு கலந்து கொள்வார். பின்னாட்களில் மார்க்சிஸ்ட் கம்யூனிஸ்ட் கட்சியின் கோவை மாவட்டச் செயலாளராகப் பங்களித்த தோழர் ஆர். வெங்கிடுதான் அவர். அவருடன் உரையாடிய வாய்ப்புகள் கட்சியைப் பற்றிப் புரிந்துகொள்ளச் செய்தன. அப்போது தினசரி செய்திப் பத்திரிகைகளை படிக்கும் பழக்கமும் சிவசாமிக்கு அமைந்தது.

பின்னர் சிவசாமி ஜெம் கம்பெனியில் வேலைக்குச் சேர்ந்தார். அங்கே சிவசாமி வேலை செய்துகொண்டிருந்தபோது தோழர்கள் கே.ரமணி, பாலன் போன்ற தலைவர்கள் தொழிலாளர்களைச் சந்தித்துக் கூட்டம் நடத்தியிருக்கிறார்கள். அந்தக் கூட்டங்களில் கலந்துகொண்ட சிவசாமி, அந்த நிறுவனத்தில் தொழிற்சங்கம் உருவாக்குவதற்கு முனைப்போடு செயல்பட்டிருக்கிறார்.

சங்கம் தொடங்கப்பட்ட சில மாதங்களுக்குப் பிறகு ஜெம் நிர்வாகத்தோடு சங்கத் தலைவர்கள் பேச்சுவார்த்தை நடத்தி, தொழிலாளர்கள் அனைவருக்கும் கூலி உயர்வு பெற்றுத் தந்ததோடு, இ.எஸ்.ஐ., பி.எப். ஏற்பாடுகளுக்கும் வழி செய்தார்கள். சங்கத்தின் இத்தகைய செயல்பாடுகளில் துடிப்போடு ஈடுபட்ட சிவசாமி ஜெம் தொழிலாளர் சங்கச் செயலாளராகவும், இன்ஜினியரிங் தொழிலாளர் சங்கத்தின் நிர்வாகக்குழு உறுப்பினராகவும் தேர்வு செய்யப்பட்டார். சத்தியமங்கலம் சாலையில் உள்ள பல நிறுவனங்களில் தொழிற்சங்கப் பணிகளை ஏற்றுச் செய்கிற பொறுப்பும் இவருக்கு அளிக்கப்பட்டது.

தொழிற்சங்கப் பணிகளில் பங்கேற்ற பின்னணியில் தோழர்கள் கே.ரமணி, ஆர்.வெங்கிடு, பாலன், பூபதி ஆகியோருடன் தொடர்பு ஏற்பட்டது. அந்தத் தொடர்பின் பலனாக சிவசாமி 1960ஆம் ஆண்டு கம்யூனிஸ்ட் கட்சியில் உறுப்பினராக இணைந்தார். 1964ஆம் ஆண்டு மார்க்சிஸ்ட் கம்யூனிஸ்ட் கட்சி உருவானபோது இணைந்து பயணித்தார். இதே நாட்களில் ஸ்ரீராம் இன்டஸ்டரியல் கம்பெனி நிறுவனத்தில் வேலை செய்து வந்த தோழர் யு.கே. வெள்ளியங்கிரியும் கம்யூனிஸ்ட் கட்சி உறுப்பினரானதை தோழர் சிவசாமி நினைவு கூர்ந்தார்.

சின்னவேடம்பட்டி பேரூராட்சிக்குட்பட்ட ஒரு பகுதியான உடையாம்பாளையம் பகுதியில் குடிநீர், சாலை வசதி போன்ற மக்கள் கோரிக்கைகளுக்காக கம்யூனிஸ்ட் கட்சி

கே.சிவசாமி

தொடர்ச்சியாக பல இயக்கங்களை மேற்கொண்டது. அத்தகைய இயக்கங்களில் தானும் ஆர்வத்தோடு பங்கேற்றதை உற்சாகமாகக் குறிப்பிடுகிறார் சிவசாமி. பேரூராட்சிக்கு நடைபெற்ற தேர்தலில் கட்சியின் வேட்பாளர்களாகப் போட்டியிட்ட தோழர்கள் சிவசாமி, வெள்ளியங்கிரி இருவரும் மன்ற உறுப்பினர்களாகத் தேர்ந்தெடுக்கப்பட்டார்கள். தொடர்ச்சியாக சின்னவேடம்பட்டி மக்களுக்காக கட்சி நடத்திய பல போராட்டங்கள் அடித்தளமாக அமைய, அதன் மீது மார்க்சிஸ்ட் கம்யூனிஸ்ட் கட்சி வலுவான அமைப்பாக உருவானது.

அப்பநாயக்கன் பாளையத்தில் தமிழ்நாடு விவசாயிகள் சங்க மாநாடு நடைபெற்றது. அந்த மாநாட்டுக்கான தயாரிப்புப் பணிகளிலும் வர்க்கத் தோழமை உணர்வோடு சிவசாமி கலந்துகொண்டார். மாநாட்டில் கட்சியின் மாவட்டத் தலைவர்கள் மட்டுமல்லாமல், தோழர் பி.ராமமூர்த்தி கலந்து கொண்டு சிறப்புரையாற்றிய நினைவுகளைப் பசுமையாகப் பகிர்ந்துகொள்கிறார் சிவசாமி.

1986ஆம் ஆண்டு மாநில அளவில் உள்ளாட்சித் தேர்தல் நடந்தது. அதையொட்டி சின்னவேடம்பட்டி பேரூராட்சிக்கு தேர்தல் நடைபெற்றது. தலைவர் பொறுப்புக்கு நேரடி தேர்தல். கட்சியின் வேட்பாளராகக் களம் இறங்கிய தோழர் சிவசாமி பேரூராட்சித் தலைவராகவும், கட்சியின் மற்ற வேட்பாளர்கள் பெரும்பான்மையான வார்டு உறுப்பினர்களாகவும் தேர்வு செய்யப்பட்டார்கள். 5 ஆண்டுகள் கட்சியின் வழிகாட்டுதலுடன் பணிகளை மேற்கொண்ட சிவசாமி நேர்மையான தலைவருக்கு ஒரு சான்றாகச் செயல்பட்டிருக்கிறார். இவர் காலத்தில் பல திட்டங்கள் சின்னவேடம்பட்டியில அமலாகின. பேரூராட்சியில் மார்க்சிஸ்ட் கம்யூனிஸ்ட் கட்சித் தோழர்கள் ஆற்றிய இத்தகைய தன்னலமற்ற பணிகள் பகுதி மக்களிடையே கட்சியின் மீது மதிப்பை வளர்த்தது. இயக்கத்தின் வளர்ச்சிக்கு அது பயன்பட்டது.

சுறுசுறுப்பாக ஆற்றிய பணிக்கு மற்றொரு அங்கீகாரமாக, தோழர் சிவசாமி கட்சியின் கிளைச் செயலாளராகத் தேர்வு செய்யப்பட்டார். அடுத்து கட்சியின் இடைக்குழு உறுப்பினராகவும் பொறுப்பேற்றார். தோழர் சிவசாமி சின்னவேடம்பட்டி பேரூராட்சி, வெள்ளக்கிணறு பேரூராட்சி ஆகிய இரண்டு பகுதிகளிலும் இருந்த கட்சிக் கிளைகளுக்குப் பொறுப்பாளராக இருந்திருக்கிறார். இப்பகுதிகளில் அனைத்திந்திய ஜனநாயக மாதர் சங்கம், இந்திய ஜனநாயக வாலிபர் சங்கம் உள்ளிட்ட வெகு மக்கள் அமைப்புகளை உருவாக்கி வளர்ப்பதிலும் சிவசாமி முக்கியப் பங்காற்றினார். கட்சியின் கோவை வடக்குக் குழு செயலாளராக காளப்பட்டி நடராஜன் செயல்பட்டு வந்தபோது, அக்குழுவின் உறுப்பினராகத் தேர்வு செய்யப்பட்டார் சிவசாமி.

வெள்ளக்கிணறு, சின்னவேடம்பட்டி பேரூராட்சிகளுக்கு உட்பட்ட கிராமங்களிலும், சங்கனூர், நல்லாம்பாளையம் ஆகிய கிராமங்களிலும் விவசாயத் தொழிலாளர்கள் தங்களது கூலி உயர்வுக்கான வேலை நிறுத்தப் போராட்டத்தைத் தொடங்கினார்கள். நில உடைமையாளர்களிடமிருந்து கூலி உயர்வு உறுதியான பிறகுதான் போராட்டம் முடிவுக்கு வந்தது. 21 நாட்கள் நடைபெற்ற இப்போராட்டத்தின்போது ஆர். வெங்கிடு, பி.நடராஜன் ஆகியோரும் விவசாயிகள் சங்க, விவசாயத் தொழிலாளர் சங்கத் தலைவர்களும் களத்தில் நின்றனர். இப்போராட்டத்தின்

விளைச்சலாக விவசாயிகள் சங்கத்தின் மீதும் கட்சியின் மீதும் அப்பகுதி மக்களிடையே மரியாதை கூடியது. சிவசாமி இப்போராட்டத்தின் வெற்றிக்கு சுறுசுறுப்புடன் பங்காற்றினார்.

1975ஆம் ஆண்டு இந்திரா காந்தி தலைமையிலான மத்திய காங்கிரஸ் அரசு அவசர நிலை ஆட்சியை அறிவித்தது. 1976ஆம் ஆண்டு தமிழ்நாட்டின் திமுக அரசு கலைக்கப்பட்டது. அகில இந்திய அளவிலும், மாநில அளவிலும் மார்க்சிஸ்ட் கம்யூனிஸ்ட் கட்சி உள்ளிட்ட எதிர்க்கட்சித் தலைவர்கள் கைது செய்யப்பட்டனர். கோவை மாவட்டத்தில் கே.ரமணி, எம். பூபதி, ஆர். வெங்கிடு, டி. பாலன் ஆகியோரை காவல்துறையினர் தேடத் தொடங்கினர். பலமுறை சிவசாமியைப் பிடித்து மிரட்டி தலைவர்கள் எங்கிருக்கிறார்கள் என்று கேட்டனர். தனக்குத் தெரியாது என்று உறுதிபட நின்றிருக்கிறார். திடீரென்று ஒருநாள் காவல்துறையினர் சிவசாமி, வெள்ளச்சாமி, சடையன் ஆகியோரை காவல்நிலையத்திற்கு அழைத்துச் சென்றனர். திரும்பத் திரும்ப தலைவர்கள் எங்கே இருக்கிறார்கள் என்று சொல்லிவிடும்படி மிரட்டினார்கள். தலைவர்களைப் பற்றி தகவல் சொல்ல மறுத்ததால் சிவசாமியை 18 நாட்கள் போலீசார் சிறையில் அடைத்தனர். அதற்கெல்லாம் அஞ்சாதவராக, தலைவர்களைப் பற்றிய தகவல் எதையும் சொல்லாமல் மன உறுதி காத்தார் தோழர்.

1995ஆம் ஆண்டு ஜெம் நிறுவனத்திலிருந்து சிவசாமி ஓய்வு பெற்றார். 1997ல் அதன் தொழிற்சங்கப் பொறுப்புகளிலிருந்து விடுவிக்கப்பட்டார். தொடர்ச்சியாக அவர் வசித்துவரும் பகுதிகளில் கட்சிப் பணியில் ஈடுபட்டார். தற்போது கட்சி உறுப்பினராக இருந்துகொண்டு தன்னால் இயன்ற கட்சிப் பணிகளை நிறைவேற்றி வருகிறார்.

இவருடைய கட்சிப்பணிக்கு துணைவியார் விஜயலட்சுமி உறுதுணையாக இருந்திருக்கிறார். மாதர் சங்கத்திலும் பணியாற்றி வருகிற தோழர் விஜயலெட்சுமி தற்போது கட்சியின் மாவட்டக்குழு உறுப்பினராக உள்ளார். இவர்களின் மகன்களில் பாலு என்ற முரளிதரன் கட்சியின் இடைக்குழு உறுப்பினராகவும், துரைசங்கர் வாலிபர் சங்க ஒன்றியச் செயலாளராகவும் பணியாற்றி வருகின்றனர்.

இங்கே குறிப்பிட வேண்டிய ஒரு தகவல், தோழர் ஆர். வெங்கிடுவின் மருமகன்தான் சிவசாமி. கம்யூனிஸ்ட்கள் ஒவ்வொருவரின் பணிகளிலும் குறிப்பிடத்தக்க சில கூறுகள்

இருக்கும். தோழர் சிவசாமியின் மன உறுதியும் இடையறாத இயக்கப் பணியும் அப்படி குறிப்பிடப்பட வேண்டிய கூறுகளாகும். கட்சித் தலைவர்கள் இருக்குமிடத்தைச் சொல்ல வற்புறுத்திச் சிறையில் அடைத்த போதும் பின்வாங்காமல் நின்ற உறுதியே இயக்கம் சந்தித்த பல்வேறு நெருக்கடிகளின்போதும் இவரிடம் தொடர்ந்தது. தாம் கட்சியில் செயல்பட்டதோடு, துணைவியார், இரண்டு மகன்களையும் கட்சியில் ஈடுபட்டுச் செயல்பட ஊக்குவித்திருக்கிறார். இவருடைய குடும்பம் கட்சிக் குடும்பம்.

தோழர் சிவசாமி மூன்றாண்டு காலம் இன்ஜினியரிங் சங்கத்தினுடைய தலைவராகப் பணியாற்றியிருக்கிறார். 1965ஆம் ஆண்டு கொச்சியில் நடைபெற்ற கட்சி மாநாட்டில் பிரதிநிதியாக கலந்து கொண்டிருக்கிறார். இவ்வாறு கடந்த அரை நூற்றாண்டுக்கும் மேலாக தோழர் சிவசாமி ஆற்றி வரும் அயராத முன்னுதாரணப் பணி பாராட்டுக்குரியது, பின்பற்றத்தக்கது.

❑

23

தோழர்களே, குடும்பத்தினரோடு அரசியல் பேசுங்கள்!

இந்திய விடுதலைப் போராட்டக் காலத்திலேயே தமிழகத்தில் தொடங்கப்பட்டு, வீரம் செறிந்த பல போராட்டங்களை நடத்திய வரலாறும் பெருமிதமும் கொண்டது ரயில்வே தொழிலாளர்களுக்கான சங்கம் (தட்சிண ரெயில்வே தொழிலாளர்கள் சங்கம் - டி.ஆர்.இ.யு.). தோழர்கள் கே. அனந்தநம்பியார், எம். கல்யாணசுந்தரம் போன்ற கம்யூனிஸ்ட் முன்னோடிகள் இந்த இயக்கத்தில் பரிணமித்தவர்களேயாவர். மாநிலம் முழுவதும் இந்தச் சங்கத்தோடு இணைந்திருந்த ரயில்வே தொழிலாளர்கள் பலரும் கம்யூனிஸ்ட் கட்சியில் சேர்ந்தார்கள். ரயில்வே தொழிலாளர்கள் மிகுந்திருந்த பகுதிகளில் கம்யூனிஸ்ட் இயக்கம் வலுவாகக் கட்டப்பட்டதில் அவர்களுக்கான தொழிற்சங்க இயக்கம் அடிப்படையாக இருந்தது. இத்தகைய டி.ஆர்.இ.யு. சங்கத்தில் உறுப்பினராகச் சேர்ந்து மார்க்சிஸ்ட் கம்யூனிஸ்ட் கட்சியில் இணைந்து செயல்பட்டு, ரயில்வே பணியிலிருந்து ஓய்வுபெற்ற பிறகும் சமுதாயத்திற்கான பணிக்கு ஓய்வு ஏது என்று இப்போதும் கட்சியின் உறுப்பினராகச் செயல்பட்டு வருகிற தோழர்களில் ஒருவர் களந்தை பி.பாலு.

நெல்லை மாவட்டம், களக்காடு கிராமத்தில் 1935இல் ஏழை விவசாயிக் குடும்பத்தில் பிறந்தவர் பாலு. அன்றைய எஸ்.எஸ்எல்.சி. (11ஆம் வகுப்பு) வரை படித்த இவர் 1956ஆம் ஆண்டு மேற்கு இந்திய ரயில்வேயில் பம்பாயில் ஆங்கிலத் தட்டச்சராகப் பணியில் சேர்ந்தார். 1960ஆம் ஆண்டு இரண்டாவது ஊதிய ஆணையக்குழு அறிக்கையை எதிர்த்து நடைபெற்ற போராட்டத்தில் கலந்துகொண்டதால் வேலைநீக்கம் செய்யப்பட்டார். சில மாதங்களுக்குப் பிறகு நிர்வாகத்தால் மீண்டும் வேலையில் சேர்த்துக்கொள்ளப்பட்டார்.

1962ஆம் ஆண்டு இவர் சென்னைக்கு தென்னக ரயில்வே பொதுமேலாளர் அலுவலகத்திற்கு பணி மாறுதல் செய்யப்பட்டார்.

அந்த அலுவலகத்தில் வேலை செய்து வந்தவர் ஹரிஹரன். அவர்தான் பாலுவை டி.ஆர்.இ.யு. சங்கத்தில் உறுப்பினராகச் சேர்த்தார். அடுத்து பாலுவின் செயல்பாட்டை அங்கீகரிக்கின்ற வகையில் தலைமைச் செயலக கிளை துணைச் செயலாளராக தேர்வு செய்யப்பட்டார். சிறிது காலம் கழித்து தாம்பரம் - சென்னை கடற்கரைக் கிளைக்குச் செயலாளராகவும் தேர்வு செய்யப்பட்டார்.

1974ஆம் ஆண்டு நாடு முழுவதும் ரயில்வே தொழிலாளர்களின் வேலைநிறுத்தப் போராட்டம் அறிவிக்கப்பட்டது. வரலாற்றுச் சிறப்புமிக்க அந்த மகத்தான போராட்டத்தில் பங்கேற்ற பலர் கைது செய்யப்பட்டனர். சங்கத் தோழர்கள் கைதாகாமல் வேலைநிறுத்தப் போராட்டத்தை வெற்றிகரமாகக் கொண்டு செல்ல வேண்டும் என்று முடிவு செய்யப்பட்டது. டி.ஆர்.இ.யு. தலைவர் தோழர் அனந்த நம்பியார் வழிகாட்டுதலின்படி தோழர்கள் பலரும், போலீஸ் கைகளில் சிக்காமல் தலைமறைவாகச் செயல்பட்டு எழுச்சியோடு வேலைநிறுத்தப் போராட்டத்தை நடத்தினார்கள்.

வேலைநிறுத்தம் விலக்கிக் கொள்ளப்பட்ட பிறகு டி.ஆர்.இ.யு. ஊழியர்கள்மீது கடும் நடவடிக்கை எடுத்தது. வேலைநீக்கம் செய்தால் அவர்கள் கொடிபிடிக்கத் தொடங்கிவிடுவார்கள், நிர்வாகத்திற்கு அது மிகவும் சிக்கலாகிவிடும், அதைச் சமாளிக்க முடியாது என்று கருதிய உயரதிகாரிகள் முன்னணி ஊழியர்களை நெடுந்தொலைவில் உள்ள இடங்களுக்கு இட மாற்றம் செய்து ஆணையிட்டார்கள். செங்கொடி இயக்கத் தோழர்கள் எங்கே அனுப்பப்பட்டாலும் அங்கே சக தொழிலாளிகளின் நியாயங்களுக்காகப் போராடத் தொடங்கிவிடுவார்கள் என்பதை நிர்வாகம் அறிந்திருக்கவில்லை!

தோழர் பாலு மைசூருக்கு இடமாற்றம் செய்யப்பட்டார். அவசரநிலை ஆட்சியும் அறிவிக்கப்பட்டிருந்த காலம் அது. அந்தச் சூழலில் 20 மாத காலம் குடும்பத்தைவிட்டு மைசூரில் கடுமையான நெருக்கடிக்கும் கெடுபிடிக்கும் இடையே பாலு மைசூரில் வேலை செய்தார்.

அவசரநிலை ஆட்சி முடிந்து, மீண்டும் தேர்தல் நடைபெற்று, புதிய அரசு மத்தியில் பொறுப்பேற்ற பிறகு பாலு போன்றவர்கள் பழைய இடங்களுக்கே மறுபடி மாற்றப்பட்டனர். இப்படி பல சோதனைகளைத் தாண்டிச் செயல்பட்ட பாலு, 1987ஆம் ஆண்டு நடைபெற்ற டி.ஆர்.இ.யு.மாநாட்டில் சென்னை டிவிசன்

பி.பாலு

தலைவராகத் தேர்ந்தெடுக்கப்பட்டார். செயலாளராகத் தேர்வு செய்யப்பட்டவர் தோழர் அய்யலு. 1993ஆம் ஆண்டு தோழர் பாலு ரயில்வேயிலிருந்து பணி ஓய்வுபெற்று சொந்த மாவட்டமான திருநெல்வேலிக்குச் சென்றார்.

திருநெல்வேலி மாவட்டத்தில் கட்சியின் இடைக்குழு உறுப்பினராகவும், தமிழ்நாடு விவசாயிகள் சங்கத்தின் மாவட்ட நிர்வாகிகளில் ஒருவராகவும் பங்களித்து வந்திருக்கிறார். தற்போது உடல் நலம் பாதிக்கப்பட்டுள்ளதால் கட்சி உறுப்பினராக இருந்து கொண்டு தமிழ்நாடு தீண்டாமை ஒழிப்பு முன்னணியின் மாவட்ட சிறப்புத் தலைவராகப் பணியாற்றி வருகிறார்.

இவருடைய அரசியல் ஈடுபாடு சுவாரசியமானது. இவர் துவக்கத்தில் தி.மு.க.வில் இருந்தார். ஈ.வி.கே. சம்பத் பிரிந்தபோது அவருடன் சென்றார். சம்பத் காங்கிரஸ் கட்சியில் சேர்ந்தபோது இவரும் காங்கிரஸ் கட்சியில் சேர்ந்தார். இடைப்பட்ட காலத்தில் டிஆர்.யு சங்கத்தினுடைய நிர்வாகிகளில் ஒருவராகச் செயல்பட்டபோது சங்கத் தலைவர்களோடு ஏற்பட்ட தொடர்பாலும், அவர்களுடைய செயல்பாடுகளைப் பார்த்ததாலும் இவர் தொழிலாளிவர்க்க அரசியலின்பால் ஈர்க்கப்பட்டார்.

தோழர்கள் வி.பி. சிந்தன், கே.எம். அரிபட் போன்ற தலைவர்கள் தலைமையில் நடைபெற்ற தொழிலாளர்கள் போராட்டங்களில் கலந்துகொண்டதும், சமுதாய அக்கறையை அடிப்படையாகக் கொண்ட அவர்களுடைய எழுச்சிகரமான உரைகளைக் கேட்டதும் இவருடைய மனதில் சமூக மாற்றம், சோசலிசம் பற்றிய சிந்தனைகளை விதைத்தன.

சென்னையின் சைதாப்பேட்டையில் இவரும் தோழர் வை.கிருஷ்ணசாமி போன்ற சிலரும் சேர்ந்து காங்கிரஸ் தலைவர் காமராஜரை அழைத்து ஒரு பொதுக் கூட்டம் நடத்தியிருக்கிறார்கள். அக்கூட்டத்தில் காமராஜர் பேசுவதற்கு முன்பாக, ஆவடி சோசலிசம், கம்யூனிசம் ஆகிய கொள்கைகளால்தான் நாட்டின் பிரச்சினைகளுக்குத் தீர்வு காண முடியும் என்று பாலு பல புள்ளிவிவரங்களோடு பேசியிருக்கிறார். இறுதியாக உரையாற்றிய காமராஜர் தனக்குமுன் பேசிய பாலுவின் கருத்துகளை மறுத்துப் பேசினார்.

“அப்படி அவர் பேசியதில் வை.கி. தோழரும் நானும் ஏமாற்றமடைந்து, காங்கிரஸ் பாதை பற்றிப் புரிந்துகொண்டு, 1972ஆம் ஆண்டு மார்க்சிஸ்ட் கம்யூனிஸ்ட் கட்சியில் சேர்ந்தோம்,” என்று தோழர் பாலு பெருமிதத்தோடு கூறினார். சைதை பகுதியில் தோழர் வைகி இப்போதும் கட்சி உறுப்பினராக இருக்கிறார். தன்னால் இயன்ற இயக்கப் பணிகளில் ஈடுபட்டு வருகிறார் என்பது குறிப்பிடத்தக்கது.

குரோம்பேட்டை பகுதியில் தோழர் பாலு வசித்தபோது நேரடியாக தொழிற்சங்க வேலைகளில் ஈடுபட்டிருக்கிறார். அங்கு அவருடைய முன்முயற்சியில் கட்சிக் கிளை உருவானது. கிளை அமைப்புக் கூட்டத்தில் தோழர் பி.ஆர். பரமேஸ்வரன் கலந்து கொண்டு வழிகாட்டியதை இப்போதும் தோழர் பாலு பசுமையாக நினைவுகூர்கிறார்.

தோழர் பாலு ரயில்வேயில் வேலையில் சேர்ந்ததிலிருந்து பணி ஓய்வு பெறுகிற வரையில் ரயில்வே தொழிலாளர்களின் எல்லாப் போராட்டங்களிலிருந்தும் உணர்வுப்பூர்வமாகக் கலந்து கொண்டார். வேலைநீக்கம், இடமாற்றம், பொய் வழக்கு போன்ற நிர்வாகத்தின் அடக்குமுறைகளுக்கெல்லாம் பின்வாங்காமல் அவற்றை நெஞ்சுரத்தோடு எதிர்கொண்டார். ரயில்வே தொழிலாளர் சங்கத்தில் மட்டுமல்ல, தான் வசித்த பகுதியிலும் தொழிற்சங்கப்பணி, கட்சிப் பணி இரண்டையும் நிறைவேற்றியிருக்கிறார்.

பாலுவுக்கு ஒரு மகன், நான்கு மகள்கள். "உங்களுடைய சங்க வேலைகளுக்கும், கட்சிப் பணிகளுக்கும் உங்கள் குடும்பத்தைச் சார்ந்தவர்கள் உறுதுணையாக இருந்தார்களா?" என்று கேட்டேன்.

அதற்கு பாலு, "என் காதல் மனைவி மிகவும் உறுதுணையாகவும், உதவிகரமாகவும் இருந்தார் என்பதை நன்றி உணர்வோடு தெரிவிக்கக் கடமைப்பட்டிருக்கிறேன்" என்றார். மேலும் பிள்ளைகள் தனது கட்சி அரசியலுக்கு எதிராக இல்லை, இருப்பினும் கட்சியின் அங்கமாக அவர்கள் வரவில்லை.

ரயில்வேயில் சங்கப்பணி, கட்சிப்பணியாற்றியது பற்றியும், ஓய்வுபெற்றபிறகு தான் பிறந்த மாவட்டத்தில் இப்போதும் கட்சிப்பணியாற்றி வருவது பற்றியும் பெருமையோடு பகிர்ந்துகொண்ட பாலு ஒரு விஷயத்தை வருத்தத்தோடு குறிப்பிட்டது மனதைத் தொட்டது:

"நண்பர்களோடும், தொழிலாளர்களோடும், பொதுமக்களோடும் அரசியல் பேசிய நான், என் மனைவி மக்களோடு பேச நேரம் இல்லாமல் போய்விட்டதே என்று இன்று வருத்தப்படுகிறேன். பள்ளிக் கல்வி, உத்தியோகம் என்ற அளவில் எந்திரமயமாக என் குழந்தைகள் வளர்ந்துவிட்டன. ஆகவே ஒருவர்கூட பொது வீதிக்கு வரவில்லை, அரசியலுக்கு வரவில்லை, நம் இயக்கத்திற்கு வரவில்லை. இது என் வாழ்வின் மிகப் பெரிய தோல்வியாகவும், ஏமாற்றமாகவும் கருதுகிறேன்."

தன்னைப் போல் கட்சியின் மற்ற தோழர்கள் இருந்துவிடக் கூடாது, தங்கள் குடும்பத்தினரோடு அரசியல் பேச வேண்டும், அவர்களை இயக்கத்தில் பங்கேற்கச் செய்ய முயற்சி எடுக்க வேண்டும் என்று கேட்டுக்கொண்டார்.

முன்பு 'தீக்கதிர்' வெளியிட்ட சில சிறப்பு மலர்களில் தனது கவிதைகள் இடம்பெற்றதை மகிழ்ச்சியோடு தெரிவித்தார்.

தற்போது 82 வயதாகும் தோழர் பாலு, கடந்த 60 ஆண்டுகளுக்கும் மேலாக அர்ப்பணிப்போடு ஈடுபட்டு, இன்று வரையில் உணர்வோடு ஒரு சிறந்த முன்னுதாரணத் தோழராக ஆற்றிவரும் பணி பாராட்டுக்குரியது, பின்பற்றத்தக்கது.

❑

24

சக தொழிலாளர் உரிமைகளுக்காக... பொதுமக்கள் நலன்களுக்காக...

தென்னிந்தியாவின் மான்செஸ்டர் என்ற அடைமொழியை கோவை பெற்றிருப்பதன் பின்னணியில், அந்நகரிலும் அதைச் சுற்றிலும் அமைந்துள்ள பஞ்சாலைகள், அவைகளுக்குத் தேவையான இயந்திரங்களையும் கருவிகளையும் உதிரி பாகங்களையும் உற்பத்தி செய்யும் தொழிற்சாலைகள் ஆகியவற்றில் பல நிறுவனங்கள் கடந்த நூற்றாண்டின் தொடக்கத்திலேயே உருவாகிவிட்டன. அவற்றைச் சார்ந்து பெரிதும் சிறிதுமாக உலோக வார்ப்பகங்கள், கடைசல் பட்டறைகள், பல வகையான பொறியியல் தொழில்நுட்பத் தொழிற்கூடங்கள், என உருவாகி வளர்ந்துள்ளன. இந்த தொழில்கள் மத்திய - மாநில அரசுகளின் பொருளாதாரக் கொள்கைகளாலும் நடவடிக்கைகளாலும் பல்வேறு நெருக்கடிகளை சந்தித்துக்கொண்டிருக்கின்றன என்றாலும். தமிழகத்தில் இப்போதும் கோவை மாவட்டம் இத்தகைய தொழில்களில் முதலிடத்தில் இருக்கிறது என்பது மறுக்கவியலாதது.

கடந்த நூற்றாண்டின் முற்பகுதியில் இந்த மாவட்டத்தில், இத்தொழில்களைச் சார்ந்திருந்த தொழிலாளர்களின் நலன்களைப் பாதுகாக்கவும் அவர்களது உரிமைகளை நிலைநாட்டவும் பஞ்சாலை தொழிலாளர் சங்கம், இன்ஜினியரிங் தொழிலாளர் சங்கம் ஆகிய இரண்டு சங்கங்களும் தொடங்கப்பட்டன. கம்யூனிஸ்ட் கட்சியின் தலைமையிலான இந்தத் தொழிற்சங்கங்களே பலமான சங்கங்களாக விளங்கின. காங்கிரஸ் தலைமையிலான ஐ.என்.டி.யு.சி. சங்கம் அக்கட்சியின் கொள்கைப்படியும் வழிகாட்டுதலின் அடிப்படையிலும் செயல்பட்டது. பெரும்பான்மையான நேரங்களில் ஐ.என்.டி.யு.சி. நிறுவனங்களின் நிர்வாகங்களோடு சமரசம் செய்து கொண்டு, தொழிலாளர்களின் நலன்களை விட்டுக்கொடுக்கும். ஆனால் கம்யூனிஸ்ட் கட்சியின் தலைமையிலான சங்கம் ஆலை நிர்வாகங்களுடன் தொழிலாளர்களின் உரிமைகளை விட்டுக்கொடுக்காமல் போராடியது மட்டுமல்லாமல்

ஆலை முதலாளிகளுக்குச் சாதகமாக நடவடிக்கைகள் எடுத்துவந்த அந்நியர் ஆட்சிக்கு எதிரான விடுதலைப் போராட்டத்திலும் உறுதியாகப் பங்கேற்றது. நாடு அடிமைப்பட்டிருந்த காலத்தில் மட்டுமல்லாமல் இந்திய சுதந்திரத்திற்குப் பிறகும், காங்கிரஸ் அரசின் கொடிய அடக்குமுறைகளை கம்யூனிஸ்ட் தொழிற்சங்கம் சந்திக்க வேண்டியிருந்தது.

ஒரே இயக்கமாக இருந்த இந்திய கம்யூனிஸ்ட் கட்சியின் தலைமையில் உருவானது ஏ.ஐ.டி.யு.சி. சங்கம். அதன் தலைமையும் பிற்காலத்தில் சமரசப்போக்கைக் கடைபிடித்தது. இப்பின்னணியில் 1964இல் இந்திய கம்யூனிஸ்ட் கட்சி (மார்க்சிஸ்ட்) உதயமானதைத் தொடர்ந்து, 1970ல் சி.ஐ.டி.யு.-இந்திய தொழிற்சங்க மையம்-உருவெடுத்தது. தொழிலாளர்களுக்காக நிறுவனங்களின் நிர்வாகங்களுடன் சமரசமின்றிப் போராடுகிற சிஐடியு, மத்திய-மாநில அரசுகளின் தொழிலாளர் விரோதப் போக்குகளை எதிர்த்தும், மக்களுக்கு எதிரான தாக்குதல்களைக் கண்டித்தும் சிஐடியு போராட்டக் களத்தில் உறுதியோடு நிற்கிறது. இப்படிப்பட்ட தொழிற்சங்கத்தில் ஒரு உறுப்பினராக இணைந்து, பின்னர் கட்சியில் சேர்ந்து, வேலையிலிருந்து ஓய்வு பெற்ற பிறகு இன்றளவும் மார்க்சிஸ்ட் கம்யூனிஸ்ட் கட்சியின் துடிப்புமிக்க உறுப்பினர்களாகச் செயல்பட்டுக்கொண்டிருக்கிற மூத்த தோழர்கள் இருக்கிறார்கள். அவர்களில் ஒருவர்தான் தோழர் சண்முகசுந்தரம்.

இவர் 1944 ஆம் ஆண்டு கோவை மாவட்டம் உடையாம்பாளையம் கிராமத்தில் பிறந்தவர். இவருடைய தந்தை பஞ்சாலைத் தொழிலாளி. தந்தையால் இவரை 6ஆம் வகுப்பு வரை மட்டுமே படிக்க வைக்க முடிந்தது.

தோழர் சண்முகசுந்தரம் பள்ளிப் படிப்பு முடிந்துபோன இரண்டு ஆண்டுகளில், 1957ஆம் ஆண்டு டெக்ஸ்டூல் கம்பெனியில் ஒரு தொழிலாளியாக வேலையில் சேர்ந்தார். அக்காலத்தில் இன்ஜினியரிங் கம்பெனியில் வேலையில் சேர்வதற்கு இப்போது உள்ளது போல் ஐ.டி.ஐ. படித்திருக்க வேண்டிய அவசியமில்லை. தினமும் 4 கிலோ மீட்டர் நடந்தே வேலைக்குச் சென்று வருவார். 5 ஆண்டுகளுக்குப் பிறகு 1962ஆம் ஆண்டு தண்டாயுதபாணி இன்ஜினியரிங் கம்பெனி நிறுவனத்தில் சேர்ந்தார்.

இன்ஜினியரிங் தொழிலாளர் சங்கத்திற்கு அன்று தோழர் பாலன் தலைவராக இருந்தார். தொழிலாளர்களின் கோரிக்கைகளுக்கும்

பாதுகாப்பிற்கும் தொழிற்சங்கம் தேவை என உணர்ந்தவராக, இன்ஜினியரிங் தொழிலாளர்களுக்காக நடத்தப்பட்ட போராட்டங்களில் சண்முகசுந்தரம் முனைப்போடு கலந்து கொள்ளத் தொடங்கினார்.

சங்கத்தில் சண்முகசுந்தரம் ஆர்வத்தோடு ஏற்றுச் செய்த பணிகளை அங்கீரிக்கின்ற வகையில், சங்க நிர்வாகக்குழு தேர்ந்தெடுக்கப்பட்டபோது இவரும் அதில் ஒரு உறுப்பினராகத் தேர்வு செய்யப்பட்டார். அடுத்தடுத்து பொருளாளராகவும் செயலாளராகவும் தேர்வு செய்யப்பட்டுச் செயல்பட்டார். இவர் வேலை செய்த நிறுவனத்தில் பலமுறை காலவரையற்ற வேலைநிறுத்தப் போராட்டங்கள் நடந்துள்ளன. வெற்றிகரமான அந்தப் போராட்டங்களில் முன்னணிப்பாத்திரம் வகித்தார் சண்முகசுந்தரம்.

தொழிலாளர்களுக்காக தொழிற்சங்கம் அறிவித்த போராட்டங்களில் மட்டுமல்லாமல், பொதுமக்களுக்காக மாவட்டத்தில் மார்க்சிஸ்ட் கம்யூனிஸ்ட் கட்சி அறைகூவல் விடுத்த மறியல் உள்ளிட்ட அனைத்து இயக்கங்களிலும் சண்முகசுந்தரம் உணர்வுப்பூர்வமாகக் கலந்துகொண்டார். 1973ஆம் ஆண்டு விலைவாசி உயர்வை எதிர்த்து நடைபெற்ற மறியலில் கலந்து கொண்ட சண்முக சுந்தரம், மற்றர்களோடு சேர்த்துக் கைது செய்யப்பட்டார். அவர்களோடு 15 நாட்கள் சிறையில் அடைக்கப்பட்டார்.

தோழரைச் சந்தித்து உரையாடுகையில், “தொழிற்சங்க உறுப்பினராக இருந்த நீங்கள் எப்போது கம்யூனிஸ்ட் கட்சியில் சேர்ந்தீர்கள்? சேர்வதற்குத் தூண்டுதலாக இருந்தவர் யார்?” என்று கேட்டபோது, “நாங்கள் குடியிருந்த பகுதியில் ஆறுமுகம் என்ற ஆசிரியர் இருந்தார். அவர்தான் என்னை கம்யூனிஸ்ட் அரசியலுக்கு கொண்டு வந்தார்,” என்று கூறினார். 1967ஆம் ஆண்டு மார்க்சிஸ்ட் கம்யூனிஸ்ட் கட்சியில் உறுப்பினரானதாகவும் தெரிவித்தார்.

கம்யூனிஸ்ட் கட்சியின் தலைமையிலான இன்ஜினியரிங் தொழிற்சங்கத்தில் பல பொறுப்புகளில் செயல்பட்ட சண்முகசுந்தரம், முதலில் ம.பொ. சிவஞானம் தலைமையிலான தமிழரசுக் கட்சியில் இணைந்திருந்தார். கோவைக்கு ம.பொ.சி. வருகிறபோதெல்லாம் அக்கட்சியின் கூட்டங்களுக்குச் செல்வார். மார்க்சிஸ்ட் கம்யூனிஸ்ட் கட்சி உருவான பிறகு, மாநில அளவிலும், அகில இந்திய அளவிலும் இக்கட்சியினுடைய நடவடிக்கைகளை, கட்சி நடத்திய

தோழர் சண்முகசுந்தரம்

போராட்டங்களை நெருக்கமாகக் கவனித்து வந்தார். ஒரு தெளிவு ஏற்பட்டவராக பின்னர் தோழர் சண்முகசுந்தரம் மார்க்சிஸ்ட் கம்யூனிஸ்ட் கட்சியில் இணைந்தார்.

தோழர் சண்முகசுந்தரம் பல ஆண்டுகள் கட்சிக் கிளைச் செயலாளராகச் செயல்பட்டிருக்கிறார். மபொ.சி. ஆதரவாளராக இருந்த தாக்கத்தில், அவரைப்போலவே மீசை வைத்திருந்தார். அதைப் பார்த்து சக தோழர்கள் இவரை ம.பொ.சி. என்றே அழைத்தார்களாம்.

தோழர் சண்முகசுந்தரம் சிறந்த பேச்சாளருமாவார். சிறந்த அமைப்பாளர். தொழிற்சங்க நிகழ்ச்சிகளிலும் கட்சிக் கூட்டங்களில் உமாநாத், கே.ரமணி போன்ற தலைவர்கள் உரையாற்றுவதற்கு முன்பு தோழர் சண்முகசுந்தரம் பேசுவார். பொதுக்கூட்டங்களிலும், தெருமுனைக்கூட்டங்களிலும் அவரது பேச்சு அக்காலத்தில் அனைவராலும் பாராட்டப்பட்டது என சி.ஐ.டி.யு. கோவை மாவட்டத் தலைவர் சி.பத்மநாபன் கூறினார்.

1970களில் உடையாம்பாளையம், சவரியார் பாளையம் பகுதிகளில் விவசாயத் தொழிலாளர்கள் கூலி உயர்வுக்காக நடத்திய

போராட்டத்தில் மற்ற தோழர்களோடு இணைந்து சண்முகசுந்தரம் முக்கிய பங்காற்றியிருக்கிறார்.

1968ஆம் ஆண்டு வெண்மணியில் 44 தலித் விவசாயத் தொழிலாளிகள் நிலச்சுவான்தார்களின் குண்டர்களால் உயிரோடு எரித்துக் கொல்லப்பட்டதைக் கண்டித்து கோவை மாநகரில் தொழிலாளர்கள் வேலைநிறுத்தப் போராட்டத்தில் ஈடுபட்டார்கள். அந்தப் போராட்டத்தில் பங்கேற்றதோடு, அதனை வெற்றிகரமாக நடத்துவதில் தானும் முனைப்புடன் பணியாற்றியதை தோழர் சண்முகசுந்தரம் பெருமையோடு நினைவுகூர்கிறார்.

1970ஆம் ஆண்டு கொல்கத்தாவில் நடைபெற்ற சி.ஐ.டி.யு. அமைப்பு மாநாட்டில் பிரதிநிதியாகக் கலந்துகொண்டதை சண்முகசுந்தரம் பெருமகிழ்ச்சியோடு குறிப்பிடுகிறார்.

1977 மற்றும் 1980ஆம் ஆண்டுகளில் நடைபெற்ற சட்டமன்ற, நாடாளுமன்ற தேர்தல்களில் திண்டுக்கல், மதுரை போன்ற மாவட்டங்களுக்குச் சென்று மார்க்சிஸ்ட் கம்யூனிஸ்ட் கட்சியின் வேட்பாளர்களை ஆதரித்து தேர்தல் பணிகளில் பங்கேற்றதையும் உற்சாகத்தோடு தெரிவித்தார் தோழர் சண்முகசுந்தரம்.

தோழர் சண்முக சுந்தரத்திற்கு ஒரே மகன். தனது துணைவியாரும் மகனும் கட்சி ஆதரவாளர்கள் என்றும், தான் ஆற்றும் கட்சிப் பணிக்கு அவர்கள் உதவியாக இருந்து வந்திருக்கிறார்கள் என்றும் மனநிறைவோடு கூறினார்.

அரை நூற்றாண்டுக்கும் மேலாக தோழர் சண்முகசுந்தரம் அர்ப்பணிப்போடு கட்சிப்பணி, தொழிற்சங்கப்பணி இரண்டிலும் ஈடுபட்டிருக்கிறார். தற்போது தனது 73 வயதில், மார்க்சிஸ்ட் கம்யூனிஸ்ட் கட்சி உறுப்பினராக தனது உடல் ஒத்துழைக்கிற அளவுக்கு கட்சிப்பணிகளை நிறைவேற்றுகிறார்.

சக தொழிலாளர்கள் மீதான அக்கறையோடும், பொதுமக்களுக்குப் பயன்பட வேண்டும் என்ற விருப்பத்தோடும் தொழிற்சங்க உறுப்பினராக, நிர்வாகியாக, கட்சியின் கிளைச்செயலாளராக தற்போது உறுப்பினராக என இளம் தோழர்களுக்கு ஒரு வழிகாட்டியாய் செயல்பட்டுவரும் தோழர் சண்முக சுந்தரத்தின் பங்களிப்பு பாராட்டுக்குரியது, பின்பற்றத்தக்கது.

❑

25

வறுமையின் சவாலுக்கு வளையாத ஈடுபாடு

பிறந்ததும் வளர்ந்ததும் ஒரு மாவட்டம், வாழ்வதும் மக்களுக்காகக் களப்பணியாற்றுவதும் வேறொரு மாவட்டம் என்று செயல்பட்டுக்கொண்டிருக்கிற பல தோழர்களை இந்தத் தொடரில் சந்தித்திருக்கிறோம். அவ்வாறு வாழவந்த இடத்தில் மக்களோடும் இயக்கத்தோடும் ஒன்றிப்போனவராக அடையாளம் பெற்ற தோழர்தான் சோமு என்ற சோமசுந்தரம். பிறந்தது சிவகங்கை மாவட்டம் காரைக்குடி வட்டம் மாத்தூர் கிராமம். வாழ்வது திருச்சி மாவட்டம் மணப்பாறை.

தோழர் சோமு 1940ஆம் ஆண்டில் மாத்தூர் கிராமத்தில் முத்துவைரம், வேலம்மாள் தம்பதியரின் இரண்டாவது மகனாய்ப் பிறந்தார். சோமு 3ஆவது வயதைத் தொட்டபோது முத்துவைரம் இறந்துவிட்டார். தந்தையின் மரணம் குடும்பத்தை வறுமையில் தள்ளியது. நான்காண்டுகள் கடந்தபின், சோமுவை அவரது தாய்மாமன் நாகலிங்கம் மானாமதுரைக்குத் தனது பாதுகாப்பில் கொண்டுசென்றார். அங்கே 7ஆவது வரை படித்த சோமு, தனது 15ஆவது வயதில் காரைக்குடிக்கு வந்து லட்சுமி பஜாரில் ஆயத்த ஆடைகள் கடை ஒன்றில் விற்பனையாளராக வேலைக்குச் சேர்ந்தார். அந்த வேலைக்காகக் கிடைத்த மாத ஊதியம் ஐந்து ரூபாய்.

அந்தக் கடை இருந்த லட்சுமி பஜார் தெருவின் இருபுறமும் ஆயத்த ஆடைக் கடைகள்தான் மிகுந்திருந்தன. அந்தக் கடைகளின் பின்னால் தையல் கடைகளும் இருந்தன.

சுதந்திரப் போராட்டக் காலத்தில் கம்யூனிஸ்ட் இயக்கம் வலுவாக இருந்த மாவட்டங்களில் ஒன்றுபட்ட ராமநாதபுரமும் ஒன்று. இவர் குடியிருந்த, வேலை செய்த பகுதியில் இருந்தவர்களில் 60 சதவீதம் பேர் கம்யூனிஸ்ட் கட்சியைச் சேர்ந்தவர்கள். ஆகவே அப்பகுதியில் கம்யூனிஸ்ட் பொதுக்கூட்டங்கள் அடிக்கடி நடைபெறுவது வழக்கம். அந்தக் கூட்டங்களில் தோழர்கள் ஜீவானந்தம். மணலி கந்தசாமி, பி.ராமமூர்த்தி, பால தண்டாயுதம் உள்ளிட்ட தோழர்களின்

உரைகளைக் கேட்கும் வாய்ப்பு சோமுவுக்குக் கிடைத்தது. அவர்களது ஆழமான உரைகளால் ஈர்க்கப்பட்டவர், தனது 16ஆவது வயதில் கம்யூனிஸ்ட் கட்சியில் தன்னை இணைத்துக்கொண்டார்.

1957இல் காரைக்குடியில் நடைபெற்ற கம்யூனிஸ்ட் கட்சியின் மாநில மாநாட்டில் செந்தொண்டர் படை ஊழியர்களில் ஒருவராக மிகவும் ஈடுபாட்டுடன் அவருக்களிக்கப்பட்ட பணிகளை நிறைவேற்றினார். தொடர்ந்து இயக்கப் பணிகளில் மும்முரமாக ஈடுபட்ட சோமு, அதே ஆண்டு நடைபெற்ற பொதுத் தேர்தலில் பம்பரமாகப் பணியாற்றினார். 1958இல் தேர்வு நிலை உறுப்பினராக (பரீட்சார்ந்த அங்கத்தினர்) ஏற்கப்பட்டு, அதற்கான அடையாள அட்டை வழங்கப்பட்டது.

அப்போது விவசாயிகளின் கோரிக்கைகளுக்காக விவசாயிகள் சங்கம் விடுத்த அறைகூவலை ஏற்று நடந்த போராட்டத்தில் சோமு கலந்துகொண்டார். விவசாயிகளோடு இவரும் கைது செய்யப்பட்டு 5 நாட்கள் திருப்பத்தூர் சிறையில் அடைக்கப்பட்டார்.

1961ஆம் ஆண்டு மாநிலம் முழுவதும் உபரி நிலங்களைக் கைப்பற்றி உழைக்கும் விவசாயிகளுக்கு விநியோகிக்க வலியுறுத்தி மறியல் போராட்டத்திற்கு விவசாயிகள் சங்கம் வேண்டுகோள் விடுத்தது. அந்தப் போராட்டத்திலும் கலந்து கொண்டார், அதற்காகவும் சிறை சென்றார். இத்தகைய ஈடுபாடுகளின் தொடர்ச்சியாக 1960ஆம் ஆண்டு கட்சியின் உறுப்பினரானதை மனநிறைவோடு குறிப்பிடுகிறார் சோமசுந்தரம். 1964இல் உதயமான மார்க்சிஸ்ட் கம்யூனிஸ்ட் கட்சியோடு இவரது பயணம் தொடர்ந்தது.

1967இல் நடந்த மக்களவைத் தேர்தலின்போது புதுக்கோட்டை தொகுதியில் தோழர் உமாநாத் போட்டியிட்டார். புதுக்கோட்டை மக்களவைத் தொகுதிக்குள் காரைக்குடி பகுதியும் இருந்தது. உமாநாத் வெற்றியை உறுதிப்படுத்த காரைக்குடியில் உழைத்த சோமு தேர்தலில் வாக்குச்சாவடி முகவர், பின்னர் வாக்கு எண்ணிக்கை முகவர் என்ற பொறுப்புகள் தரப்பட்டபோது மனமுவந்து அந்தப் பணிகளையும் செய்தார். அந்தத் தேர்தலில் தோழர் உமாநாத் 25,000 வாக்குகள் வித்தியாசத்தில் வெற்றி பெற்றார்.

இவ்வாறு செயல்பட்டுக்கொண்டிருந்தபோதே, 1967இல் சோமு நக்சல்பாரி இயக்கச் சிந்தனைகள் பிடித்துப்போனவராக அதன்

தோழர் சோமு

ஆதரவாளானார். அதனை அறிந்த மார்க்சிஸ்ட் கம்யூனிஸ்ட் கட்சியின் திருப்பத்தூர் தாலுகா செயலாளர் காசிநாதன் இவரோடு உரையாடினார். நக்சலைட் இயக்கத்திற்கும் மார்க்சிஸ்ட் கம்யூனிஸ்ட் கட்சிக்கும் உள்ள அரசியல்-தத்துவார்த்த வேறுபாடுகளை விளக்கினார். தொடர்ச்சியாக நடந்த அந்த உரையாடல்களின் பலனாக சோமு மார்க்சிஸ்ட் கம்யூனிஸ்ட் கட்சிக்குத் திரும்பி வந்தார். ஓராண்டு காலத்திலேயே மீண்டும் மார்க்சிஸ்ட் கம்யூனிஸ்ட் கட்சியின் அங்கத்தினராக இயக்கப் பணியை மறுபடியும் மேற்கொண்டார்.

1970இல் மாமன் மகள் ரேவதியை மணந்தார். குடும்பம் வறுமையில் வாடிய நிலையில், திருமணத்திற்குப் பிறகு சில மாதங்கள் கழித்து தோழர் சோமசுந்தரம் பிழைப்புத் தேடி திருச்சி மாவட்டம் மணப்பாறைக்கு வந்தார். மாவட்டம் விட்டு மாவட்டம் மாறினாலும் இயக்க ஈடுபாடு மாறாதவராக மணப்பாறையிலேயே பணிகளைத் தொடர்ந்தார். அங்கு சொந்தமாகச் சிற்றுண்டிக் கடை ஒன்றை வைத்து, அதை நடத்திக்கொண்டே கட்சிப் பணியிலும் ஈடுபட்டார்.

மணப்பாறையில் கட்சியும் அதன் தலைமையிலான வர்க்க அமைப்புகளும், வெகுமக்கள் அமைப்புகளும் மேற்கொண்ட அனைத்து இயக்கங்களிலும் பங்கேற்றார்.

1970இல் மணப்பாறையில் இளைஞர்கள் அமைப்பின் போராட்டம் நடைபெற இருந்தது. காவல்துறையினர் முன்னெச்சரிக்கை நடவடிக்கை எனக் கூறி சோமுவைக் கைது செய்தனர். திருச்சி மத்திய சிறையில் 25 நாட்கள் அடைக்கப்பட்டார் சோமு.

இப்படி பல்வேறு பிரச்சினைகளுக்காகவும் நடைபெற்ற ஆர்ப்பாட்டங்கள், உண்ணாநிலை போராட்டங்கள், மறியல்கள் ஆகிவற்றிலும் இதர இயக்கப் பணிகளிலும் முனைப்போடு கலந்துகொண்டதால் சிற்றுண்டிக் கடையை சரிவர நடத்தமுடியாமல் போனது. அக்கடை மூடப்பட்டது. இதனால் குடும்பம் மீண்டும் வறுமையில் வாடும் சூழ்நிலை ஏற்பட்டது.

இருந்தபோதும் ரேவதி தனது கணவரின் கட்சிப் பணிகளின் முக்கியத்துவத்தை உணர்ந்தவராக, அதற்கு எவ்வித இடையூறையும் வந்துவிடக்கூடாது என்ற அக்கறையுடன் வீட்டிலேயே இடியாப்பம் செய்து கடைகளுக்கும் வீடுகளுக்கும் கொண்டுசென்று விநியோகித்து, அதில் கிடைக்கும் சொற்ப வருமானத்தில் குடும்பத்தை நடத்தி சோமுவின் கட்சிப் பணிகளுக்கு உறுதுணையாக இருந்தார்.

அன்றைய கால கட்டத்தில் கட்சிப் பணிகளில் ஒன்று இயக்க நிகழ்ச்சிகள் பற்றிய விளம்பரங்களை சுண்ணாம்பு கொண்டு சுவர்களிலும் தார்ச்சாலைகளில் எழுதுவது. அந்தப் பணிகளை இரவு பகல் பார்க்காது சோமு தனி ஆளாகவே செய்து முடிப்பார். இத்தகைய ஈடுபாட்டையும் உழைப்பையும் கண்ட சக தோழர்கள் இவரைக் கட்சியின் திருச்சி மாவட்டக்குழு உறுப்பினராகத் தேர்வு செய்தனர்.

“மாவட்டச் செயலாளராக இருந்த தோழர் பி. ராமச்சந்திரன், ஆர்.உமாநாத், பாப்பா உமாநாத், டி.கே. ரங்கராஜன், கே. வரதராசன், மணப்பாறை சக்கரியா ஆகியோருடன் இணைந்து கட்சி வேலைகளில் ஈடுபட்டதை இப்போதும் பெருமையாகக் கருதுகிறேன்,” என்கிறார் தோழர் சோமு. ‘தீக்கதிர்’ தொடங்கப்பட்ட காலத்திலிருந்து அதனுடைய சந்தாதாரராகவும், வாசகராகவும் இருந்து வருகிறார்.

இன்றும் மணப்பாறையில் ஒரு வாடகை வீட்டில்தான் சோமு-ரேவதி தம்பதியினர் மருமகள், பேத்தியுடன் வசிக்கிறார்கள். இத்தம்பதிக்கு ராஜேந்திரன், கோபாலகிருஷ்ணன் ஆகிய மகன்கள் உள்ளனர். மற்றொரு மகன் முத்துவேல் இந்திய ஜனநாயக வாலிபர் சங்க நகரச் செயலாளராகவும் கட்சி உறுப்பினராகவும் இருந்து தனது 41ஆவது வயதில் கடும் நோய்வாய்ப்பட்டு இறந்துவிட்டார்.

தற்போது தோழர் சோமு கட்சியின் இடைக்குழு உறுப்பினராகச் செயல்பட்டு வருகிறார். மணப்பாறை நகரத்திலும், கிராமங்களிலும் கட்சியின் கிளைகளை உருவாக்குவதிலும், வர்க்க அமைப்புகளைக் கட்டுவதிலும், வெகுமக்கள் அமைப்புகளை வளர்ப்பதிலும் தோழர் சோமு முனைப்பாக செயல்பட்டு வருகிறார்.

மணப்பாறை நகரத்தில் ஆட்டோ தொழிலாளர்கள் சங்கத்தின் தலைவராக இருந்திருக்கிறார். விவசாயிகள் சங்கத்தில் பொறுப்பாளராகப் பணியாற்றியிருக்கிறார். இவருடைய தாய் வேலம்மாள், மனைவி ரேவதி இருவருமே அனைத்திந்திய ஜனநாயக மாதர் சங்கத்தில் பணியாற்றியவர்கள்.

77 வயதைத் தொட்டுவிட்ட தோழர் சோமு இன்றும் சோர்வடையாமல், சுறுசுறுப்பு குறையாமல் கட்சிப் பணிகளை ஏற்றுச் செய்து வருவது ஒரு வாழும் முன்னுதாரணம். இளைய தலைமுறையினருக்கு ஒரு உந்து சக்தியாக அமைந்துள்ள தோழர் சோமுவின் அர்ப்பணிப்பு மிக்க கட்சிப்பணி பாராட்டுக்குரியது - பின்பற்றத்தக்கது.

❑

26

சங்கம், சமூகம், தேசம்: முப்பெரும் கடமைகளில் முன்னின்ற தோழர்

சமூக அக்கறையோடு செயல்படும் ஒரு முன்னணித் தொழிற்சங்கம் அகில இந்திய காப்பீட்டு ஊழியர் சங்கம் (ஏ.ஐ.ஐ.இ.ஏ). அது ஒரு பலமான தொழிற்சங்க இயக்கமாக விளங்குவதற்கு அர்ப்பணிப்போடு செயல்பட்ட மூத்த தலைவர்களில் ஒருவர் தோழர் என்.எம். சுந்தரம். சக தோழர்களால் என்.எம்.எஸ். என்று உரிமையோடு அழைக்கப்படுகிறவர்.

இவர் 1938 ல் சென்னையில் பிறந்தவர். இவரது தந்தையின் பூர்வீகம் வேலூர் மாவட்டம் திருப்பத்தூர். தந்தை டி.ஆர். நாராயணன் ஒரு தனியார் காப்பீட்டு நிறுவனத்தில் டெவலப்மெண்ட் ஆஃபிசர் பொறுப்பில் பணியாற்றியவர். அந்தக் காலத்திலேயே ஊழியர் சங்க நிர்வாகியாக இருந்து போராட்டங்களுக்குத் தலைமை தாங்கியவர். ஆகவே நிர்வாகம் இவருக்கு ஓய்வு பெற வேண்டிய காலத்திற்கு முன்னதாகவே கட்டாய ஓய்வளித்து அனுப்பிவிட்டது. சோசலிஸ்ட் கட்சியின் தலைவர் ராம்மனோகர் லோகியாவின் ஆதரவாளராக இருந்த அவர், 1942ஆம் ஆண்டின் 'வெள்ளையனே வெளியேறு' இயக்கத்திலும் கலந்துகொண்டார். "அப்பா சமூகப்பார்வை கொண்டவராக இருந்தார், அவரோடு நடத்திய விவாதங்களால் எனக்கு அரசியலில் ஆர்வம் ஏற்பட்டது," என்று நினைவுகூர்கிறார் என்.எம்.எஸ்.

புனே, மும்பை நகரங்களில் பள்ளிப் படிப்பை முடித்த என்.எம்.எஸ்., சென்னை அரசு கலைக் கல்லூரியில் பி.ஏ. படித்தார். தேசவுடமையாக்கப்பட்ட எல்.ஐ.சி. நிறுவனத்தில் என்.எம்.எஸ். 1957ல் வேலையில் சேர்ந்திருக்கிறார். வேலையில் சேர்ந்த அடுத்த ஆண்டே சங்கத்தின் கிளைச் செயலாளராக அவர் தேர்வு செய்யப்பட்டார். 1961ஆம் ஆண்டு மண்டல (தமிழ்நாடு, கேரளா, ஆந்திரா, கர்நாடகா) இணைச் செயலாளரானார். 1963ஆம் ஆண்டு தென்மண்டல பொதுச் செயலாளரானார்.

வேலைக்குச் சேர்ந்த சில ஆண்டுகளில் கிளைச் செயலாளராக இருந்து தென்மண்டல பொதுச் செயலாளராக உயர்ந்தார் என்றால் இவருடைய செயல்முனைப்பு எவ்வாறு இருந்திருக்கும் என்பதை நாம் புரிந்துகொள்ளலாம். 1968ல் மார்க்சிஸ்ட் கம்யூனிஸ்ட் கட்சியில் உறுப்பினராக இணைந்து அரசியல் பயணத்தைத் தொடர்ந்தார்..

1967ஆம் ஆண்டு எந்திரமயமாக்கல் (ஆட்டோமேஷன்) நடவடிக்கையை எதிர்த்து நடந்த போராட்டத்தில் மற்ற தோழர்களுடனும் சேர்ந்து என்.எம்.எஸ். முக்கியப் பங்காற்றினார். இப்பின்னணியில் 1970ஆம் ஆண்டு என்.எம்.எஸ். சங்கத்தின் அகில இந்திய இணைச் செயலாளராக தேர்வு செய்யப்பட்டார். 1974ல் நிர்வாகத்தின் கதவடைப்பு நடவடிக்கைக்கு எதிர்ப்பு, 1983ல் 14 நாள் வேலைநிறுத்தம் போன்ற வீரம் செறிந்த போராட்டங்களில் இவரது பங்கு முக்கியமானது.

1960 களில் பம்பாயிலும், கல்கத்தாவிலும் கணினிகளைப் புகுத்த நிர்வாகம் முயன்றது. பம்பாயில் நிறுவிவிட்டார்கள். ஆனால் கல்கத்தாவில் அதை நிறுவ முடியவில்லை. இரவு பகலாக ஊழியர்கள் பல மாத காலம் அலுவலகத்தை முற்றுகையிட்டுப் போராடினார்கள். ஒருநாள் இரவு முழுவதும் தோழர் ஜோதிபாசு ஊழியர்களுக்கு ஆதரவாக அவர்களோடு இருந்தார். ஆனால் 1980களில் நிர்வாகப் பணிகள் பரவலாக்கப்பட்டதாலும் விரைந்து பணி முடிக்க வேண்டியிருந்ததாலும் மைக்ரோ பிராசசர் என்ற கணினியை நிறுவ ஊழியர்கள் அனுமதித்தார்கள்.

நவீனமயமாக்க நிர்வாகம் முயல்கிறபோது தேவையையொட்டி சங்கத்தின் அனுமதியுடன்தான் கணினியை நிறுவிட வேண்டும் என்று ஒப்பந்தம் ஏற்பட்டது. இதனால் நிறுவனம் வளர்ச்சியடைந்தது. இவ்வாறு, ஊழியர் நலன்களைப் பாதுகாத்து, நவீன தொழில்நுட்பம் குறித்த அறிவியல்பூர்வமான அணுகுமுறையை வகுத்ததில் இவரது பங்கு குறிப்பிடத்தக்கது.

1988ஆம் ஆண்டு என்.எம்.எஸ். சங்கத்தின் அகில இந்திய பொதுச் செயலாளராகத் தேர்வு செய்யப்பட்டார். பொதுச் செயலாளராக ஐந்து முறையும், தலைவராக இரண்டு முறையும் தேர்வு செய்யப்பட்ட என்.எம்.எஸ்., 16 ஆண்டு காலம் பிரதான பொறுப்புகளில் செயல்பட்டிருக்கிறார். சங்கமும், ஊழியர்களும் பல சவால்களைச் சந்தித்த காலகட்டத்தில் தோழர் என்.எம்.எஸ். தலைமைப் பொறுப்புக்கு வந்தார்.

1970ல் பம்பாயில், மத்திய அரசுடன் சமரசப் போக்கைக் கடைப்பிடித்த சிலர் சங்கத்தை உடைக்க முயன்றனர். சங்க ஒற்றுமையைப் பாதுகாப்பதில் உறுதியாக இருந்த என்.எம்.எஸ்., அங்கே சென்று அதற்கான முயற்சிகளில் ஈடுபட்டார். அப்போது முப்பது நாற்பது பேர் சேர்ந்து இவரைத் தாக்கினர். அதில் இவரது முகம், கை, கால்களில் பலத்த காயத்துடன் இரண்டு இடங்களில் எலும்பு முறிவும் ஏற்பட்டது. வன்முறைத் தாக்குதலுக்குப் பின்வாங்காமல், 25 நாட்கள் பம்பாயிலேயே தங்கியிருந்து சங்கத்தின் ஒற்றுமை சிதறாமல் பாதுகாத்தார் என்.எம்.எஸ். ஆம், கொள்கைசார்ந்த வியூகம் அமைப்பதில் வல்லவராக இருந்ததோடு நேரடித் தாக்குதலை எதிர்கொள்வதிலும் உழைக்கும் வர்க்கத்தின் வீரத்தை வெளிப்படுத்தினார்.

காப்பீட்டுத்துறையில் அந்நிய நேரடி மூலதனத்தை அனுமதிக்க வேண்டுமென அமெரிக்க அரசு வற்புறுத்தியது. இந்தியாவில் காப்பீட்டுத் துறையில் அமெரிக்கக் கம்பெனிகள் மூலதனமிட, அரசு மறுத்தால் தடையைத் தகர்த்து அமெரிக்கக் கம்பெனிகள் நுழையும் என 1989ஆம் ஆண்டு அமெரிக்க அரசின் வர்த்தகச் செயலாளர் கார்லா ஹில்ஸ் ஆணவத்தோடு அறிவித்தார். 1991ஆம் ஆண்டு நரசிம்மராவ் பிரதமராகவும், மன்மோகன்சிங் நிதியமைச்சராகவும் பொறுப்பேற்று நவதாராளமயப் பொருளாதாரக் கொள்கையை அமலாக்கத் துவங்கினார்கள். பொதுத்துறை தனியார்மயம் உள்ளிட்ட பல சவால்களை தொழிலாளர்களும், தொழிற்சங்க இயக்கங்களும் எதிர்கொண்டன.

சங்கத்தின் பொதுச்செயலாளராக இருந்த தோழர் என்.எம்.எஸ்., சி.ஐ.டி.யு. தலைவர் தோழர் பி.டி. ரணதிவேயின் ஆலோசனையைப் பெற்று, நிலைமையைச் சந்திக்க புதிய உத்தியை உருவாக்கினார். அவ்வப்போது தோழர் பி. ராமமூர்த்தியுடனும் கலந்தாலோசித்தார். காப்பீட்டு ஊழியர்கள் நலன், நிறுவனத்தின் நலன், தேச நலன் ஆகியவை ஒன்றோடொன்று தொடர்புடைய பிரச்சினைகள். இவைகளைக் கணக்கில் எடுத்துக்கொண்டு சங்கத் தலைமை தனது தொலைநோக்குப் பார்வையை உருவாக்கியது. அதில் பிரதானமாகப் பங்காற்றினார் என்எம்எஸ்.

இப்பார்வையுடன் ஊழியர்களை சங்கத் தலைமை தயார்ப்படுத்தியது. பொதுத்துறையை பாதுகாப்பது என்பது தனியார்மயமாக்கப்படுவதை தடுப்பது மட்டுமல்ல; நிறுவனத்தினுடைய வளர்ச்சியிலும் அக்கறை செலுத்தக்கூடிய

தோழர் என்.எம்.சுந்தரம்

அடிப்படையில் ஊழியர்களின் பணிக் கலாச்சாரம் மேம்பட வேண்டுமென சங்கத் தலைமை ஊழியர்களை பயிற்றுவித்தது. ஊழியர்களின் பணிப்பாதுகாப்பு, பொருளாதாரக் கோரிக்கை என்பதோடு சுருங்கிவிடாமல் பொதுத்துறை பாதுகாப்பு, மக்களுக்காகவும் போராடுகிற பொருளியல்பாதை என்பதான விரிந்த வியூகத்தை சங்கத் தலைமை வகுத்தது. அதனை வகுத்ததில் என்.எம்.எஸ். பாத்திரம் தலையாயது என்று அவரது சங்கத்தின் அன்றைய-இன்றைய தலைமுறைத் தலைவர்கள் ஒரே குரலில் கூறுகிறார்கள்.

காப்பீட்டுத் துறையைத் தனியார்மயமாக்கிட மத்திய அரசு தொடர்ந்து முயன்றது. அதை எதிர்த்து காப்பீட்டு ஊழியர் சங்கம் உறுதியாகப் போராடியது. இத்துறையில் அந்நிய நேரடி மூலதனம் 49 சதவிகிதம் வரை அனுமதிக்க மத்திய அரசு முடிவெடுத்தது. இருப்பினும் எல்.ஐ.சி. ஒரு சாதனைப் பொதுத்துறை நிறுவனமாக இயங்கி வளர்ந்துள்ளது. காப்பீட்டுத் துறையில் பல தனியார் நிறுவனங்கள் வணிகம் செய்கின்றன என்றாலும், ஆயுள் காப்பீடு என்றால் இப்போதும் எல்.ஐ.சி.-தான் மிகப் பிரதானமான நிறுவனமாக இயங்கிவருகிறது.

எல்.ஐ.சி. மற்றும் பொதுக் காப்பீட்டுத் துறை நிறுவனங்களின் ஊழியர்கள் மக்களிடையே மேற்கொண்ட தொடர் பரப்புரை இயக்கம், கருத்தாக்கம் ஆகியவை, ஆயுள் காப்பீட்டில் தனியார்துறையைச் சேர்ந்த 23 நிறுவனங்களின் சந்தைப் போட்டியை எதிர்கொண்டு நிற்கப் பெரிதும் உதவியுள்ளன. எல்.ஐ.சி.-யின் சந்தைப்பங்கு 72 விழுக்காடு! இந்தச் சாதனைக்கு ஊழியர் சங்கத்தின் இந்த ஈடுபாடு மிக முக்கியக் காரணம் என்றால் மிகையல்ல.

“ஒரு பொதுப் பிரச்சினைக்காக வேலைநிறுத்தம் என்றால் அந்தக் காலத்தில் ஒவ்வொரு பெண் ஊழியரின் வீட்டுக்கும் சங்கப் பொறுப்பாளர்கள் போவோம். அவர்களது கணவர்களைத் தனித்தனியாக சந்தித்து வேலைநிறுத்தத்தின் அவசியம் பற்றிப் பேசுவோம்,” என அன்றைய வெற்றிகரமான போராட்டங்களுக்கான வழிமுறை பற்றிக் கூறுகிறார் என்.எம்.எஸ். “இன்று ஏ.ஐ.ஐ.இ.ஏயின் மகளிர் துணைக்குழுக்கள் தொழில்சார்ந்த பிரச்சினைகளின் எல்லைகளைக் கடந்து, பாலின சமத்துவத்தை நிலைநாட்டும் முயற்சிகளிலும் முனைப்போடு ஈடுபட்டிருப்பதைப் பார்க்கப் பெருமையாக இருக்கிறது,” என்கிறார்.

சங்கம் நடத்திவரும் ‘இன்சூரன்ஸ் ஒர்க்கர்’ ஆங்கில மாத ஏட்டின் ஆசிரியராக பல ஆண்டு காலம் என்.எம்.எஸ். பணியாற்றினார். அதில் இவர் எழுதிய தொடர் கட்டுரைகள் நூல்களாகத் தொகுத்து வெளியிடப்பட்டுள்ளன. ‘தகர் நிலையில் நிதி மூலதனம்’ உள்ளிட்ட நூல்கள் குறிப்பிடத்தக்கவை.

அகில இந்திய அளவிலான சங்கப்பணி மட்டுமல்ல, தமிழகத்தில் காப்பீட்டுக்கழக ஊழியர்களிடையே அரசியல் உணர்வை வளர்ப்பதிலும் கட்சியைக் கட்டும் பணியிலும் என்.எம்.எஸ். பங்களிப்பு குறிப்பிடத்தக்கது.

1970 களின் துவக்கத்தில் சென்னையில் சிம்சன் நிறுவனத் தொழிலாளர்கள் போராட்டம் பல மாதங்கள் நீடித்தது. அப்போராட்டத்தை ஒடுக்க முயன்ற அன்றைய தி.மு.க. அரசு அடக்குமுறையை ஏவிவிட்டது. போராடும் தொழிலாளர்களுக்கு ஆதரவாக சென்னையில் கருத்தாலும், கரத்தாலும் உழைக்கும் தொழிற்சங்கங்களை இணைத்து சென்னை தொழிற்சங்க கவுன்சில் உருவாக்கப்பட்டது. அதில் தோழர் என்.எம்.எஸ். மையமான பங்காற்றினார். மாநில அளவில் சிம்சன் தொழிலாளர்களுக்கு

ஆதரவாக வர்க்க உணர்வோடு மற்ற தொழிலாளர்கள் மேற்கொண்ட வேலைநிறுத்தத்தில் எல்.ஐ.சி. ஊழியர்களும் கலந்து கொண்டனர்.

1992 பாபர் மசூதி இடிப்பிற்குப் பின்னர் மதவெறி அரசியலின் தாக்கங்கள் தொழிற்சங்கத்திற்குள்ளும் ஊடுருவ முயன்றதைக் குறிப்பிடுகிறார் என்.எம்.எஸ். குஜராத்தில் ஓர் கோட்டமே சங்கத்திலிருந்து வெளியேறிவிட்டது. சங்க ஒற்றுமையைக் காக்கவும், மதவெறி அரசியலுக்கு எதிரான உழைப்பாளர் உணர்வை வலுப்படுத்தவும் அந்நேரம் இந்தியா முழுவதும் நிறைய பயணங்கள், கூட்டங்கள், உரையாடல்கள் என என்.எம்.எஸ். அயராமல் சுழன்றதைத் தோழர்கள் சுட்டிக்காட்டுகிறார்கள்.

ரயில்வே தொழிலாளர்கள் போராட்டத்திற்கு ஆதரவாக எல்.ஐ.சி. ஊழியர்கள் நின்றார்கள். அதுபற்றி என்.எம்.எஸ். சொல்லிக்கொண்டிருந்தபோது இவருடைய துணைவியார் புனிதா சுந்தரம் தலையிட்டு சுவாரசியமான தகவல் ஒன்றைக் கூறினார்: "ஒரு நாள் திடீரென்று இரண்டு பேரை வீட்டில் கொண்டு வந்து 'இவர்கள் தலைவர்கள். இவர்களுக்குச் சாப்பாடு போட வேண்டும், நம் வீட்டில்தான் தங்கவைக்க வேண்டும்' என்று சொல்லிவிட்டு என்.எம்.எஸ். போய்விட்டார். வந்தவர்கள் யார் என்றுகூடச் சொல்லவில்லை. மூன்று நாட்கள் கடந்தபிறகுதான் ஒருவர் டி.ஆர்.இ.யு. தலைவர் அனந்த நம்பியார், இன்னொருவர் எஸ்.ஆர்.எம்.யு தலைவர் நமச்சிவாயம் என்பதைச் சொன்னார். அவர்கள் இரண்டு பேரையும் கைதுசெய்யப் போலீஸ் தேடிக் கொண்டிருந்ததால் எங்கள் வீட்டில் தங்கியிருந்தார்கள் என்பதைப் புரிந்துகொண்டேன்."

தனது துணைவியாரும் இரண்டு மகன்களும் தன்னுடைய இயக்கப் பணிகளுக்கு உறுதுணையாக இருந்துவந்திருப்பதை மகிழ்ச்சியோடு குறிப்பிடுகிறார் என்.எம்.எஸ்.

1998ஆம் ஆண்டு தோழர் என்.எம்.எஸ். எல்.ஐ.சி. நிறுவனப் பணியிலிருந்து ஓய்வுபெற்றார். அதன்பிறகும் 'இன்சூரன்ஸ் ஒர்க்கர்' ஏட்டில் பல்வேறு அரசியல், பொருளதார, சமூகப் பிரச்சினைகள் பற்றித் தொடர்ச்சியாக எழுதி வந்தார். "அகில இந்திய அளவிலும், மாநில அளவிலும் சங்கத் தலைமை சிறப்பாகச் செயல்பட்டு வருவதை நான் பெருமையாகவும் நம்பிக்கையோடும் காண்கிறேன்," என்று உணர்வுப்பூர்வமாகக் கூறுகிறார். இளைய

தலைமை குறித்த இவரது பெருமிதம், தன் காலத்தில் எதிர்காலத் தலைமுறையை உருவாக்குவதில் இவருக்கு இருந்த அக்கறையை வெளிப்படுத்துகிறது.

“என்னை அரசியலின்பால் ஈர்த்து வழிநடத்தியவர் தோழர் வி.பி. சிந்தன். எனக்கு உறுதுணையாக இருந்த இராஜப்பா, கே.என். கோபாலகிருஷ்ணன் போன்ற தலைவர்களின் பங்களிப்பையும் மறக்கவியலாது,” என்று நெகிழ்ச்சியோடு குறிப்பிட்டார்.

அகில இந்திய காப்பீட்டு ஊழியர் சங்கம் இன்று உலகமய எதிர்ப்பு, பொதுத்துறை பாதுகாப்பு, பாலின சமத்துவம், சமூக ஒடுக்குமுறை எதிர்ப்பு என பன்முகத் தளங்களில் பயணிப்பதற்கான திசைவழி எப்படி உருவானது என்பதை என்எம்எஸ் சந்திப்பின்போது உணர முடிந்தது. தற்போது உடல்நலம் பாதிக்கப்பட்டவராக துணைவியாருடன் வசித்து வருகிறார். கட்சி உறுப்பினராகத் தன்னால் இயன்ற பணியை செய்கிறார். 1957ஆம் ஆண்டு எல்.ஐ.சி. நிறுவனத்தில வேலையில் சேர்ந்த என்.எம்.எஸ்., 1968ல் மார்க்சிஸ்ட் கம்யூனிஸ்ட் கட்சியின் உறுப்பினரானார். இன்று 80 வயதைத் தொட்டுள்ள தோழர் என்.எம்.எஸ். கடந்த 60 ஆண்டுகாலமாக ஒரு சிறந்த முன்னுதாரணமாகத் திகழ்ந்து நிறைவேற்றிவரும் தொழிற்சங்க-கட்சிப் பணி பாராட்டுக்குரியது, பின்பற்றத்தக்கது.

❑

27

பணி ஓய்வுக்குப் பிறகும் ஓய்விலா மக்கள் பணி

தமிழகத் தலைநகர் சென்னையை உருவாக்கியவர்கள் அரசியலாளர்கள், ஆட்சியாளர்கள், அதிகார வர்க்கத்தினர், கலைஞர்கள், இலக்கியவாதிகள், பல்வேறு துறைகள் சார்ந்த பிரமுகர்கள், தொழிலதிபர்கள், வணிகர்கள், பத்திரிகையாளர்கள், கல்வியாளர்கள் உள்ளிட்டோர் மட்டுமல்ல. தொழிற்சாலைகளின் தொழிலாளர்கள் உள்ளிட்ட உழைப்பாளிகளும், மீனவ மக்களும், இன்னபிற எளிய, அடித்தட்டு மக்களும்தான். சென்னையின் ஒரு தொழிற்சாலையில் தொழிலாளியாய் வேலையில் சேர்ந்து, அங்குள்ள தொழிற்சங்கத்தில் அங்கத்தினராகி, பல போராட்டங்களில் கலந்துகொண்டு, மார்க்சிஸ்ட் கம்யூனிஸ்ட் கட்சியில் இணைந்து இன்றளவும் கட்சி உறுப்பினராகச் செயல்பட்டு வருகிறார்கள் பல தோழர்கள். அவர்களில் ஒருவர்தான் தோழர் ப.சண்முகவேல்.

அன்றைய தென்ஆற்காடு மாவட்டம், பண்ருட்டி வட்டம், வீரபெருமாநல்லூரில் மண்பாண்டத் தயாரிப்பில் ஈடுபட்டிருந்த ஒரு எளிய குடும்பத்தில் 1941ஆம் ஆண்டு பிறந்தவர் சண்முகவேல். இவரது தந்தை மண்பாண்டங்களைத் தயார் செய்ய, தாயார் 16 மைல் (சுமார் 25 கி.மீ.) தொலைவில் உள்ள உளுந்தூர்பேட்டை வரை தலையில் சுமந்து நடந்தே சென்று விற்பனை செய்து வருவார்.

பள்ளிக்கு அனுப்பப்பட்ட சண்முகவேல் சுமார் 7 மைல் தொலைவில் பண்ருட்டி நகரில் இருந்து பள்ளிக்கு நடந்தே சென்று வந்து படித்தார். எஸ்.எஸ்.எல்.சி. (அன்றைய 11ஆம் வகுப்பு) வரை படித்தவர். பின்னர் தனது பெற்றோர் படும் கஷ்டத்தை உணர்ந்து தானும் தந்தைக்கு உதவியாக மண்பாண்டங்களைத் தயாரிக்கத் தொடங்கினார். பின்னர் 1965ஆம் ஆண்டு திருவண்ணாமலை தொழிற்பயிற்சி மையத்தில் (ஐடிஐ) சேர்ந்து படித்தார். 1966ல் சென்னை சிம்சன் தொழிற்சாலையில் 6 மாத கால பயிற்சிப்

பணியாளராகச் (அப்ரண்டிஸ்) சேர்ந்தார். அப்போது ஆவடியில் உள்ள கனரக வாகனத் தொழிற்சாலையில் (ஆவடி டேங்க் பேக்டரி) வேலைக்காக விண்ணப்பித்திருந்தார்.

பயிற்சிப் பணி முடிந்தவுடன் கொசப்பேட்டையில் பொம்மை தயாரிக்கும் தொழிலில் ஈடுபட்டார். அங்கு வாரம் 10 ரூபாயில் இருந்து 15 ரூபாய் வரை கூலி கிடைத்தது. அவர் விண்ணப்பித்திருந்த ஆவடி தொழிற்சாலையில் 1968ஆம் ஆண்டு வேலை கிடைத்தது. அதையொட்டி ஆவடிக்கு அடுத்துள்ள பட்டாபிராம் அண்ணாநகர் பகுதியில் குடியேறினார்.

1970ஆம் ஆண்டு சண்முகவேல் - புவனேஸ்வரி திருமணம் நடைபெற்றது.

வேலையில் சேர்ந்த ஒருசில மாதங்களிலேயே அங்கிருந்த அகில இந்திய பாதுகாப்பு படை ஊழியர் கூட்டமைப்பில் தன்னை இணைத்துக்கொண்டார். 1972ஆம் ஆண்டு அந்த நிறுவனத்தில் நடைபெற்ற வேலைநிறுத்தப் போராட்டத்தில் சண்முகவேல் முனைப்பாக கலந்து கொண்டார். போராட்டத்தைத் தொடர்ந்து ஒப்பந்தம் போடப்பட்டது. அந்த ஒப்பந்தம் தொழிலாளர்களை அடிமைப்படுத்தும் ஒப்பந்தம் எனக் கூறி தொழிற்சங்கத்தில் கருத்து வேறுபாடு ஏற்பட்டது. இதையடுத்து கல்யாணசுந்தரம் அணி, வி.பி.சிந்தன் அணி என இரண்டு அணிகளாக உருவாகின. சண்முகவேல் வி.பி.சி. அணி கூறுவதுதான் சரி என அந்த அணியில் இணைந்து தொழிலாளர்களுக்காகக் குரல் கொடுத்தார்.

1974ஆம் ஆண்டு சண்முகவேல் மார்க்சிஸ்ட் கட்சி உறுப்பினரானார். கட்சியில் சேருவதற்குத் தூண்டுதலாக இருந்தது யார் என்று கேட்டபோது, "சென்னையிலும், தமிழ்நாட்டின் மற்ற பகுதிகளிலும் மார்க்சிஸ்ட் கம்யூனிஸ்ட் கட்சியும், சி.ஐ.டி.யு. சங்கமும் மக்களுக்காக, தொழிலாளர்களுக்காக நடத்திய போராட்டங்கள் என்னை மிகவும் ஈர்த்தன. தோழர் வி.பி. சிந்தன் தொழிலாளர் பேரவைக் கூட்டத்திலும், கட்சிப் பொதுக்கூட்டத்திலும் ஆற்றிய உரைகள், அவரது அர்ப்பணிப்பு மிக்க செயல்பாடுகள் இவை எல்லாம்தான் கட்சியில் நான் சேர்வதற்கு தூண்டுதலாக அமைந்தன," எனக் கூறினார்.

தொழிற்சாலையில் சக தொழிலாளர்களுக்காக தொழிற்சங்கப் பணிகளில் ஈடுபட்ட அவர், தனது குடியிருப்புப் பகுதியில் மக்களுக்காக கட்சிப்பணியிலும் சமூகப்பணிகளிலும் ஈடுபட்டார்.

1978ஆம் ஆண்டில், குடியிருப்புப் பகுதியில் இன்றைய இந்திய ஜனநாயக வாலிபர் சங்கத்தின் அன்றைய அமைப்பான சோசலிஸ்ட் வாலிபர் முன்னணியின் கொடியையும், மார்க்சிஸ்ட் கம்யூனிஸ்ட் கட்சி கொடியையும் ஏற்றினார்.

தொழிற்சாலையில் ஒரு தொழில், ஒரு சங்கம் என்ற முறையில் சங்கத்திற்கு தேர்தல் நடைபெற்றது. தலைவர் பதவிக்குப் போட்டியிட்ட தோழர் வி.பி.சி.யின் வெற்றிக்காக மற்ற தோழர்களோடு இணைந்து சண்முகவேல் அயராது பாடுபட்டார். அதேபோல் இன்னொருமுறை தோழர் அ. சவுந்தரராசன் தலைவர் பதவிக்குப் போட்டியிட்டபோது அவருடைய வெற்றிக்காகவும் முக்கியப் பங்காற்றினார். இத்தகைய தொழிற்சங்கப் பணிகளில் ஈடுபட்டதோடு, தொழிற்சாலையில் பணிக்கப்பட்ட வேலைகளையும் அக்கறையோடு செய்தார். அதற்காக அவரது நிர்வாகம் அவருக்கு விருது வழங்கியுள்ளது.

சட்டமன்றத் தேர்தலில் வில்லிவாக்கம் தொகுதியில் தோழர் வி.பி.சி. போட்டியிட்டபோதும், தோழர். உ.ரா.வரதராசன் போட்டியிட்ட போதும் அவர்களின் வெற்றிக்காகப் பணியாற்றியதை பெருமையோடு நினைவு கூர்ந்தார்.

அந்தப்பகுதியில் யாராவது மரணம் அடைந்தால் அங்கிருந்து 3 கிலோ மீட்டர் தூரத்தில் உள்ள சேக்காடு கிராமத்தில் உள்ள இடுகாட்டில்தான் அடக்கமோ தகனமோ செய்ய வேண்டும். திடீரென, 1985ஆம் ஆண்டு சேக்காடு பகுதியைச் சேர்ந்தவர்கள், பிணத்தை இங்கே கொண்டுவரக் கூடாது என தகராறு செய்தனர். பின்னர் அங்கிருந்து 5 கிலோ மீட்டர் தூரத்தில் உள்ள உழைப்பாளர் நகருக்கு அடக்கம் செய்யக் கொண்டு சென்றுள்ளனர். அந்தப் பகுதி மக்களும் அடக்கம் செய்ய அனுமதிக்கவில்லை.

சண்முகவேல் கட்சியின் சார்பில் தமது பகுதி மக்களைத் திரட்டி மாவட்ட ஆட்சியரைப் பலமுறை சந்தித்து முறையிட்டார். அதன்பலனாக அதே பகுதியில் 2 ஏக்கர் நிலம் சுடுகாட்டிற்கு என ஒதுக்கப்பட்டது. அதையும் ஒருசிலர் ஆக்கிரமித்து விற்க முயற்சி செய்தனர். உடனே இவர் ஊர்க் கூட்டத்தைக் கூட்டி அந்த இடத்தைச் சுற்றி கல் பதிக்கக் கூறினார். ஊர் மக்கள் அனைவரும் ஒன்றுசேர்ந்து அந்தப் பணியை இவரிடமே ஒப்படைத்தனர். வீட்டிற்கு 10 ரூபாய் வீதம் வசூல் செய்தார். 11,000 ரூபாய் வசூலானது. 10,500 ரூபாய்க்கு கற்களை வாங்கி வந்தார். அவற்றை

நடுவதற்கு கூலி 10,500 ரூபாய் கேட்டுள்ளனர். மீண்டும் ஊர் கூட்டத்தைக் கூட்டி ஆலோசனை நடத்தினர். பின்னர் தான் சார்ந்திருக்கும் மார்க்சிஸ்ட் கம்யூனிஸ்ட் கட்சியின் சார்பில் 50 கற்களை தாங்கள் நடுகிறோம் என ஆலோசனை கூறியுள்ளார். இதையடுத்து அனைத்துக் கட்சியினரும் 50 கற்கள் வீதம் நட ஒப்புக் கொண்டனர். அப்படி அந்த சுடுகாட்டிற்கான இடத்தைப் பாதுகாத்தவர். இந்தச் சுடுகாடு சாதி, மத வேறுபாடின்றி ஒரு சமத்துவச் சுடுகாடாகப் பயன்பட்டு வருகிறது. அதற்கு தோழர் சண்முகவேல் எடுத்துக் கொண்ட முயற்சிகளே முக்கியக் காரணம் என்றால் மிகையில்லை.

அந்தப் பகுதியில் வசிக்கும் மக்களுக்கு பட்டா கிடையாது. எனவே பட்டா கோரிக்கைக்காக என ஒரு குழுவை அமைத்து, அதில் தன்னையும் ஒரு உறுப்பினராக இணைத்துக் கொண்டு தொடர்ந்து போராடி வருகிறார். அந்தப் பகுதியில் ஏதேனும் சமூகப் பிரச்சினை என்றால் இரவு பகல் பாராது தலையிட்டு ஓடோடி வேலை செய்வார் என சக தோழர்கள் குறிப்பிடுகிறார்கள்.

1994ஆம் ஆண்டு முதல் 1999ஆம் ஆண்டு வரை நிறுவனத்தில் உள்ள கூட்டுறவு பண்டக சாலையில் இயக்குநராக இருந்தார். அப்போது தரமான பொருட்கள் ஊழியர்களுக்குக் கிடைக்க நடவடிக்கை எடுத்தார். அதேபோல் எடை குறையாமல் இருக்க அரை கிலோ, ஒரு கிலோ என பாலீதின் கவர்களில் பேக் செய்து கொடுக்கவும் நடவடிக்கை எடுத்தார். அப்போது தேடிவந்த எந்த அன்பளிப்பையும் ஏற்காதவர். அந்த 5 ஆண்டுகளில் எந்த குற்றச்சாட்டுக்கும் ஆளாகாமல் நேர்மையாக சண்முகவேல் பணியாற்றினார். அவரின் இயக்குநர் சேவையை மேலாளர் முதல் ஊழியர்கள் வரை அனைவரும் பாராட்டினர்.

சென்னையையும் அதன் சுற்றுப்புறப் பகுதிகளையும் 'தானே' புயல் தாக்கியபோது, தனது மகள் மைதிலியிடம் பேசி 10,000 ரூபாய் பெற்று, கடுமையாகப் பாதிக்கப்பட்ட திருவொற்றியூர் பகுதிக்கு 10 மூட்டைகள் அரிசி வழங்கினார்.

2001ஆம் ஆண்டு நிறுவனத்திலிருந்து பணி ஓய்வு பெற்ற பிறகு, மக்கள் பணிக்கு ஓய்வில்லை என்ற உணர்வோடு ஆவடி பகுதியில் கட்சிப் பணியாற்ற தொடங்கினார். 3வது முறையாக கிளைச் செயலாளராகச் செயல்பட்டு வருகிறார். இந்த வயதிலும் கட்சி நிகழ்ச்சிகளில் தவறாமல் கலந்துகொள்கிறார்.

தோழர் சண்முகவேல்

இவருக்கு மூன்று மகன்கள், இரண்டு மகள்கள். தான் எஸ்.எஸ். எல்.சிக்கு மேல் படிக்க முடியவில்லை என்றாலும் தனது குறைந்த வருவாயில் பிள்ளைகளைப் படிக்க வைத்தார். அவருடைய ஒரு மகள் எம்.டி. முடித்து மருத்துவராக உள்ளார். ஒரு மகன் டிப்ளோமா சிவில் இன்ஜினியர், இன்னொரு மகன் பி.ஏ., இன்னொரு மகன் 10வது படித்துள்ளார். பி.பி.ஏ. படித்த கடைசி மகள் ஒருவரைக் காதலித்து வந்தார். தன்னுடைய மனைவி, உறவினர்கள் கடும் எதிர்ப்பு தெரிவித்த நிலையில், சண்முகவேல் உறுதியாக நின்று மகளுக்கு சாதி மறுப்புத் திருமணத்தை நடத்தி வைத்தார். மகன்கள், மகள்கள் அனைவருக்கும் திருமணமாகிவிட்டது.

கட்சிப் பணிக்கு தன்னுடைய குடும்பம் உதவிகரமாக இருப்பதை தோழர் சண்முகவேல் நெகிழ்வோடு கூறுகிறார்.

தென்னாற்காடு மாவட்டத்தில் சமூக ரீதியிலும், பொருளாதார ரீதியிலும் பின்தங்கிய குடும்பத்தில் பிறந்து, ஆவடியில் நவீன தொழிற்சாலையில் தொழிலாளியாக வேலையில் சேர்ந்து

மார்க்சிஸ்ட் கம்யூனிஸ்ட் கட்சியில் இணைந்து தொழிற்சாலையில் தொழிலாளர்கள் மத்தியிலும், தான் வசிக்கும் பகுதியில் மக்கள் மத்தியிலும் கட்சி மற்றும் வர்க்க, வெகுஜன அமைப்பு வளர்ச்சிக்காக ஆர்வத்தோடு சண்முகவேல் பணியாற்றியிருக்கிறார். தான் வசிக்கும் பகுதியில் மக்களின் பொதுப் பிரச்சினைகளுக்காகவும் போராடுபவர் தோழர் சண்முகவேல்.

தற்போது 77 வயதாகும் தோழர் சண்முகவேல் கட்சியின் கிளைச் செயலாளராகச் செயல்பட்டு வருகிறார். இவ்வாறு சுமார் 50 ஆண்டு காலமாக தோழர் சண்முகவேல் ஆற்றிவரும் தொழிற்சங்கப்பணி, கட்சிப்பணி பாராட்டுக்குரியது - பின்பற்றத்தக்கது.

❑

28

தொழிலாய்ச் செய்வது கை முறுக்கு– இயக்க ஈடுபாட்டில் கொள்கை முறுக்கு!

வேறு கட்சிகளில் செயல்பட்டு, கம்யூனிஸ்ட்களின் கொள்கை நேர்மைகளையும் செயல்பாட்டு உறுதிகளையும் உற்றுநோக்கி பின்னர் தங்களையும் செங்கொடி இயக்கத்தில் இணைத்துக்கொண்ட தோழர்கள் பலர் இருக்கிறார்கள். அத்தகைய ஒரு மூத்த தோழர்தான் எம்.கதிர்வேல்.

தூத்துக்குடி மாவட்டம் தளவாய்புரம் கிராமத்தில் பிறந்தவர் கதிர்வேல். தன் தாயாரின் ஊரான திசையன்விளையில் ஆறாம் வகுப்பு வரை படித்தார். பின்னர் படிக்க வசதி இல்லாததால் பள்ளிக் கல்வியைத் தொடர முடியவில்லை. பின்னர் அங்குள்ள ஒரு மளிகைக் கடையில் வேலைக்குச் சேர்ந்தார். கடை உரிமையாளர் காங்கிரஸ் கட்சி உறுப்பினர். எனவே ஆரம்பத்தில் இவரும் காங்கிரஸ் கட்சி ஆதரவாளராகவே இருந்துள்ளார். 1957ஆம் ஆண்டு கேரளத்தில் அமைந்த தோழர் இ.எம்.எஸ். தலைமையிலான முதல் கம்யூனிஸ்ட் கட்சி அரசின் சாதனைகள் தோழர் கதிர்வேலை ஈர்த்தன.

கேரளத்தில் பெருவாரியான உழைக்கும் மக்கள் தேர்ந்தெடுத்த, உழைப்பாளி மக்களின் அரசாக செயல்பட்ட இடதுசாரி அரசை, இந்திரா காந்தி தலைமையில் மாநிலம் முழுவதும் கலகம் செய்து, ஜனநாயக விரோதமாக ஜவஹர்லால் நேரு தலைமையிலான மத்திய காங்கிரஸ் அரசு 1959ல் கலைத்தது. சுதந்திர இந்தியாவில் 356வது சட்டப்பிரிவைப் பயன்படுத்திக் கலைக்கப்பட்ட முதல் மாநில அரசும் அதுதான்.

வாய்ப்புகள் தடுக்கப்பட்டு, நிலம் உள்ளிட்ட உரிமைகள் மறுக்கப்பட்டு அடிமைகள் போன்று நடத்தப்பட்ட ஒடுக்கப்பட்ட மக்களுக்கு, ‘உழுபவனுக்கே நிலம் சொந்தம்’ என்ற வாக்குறுதியை நிறைவேற்றி அவர்கள் உரிமைகளை மீட்டெடுத்த கம்யூனிஸ்ட்

கட்சி அரசை காங்கிரஸ் அரசு கலைத்தது தோழர் கதிர்வேல் போன்ற காங்கிரஸ் ஆதரவாளர்களுக்கும் கோபத்தை ஏற்படுத்தியது. அத்தோடு, கம்யூனிஸ்ட் கட்சியின்மீது கூடுதல் ஈர்ப்பையும் ஏற்படுத்தியது. இதன் விளைவாக கதிர்வேல், அவரது கடை உரிமையாளர், உடன் பழகிய கோதண்டராமன் என்பவர் உள்ளிட்ட 25 பேர் கம்யூனிஸ்ட் கட்சியில் தங்களை இணைத்துக்கொண்டனர்.

கதிர்வேல்-பார்வதி நேசம் கொண்டிருந்தனர். பார்வதியின் சகோதரர்களும் அவர்களது குடும்பத்தினரும் தீவிர திமுக ஆதரவாளர்கள். அவர்கள் ஒரு கம்யூனிஸ்ட்டான கதிர்வேலுக்கு பெண் கொடுக்க மறுத்தனர். அத்துடன், கம்யூனிஸ்ட்கள் கொலைகாரர்கள் என்று சொல்லி பார்வதியை அச்சுறுத்தினர். ஆனாலும் அவர் அந்த அச்சுறுத்தலால் பின்வாங்காமல் உறுதியாக நின்று கதிர்வேலை மணந்துகொண்டார்.

கதிர்வேல் தனது தொழிலுக்காக குமரி மாவட்டத்தில் மைலாடி பகுதிக்கு வந்து முறுக்கு வியாபாரம் செய்து வந்தார். அங்கும் தனது கட்சிப்பணியைத் தொடர்ந்த அவர், 1964-ல் சி.பி.எம் கட்சி உருவானபோது அதில் தன்னை இணைத்துக்கொண்டார். மார்க்சிஸ்ட் கம்யூனிஸ்ட் கட்சியில் தன்னை இணைத்துக்கொண்ட பின்னர் விவசாயிகள் சங்கப் பணிகளிலும் தொழிற்சங்கங்களின் பணிகளிலும் தன்னை ஈடுபடுத்திப் கொண்டார்.

விவசாயிகளின் கோரிக்கைகளை வலியுறுத்தி தக்கலையில் தோழர் திவாகரன் தலைமையில் நடைபெற்ற மறியலில் கலந்துகொண்டு கைதுசெய்யப்பட்ட கதிர்வேல் 1 வாரம் பாளையங்கோட்டை சிறையில் இருந்தார். ஊரில் இவரது செயல்பாடுகளாலும் மக்கள் இவர் மீது கொண்ட மரியாதையாலும் காழ்ப்புணர்ச்சி ஏறிய காங்கிரஸ்காரர்கள், 'மிசா' ஒடுக்குமுறைச் சட்டம் கோலோச்சிய அவசர நிலை ஆட்சிக் காலத்தில் இவரைப் பிடித்துச் சென்று காவல் நிலையத்தில் ஒப்படைத்தனர். அங்கு பணியில் இருந்த உதவி ஆய்வாளருக்கு கதிர்வேல் பற்றி நன்கு தெரியும். நல்ல மனம் கொண்டவரான அந்த உதவி ஆய்வாளர் தோழரை விடுவித்ததோடு, அவரைப் பிடித்துச் சென்றவர்களை எச்சரித்துத் திருப்பி அனுப்பினார்.

தி.மு.க.வினரின் ஆதிக்கத்தை மீறி, கடும் நெருக்கடிகளுக்கிடையே மைலாடி பஞ்சாயத்துத் தேர்தலில் 12-வது வார்டு கவுன்சிலர் இடத்திற்குப் போட்டியிட்டு வெற்றி பெற்றார் தோழர்

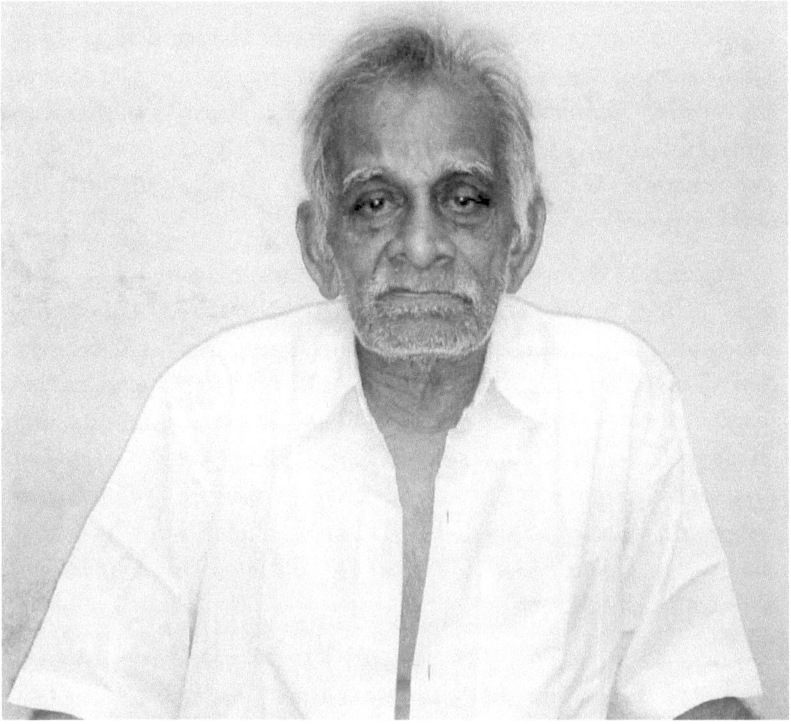

தோழர் எம்.கதிர்வேல்

கதிர்வேல். தன்னை வெற்றிபெறச் செய்த வார்டு மக்களின் தேவைகளுக்காகவும், தனது பகுதியில் வளர்ச்சிப் பணிகள் மேற்கொள்ளப்படுவதற்காகவும் அரும்பாடு பட்டார். குடிநீர்க் குழாய் உள்ளிட்ட மக்களின் தேவைகளை நிறைவேற்றச் செய்தார்.

பஞ்சாயத்து உறுப்பினராக இருந்த காலத்தில் அனைத்து ஊரில் சமூகத்தினருக்கும் பொதுவான பொதுசுடுகாடு வேண்டும் என்று போராடி, அதை அமைக்க வைத்தார். தனது பதவிக் காலத்தில் தாழ்த்தப்பட்ட மக்களின் உரிமைகளுக்காகவும், வளர்ச்சிக்காகவும் போராடி அவர்கள் தேவைகள் நிறைவேறச் செய்ததோடு, சாதி மத வேறுபாடு பாராமல் பொதுமக்களுக்கு உதவினார். மைலாடி பகுதியில் சாலை விரிவாக்கத்திற்குத் தடையாக நிலத்தை வளைத்திருந்த தனியார் ஆக்கிரமிப்புக்கு எதிராகப் போராடி அந்த நிலத்தை மீட்டார். இதற்காக மக்களைத் திரட்டிப் போராடியும், அதிகாரிகளைச் சந்தித்து மனு அளித்தும், பஞ்சாயத்தில் தீர்மானம் நிறைவேற்ற வலியுறுத்தியும் பலகட்டப் போராட்டங்களை நடத்தி வெற்றி பெற்றார். அடுத்து வந்த உள்ளாட்சித் தேர்தலில் மற்ற

கட்சியினர் சேர்ந்து ஒன்றரை லட்சம் ரூபாய் செலவு செய்து தோழர் கதிர்வேலைத் தோற்கடித்தனர். ஆனால் அவரது பகுதியில் உள்ள கோவிலில் நிர்வாகிகளைத் தேர்ந்தெடுக்க வேண்டிய நிலைமை ஏற்பட்டபோது, மக்கள், கம்யூனிஸ்ட்டான கதிர்வேலை கோவில் தலைவராகத் தேர்ந்தெடுத்தனர். அந்தப் பணியிலும் சிறப்பாக பணியாற்றினார்.

சுதந்திரப் போராட்ட வீரர் வ.உ. சிதம்பரனாருக்கு ஊரில் ஒரு விழா எடுக்கப்பட்டது. அந்த விழாவில் பங்கேற்றுத் தலைமை தாங்க வேண்டுமெனக் விழாக்குழுவினர் கதிர்வேலைக் கேட்டுக்கொண்டனர். “வ.உ.சி-யை பிள்ளைமார் சமூகத்தவராகக் கருதி விழா எடுத்தால் நான் வரமாட்டேன். அவர் சுதந்திரப் போராட்ட வீரராகக் கருதி, அவரது தியாகத்தைப் போற்றும் வகையில் விழா எடுத்தால் மட்டுமே தலைமை தாங்குவேன்,” என்று நிபந்தனை விதித்தார் கதிர்வேல். விழாக்குழுவினர் அதை ஏற்றதைத் தொடர்ந்து, செக்கிழுத்த செம்மலின் விழாவிற்குத் தலைமை தாங்கினார்.

உடல்நலம் பாதித்த நிலையிலும் தோழர் கதிர்வேல் அனைத்து வட்டாரக்குழு கூட்டத்திலும் தவறாமல் கலந்துகொள்வதோடு தேவையான ஆலோசனைகளையும் வழங்கி வருவதை சக தோழர்கள் பெருமிதத்ததோடு சுட்டிக்காட்டுகின்றனர். எந்தக் கூட்டமானாலும் குறிப்பிட்ட நேரத்துக்கு முன்பே வந்துவிடுவதைப் பழக்கமாகக் கொண்ட தோழர், அந்த நேரம்தவறாமைப் பண்பாட்டை மற்ற தோழர்களுக்கும் வலியுறுத்துவார்.

நீண்டகாலமாக ‘தீக்கதிர்’ சந்தாதாரரான தோழர், தனது பகுதியில் பலரிடமும் ‘தீக்கதிர்’ சந்தாக்கள் சேர்த்துள்ளதோடு பத்திரிகையை அவர்கள் தொடர்ந்து வாங்குவதையும் உறுதிப்படுத்தியிருக்கிறார். கட்சிப் பிரசுரங்கள், புத்தகங்களை தான் வாங்குவது மட்டுமல்லாமல் மற்ற தோழர்களையும் வாங்க வலியுறுத்துவார்.

சிறிய பிரசுரங்களையும் புத்தகங்களையும் தனது சொந்தச் செலவில் வாங்கி பிறருக்கு விநியோகித்துப் தீக்கதிர் பத்திரிக்கையை இரவு பனிரெண்டு மணி வரை படித்து விட்டே தூங்கச் செல்வார். கட்சிப் புத்தகங்களை 87 வயதிலும் தொடர்ந்து தீவிரமாக வாசித்து வரும் தோழர் தனது மனைவியையும் வாசிக்கச் சொல்லிக் கேட்பார். விளக்கங்கள் அளிப்பார்.

மாவட்ட அளவிலோ, ஒன்றிய அளவிலோ கதிர்வேல் கலந்து கொள்ளாத இயக்கங்களே இல்லை என்னும் அளவுக்கு அவர் அனைத்து இயக்கங்களிலும், தனது தள்ளாத வயதிலும் தவறாமல் கலந்து கொள்வார். மற்ற தோழர்கள், அவரை அவரது வயதைக் கருதி 'வரவேண்டாம்' என தடுத்தாலும் "நான் என் இறுதிக் காலம் வரை கட்சி இயக்கங்களில் பங்கேற்பேன். அதை யாரும் தடுக்க வேண்டாம்," என உறுதியோடு கூறுவார்.

அன்றாடம் முறுக்கு வியாபாரம் செய்தால் மட்டுமே தனது வாழ்க்கையை ஓட்ட முடியும் என்ற நிலையிலும் கட்சி இயக்கங்கள், கூட்டங்கள் இருந்தால் தனது வியாபாரத்துக்குச் செல்லாமல் அவற்றில் பங்கேற்பார். முறுக்கு விற்கும் இடங்களில் கட்சிப் பிரச்சாரம் செய்வார். தனது பகுதியில் இந்த வயதிலும் தொழிற்சங்கங்களை உருவாக்க தீவிரமாக முயற்சித்து வரும் தோழர், எல்லாம் கடவுள் சித்தப்படியே நடக்கும் என்றிருந்த தீவிர பெந்தேகோஸ்தே கிறிஸ்தவரான ஒரு பெண் தொழிலாளியிடம் விளக்கங்கள் கூறி, பீடித் தொழிலாளர் சங்கத்தில் ஒரு நிர்வாகியாகப் பொறுப்பேற்கச் செய்தார். அந்தப் பெண் தோழர் பின்னர் கட்சி இயக்கங்களிலும் பங்கேற்கலானார்.

தாழ்த்தப்பட்ட சமூகத்தைச் சேர்ந்த ஒரு தோழரை கட்சி வட்டாரக் குழுவில் இணைக்க முதல் குரல் கொடுத்தவர் இவர் என்பதையும் தோழர்கள் சுட்டிக்காட்டுகிறார்கள்.

கட்சிக்காக நிதி வசூல் நடக்கிறபோதெல்லாம் தனது பங்காக 500 ரூபாய் அளிக்கும் தோழர், மனைவியின் பங்காக 200 ரூபாய் கட்சி நிதி அளிக்கச் சொல்வார். தோழர்கள் அவரது ஏழ்மை கருதி வாங்க மறுத்தால் அது எனது மனைவியின் பங்கு என கூறி வாங்கச் செய்வார்.

"பார்வதி எனது கட்சிப் பணிகளுக்குப் பக்கபலமாக இருந்து வருகிறார். மிசா காலத்தில் போலீசார் எங்கள் வீடு தேடி வந்தபோது, பயந்துவிடாமல், உறுதி தளராமல் எனது கட்சிப்பணிகளுக்கு துணையாக இருந்தார். இன்று வரையில் துணையாக இருந்து வருகிறார்," எனக் கூறும் தோழர் கதிர்வேல், கட்சிப்பணியாற்றவும், மக்கள் பணியாற்றவும் வயதோ, பணமின்மையோ ஒரு பொருட்டல்ல என்பதற்கு எடுத்துக்காட்டாக வாழ்ந்து வருகிறார்.

பிறந்தது தூத்துக்குடி மாவட்டம், தற்போது இருப்பது குமரி மாவட்டம். இளமையிலேயே கம்யூனிஸ்ட் கட்சியில் சேர்ந்து கடந்த 65 ஆண்டு காலமாக மக்கள் நலன் காக்க நடக்கும் போராட்டங்களில் எல்லாம் கலந்துகொண்டு, தமது 87வது வயதிலும் உற்சாகம் குன்றாமல் கட்சிப்பணியாற்றி வருகிறார். இத்தகைய தோழர்களின் அர்ப்பணிப்போடு கூடிய இயக்கப் பணியினால் தான் மார்க்சிஸ்ட் கம்யூனிஸ்ட் கட்சி குமரி மாவட்டத்தில் துடிப்புள்ள இயக்கமாக செயல்பட்டு வருகிறது. தோழர் கதிர்வேல் அவர்களின் இந்த ஈடுபாடு மிக்க இயக்கப்பணி பாராட்டுக்குரியது; பின்பற்றத்தக்கது.

❑

29

அரசின் வர்க்கக் குணம் புரிந்தபோது...

தங்களுடைய கோரிக்கைகளுக்காகத் தொழிற்சங்கத்தில் சேர்ந்து, இயக்கங்களில் கலந்துகொண்டு, போராட்ட அனுபவத்தில் அரசியல் உணர்வைப் பெற்று, மார்க்சிஸ்ட் கம்யூனிஸ்ட் கட்சியின் உறுப்பினராக உருவெடுத்த நடுத்தர வர்க்க ஊழியர்கள் பலர். அவ்வாறு கட்சியில் இணைந்து, பலருக்கும் எடுத்துக்காட்டாகத் திகழும் முக்கியமான தோழர்களில ஒருவர் எஸ்.கணேசன்.

இவர் 1929ல் மதுரையில் பிறந்தார். 1948ஆம் ஆண்டு தனது பட்டப்படிப்பை முடித்தார். அவ்வாண்டு ஜனவரி 30 அன்றுதான் காந்தி, கோட்சேயின் கும்பிட்ட கையுள் ஒளிந்திருந்த துப்பாக்கிக்குப் பலியானார். அந்தச் செய்தி இவரை அரசியலாகச் சிந்திக்க வைத்தது. அன்றைய புரிதல்களோடு காங்கிரஸ் ஆதரவாளராக மாறினார்.

நேரு எழுதிய ‘உலக வரலாறு’ பற்றிய புத்தகத்தைப் படித்து அவர்மீது இவருக்கு மரியாதை உருவானது.

1949ஆம் ஆண்டு பிப்ரவரி மாதம் ஒன்றுபட்ட திருச்சி மாவட்டத்தில் அரியலூரில் அஞ்சல் துறையில் பணியில் சேர்ந்தார். பின்னர் 1951ல் திருச்சிக்கு வந்தபின் தொழிற்சங்கப் பணியில் ஈடுபட்டார்.

தொழிற்சங்கப் பணியில் இவர் ஆர்வமாக ஈடுபட்ட பின்னணியில் 1957ஆம் ஆண்டு அஞ்சல் 3 பிரிவு தொழிலாளர் சங்கத்தில் மாவட்ட உதவிச் செயலாளராகத் தேர்வு செய்யப்பட்டார். இந்தச் சமயத்தில் 2வது ஊதியக்குழு அமைக்க வேண்டும் என்ற கோரிக்கையை வலியுறுத்தி அகில இந்திய ரீதியில் தேசிய தபால் தந்தி ஊழியர் சங்கம் வேலை நிறுத்த நோட்டீஸ் கொடுத்தது. போராட்டத்தை முடக்கவென்றே மத்திய அரசு தேசிய பாதுகாப்புச் சட்டத்தை அறிவித்து போராட்டத்தைத் தடை செய்தது.

தடையை மீறி வேலைநிறுத்தப் போராட்டத்தை திருச்சியில் வெற்றிகரமாக நடத்திட தோழர் கணேசன் முழுமூச்சாக களத்தில் இறங்கினார். அந்தப் போராட்டத்தில் ஈடுபட்ட நூற்றுக்கும் மேற்பட்ட பெண்கள் தாங்கள் கைது செய்யப்படும்போது தங்களது குழந்தைகளையும் சிறைக்கு அழைத்துச் செல்ல அனுமதிக்க வேண்டும் என்ற கோரிக்கையுடன் போராட்டத்தில் ஈடுபட்டனர்.

இந்தப் போராட்டம் குறித்து நாடாளுமன்றத்தில் உரையாற்றிய பிரதமர் ஜவஹர்லால் நேரு, ‘கழுதையின்மீது சவாரி செய்யத் தெரியாத கபோதிகள் புலி மேல் ஏறி சவாரி செய்ய முயல்கிறார்கள்,’ என்று போராட்டத்தைக் கொச்சைப்படுத்திப் பேசினார். தபால் தந்தி ஊழியர்கள் தங்களது நியாயமான கோரிக்கைகளுக்காக நடத்துகிற போராட்டத்தைத் தடை செய்ததோடு கொச்சைப்படுத்தியும் பேசியதைக் கண்ட கணேசன் மிகுந்த அதிருப்தியுற்றார்.நேருவின் மீதான மாயையிலிருந்து தான் விடுபட்டதாகத் தெரிவிக்கிறார் தோழர் கணேசன்.

1957ஆம் ஆண்டு மத்திய அரசு முத்தரப்பு மாநாட்டைக் கூட்டியது. ஊழியர்கள் வலியுறுத்திய தேவைக்கேற்ற குறைந்தபட்ச ஊதியம் என்ற கோரிக்கையை மத்திய அரசு ஏற்கவில்லை. நிராகரித்து விட்டது.

இதனால் மீண்டும் 1960ல் மத்திய ஊழியர் அரசு மகா சம்மேளனம் 5நாள் வீரம் செறிந்த போராட்டத்தை நடத்தியது. போராட்டத்தை ஒடுக்க நேரு அடக்குமுறையை தீவிரப்படுத்தினார். இந்தப் போராட்டத்தின் போது தோழர் கணேசன் மணப்பாறையில் பணியாற்றி வந்தார். அவர் போலீசாரால் கைது செய்யப்பட்டு 2 நாட்கள் மணப்பாறை சிறையில் அடைக்கப்பட்டார்.

சிறையில் இருந்தபோது நேருவின் பேச்சை வானொலி ஒலிபரப்பில் கேட்டிருக்கிறார். அதில் நேரு காஷ்மீர் எல்லையில் இந்திய வீரர்கள் போராடும்போது மத்திய அரசு ஊழியர்கள் நாட்டிற்குத் துரோகம் செய்கிறார்கள் எனச் சொன்னதைக் கேட்டு அதிர்ச்சியடைந்தார். காங்கிரஸ் கட்சியின்மீதும், நேருவின்மீதும் அவருக்கு இருந்த நம்பிக்கை முழுமையாகத் தகர்ந்தது. பிரதமர் நேரு ஒரு தொழிலாளர் விரோதி என்ற முடிவுக்கு வந்தார்.

காங்கிரஸ்மீதும், நேருமீதும் அதிருப்தியுற்ற தோழர் கணேசன் மாற்று அரசியலைத் தேடத் துவங்கினார். மணப்பாறையில் கம்யூனிஸ்ட் வழக்கறிஞராக இருந்த ராமையாவுடன் ஏற்பட்ட

தோழர் எஸ்.கணேசன்

தொடர்பால் அவரிடமிருந்து ரஷ்ய கம்யூனிஸ்ட் கட்சியின் தலைவராக விளங்கிய ஜோசப் ஸ்டாலின் வாழ்க்கை வரலாறு நூலை வாங்கிப் படித்திருக்கிறார்.

ஜார் அரசினால் ஸ்டாலின் 12 முறை சைபீரியாவிற்கு கடத்தப்பட்டும் அவர் மீண்டும், மீண்டும் மாஸ்கோவிற்கு வந்து போராட்டத்திற்குத் தலைமை தாங்கியதைப் படித்த கணேசனுக்கு கம்யூனிஸ்ட் கட்சியின் மீது மரியாதை உருவானது.

ஸ்டாலினுக்கு உற்சாகத்தைக் கொடுத்த தத்துவத்தைப் படிக்க வேண்டும் என்று தோழர் ராமையாவிடம் இருந்து 'தாஸ் கேபிடல்' 3 பாகங்களையும் வாங்கிப் படித்திருக்கிறார். ஸ்டாலின் வாழ்க்கை வரலாற்றையும், 'மூலதனம்' நூலையும் படித்த கணேசன் கம்யூனிஸ்ட் கட்சி ஆதரவாளராக மாறினார்.

தொழிற்சங்கம் புரட்சிக்கான பயிற்சிப் பள்ளி என லெனின் கூறினார். மத்திய அரசு பணியிலிருந்த நடுத்தர வர்க்க ஊழியர்கள்

நடத்தியது வர்க்கப் போராட்டம். நிலச்சுவான்தார்களுக்கு எதிராக விவசாயத் தொழிலாளர்களும், முதலாளிகளுக்கு எதிராக தொழிலாளர்களும் மத்திய, மாநில அரசுகளுக்கு எதிராக ஊழியர்களும் நடத்தும் போராட்டங்களும், வர்க்கப் போராட்டங்களே. இத்தகைய போராட்டங்களில் எதிரிகள் யார், நண்பர்கள் யார் என்பதை அவர்கள் புரிந்து கொள்கிறார்கள். நேரு தலைமையிலான காங்கிரஸ் அரசு யாருக்கான அரசு என்பதையும், தங்கள் போராட்டத்தை யார் ஆதரிக்கிறார்கள் என்பதையும் கணேசன் சரியாகப் புரிந்துகொண்டார். இத்தகைய புரிதல்தான் வர்க்கப் பார்வை என்பது.

தோழர் உமாநாத், பி.ராமச்சந்திரன் இவர்களோடு ஏற்பட்ட தொடர்புக்குப் பிறகு தோழர் கணேசன் தன்னோடு பணியாற்றிய ஊழியர்கள் பலரோடு கம்யூனிஸ்ட் கட்சியின் உறுப்பினராக இணைந்தார். அந்தக் கிளைக்கு கணேசனே செயலாளராகத் தேர்வு செய்யப்பட்டார். இவர்களுடைய கிளைக் கூட்டத்திற்கு தோழர் எம்.கல்யாணசுந்தரம், கே.டி. ராஜூ போன்ற தலைவர்கள் எல்லாம் வந்திருக்கிறார்கள் என கூறினார். 1964ஆம் ஆண்டு மார்க்சிஸ்ட் கம்யூனிஸ்ட் கட்சி உருவானபோது அதில் தோழர் கணேசன் இணைந்தார்.

1968ல் தேவைக்கேற்ற குறைந்தபட்ச ஊதியம் கேட்டு மத்திய அரசு ஊழியர் மகா சம்மேளனம் போராடியது. அந்த வேலை நிறுத்தப் போராட்டத்தை ஒடுக்க பிரதமர் இந்திராகாந்தி கடுமையான அடக்குமுறைகளை ஏவினார். போராட்டத்தை ஒடுக்குவதற்காக தில்லி, ஹரியானா, பஞ்சாப், அசாம் உள்ளிட்ட மாநிலங்களில் 6 இடங்களில் நடந்த துப்பாக்கிச் சூடு நடவடிக்கைகளால் 13 ஊழியர்கள் கொல்லப்பட்டார்கள். ஆனால் துப்பாக்கிச் சூடு அச்சுறுத்தலையும் மீறி போராட்டம் உறுதியாக நடந்தது.

1975ல் இந்திரா காந்தி அவசரநிலை ஆட்சியைப் பிரகடனம் செய்து எதிர்க்கட்சித் தலைவர்களைக் கைது செய்ததோடு அனைத்துப் போராட்டங்களையும் ஒடுக்கும் நடவடிக்கையை மேற்கொண்டார். அவசரநிலை ஆட்சிச் சூழலைப் பயன்படுத்தி மாநிலத்தில் பல பகுதிகளில் துறை அதிகாரிகள் போராடும் முன்னணி ஊழியர்கள்மீது பழிவாங்கும் நடவடிக்கைகளை எடுத்தார்கள். அதை எதிர்த்து திருச்சி, தஞ்சை போன்ற பகுதிகளில் ஊழியர்களைத் திரட்டி தோழர் கணேசன் வலுவான கண்டன இயக்கம் நடத்தினார்.

1984ல் அஞ்சல் துறையில் பணியாற்றிய லட்சக்கணக்கான புறநிலை ஊழியர்களைத் துறையின் ஊழியர்களாக நியமிக்க வலியுறுத்தி ஒருநாள் வேலைநிறுத்தப் போராட்டம் நடைபெற்றது. தமிழகத்தைச் சார்ந்த தபால் தந்தி ஊழியர் சங்கத்தினுடைய பொதுச்செயலாளராக இருந்த தோழர் ஆதிநாராயணன் தலைமையில் அகில இந்திய வேலைநிறுத்தப் போராட்டம் நடைபெற்றது.

இப்போராட்டத்தின்போது திருச்சி மாவட்டத்தில் மத்திய அரசு ஊழியர் சம்மேளத்தின் தலைவராக இருந்த கணேசன் வெற்றி பெறச் செய்ய முனைப்பாக வேலை செய்தார்.

தோழர் கணேசன் 1984ல் ஓய்வு பெற்றார். 1970 முதல் 1992 வரை மாநில அளவிலும், அகில இந்திய அளவிலும் தபால் தந்தி ஊழியர் சம்மேளனத்தின் பல பொறுப்புகளில் இருந்து கணேசன் செயல்பட்டிருக்கிறார்.

“கட்சியின் பிரசுரங்கள், நூல்களைப் படிப்பதோடு தீக்கதிர் நாளிதழையும், பீப்பிள்ஸ் டெமாக்ரசி ஆங்கில வார இதழையும் படிப்பதன் மூலம்தான் அரசியலையும், கட்சியின் அரசியல் நிலைபாடுகளையும் சரியாகப் புரிந்துகொள்ள முடிகிறது,” என தோழர் கணேசன் நெகிழ்வாகக் கூறினார். இவர் பரந்த வாசிப்பை உடையவர். மார்க்சின் ‘மூலதனம்’ நூல் மூன்று தொகுதிகளையும் படித்திருக்கிறார்.

தற்போது 88 வயதாகும் தோழர் கணேசன் திருச்சியில் கட்சி உறுப்பினராக இருந்து கொண்டு தன்னால் இயன்ற பணிகளை செய்து வருகிறார். இவரது துணைவியாரும், பிள்ளைகளும் அவரது அரசியல் மற்றும் தொழிற்சங்கப் பணிகளுக்கு ஆதரவாக இருந்திருக்கிறார்கள். இப்படி, சக தொழிலாளர்களுக்காகத் தொழிற்சங்க இயக்கத்திலும், மக்களுக்காக மார்க்சிஸ்ட் கம்யூனிஸ்ட் கட்சியிலும் என கடந்த 60 ஆண்டுகளுக்கு மேலாக செயல்பட்டு வந்துள்ள தோழர் கணேசனின் அர்ப்பணிப்பு பாராட்டத்தக்கது, பின்பற்றத்தக்கது.

❑

30

கடற்கரை நகரில் முத்துக்களாய் மூன்று மூத்த தோழர்கள்

மார்க்சிஸ்ட் கம்யூனிஸ்ட் கட்சியின் குமரி மாவட்ட மாநாட்டிற்காகக் குளச்சல் நகரத்திற்குச் சென்றிருந்தபோது மூன்று நாட்கள் அங்கு தங்கியிருக்கும் வாய்ப்பு கிடைத்தது. கிளைச்செயலாளர் லெனின்குமார் உடன் வர, கடற்கரைக்கு நடைபயிற்சிக்காகச் சென்றேன்.

டச்சு நாட்டுப் படையை மன்னர் மார்த்தாண்ட வர்மனின் படை வீழ்த்திய போர் நினைவுச் சின்னம் கடற்கரைப் பூங்காவில் நிறுவப்பட்டுள்ளது. அரபிக் கடலில் பீரங்கிகளோடு டச்சுப் படை 1741ஆம் ஆண்டு வந்தபோது கட்டை வண்டியில் பனைமரத்தைக் கட்டி தங்களிடத்திலும் பீரங்கிகள் உள்ளது போன்ற தோற்றத்தை ஏற்படுத்திய மார்த்தாண்ட வர்மனின் படை வீரர்கள் போருக்குத் தயாராக இருந்தனர். நடந்த மோதலில் டச்சுப்படை தோற்கடிக்கப்பட்டு அப்படையின் தளபதி மன்னர் படையிடம் சரணடைந்தான். இந்நிகழ்வுகள் எல்லாம் உயிர்ப்போடு பூங்காவில் காட்சிப்படுத்தப்பட்டுள்ளன. தேசப்பற்று மிக்க அந்த போர் நினைவுச் சின்னம் குளச்சல் நகராட்சியின் சின்னமாகவும் விளங்குவது குறிப்பிடத்தக்கது.

கடல்தான் தங்கள் வாழ்க்கை என்று நம்பியிருந்த மீனவர்கள் பலரின் உயிரை ஒக்கி புயல் வடிவத்தில் அரபிக் கடல் பறித்த துயரத்திலிருந்து இன்னும் மீனவ மக்கள் மீள முடியவில்லை.

குளச்சல் நகரத்தில் கம்யூனிஸ்ட் இயக்கத்தின் அங்கமாக 50, 60 ஆண்டுக் காலம் பணியாற்றிய, இன்றும் பணியாற்றிக் கொண்டிருக்கக் கூடிய மூன்று மூத்த தோழர்களான எஸ். குமரேசன் (78), கே.பொன்னுசாமி (77), என்.செல்லம் (81) ஆகியோரை அவர்களுடைய இல்லங்களுக்குச் சென்று சந்திக்கும் வாய்ப்பு கிடைத்தது.

தோழர் எஸ். குமரேசன்

தோழர் குமரேசனின் தந்தை ஒரு தையல் தொழிலாளி. குமரேசன் ஒன்பதாவது வரை மட்டுமே படித்தார். துவக்கத்தில் பீடி சுருட்டும் வேலையில் ஈடுபட்டிருந்தார். அத்துடன் எடை அளவைகள் சரிபார்த்து அரசு முத்திரை பெற்றுக் கொடுக்கும் உரிமம் பெற்று ஒரு சுய தொழிலையும் செய்து வந்தார்.

தோழர் எஸ்.குமரேசன்

தன்னோடு வேலை செய்த பீடித் தொழிலாளர்களை ஒன்றுதிரட்டி பீடித் தொழிலாளர் சங்கம் அமைத்தார். குளச்சல் பகுதிச் சங்கத்திற்கு இவர் செயலாளராக பொறுப்பேற்றார். கட்சியின் மாவட்டத் தலைவர்களில் ஒருவரான தோழர் திவாகரன் சங்கத்தின் மாவட்டக்குழு தலைவராகவும் தேர்வு செய்யப்பட்டார்.

தனது சிறு வயதிலேயே குமரேசன் சுறுசுறுப்பாக இயக்கப் பணியாற்றியதோடு, கட்சி மேடைகளில் ஏறிப் பாடவும் செய்வார். இதனால் தனது 16வது வயதிலேயே கட்சி உறுப்பினராக ஆக்கப்பட்டதாக பெருமையோடு குறிப்பிட்டார்.

கட்சி நடத்தும் அனைத்துப் போராட்டங்களிலும் இவர் கலந்து கொள்வார். 1959ஆம் ஆண்டு கேரளத்தில் தோழர் இ.எம்.எஸ். தலைமையிலான அரசு கொண்டுவந்த உச்சவரம்புச் சட்டத்தைப் போல் தமிழகத்திலும் சட்டம் கொண்டு வந்து உபரி நிலத்தை நிலமற்ற விவசாயத் தொழிலாளர்களுக்கு விநியோகம் செய்ய வலியுறுத்தி 1961 ஆம் ஆண்டு மாநிலம் முழுவதும் விவசாயிகள் மறியல் போராட்டம் நடைபெற்றது. குளச்சல் போராட்டத்தில் இவரும் கலந்துகொண்டார். மற்றவர்களோடு தோழர் குமரேசனும் 84 நாட்கள் பாளையங்கோட்டைச் சிறையில் அடைக்கப்பட்டார். தோழர் குமரேசன் பலமுறை இவ்வாறு கைது செய்யப்பட்டு சிறை சென்றிருக்கிறார்.

1964 ஆம் ஆண்டு மார்க்சிஸ்ட் கம்யூனிஸ்ட் கட்சி உதயமானபோது கட்சித் தலைவர்கள் கைது செய்யப்பட்டார்கள். ஜி.எஸ். மணி, எம்.எம். அலி, திவாகரன் போன்ற தலைவர்கள் தலைமறைவாகச் செயல்பட வேண்டியிருந்தது. கட்சியினுடைய மாவட்டக்குழுவின் ரகசியக் கூட்டம் இவர் வீட்டில் நடந்திருக்கிறது.

குமரி மாவட்ட பனைப்பொருள் தொழிலாளர் சங்கம், குளச்சல் துறைமுக தொழிலாளர் சங்கம் ஆகிய தொழிற்சங்கங்களுக்கு தோழர் குமரேசன் நிர்வாகியாக இருந்திருக்கிறார். இச்சங்கங்களின் தலைவராக தோழர் டி. மணி செயல்பட்டிருக்கிறார்.

பல ஆண்டுகாலம் கட்சியின் கிளைச் செயலாளராக இருந்த இவர் தற்போது குருந்தங்கோடு இடைக்குழு உறுப்பினராக பணியாற்றி வருகிறார். குமரி மாவட்ட 22 வது மாநாட்டில் பிரதிநிதியாக கலந்து கொண்டார். தோழர் குமரேசன் மூன்று முறை குளச்சல் நகர்மன்ற உறுப்பினராகத் தேர்வு செய்யப்பட்டு சேவை நோக்கோடு நேர்மையாகச் செயல்பட்டு மக்களின் அன்பைப் பெற்றவர். தோழர் குமரேசனுக்கு ஒரு மகன், ஒரு மகள் உள்ளனர்.

தோழர் கே. பொன்னுசாமி

தோழர் பொன்னுசாமியின் தந்தை தென்னைக் கயிறு திரிக்கும் தொழில் செய்து வந்தவர். 8ஆம் வகுப்பு வரையில் படித்த பொன்னுசாமியை, வறுமையின் காரணமாக தந்தையால் தொடர்ந்து படிக்க வைக்க முடியவில்லை. தந்தையோடு சேர்ந்து பொன்னுசாமியும் தொழிலில் ஈடுபட்டார். அக்காலத்தில் தென்னை கயிறு தொழில் குடிசைத் தொழிலாக மாவட்டம் முழுவதும் இருந்தது. இத்தொழிலிருந்து கிடைக்கும் வருமானம்

தோழர் கே.பொன்னுசாமி

போதவில்லை என்பதால் கேரளத்துக்குச் சென்ற பொன்னுசாமி அங்கே கொத்தனார் வேலை செய்து வந்தார்.

கேரளத்தில் 1957ஆம் ஆண்டு கம்யூனிஸ்ட் கட்சி வெற்றி பெற்று தோழர் இ.எம்.எஸ். தலைமையில் ஆட்சி அமைந்தது. திருவனந்தபுரத்தில் கொத்தனார் வேலை செய்கிறபோது தொழிற் சங்கத்தில் சேர்ந்து தொடர்ந்து இளம் வயதிலேயே கம்யூனிஸ்ட் கட்சி உறுப்பினரானார். குளச்சல் பகுதியில் கட்சிப்பணியை அர்ப்பணிப்போடு செய்த இவர், கட்சியின் கிளைச் செயலாளராகத் தேர்வு செய்யப்பட்டார்.

ஒரு கட்டத்தில் குளச்சல் நகரத்தில் தென்னை கயிறு தொழிலைச் செய்து கொண்டே கட்சி கட்டும் பணியில் ஈடுபட்டார். கட்சி நடத்தும் எல்லாப் போராட்டங்களிலும் கலந்துகொண்டு பலமுறை சிறை சென்றிருக்கிறார்.

கம்யூனிஸ்ட் கட்சியின் அறைகூவலை ஏற்று 1961 ஆம் ஆண்டு நடைபெற்ற மாநில அளவிலான விவசாயிகள்

நடத்திய நிலப்போராட்டத்தில் கலந்துகொண்டு தோழர் குமரேசனோடும் மற்ற தோழர்களும் கைது செய்யப்பட்டு 84 நாட்கள் பாளையங்கோட்டை சிறையில் இருந்திருக்கிறார்.

தோழர் பொன்னுசாமி 1964ஆம் ஆண்டு மார்க்சிஸ்ட் கம்யூனிஸ்ட் கட்சி உருவானபோது அதில் இணைந்தார். பல ஆண்டு காலம் கட்சியின் கிளைச் செயலாளராகப் பணியாற்றி இருக்கிறார்.

இவருக்கு 3 மகன்கள், ஒரு மகள். கட்சி தான் எல்லாம் என்று தன்னல மற்று கட்சிப் பணியாற்றிய தோழர் பொன்னுசாமி தற்போது உடல்நலம் பாதிக்கப்பட்டு சிகிச்சை பெற்று வருகிறார். அவருடைய துணைவியாரும், பிள்ளைகளும் தோழர்களும் பொன்னுசாமியை அக்கறையோடு கவனித்து வருகின்றனர். இப்போதும் தோழர் பொன்னுசாமி கட்சி உறுப்பினராக உள்ளார்.

தோழர் என். செல்லம்

தோழர் என். செல்லம் குளச்சல் நகரத்தைச் சார்ந்தவர். இவரின் தந்தை கூலித்தொழிலாளி. 1938ல் பிறந்த இவர் 5ஆம் வகுப்பு வரை மட்டுமே படித்தார். அதற்குமேல் தந்தையால் படிக்க வைக்க முடியவில்லை.

தன்னுடைய நண்பர் ஒருவரது ஆலோசனையின்படி 1957ல் நெல்லை மாவட்டம், வீரவநல்லூரில் கோமதி பஞ்சாலையில் செல்லம் வேலையில் சேர்ந்தார். அங்கு கிடைத்த பயிற்சி அனுபவத்தை தகுதியாக வைத்து 1958 ஆம் ஆண்டு நாகர்கோவில் நகரத்தில் உள்ள நாகம்மாள் மில்லில் வேலைக்குச் சேர்ந்தார். துவக்கத்தில் மில் தொழிலாளர் சங்கத்திற்கு தோழர் எம்.எம். அலி தலைவராக இருந்ததாகவும், பிறகு தோழர் ஜே. ஹேமச்சந்திரன் தலைவராகவும், திவாகரன் செயலாளராகவும் செயல்பட்டதாக செல்லம் நினைவுகூர்ந்தார்.

நாகம்மாள் மில் தொழிலாளர்கள் தங்களது நியாயமான கோரிக்கைகளுக்காக நடத்திய பல போராட்டங்களில் தோழர் செல்லம் முக்கியப் பங்காற்றியிருக்கிறார். சட்டத்திற்குப் புறம்பாக அதிகமான நேரம் வேலை வாங்கப்பட்டதை எதிர்த்து சட்டப்படியான வேலை நேரத்திற்காக ஒருமாதம் நடைபெற்ற வேலை நிறுத்தப் போராட்டத்தில் செல்லம் முக்கியப் பங்காற்றினார்.

தோழர் என்.செல்லம்

ஊதிய உயர்வு, போனஸ் ஆகிய கோரிக்கைகளுக்காக நடைபெற்ற போராட்டங்களில் கலந்து கொண்டிருக்கிறார். தொழிற்சங்க இயக்கத்தின் மூலம் மார்க்சிஸ்ட் கம்யூனிஸ்ட் கட்சியோடு ஏற்பட்ட தொடர்பால் 1964ஆம் ஆண்டு கட்சி உறுப்பினரானார். தன்னைக் கட்சி உறுப்பினராக்கியது தோழர் திவாகரன்தான் என தோழர் செல்லம் நெகிழ்வோடு கூறுகிறார்.

மில் நிர்வாகம் தொழிலாளர்கள் மீது அவர்களது நலன்களுக்கு எதிராகத் திணித்த ஒரு நடவடிக்கையை ஏற்க மறுத்து நடத்தப்பட்ட மறியல் போராட்டத்தில் கலந்து கொண்டு தானும் தன்னோடு வேறு பல தொழிலாளர்களும் கைது செய்யப்பட்டு ஒரு மாதம் பாளையங்கோட்டைச் சிறையில் அடைக்கப்பட்டிருந்ததைப் பெருமையோடு கூறினார் செல்லம்.

தன் சகோதரியின் திருமணத்திற்கு உதவி செய்வதற்காக வேலையிலிருந்து ஓய்வு பெறுவதற்கு ஒரு ஆண்டுக்கு முன்னதாகவே 1993 ஆம் ஆண்டு விருப்ப ஓய்வு பெற்றார். தற்போது குளச்சல் நகரத்தில் வசித்து வருகிறார். இப்போதும் கட்சியின் குளச்சல் நகர உறுப்பினராக தன்னால் முடிந்த கட்சிப்பணியைச் செய்து வருகிறார்.

இவருக்கு 3 மகன்கள் 2 மகள்கள்.ஒரு மகனான லெனின் குமார், கட்சியின் குளச்சல் நகர் கிளை ஒன்றின் செயலாளராக கட்சிப் பணியாற்றி வருவது குறிப்பிடத்தக்கது.

மார்க்சிஸ்ட் கம்யூனிஸ்ட் கட்சி அடக்குமுறைக்கு ஆளாக்கப்பட்ட போது தோழர்கள் குமரேசன், பொன்னுசாமி, செல்லம் ஆகிய மூன்று தோழர்களும் கட்சியின் அங்கமாக இருந்து செயல்பட்டவர்கள். இத்தகைய தோழர்கள் அக்காலத்தில் ஆற்றிய கட்சிப் பணியினால் தான் இப்போதும் குமரி மாவட்டத்தில் மார்க்சிஸ்ட் கம்யூனிஸ்ட் கட்சி துடிப்பு மிக்க இயக்கமாக இயங்கி வருகிறது. குளச்சல் நகரத்தைச் சார்ந்த இந்த மூன்று மூத்த தோழர்களின் ஈடுபாடு மிக்க இயக்கப் பணி பாராட்டத்தக்கது, பின்பற்றத்தக்கது.

❑

31

சுரங்க வேலையிலிருந்து சங்கப் பணி வழியாக கட்சி இயக்கம்

சுதந்திரப் போராட்டக் காலத்திலேயே கம்யூனிஸ்ட் கட்சி உருவான மாவட்டங்களில் ஒன்று சேலம். விவசாயிகளுக்காக அன்று நடந்த பல போராட்டங்களில் கலந்துகொண்ட, தொழிலாளர் கோரிக்கைகளுக்காக அன்று மேற்கொள்ளப்பட்ட இயக்கங்களில் பங்கேற்ற அனுபவச் செறிவின் அடிப்படையில் அரசியலைப் புரிந்துகொண்ட பலர் கம்யூனிஸ்ட் கட்சியில் இணைந்தார்கள். இவ்வாறான பின்னணியில் கம்யூனிஸ்ட் இயக்கத்தில் தங்களை இணைத்துக்கொண்ட இரண்டு தோழர்களின் கதை மனதை ஈர்க்கிறது. தோழர் பழனிச்சாமி, தோழர் சித்தன் ஆகியோரே அந்த இருவர்.

அப்போது சேலம் மேக்னசைட் நிறுவனத்தில் பணியாற்றியவர்கள் இவ்விருவரும். அந்நியர் ஆட்சியின் போதே சேலம் மாவட்டத்தில் பர்ன்கோ, டால்மியா மேக்னசைட், சேலம் மேக்னசைட் ஆகிய 3 மேக்னசைட் நிறுவனங்கள் இயங்கிவந்தன. இந்த நிறுவனங்களில் சுமார் 12,000 தொழிலாளர்கள் அக்காலத்தில் பணிபுரிந்தனர். பல காரணங்களால் படிப்படியாக உற்பத்தி குறைந்து தற்போது 400 தொழிலாளர்கள் மட்டுமே மேக்னசைட் நிறுவனங்களில் வேலையில் உள்ளனர்.

அக்காலத்தில் மேக்னசைட் தொழிலாளர்கள் நடத்திய வீரஞ்செறிந்த போராட்டம் மாவட்டத்தில் தொழிற்சங்க இயக்கமும், கம்யூனிஸ்ட் கட்சியும் உருவாகிட வித்திட்டது. அந்தப் போராட்டத்தில் துடிப்போடு பங்கேற்றுக் களமிறங்கியவர்கள் இவர்கள் இருவரும்.

அனுபவப் பள்ளியில் பயின்ற தோழர் சித்தன்

சேலம் நகருக்கு அருகில் உள்ள கன்னங்குறிச்சி கிராமத்தில் 1932ஆம் ஆண்டு ஒரு எளிய விவசாயக் குடும்பத்தில் பிறந்தவர்

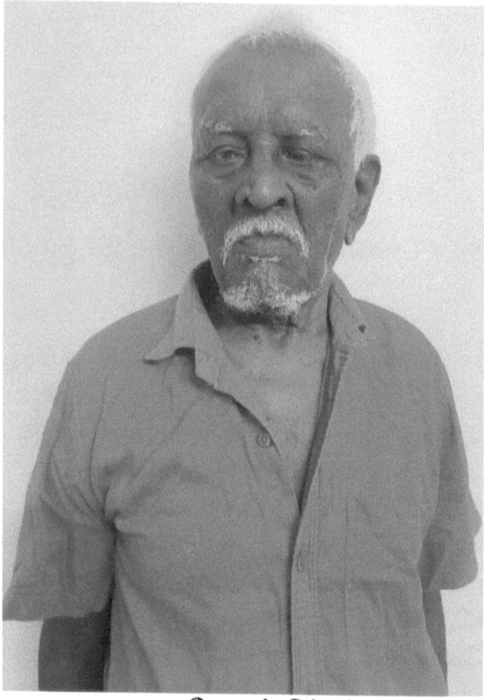

தோழர் சித்தன்

சித்தன். இவரது தந்தை இவரைப் பள்ளிக்கு அனுப்பவில்லை. பள்ளிப்பருவ வயதில் இவர் சேலத்தில் இயங்கி வந்த மாடர்ன் தியேட்டர்ஸ் திரைப்பட நிறுவனப் படப்பிடிப்பு அரங்கில் வேலையில் சேர்ந்தார். அங்கே கோரிக்கைகளுக்காகப் போராடிய தொழிலாளர்களோடு தோள் சேர்ந்து நின்றதற்காக வேலைநீக்கம் செய்யப்பட்டார். பின்னர் 1956ஆம் ஆண்டு சித்தன் மேக்னசைட் சுரங்கத்தில் வேலையில் சேர்ந்தார். அவருக்கு அப்போது தினக்கூலி 15 அணா.

கூலி உயர்வுக்காக மேக்னசைட் தொழிலாளர்களை ஏ.ஐ.டி.யு.சி. தொழிற்சங்கம் திரட்டி பல போராட்டங்களை நடத்தியது. ஒரு கட்டத்தில் ஏ.ஐ.டி.யு.சி. தலைமை நிர்வாகத்தோடு சமரசமாகப் போன காரணத்தினால் அச்சங்கத்திலிருந்து பலரும் வெளியேறி ஒரு சுயேச்சையான தொழிற்சங்கத்தைத் தொடங்கினார்கள். அந்தச் சங்கத்திற்கு தலைமை தாங்கியவர்கள் பிற்காலத்தில் அதனை சி.ஐ.டி.யு. அமைப்போடு இணைத்தார்கள். தோழர் எஸ்.எம். ராமையா, பெரியதம்பி, பாலன் போன்றவர்கள் சங்கத்திற்குத் தலைமை தாங்கினார்கள்.

பல போராட்டங்களில் கலந்து கொண்ட தோழர் சித்தன் 1962ஆம் ஆண்டு கம்யூனிஸ்ட் கட்சியில் இணைந்தார். ஒன்றுபட்ட கட்சியாக இருந்தபோதே 1963ஆம் ஆண்டு தொடங்கப்பட்ட ‘தீக்கதிர்’ நாளேட்டை வாங்கிப் படித்ததைப் பெருமிதத்துடன் நினைவுகூர்கிறார் சித்தன்.

“பள்ளிக்கல்வி இல்லாத நீங்கள் எப்படி ‘தீக்கதிர்’ படித்தீர்கள்?” என்று கேட்டபோது, “நடைமுறை அனுபவத்தில் படிக்கக் கற்றுக் கொண்டேன் தோழர்.” என்று பதிலளித்தார். அனுபவம் அருமையான ஆசான் அல்லவா!.

1964ஆம் ஆண்டு மார்க்சிஸ்ட் கம்யூனிஸ்ட் கட்சி உருவானபோது தன்னையும் இணைத்துக்கொண்டார். தொழிற்சங்கத்திற்குத் தலைமை தாங்கிய எஸ்.எம். ராமையாதான் தன்னை மார்க்சிஸ்ட் கம்யூனிஸ்ட் கட்சிக்குக் கொண்டுவந்ததாகக் கூறினார்.

தோழர் சித்தன் மேக்னசைட் தொழிலாளர்கள் நடத்திய எல்லா போராட்டங்களிலும் ஆர்வத்தோடு கலந்து கொண்டவர். மார்க்சிஸ்ட் கம்யூனிஸ்ட் கட்சியின் வட்டக்குழு உறுப்பினராகவும் சில ஆண்டு காலம் செயல்பட்டவர்.

தொழிலாளர்களுக்கான போராட்டங்களில் பலமுறை கைது செய்யப்பட்டு 15 நாட்கள் சிறையில் இருந்தவர். தோழர் ஆர். சிங்காரவேலு இச்சங்கத்தின் பொதுச் செயலாளராக இருந்தபோது தோழர் சித்தன் துணைத் தலைவராகச் செயல்பட்டார். இரவு - பகல் பாராமல் சேலம், ஓமலூர் வட்டங்களில் உள்ள மேக்னசைட் தொழிலாளர்களுடைய வீடுகளுக்கு சைக்கிளிலேயே சென்று பிரச்சினைகளை தீர்த்து வைப்பார். எப்போதும் சிவப்புச் சட்டை அணிவார். போராட்டங்களில் கலந்துகொண்டதால் ஏராளமான வழக்குகளைச் சந்தித்தவர். வாயிற்கூட்டங்களில் எளிமையாகவும் எழுச்சியோடும் உரையாற்றித் தொழிலாளர்களைப் போராட்டத்தில் இறக்கி விடுவார்.

தான் கட்சியின் உறுப்பினராகச் செயல்படுவதோடு, தன்னுடைய பிள்ளைகளையும் கட்சியில் சேர வைத்தவர் தோழர் சித்தன். இவருக்கு நான்கு மகன்கள், இரண்டு மகள்கள். மகன் பழனிச்சாமி தற்போது கட்சியின் வட்டக்குழு உறுப்பினராக உள்ளார். இன்னொரு மகன் சந்திரன் கட்சியின் கன்னங்குறிச்சி கிளைச் செயலாளராக உள்ளார். இவருடைய குடும்பத்தைச் சார்ந்த

மற்றவர்களும் எப்போதும் கட்சியின் ஆதரவாளர்களாக இருந்து வந்திருக்கிறார்கள்.

தற்போது 86 வயதாகும் இத்தோழரின் உடல்நலம் பாதிக்கப்பட்டுள்ளதால் முன்புபோல் சுறுசுறுப்பாக வேலை செய்ய முடியவில்லை என்றாலும், அன்றைய உற்சாகமும் ஈடுபாடும் குறையவில்லை. கட்சி உறுப்பினராக இருந்துகொண்டு தன் உடல்நிலை ஒத்துழைக்கிற அளவுக்கு கட்சியளிக்கும் பணிகளைச் செய்து வருகிறார்.

போராட்டத்தில் உணர்வு பெற்ற தோழர் பழனிச்சாமி

கொண்டநாயக்கன்பட்டி கிராமத்தில் ஒரு விவசாயத் தொழிலாளி குடும்பத்தில் பிறந்தவர் பழனிச்சாமி. தலித் சமூகத்தைச் சார்ந்த இவர் 7வது வரை படித்திருக்கிறார்.

சேலம் மாவட்டத்தில் காபி கியூரிங் தொழிலாளர்கள் சங்கம், ஏற்காடு காபி கியூரிங் தொழிலாளர்கள் சங்கம், உள்ளிட்ட

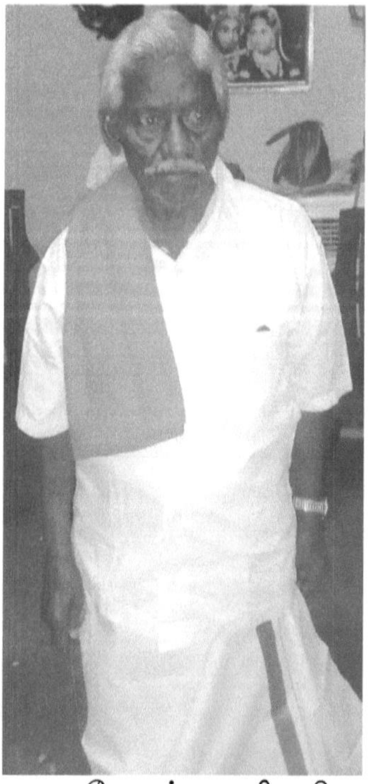

தோழர் பழனிசாமி

சங்கங்களில் பல கிராமங்களின் மக்கள் இருந்துவந்தனர். இவை மூன்றும் இணைந்த ஜெனரல் லேபர் யூனியன்(சிஜடியு) என்ற தொழிற்சங்கம் இருந்தது. இதன் செயலாளராக கே. பழனிசாமி செயல்பட்டார்.

இதில் தங்கம் காபி நிறுவன நிர்வாகத்தினர் நிறுவனத்தை விற்றனர். பழைய நிர்வாகமே அனைத்து தொழிலாளர்களுக்கான எல்லாப் பணப்பலன்களையும் வழங்கும் என தெரிவிக்கப்பட்டது. 10ஆண்டுகள் கடந்தும் பணப்பலன்கள் வழங்கப்படாமலே இருந்தது. புதிய நிர்வாகம் தங்கம் கியூரிங் கம்பெனி என இயங்கியது. அதுவும் பிஎப், கிராஜுவிட்டி உள்ளிட்ட எந்தச் சட்டப் பயன்களையும் வழங்கவில்லை. வேலைக்கான கூலி மட்டும் வழங்கப்பட்டது.

இப்பிரச்சினையில் சுமார் 150க்கும் மேற்பட்ட தொழிலாளர்கள் சி.ஐ.டி.யு. தொழிற்சங்கத்தில் இணைந்து போராட்டங்களை நடத்தினர். அவர்களுக்கு வழிகாட்டிய தோழர் பழனிசாமி உள்ளிட்ட ஐந்து பேர் மீது வழக்கு போடப்பட்டது. வழக்கின் தீர்ப்பில் சிறைத் தண்டனைக்கு பதிலாக அபராதம் செலுத்துமாறு நீதிமன்றம் உத்தரவிட்டது. அதன் பிறகும் உறுதியான போராட்டம் தொடர்ந்தது. ஓராண்டு காலம் கடந்தபின் 150 தொழிலாளர்களுக்கும் தங்கம் கியூரிங் கம்பெனி தகுந்த நஷ்டஈடு வழங்கியது.

இதற்குப் பிறகு தோழர் பழனிச்சாமி 1966ஆம் ஆண்டு மேக்னசைட் சுரங்கத்தில் வேலையில் சேர்ந்தார். "அங்கே சேர்ந்த சில நாட்களில் தொழிலாளர்கள் நடத்திய போராட்டத்தில் கலந்துகொண்டு அரசியல் உணர்வு பெற்றேன்." என்கிறார்.

1967ஆம் ஆண்டு தோழர் பழனிச்சாமி மார்க்சிஸ்ட் கம்யூனிஸ்ட் கட்சியின் உறுப்பினரானார். தான் கட்சியில் சேருவதற்கு தோழர் பெரியதம்பியோடு ஏற்பட்ட தொடர்புதான் காரணம் என பழனிச்சாமி கூறினார்.

1966ஆம் ஆண்டு மேக்னசைட் நிறுவனங்களில் வேலைநிறுத்தப் போராட்டம் நடந்தது. போராட்டத்தை உடைப்பதற்கு நிர்வாகம் போலீசைப் பயன்படுத்தியது. தொழிலாளர்களும், தொழிற்சங்கத் தலைவர்களும் கடுமையாகத் தாக்கப்பட்டார்கள். பொய் வழக்குகள் புனையப்பட்டன. தோழர் பழனிச்சாமியும் 15 நாட்கள் சிறையில் இருந்திருக்கிறார்.

தோழர்கள் பழனிசாமி, சித்தன்

தொழிலாளர்கள் போராடுகிறபோது பி. ராமமூர்த்தி, ஆர். உமாநாத், கே. ரமணி, வி.பி. சிந்தன் போன்ற தலைவர்கள் சேலத்திற்கு வந்து போராட்டத்தை மேலும் சிறப்பாகத் தொடர்வதற்கு வழிகாட்டியதாக பழனிச்சாமி நெகிழ்வோடு கூறுகிறார். மேக்னசைட் நிறுவனங்களில் சி.ஐ.டி.யு. சங்கம் பிரதானமான சங்கமாகச் செயல்பட்டது. தமிழ்நாடு மேக்னசைட் தொழிலாளர்கள் சங்கத்தில் (சிஐடியு) துணைத் தலைவராக பழனிச்சாமி செயல்பட்டிருக்கிறார்.

இவருடைய ஒரு மகன் ஜோதிபாசு தற்போது கட்சியின் கொண்டநாயக்கன்பட்டி கிளைச் செயலாளராக உள்ளார். இன்னொரு மகன் ரமணி கன்னங்குறிச்சி கட்சிக் கிளையில் உறுப்பினராக உள்ளார்.

இப்போதும் பழனிச்சாமி 'தீக்கதிர்' வாங்குகிறார், படிக்கிறார். தோழர் சித்தனை விட வயது குறைந்தவர்தான் என்றாலும் உடல்

நலம் பாதிக்கப்பட்டதால் கட்சி உறுப்பினராக இருந்து கொண்டு தன்னால் இயன்ற இயக்கப் பணிகளை செய்து வருகிறார்.

தோழர் சித்தன் பிறப்பால் பிற்படுத்தப்பட்ட சமூகத்தைச் சார்ந்தவர். தோழர் பழனிச்சாமி பிறப்பால் தலித் சமூகத்தைச் சார்ந்தவர். வர்க்க உணர்வின் மேன்மைக்கு எடுத்துக்காட்டாக இணைந்து செயல்பட்ட இந்த இரண்டு தோழர்களும் சேலத்தில் மேக்னசைட் தொழிலாளர்களிடையே சங்கப் பணிகளிலும், கட்சி பணிகளிலும் அர்ப்பணிப்போடு செயல்பட்டவர்கள். இரண்டு தோழர்களின் குடும்பங்களும் கட்சிக் குடும்பங்கள்.

இயக்க ஈடுபாட்டிற்கான எடுத்துக்காட்டுகளாக தோழர்கள் சித்தன், பழனிச்சாமி ஆகிய இருவரது அர்ப்பணிப்பு பாராட்டுக்குரியது - பின்பற்றத்தக்கது.

❑

32

வறுமையின் சவாலை எதிர்கொண்டும் இயக்கத்தில் அர்ப்பணிப்பு

தாமிரபரணி மண் மக்களுக்குப் பல வளங்களைக் கொடுத்தது போலவே கம்யூனிஸ்ட் இயக்கத்திற்கு பல தலைவர்களையும் கொடுத்துள்ளது. முன்பு நெல்லையும் தூத்துக்குடியும் இணைந்து ஒரே மாவட்டமாக இருந்தபோது, அங்கிருந்து கம்யூனிஸ்ட் கட்சியின் மாநிலப் பொறுப்புகளுக்கு வந்தவர்கள் பலர். தொடக்கத்திலிருந்து இன்றுவரை கட்சி உறுப்பினர்களாக இருந்து கொண்டு அர்ப்பணிப்பு உணர்வோடு களப்பணி ஆற்றி வரும் பல தோழர்களையும் இப்பகுதி உருவாக்கியிருக்கிறது. அத்தகைய முத்துகளில் ஒருவர்தான் இன்றைய தூத்துக்குடி மாவட்டம் விளாத்திகுளம் பகுதி கந்தசாமிபுரம் கிராமத்தைச் சார்ந்த தோழர் வி.செல்லையா.

1936-ஆம் ஆண்டு ஒரு விவசாயக் குடும்பத்தில் பிறந்தவர் செல்லையா. ஊரில் இவர் குடும்பத்திற்கு ஏழு ஏக்கர் நிலம் இருந்தது. தந்தை இவரை முறையான பள்ளிக்கு அனுப்பவில்லை என்றாலும் திண்ணைப் பள்ளியில் இவர் 5ஆவது வரை படித்திருக்கிறார். தனது இளம் பருவத்திலேயே தந்தையோடு சேர்ந்து விவசாய வேலைகளில் ஈடுபடத் தொடங்கினார்.

1948-ஆம் ஆண்டு கிராமத்தில் விவசாயம் பொய்த்து பஞ்சம் ஏற்பட்டதால் இவரது குடும்பம் மதுரைக்கு வந்தது. அங்கே இவரது மாமா வீட்டில்தான் தந்தை, தாய் அனைவரும் தஞ்சம் புகுந்தனர். அங்கு செல்லையா கூலி வேலைக்குச் செல்லத் தொடங்கினார். ஒரு கறிக் கடையில் எட்டணா கூலிக்கு வேலை செய்தார். மண்ணெண்ணெய் வியாபாரமும் செய்தார்.

தேவைகளை ஈடுகட்ட இது போதவில்லை என்பதால். 1950-ஆம் ஆண்டு திண்டுக்கல் மாவட்டம் நத்தம் பகுதிக்கு குடும்பம் குடியேறியது. அங்கு தந்தையும் மகனும் கட்டுமான சித்தாள் வேலையில் ஈடுபட்டார்கள். அம்மாவும்

கட்டுமானத்தில் கூலி வேலை செய்தார். 1950-ம் ஆண்டு 3 ஏக்கர் நிலத்தை தந்தை விற்றுவிட்டார். 1953-ஆம் ஆண்டு அப்பா, அம்மா இருவரும் சொந்த ஊருக்குச் சென்று விட்டனர். செல்லையா மீண்டும் மதுரைக்குச் சென்று மாமா வீட்டில் தங்கி கூலிவேலை செய்து வந்தார்.

மதுரையில் கொடிக்கால்கார சந்து பகுதியில் அவரது மாமா தங்கியிருந்தார். அப்பகுதியில் பஞ்சாலைத் தொழிலாளர்கள் பலர் தங்கியிருந்தனர். அவர்களில் பலர் கம்யூனிஸ்ட் கட்சியில் இருந்தார்கள். அப்பகுதியில் 'பாட்டாளி படிப்பகம்' ஒன்று அமைக்கப்பட்டிருந்தது. நாள்தோறும் அங்கே சென்று 'ஜனசக்தி', 'சுதேசமித்ரன்', 'தினமணி' நாளேடுகளை செல்லையா படிக்கலானார். 'ஜனசக்தி' அவரை அரசியலாகச் சிந்திக்க வைத்தது. கம்யூனிஸ்ட்களோடு ஏற்பட்ட தொடர்பால் அவர்களோடு சேர்ந்து இயக்கத்திற்கான அறிவிப்புத் தட்டிகளைக் கட்டுவது, சுவரொட்டி ஒட்டுவது போன்ற வேலைகளில் ஈடுபட்டார். ஊர்வலம், பொதுக்கூட்டங்களிலும் கலந்துகொள்ளத் தொடங்கினார்.

1953-ஆம் ஆண்டு மதுரையில் கம்யூனிஸ்ட் கட்சியினுடைய அகில இந்திய மாநாடு நடைபெற்றது. அந்த மாநாட்டு ஊர்வலத்திலும் பொதுக் கூட்டத்திலும் கலந்துகொண்டதை இப்போதும் பெருமிதத்துடன் பசுமையாக நினைவுகூர்கிறார். 1954-ஆம் ஆண்டு தோழர் ஏ.பாலசுப்ரமணியம் மதுரை மாவட்டச் செயலாளராக தேர்வு செய்யப்பட்டார். தோழர் ஏ.பி.பழனிச்சாமி மதுரை நகரச் செயலாளராக தேர்வானார்.

1953-ஆம் ஆண்டு கட்சி பேரவைக் கூட்டங்களில் கலந்துகொண்ட செல்லையா பல நூல்களை படிக்கத் தொடங்கினார். ராகுல்ஜி எழுதிய ''பொதுவுடைமைதான் என்ன?'', லெனின் எழுதிய ''இடதுசாரி கம்யூனிசம் இளம்பருவ கோளாறு'', எங்கெல்ஸ் எழுதிய ''அரசு-குடும்பம்-தனிச்சொத்து'', புத்தகமாக வெளிவந்திருந்த ஸ்டாலின் உரை (ஒரு பல்கலைக்கழகத்தில் ஆற்றியது) போன்ற புத்தகங்களையும், இன்னும் பல நூல்களையும் படித்ததைக் குறிப்பிடுகிறார்.

வாசிப்பு, களப்போராட்டங்களில் நேரடி பங்கேற்பு, கூட்டங்களில் தலைவர்களின் பேச்சு எல்லாமும் சேர்ந்து இவரை கம்யூனிஸ்ட்டாக ஆக்கியது. 1954-ஆம் ஆண்டு தோழர் செல்லையா மணிநகரம் கட்சிக் கிளையில் உறுப்பினரா

செல்லையா ரோஹிணி

னார். கட்சி பேரவைக் கூட்டத்தில் தோழர் ஏ.கே.ஜி கலந்து கொண்டதாகக் கூறினார். அப்போது மதுரையில் நடைபெற்ற தொழிலாளர்கள், விவசாயிகளின் போராட்டங்களில் செல்லையா தவறாமல் கலந்து கொள்வார்.

1961-ஆம் ஆண்டு இவருக்குத் திருமணம் ஆனது. காவல்துறையினர் சங்கம் வைக்க உரிமை கோரிப் போராடிய போது தோழர் பி.டி. ரணதிவே எழுதிய "காக்கி உடையில் குமுறும் நெஞ்சங்கள்" என்ற பிரசுரத்தை போலிஸ்காரர்கள் மத்தியில் விற்பனை செய்ததோடு அவர்கள் போராட்டத்தை வாழ்த்திப் பேசவும் செய்தார் செல்லையா. காவல்துறை ஆய்வாளர் அதற்காக இவர்மீது வழக்கு தொடுக்க, 9 நாட்கள் செல்லையா சிறையில் அடைக்கப்பட்டார்.

1973-ஆம் ஆண்டு விலைவாசி உயர்வு எதிர்ப்பு மறியலில் கலந்து கொண்டு இவர் 18 நாட்கள் சிறை சென்றிருக்கிறார். இவரும் இவருடைய மனைவி ரோகிணியும் மதுரையில் நடைபெறும் எல்லா இயக்கங்களிலும் கலந்து கொண்டிருக்கிறார்கள். 1961-ஆம் ஆண்டு கட்சியின் கிளைச் செயலாளராகத் தேர்வு செய்யப்பட்ட இவர், 1980-ஆம் ஆண்டு வரை இந்த பொறுப்பில் இருந்திருக்கிறார். அக்காலத்தில் எம். முனியாண்டி நகரச் செயலாளராக இருந்திருக்கிறார்.

இக்காலத்தில் இவர் கட்சிப் பணியாற்றிய பகுதியில் கட்சிக் கிளை ஒன்றாக இருந்தது 5 கிளையாக வளர்ந்தது என குறிப்பிட்டார். 1963-ஆம் ஆண்டு கட்சிக்குள் தத்துவார்த்தப் போராட்டத்தை நடத்திட 'தீக்கதிர்' வார இதழ் தொடங்கப்பட்டது. தோழர் கே.பி. ஜானகியம்மாள் கேட்டுக் கொண்டதற்கிணங்க தானும் 'தீக்கதிர்' வாங்கியதோடு 50 பிரதிகள் விற்பனையும் செய்துவந்தார்.

1964-ஆம் ஆண்டு மார்க்சிஸ்ட் கம்யூனிஸ்ட் கட்சி உருவான போது செல்லையா அதில் இணைந்தார். 1973-ஆம் ஆண்டு சென்னையில் வி.பி.சிந்தன் தாக்கப்பட்ட செய்தி இலங்கை வானொலியில் சொல்லப்பட்டபோது, இவர் பகுதியில் அன்று இரவு மற்ற தோழர்களோடு சேர்ந்து ஆவேசத்துடன் தீப்பந்தம் ஏந்திக் கண்டன ஊர்வலம் நடத்தியதைப் பெருமையோடு குறிப்பிடுகிறார்.

மதுரையில் மாதர் அரங்க மாநாடு நடைபெற்று மாதர் சங்க மாநில அமைப்புக்குழு உருவானபோது இவருடைய துணைவியார் ரோகிணி அக்குழு உறுப்பினராகத் தேர்வு செய்யப்பட்டதோடு மதுரை மாவட்ட நிர்வாகியாகவும் செயல்பட்டார். இரயில்வே தொழிலாளர் போராட்டத்தில் ராமசாமி இறந்தபோது தோழர் செல்லையாவும் துணைவியாரும் மறியல் போராட்டத்தில் கலந்து கொண்டபோது கைது செய்யப்பட்டு 5 நாட்கள் சிறையில் அடைக்கப்பட்டனர். தோழர் ரோகிணி மதுரையில் மாதர் சங்கத் தலைவர்களோடு இணைந்து அரிசிப் பதுக்கலுக்கு எதிராக சிம்மக்கல் பகுதியில் ரூபாய்க்கு படி அரிசி விநியோகப் போராட்டத்தை நடத்தியுள்ளார்.

மதுரையில் இருந்தபோது கட்சியின் முடிவை ஏற்று 1973ஆம் ஆண்டு கோவை நாடாளுமன்றத் தொகுதிக்கு நடைபெற்ற இடைத்தேர்தலில் மார்க்சிஸ்ட் கம்யூனிஸ்ட் கட்சியின் வேட்பாளர் கே. ரமணியை ஆதரித்து திருப்பூர் பகுதியில் தேர்தல் வேலை செய்தார். நெல்லை மாவட்டத்திலிருந்து அன்றைய மாவட்ட செயலாளர் எஸ். பாலவினாயகம், மதுரை தோழர் பூச்சி ஆகியோருடன் இணைந்து தேர்தல் பணியாற்றியதை இப்போதும் பெருமையாகக் கருதுகிறார் தோழர் செல்லையா.

1976ஆம் ஆண்டு அவசரகாலத்தின்போது தோழர் செல்லையாவும், அவரது துணைவியார் ரோகிணியும் 3 மாத கால தலைமறைவு வாழ்க்கையில் இருந்துள்ளனர். அப்போது அவரது மகன் 6 மாத கைக்குழந்தையாக இருந்துள்ளார்.

1981 ஆம் ஆண்டு மீண்டும் செல்லையா குடும்பம் கிராமத்திற்குச் சென்றது. கிராமத்தில் செல்லையா இந்திய ஜனநாயக வாலிபர் சங்கக் கிளையை உருவாக்கினார். தொடர்ந்து கட்சிக் கிளையையும் உருவாக்கினார். இவருடைய மகன் கிராமத்தில் ஆரம்பப் பள்ளியில் மூன்றாம் வகுப்பும் நான்காம் வகுப்பும் படிக்க வைத்தார். சிறுவயதிலேயே தன்னுடைய மகனை கட்சிப் பொதுக்கூட்டத்தில் பேச வைத்து இயக்கத்தின் மீது மகனுக்கு ஆர்வத்தை உருவாக்கினார்.

வறட்சியால் விவசாயம் பொய்த்ததால் செல்லையா தன்னுடைய துணைவியாரோடும் மகனோடும் மறுபடியும் கிராமத்தை விட்டு வெளியேறி 1984-ஆம் ஆண்டு திருப்பூருக்கு வந்துவிட்டார். திருப்பூரில் தலைச்சுமையாக ஈயப்பாத்திரங்கள் வியாபாரம் செய்தார். சங்கிலிப் பள்ளம் பகுதியில் தங்கியிருந்த இவர், தோழர் இராமசுப்பு வீட்டில் 'தீக்கதிர்' படித்ததைக் கண்டறிந்தார். ராமசுப்பு இவரை கரட்டாங்காடு கிளைத் தோழர்களுக்கு அறிமுகம் செய்து வைத்த பின்னணியில் அந்தக் கிளையில் கட்சி உறுப்பினரானார். தோழர் செல்லையா திருப்பூரில் நடைபெற்ற தொழிலாளர் போராட்டங்களில், இயக்கங்களில் ஆர்வத்தோடு கலந்து கொள்வார். தான் மட்டுமல்ல; தன்னுடைய மனைவியையும் மகனையும் கலந்து கொள்ளச் செய்வார்.

திருப்பூரில் கட்சிப் பொதுக்கூட்டம் ஒன்றில் தோழர் பாப்பா உமாநாத் பங்கேற்று உரையாற்றினார். கூட்டத்தில் தூரத்தில் அமர்ந்து தோழர் பாப்பாவின் பேச்சை கேட்டுக் கொண்டிருந்த ரோகிணியை அழைத்துப் பேசிய பாப்பா உமாநாத், மாதர் சங்கத்தில் பணியாற்றும்படி ஆலோசனை கூறினார். அடுத்து நடைபெற்ற மாதர் சங்க மாவட்ட மாநாட்டில் ஒரு நிர்வாகியாக ரோகிணி தேர்வு செய்யப்பட்டார். 75 வயது வரை தோழர் ரோகிணி தனது கடைசி மூச்சு வரை கட்சி உறுப்பினராக இருந்தார்.

1996-ஆம் ஆண்டு தோழர் செல்லையா ஃபர்னிச்சர் கடை வைத்து அதில் தன்னுடைய மகனை உட்கார வைத்தார். ஆனால் அதில் நட்டம் ஏற்பட்டதால் மீண்டும் அலுமினியப் பாத்திர வியாபாரத்திற்குச் சென்று விட்டார். வியாபாரத்திலிருந்து அவரது மகன் விடுதலை ஆனார். இப்போதும் திருப்பூரில் ஒரு அலுமினியப் பாத்திரக் கடையை நடத்திக்கொண்டே செல்லையா கட்சி உறுப்பினராக இயங்கி வருகிறார்.

தோழர் செல்லையா அயராத போராளி. கிராமத்தில் சிறுவனாக இருந்தபோதே கள்ளுக்கடை மறியல் போராட்டத்தில் கலந்து கொண்டிருக்கிறார். கிராமத்தில் விவசாயம் பொய்த்ததால் பிழைப்புக்காக நகரத்தை நோக்கி குடும்பம் செல்ல வேண்டியிருந்தது.

மதுரையில் கட்சியில் சேர்ந்த அவர் தன்னுடைய குடும்பத்தையே கட்சியில் சேர்த்தார். திருமணமானபோது ரோகிணிக்கு அரசியல் தெரியாது. அதைப் புரிந்துகொள்ள உதவிய தோழர் செல்லையா, தனது துணைவியார் மாதர் சங்கத்தில் சேர்ந்து பணியாற்றவும் பின்னர் கட்சி உறுப்பினராகச் செயல்படவும் ஊக்குவித்தார். தானும் தன் துணைவியாரும் மட்டுமல்லாமல், தங்களுடைய மகனையும் கட்சியில் சேர்ப்பதற்கு தூண்டுகோலாக இருந்தார்.

வறுமை இவரை விரட்டிக்கொண்டே இருந்தது. மதுரையில் கறிக்கடையில் கூலி வேலை, மண்ணெண்ணெய் வியாபாரம், திண்டுக்கல் மாவட்டத்தில் தன்னுடைய அப்பா, அம்மாவோடு சேர்ந்து தானும் சித்தாள் வேலை, திருப்பூருக்குச் சென்றபிறகு ஈயப்பாத்திரம் வியாபாரம் செய்து குடும்பத்தை நடத்தினார். வாழ்க்கைக்காகப் போராடிய தோழர் செல்லையா கம்யூனிஸ்ட் கட்சியில் சேர்ந்து மக்கள் நலனுக்கான போராட்டத்திலும் அர்ப்பணிப்போடு ஈடுபட்டார். வாழ்க்கையில் அவரை விரட்டிய வறுமையால். அவரது இயக்க ஈடுபாட்டிலிருந்து ஒதுக்க முடியவில்லை. தற்போது செட்டிபாளையம் கட்சிக்கிளையில் கட்சி உறுப்பினராக உள்ளார். தற்போதும் கட்சி நிதி வசூல், கிளைக்கூட்டம், கட்சி நிகழ்ச்சிகளில் பங்கேற்று வருகிறார். தீக்கதிர் தொடர்ந்து வாங்கிப் படித்து வருகிறார்.

கடந்த 13-ஆம் தேதி செல்லையாவை அவரது இல்லத்திலேயே சந்தித்து, குடும்ப வாழ்க்கை, அவருடைய கட்சிப் பணி பற்றி கலந்துரையாடினேன். அப்போது அவருடைய மகன், மருமகள், பேரனும் இருந்தார்கள். அவருடைய மகன்தான் தோழர் முத்துக்கண்ணன். கட்சியின் திருப்பூர் மாவட்டக்குழுச் செயலாளர். 82 வயதாகும் செல்லையா கட்சிப் பணியைப் பற்றி பேசுகிறபோது மன உறுதியையும், உற்சாகத்தையும் அவரது முகத்தில் கண்டேன். தான் மட்டுமல்ல; தன்னுடைய குடும்பத்தையே கட்சியில் சேர்த்த தோழர் செல்லையாவின் ஈடுபாடும் இயக்கப் பணியும் பாராட்டத்தக்கது. பின்பற்றத்தக்கது.

❑

33

வர்க்கப் போராளியாய் எழுந்த கூலித்தொழிலாளி

சிவப்பு எழுத்துகளால் எழுதப்பட்ட கம்பீரப் பெருமை கொண்டதே இந்திய விடுதலைப் போராட்ட வரலாறு. தமிழகத்தில் சுதந்திரப் போராட்டக் கனல் கொழுந்துவிட்டு எரிந்துகொண்டிருந்த கால கட்டத்தில் கம்யூனிஸ்ட் இயக்கம் பல மாவட்டங்களில் உருவெடுத்தது. அத்தகைய மாவட்டங்களில் முக்கியமானது தஞ்சை. அந்த மாவட்டத்தில் ஐம்பது ஆண்டுகளுக்கு மேலாக கம்யூனிஸ்ட் இயக்க பணிகளில் ஈடுபட்டு வந்துள்ள பல தோழர்களை இத்தொடரில் ஏற்கெனவே சந்தித்திருக்கிறோம்.

கூலித் தொழிலாளி, கூட்டுறவு சங்க ஊழியர், கூட்டுறவு ஊழியர் சங்கத் தலைவர், தொழிற்சங்கத் தலைவர், விவசாயிகள் சங்க நிர்வாகி, கம்யூனிஸ்ட் கட்சித் தோழர் என பன்முகப் பணியாற்றியவர் வி.என். என்று தோழர்களாலும் தொழிலாளர்களாலும் அன்போடு அழைக்கப்படும் வெ. நடராஜன். அவரை இப்போது சந்திப்போம்,

தோழர் வெ.நடராஜன் 1940ல் கும்பகோணத்தில் ஒரு ஏழ்மையான குடும்பத்தில் பிறந்தவர். குடும்பத்தில் மூத்த மகனான இவரோடு பிறந்தவர்கள் 6 ஆண்கள், 4 பெண்கள். வறுமையில் உழன்ற குடும்பத்தின் பசியாற்ற இவர் பள்ளியில் 6ஆம் வகுப்பு படித்துக்கொண்டிருந்தபோது படிப்பைப் பாதியில் நிறுத்தி விட்டு ஒரு சைக்கிள் கடையில் வேலைக்குச் சேர்க்கப்பட்டார். மாதச் சம்பளம் மூன்று ரூபாய். சைக்கிள் சக்கரங்களோடு ஆறாண்டுகள் உருண்டபிறகு கோ-ஆப்டெக்ஸ் நிறுவனத்தின் ஒரு சில்லறை விற்பனைக் கடையில் நடராஜனுக்குக் கடைநிலை ஊழியர் வேலை கிடைத்தது. அடுத்து சில ஆண்டுகளில் உதவி விற்பனையாளராகப் பணி உயர்வு கிடைத்தது.

கடைப் பணிகளோடு கூட்டுறவு ஊழியர் சங்கப் பணிகளிலும் தன்னை ஈடுபடுத்திக்கொண்டவர் அந்த அனுபவங்களோடு சங்க நிர்வாகியாகப் பொறுப்பேற்றார்., ஊழியர்களின் நலனுக்காக சங்கம்

தோழர் வெ.நடராஜன் @ வி.என்

அறிவித்த வேலை நிறுத்தம் உள்ளிட்ட பல போராட்டங்களுக்குத் தலைமை ஏற்றார். அந்தப் போராட்டங்களின் வெற்றியால் ஊழியர்களுக்குப் பல உரிமைகளும் நன்மைகளும் உறுதிப்பட்டன.

தொழிற்சங்க ஈடுபாடு கம்யூனிஸ்ட் கட்சியோடு தொடர்பை ஏற்படுத்தியது. காரல் மார்க்ஸ் எழுதிய ‘தத்துவத்தின் வறுமை’, ‘உபரி மதிப்பு’, ஜார்ஜ் பொலிட்சர் எழுதிய ‘மார்க்சிய மெய்ஞானம்’, சாமிநாத சர்மா எழுதிய ‘காரல் மார்க்ஸ் வாழ்க்கை வரலாறு’ போன்ற நூல்களை ஒரு தாகத்தோடு படித்தார். “கும்பகோணத்தில் அப்போது பி. ராமமூர்த்தி கலந்துகொண்ட ஒரு பேரவைக்கூட்டத்தில் பங்கேற்கும் வாய்ப்பு தோழர்களால் கிடைத்தது. அவரது உரை கேட்டு மேலும் உற்சாகமடைந்த நான் 1966 ல் மார்க்சிஸ்ட் கம்யூனிஸ்ட் கட்சியில் உறுப்பினராக இணைந்தேன்,” என்று அன்றைய அதே உற்சாகத்தோடு பகிர்ந்துகொண்டார் நடராஜன்.

அதே ஆண்டு ஏ.ஆர்.ஆர். சீவல் நிறுவனத்தின் ஆயிரத்திற்கும் மேற்பட்ட தொழிலாளர்கள், தங்களது நெடுநாள் கோரிக்கைகள் ஏற்கப்படாத நிலையில் வேலை நிறுத்தப் போராட்டம் நடத்தினார்கள். அந்தப் போராட்டத்திற்கு நடராஜன், சேதுராமன் ஆகிய தோழர்கள் முன்னின்று வழிகாட்டினார்கள். போராட்ட உறுதியின் முன் நிர்வாகம் பணிந்தது. கோரிக்கைகள் ஏற்கப்பட்டன.

வர்க்கப் போராட்டத்தின் மூலம்தான் உழைக்கும் மக்களைத் திரட்ட முடியும், மாற்றத்தை உருவாக்க முடியும் என்ற வரலாற்று உண்மையை தலைவர்களின் உரைகளைக் கேட்டும், மார்க்சிய நூல்களையும் படித்தும் தெரிந்துகொண்ட தோழர் வி.என். தொழிற்சங்கத்தில் பணியாற்றுவது மட்டும் போதாது, விவசாயிகளையும், விவசாயத் தொழிலாளர்களையும் திரட்டுவதிலும் ஈடுபட வேண்டுமென்று கருதினார். அவர்களது பிரச்சினைகளுக்கான இயக்கங்கள் அறிவிக்கப்பட்டபோது உணர்வுப்பூர்வமாகப் பங்கேற்றார். அந்தப் பின்னணியில் தொழிற்சங்க நிர்வாகியாக இருந்த நடராஜன் விவசாயிகள் சங்க வட்டச் செயலாளராகவும் பொறுப்பேற்றார்.

கும்பகோணம் வட்டத்திற்கு உட்பட்ட பல கிராமங்களில் நிலத்திற்காக, குடிமனைப் பட்டாவிற்காக, குத்தகை விவசாயிகளின் உரிமைகளுக்காக என பல போராட்டங்கள் நடைபெற்றன. அரசு எந்திர ஒடுக்குமுறைகளுக்கு சவால் விடுத்த வீரம் செறிந்த அந்தப் போராட்டங்களுக்குக் களத்தில் நின்று தலைமை தாங்கி அவை வெற்றிகரமாக நடப்பதில் பங்களித்தார்.

ஊருடையான்நத்தம் கிராமத்தில் ஏ.வி.என். எஸ்டேட் என்ற மிராசுதாரரின் உபரி நிலத்தில் வீடு கட்டி வசித்து வந்த தலித் மக்களுக்கு மனைப்பட்டா கோரி 1983 லிருந்து 1985 வரை வலுவான போராட்டம் நடைபெற்றது. அப்போராட்டத்தில் தோழர் வி.என். முக்கியப் பங்காற்றினார். அந்தப் போராட்டத்தின்போது விவசாயத் தொழிலாளர்களுக்கு எதிராக ஏவிவிடப்பட்ட மிராசுதாரர்களின் அடியாட்களோடு ஏற்பட்ட மோதலைக் காரணம் காட்டி, தோழர். வி.என். உள்ளிட்ட 36 பேர் மீது இந்திய தண்டனைச் சட்டத்தின் பிரிவு 307ன் கீழ் காவல்துறையினர் வழக்குத் தொடுத்தனர். அந்த வழக்கு உள்பட 9 வழக்குகள் தோழர் வி.என்.மீது மிராசுதாரர்களின் தூண்டுதலால் தொடுக்கப்பட்டன. ஒவ்வொரு வழக்காக விடுவிக்கப்பட்டார். போராட்டம் வெற்றி பெற்றது. தலித் மக்களுக்கு மனைப்பட்டா கிடைத்தது.

செம்மங்குடி கிராமத்தில் கோவிலடி ராயரின் கைவசமிருந்த 200 ஏக்கர் உபரி நிலத்தை சட்டப்படி அரசு கையகப்படுத்திடவும் விவசாயத் தொழிலாளர்களுக்கு விநியோகித்திடவும் வி.என். தலைமையில் போராட்டம் நடந்தது. விவசாயத் தொழிலாளர்களுக்கு நிலம் கிடைத்தது. திருநல்லூர் கிராமத்தில் ராஜன் பண்ணைக்குச் சொந்தமான 120 ஏக்கர் விவசாயத் தொழிலாளர்களுக்கு கிடைத்திட நடைபெற்ற போராட்டத்திலும் வி.என். முக்கியப் பங்காற்றியதை இப்பகுதியைச் சேர்ந்த தோழர்கள் குறிப்பிடுகிறார்கள்.

சிக்கல்நாயக்கன்பேட்டை கிராமத்தில் 200 ஏக்கர் உபரி நிலத்திற்கான போராட்டம் தொடங்கியது. அது தொடர்பான வழக்கு இன்னும் நிலுவையில் உள்ளது. சாத்தங்குடி, திருநல்லூர், கலக்காணி உள்ளிட்ட கிராமங்களில் விவசாயத் தொழிலாளர்களுக்கான கூலி உயர்வு போராட்டத்தை தோழர் வி.என். முன்னின்று நடத்தியிருக்கிறார்.

அவசர நிலை ஆட்சிக் காலத்தின் கெடுபிடிகளுக்கிடையே கும்பகோணம் நகரத்தில் நடைபெற்ற கட்சிப் பேரவைக் கூட்டத்தில் மாநிலச் செயலாளர் தோழர் ஏ. பாலசுப்பிரமணியம் கலந்துகொண்டார். அப்போது தோழர் வி.என்.னின் அக்கறைமிக்க ஈடுபாட்டையும் துடிப்புமிக்க செயல்பாட்டையும் கண்ட ஏ.பி. “உங்களைப் போன்றவர்கள் கட்சியின் முழுநேர ஊழியராக வரவேண்டும்.” என்று கேட்டுக்கொண்டார். உடனடியாக வரமுடியவில்லை. ஐந்து ஆண்டுகளுக்குப் பிறகு 1981ல் வேலையிலிருந்து விலகல் கடிதம் கொடுத்துவிட்டுக் கட்சியின் முழுநேர ஊழியரானார் வி.என்.

கட்சிக் கிளைச் செயலாளராக, வட்டக்குழு செயலாளராக, மாவட்டக்குழு உறுப்பினராக, மாவட்டச் செயற்குழு உறுப்பினாராக அடுத்தடுத்து கட்சி இவருக்குப் பொறுப்பளித்தது. விவசாயிகள் சங்கத்தினுடைய மாவட்டத் தலைவராகவும், பிறகு மாவட்டச் செயலாளராகவும் பல ஆண்டுகள் பணியாற்றியுள்ளார். தொழிற்சங்க செயல்பாட்டளாரான இவர் சி.ஐ.டி.யு. மாவட்டத் தலைவராகவும், மாநிலக் குழு உறுப்பினராகவும் பணியாற்றியுள்ளார்.

தஞ்சை மாவட்டம் அடிப்படையில் விவசாயத்தை நம்பியிருக்கும் வட்டாரம். தான் ஒரு கம்யூனிஸ்ட் என்ற அடிப்படையில் கட்சி வளர்ச்சிக்காக தொழிற்சங்கம், விவசாயிகள் சங்கம் என இரண்டு வர்க்க அமைப்புகளிலும் முனைப்போடு தோழர் வி.என். செயல்பட்டிருக்கிறார்.

1970-ஆம் ஆண்டு நடராஜன், குத்தாலம் ஒன்றிய விவசாயிகள் சங்கத் தலைவர் நடேசன் மகள் வசந்தாவை திருமணம் மணமுடித்தார். இவர்களுக்கு லெனின், உமாநாத் ஆகிய இரண்டு மகன்கள், அருணா, ரஜினி ஆகிய இரண்டு மகள்கள் உள்ளனர். மகள்கள் இருவருமே கல்லூரியில் படித்தபோது இந்திய மாணவர் சங்கத்தின் அங்கமாகச் செயல்பட்டவர்கள். மூத்த மகள் அருணா, இந்திய மாணவர் சங்க மாநிலத் தலைவராக இருந்த ராம்கி என்ற எம்.ராமகிருஷ்ணன் இருவரும் சாதி மறுப்புத் திருமணம் செய்துகொண்டவர்கள். தற்போது ராம்கி கட்சியின் வடசென்னை மாவட்ட செயற்குழு உறுப்பினர். அருணா பட்டதாரி ஆசிரியர் சங்கத்தின் நிர்வாகி. தோழர் நடராஜனின் துணைவியார் இவருடைய இயக்கப் பணிகளுக்கு ஆதரவாக இருந்து உதவி வந்திருக்கிறார். ஆம், தோழர் வி.என்.னின் குடும்பம் ஒரு கட்சிக் குடும்பம்.

திருமணம் நடந்து 20 நாட்கள் ஆகியிருந்த நிலையில் கட்சிக்கோ, வி.என்.னுக்கோ தொடர்பில்லாத ஒரு வழக்கில் இவரையும், இன்னும் சில தோழர்களையும் வேண்டுமென்றே காவல்துறையினர் பிடித்துச் சென்று, விசாரணை என்ற பெயரில் பட்டுக்கோட்டை காவல்நிலையத்தில் நான்கு நாட்கள் லாக்கப்பில் அடைத்து சித்ரவதை செய்தனர். தோழர்கள் கே.ஆர். ஞானசம்பந்தம், பி.எஸ். தனுஷ்கோடி இருவரும் காவல்துறை அதிகாரிகளோடு தகராறு செய்து, இது மாவட்டம் முழுக்கப் பெரும் போராட்டமாகும் என்று எச்சரித்ததைத் தொடர்ந்து வி.என் உள்ளிட்ட தோழர்கள் விடுவிக்கப்பட்டார்கள்.

கடந்த டிசம்பர் மாதம் நடைபெற்ற கட்சியின் மாவட்ட மாநாட்டில் தோழர் வி.என். மாவட்டக் குழுவிலிருந்து விடுவிக்கப்பட்டார். 78 வயதாகும் தோழர் வி.என் உடல்நலம் குன்றியுள்ள நிலையில் கட்சியின் உறுப்பினராக இருந்துகொண்டு தனது வயதும் உடலும் அனுமதிக்கிற அளவுக்குக் கட்சிப் பணிகளைச் செய்து வருகிறார்.

சுமார் 60 ஆண்டு காலமாகத் தொழிலாளர்களுக்காக, விவசாயத் தொழிலாளர்களுக்காக, வர்க்கப் போராட்டங்களை நடத்தி, பொய் வழக்குகளையும், லாக்கப் கொடுமைகளையும் எதிர்கொண்டு தோழர் வி.என் அவர்கள் ஆற்றிய முன்னுதாரண இயக்கப் பணி பாராட்டத்தக்கது, பின்பற்றத்தக்கது.

❑

34

அரை நூற்றாண்டு கடந்த அர்ப்பணிப்பும் ஈடுபாடும்

தொழிலாளர் கோரிக்கைகளுக்காகவும் அரசியல்-சமூக மாற்றத்திற்காகவும் போராடுகிற, அகில இந்திய அளவில் போர்க்குணத்தோடு செயல்படுகிற தொழிற்சங்கங்களில் ஒன்று தொலைத்தொடர்பு ஊழியர் சங்கம். முன்பு மத்திய அரசின் தொலைத்தொடர்புத்துறைக்குள் செயல்பட்டு வந்த அந்த நிறுவனம் தற்போது மத்திய அரசின் பொதுத்துறை நிறுவனமாக்கப்பட்டுள்ள பி.எஸ்.என்.எல். நிறுவனமாக இயங்கி வருகிறது. இந்த நிறுவனத்தின் ஒரு ஊழியராகவும் பி.எஸ்.என்.எல். ஊழியர் சங்கத்தின் மூத்த தலைவர்களில் ஒருவராகவும் பணியாற்றியவர் ஜே.ஆர். என்றழைக்கப்படும் தோழர் ஜே.ரங்கநாதன்.

1939ல் கர்நாடக மாநிலம், ஹூப்ளியில் பிறந்தவர் ரங்கநாதன். இவரது தந்தை ஒரு ரயில்வே தொழிலாளி. பல மாநிலங்களில் பணியாற்றிய அனுபவம் வாய்ந்த தந்தையும், தாயும் கர்நாடகத்தின் `ஹூப்ளி நகரில் இருந்தபோது அங்கு பிறந்தார் ரங்கநாதன். உடன் பிறந்தவர்கள் 7 பேர். இக்குடும்பத்தின் பூர்வீகம் தமிழகத்தின் விழுப்புரம் மாவட்டம், அரசூர் கிராமம். தந்தை வெளி மாநிலங்களில் வேலை செய்ய வேண்டியிருந்த சூழலில் இயல்பாக கிராமத்தோடு தொடர்பு அறுந்தது.

தங்கள் மகன் உயர்கல்வி படிக்க வேண்டுமென்பது பெற்றோர் விருப்பம். ஆனால் அவ்வகைப் படிப்பில் ஆர்வம் இல்லாத ரங்கநாதன் எஸ்.எஸ்.எல்.சி. முடித்து பாலிக்டெக்னிக்கில் சேர்ந்தார், அங்கேயும் பாதியில் நின்றுவிட்டார்.

படிக்கிறபோதே இவருக்கு நாடகத்தில் ஆர்வம் இருந்தது. பாடப்புத்தகங்களில்தான் நாட்டமற்றவராக இருந்தாரேயன்றி மற்ற பல புத்தகங்களை விரும்பி வாசித்தார். கலை ஈடுபாட்டுடன் சிறு ஓரங்க நாடகங்களை எழுதி தானே நடிக்கவும் செய்தார். நண்பர்களோடு சேர்ந்து ‘நல்வழி நாடக மன்றம்’ என்ற ஒரு குழுவை உருவாக்கி ‘நீங்கள் தீர்ப்பு கூறுங்கள்’ என்ற நாடகத்தை

ரங்கநாதன் அரங்கேற்றினார். தானும் அந்த நாடகத்தில் நடித்தார். அது ஒரு சமூகப் பிரச்சினையை மையமாகக் கொண்ட நாடகம்.

அப்போது சென்னையில் ‘ஜனசக்தி’ ஏட்டின் ஆசிரியராக இருந்த, விடுதலைப் போராட்ட வீரர் தோழர் ஐ. மாயாண்டி பாரதி அந்த நாடகத்தைப் பார்த்துப் பாராட்டியதுடன் பத்திரிகையிலும் சிறப்பாக அறிமுகப்படுத்தி எழுதினார். “எதையும் எளிமையாக விளக்கும் திறன் பெற்றிருந்த ஐ.மா.பா.வுடன் ஏற்பட்ட தொடர்பினால் பொதுவுடைமைதான் சிறந்த கொள்கை என்ற உணர்வு என் மனதில் உருவானது. சோவியத் யூனியன் ஸ்புட்னிக் ராக்கெட் செலுத்தியது, சோவியத் தலைவர் குருசேவ், சீனத் தலைவர் சூ யென்லாய் ஆகியோர் இந்தியாவுக்கு வந்தது போன்ற நிகழ்ச்சிகள் என்னுள் ஆழ்ந்த தாக்கத்தை ஏற்படுத்தின,” என்கிறார் ஜே.ஆர்.

1959-ல் டெலிகாம் மெக்கானிக் தேர்வில் தேர்ச்சி பெற்றார். அதைத் தொடர்ந்து தொலைபேசித் துறையில் ஒரு பயிற்சியாளராகச் சேர்ந்தார். 1960ஆம் ஆண்டு பயிற்சியில் இருந்தபோது இவரையும் சேர்த்து நான்கு பேரை சென்னை ராயப்பேட்டையில் உள்ள தபால் அலுவலக வேலையில் சேருமாறு தபால் தந்தி நிர்வாகம் தகவல் அனுப்பியது. அங்கே சென்றபோது அலுவலகத்தைச் சுற்றிலும் போலீஸ் குவிக்கப்பட்டிருந்தது. மறுநாளிலிருந்து நாடுதழுவிய வேலைநிறுத்தப் போராட்டத்தைத் தபால் தந்தி ஊழியர்கள் தொடங்க இருந்தார்கள். ஊழியர்கள் போராட்டத்தில் இறங்கவிருந்த நிலையில் நால்வரும் வேலையில் சேர்வது நியாயமாகாது என்று சங்கத் தலைவர்கள் கூறியதால் ரங்கநாதனும், அவர்களது கருத்தை ஏற்று இதர மூன்றுபேரும் வீடு திரும்பிவிட்டனர்! தகவலறிந்து போராட்டத் தலைவர்கள் ரங்கநாதனை வெகுவாகப் பாராட்டினார்கள். நான்கு நாட்கள் நடைபெற்ற அந்தப் போராட்டம், கோரிக்கைகள் ஏற்கப்பட்டு வெற்றிகரமாக முடிந்தது.

குறிப்பிட்ட தேதியில் வேலையில் சேராததால் இந்த நான்கு பேரின் பயிற்சி தடைபட்டது. சங்கத் தலைவர்கள் தலையிட்டு வாதாடி, பயிற்சியை முழுமையாக முடிப்பதற்கு வழி செய்தனர். 1961-ஆம் ஆண்டு ராமநாதபுரம் தபால் நிலையத்தில் ரங்கநாதன் வேலையில் சேர்ந்தார்.

தோழர் ஜே.ரங்கநாதன் @ ஜே.வி.என்

அதற்கு அடுத்த ஆண்டிலேயே, ஏற்றுக்கொண்ட கோரிக்கைகளை அரசு நிறைவேற்றாததை எதிர்த்துத் தபால் தந்தி தொழிலாளர்கள் நாடு தழுவிய ஒரு நாள் வேலைநிறுத்தப் போராட்டத்தில் ஈடுபட்டனர். அந்தப் போராட்டத்தில் ரங்கநாதன் உற்சாகமாகக் கலந்துகொண்டார்.

1968-ஆம் ஆண்டு தபால் தந்தித் துறையினர் உள்ளிட்ட மத்திய அரசு ஊழியர்களின் போராட்டம் நடந்தது. நாடு தழுவிய அந்தப் போராட்டத்தை ஒடுக்குவதற்கு மத்திய அரசு மோசமான அடக்குமுறையில் ஈடுபட்டது. பஞ்சாப் மாநிலத்தின் பதான் கோட் உள்ளிட்ட நான்கு இடங்களில் போராடும் ஊழியர்கள் மீது காவல்துறையினர் துப்பாக்கிச்சூடு நடத்தினார்கள். அதில் 13 ஊழியர்கள் கொல்லப்பட்டனர். போராட்டத்தை ஒடுக்கிட மத்திய அரசு இப்படிப்பட்ட தாக்குதல் நடவடிக்கைகளை எடுத்தாலும் போராட்டம் பின்வாங்காமல் வெற்றிகரமாக நடைபெற்றது. அந்தப் போராட்டத்தில் ஒரு ஊழியராகப் பங்கேற்றது மட்டுமல்லாமல், போராட்டக் களத்தில் நின்றும் சுறுசுறுப்பாகப் பணியாற்றினார் ரங்கநாதன்.

அந்தப் போராட்டத்திற்குப் பிறகுதான் ரங்கநாதன் மார்க்சிஸ்ட் கம்யூனிஸ்ட் கட்சியின் உறுப்பினரானார்.

“எப்படி கட்சிக்குள் வந்தீர்கள்?” என்று கேட்டதற்கு, “அப்போது எல்லாப் பத்திரிகைகளும் மத்திய அரசு ஊழியர்களின் போராட்டத்தை விமர்சித்துதான் செய்தியை வெளியிட்டன. சில நாளேடுகள் போராட்டத்தைக் கண்டித்தன, ஊழியர்களின் கோரிக்கைகளுக்கு எதிராகவே எழுதின. ஆனால் மார்க்சிஸ்ட் கம்யூனிஸ்ட் கட்சியின் ‘தீக்கதிர்’ மட்டும்தான் எங்கள் போராட்டம் பற்றிய முழுமையான செய்திகளை வெளியிட்டதோடு, அந்தப் போராட்டம் ஏன் என்பதற்கான விளக்கத்தையும் அளித்து ஆதரவாக எழுதியது.‘ தீக்கதிர்’ படிகளை போராடும் ஊழியர்களுக்குக் கொண்டு சேர்த்தோம், அவர்களுடைய போராடும் உறுதி மேலும் வலுவடைந்தது, நான் கம்யூனிஸ்ட்டாக மாறுவதற்கும் கட்சியில் இணைவதற்கும் ‘தீக்கதிர்’ ஒரு முக்கியமான காரணம்,” என கூறினார்.

தபால் - தந்தி துறை ஊழியர்களின் தலைவர்களாக இருந்த சி.எஸ். பஞ்சாபகேசன், டி.வி. சுப்பிரமணியம், காரைக்குடி ராம கிருஷ்ணன், மதுரை ஆர். ராமச்சந்திரன், சென்னை எஸ். சந்திர சேகர் ஆகியோரோடு ஏற்பட்ட தொடர்பும் இவர் கட்சியில் உறுப்பினராக இணைந்து செயல்படத் தூண்டுகோலாக இருந்திருக்கிறது.

சங்கத்திலும், கட்சியிலும் தனக்கு அளிக்கப்பட்ட பொறுப்புகளை திறம்பட நிறைவேற்றினார் ஜே.ஆர். மாநிலத்தில் மட்டுமல்ல, அகில இந்திய அளவிலும் சங்க நிர்வாகியாகப் பங்களித்திருக்கிறார். குறிப்பிடத்தக்க ஒரு பணியாக, சங்கம் நடத்தி வரும் ‘உழைக்கும் வர்க்கம்’ பத்திரிகையின் ஆசிரியராகப் பல ஆண்டுகள் ரங்கநாதன் பணியாற்றியிருக்கிறார். ஊழியர்கள் சந்திக்கிற துறைசார்ந்த பிரச்சினைகள் மட்டுமல்லாது நாட்டின் அரசியல். சமூக நிகழ்வுப்போக்குகள் குறித்தும் வெளிச்சம் பாய்ச்சிடும் இப்பத்திரிகைப் பணியைச் செவ்வனே செய்வதற்காக என்றே, துறையிலிருந்து ஓய்வுபெற 5 ஆண்டுகள் இருந்த நிலையில் தன் விருப்ப ஓய்வு பெற்று இதழியல் பணியை ஓய்வின்றித் தொடர்ந்தார்.

சங்கப் பணிகளை நிறைவேற்றுவதிலும் கட்சிப் பணிகளை மேற்கொள்வதிலும் சென்னையில் பி.ஆர். பரமேஸ்வரன், வே. மீனாட்சிசுந்தரம் உள்ளிட்ட தோழர்கள் வழிகாட்டியதை

நெகிழ்வோடு நினைவுகூர்கிறார். அகில இந்திய அளவில் பி.டி.ரணதிவே, எம்.கே. பாந்தே, இ. பாலானந்தன் ஆகியோரின் வழிகாட்டல் கிடைத்ததையும் பெருமையாகக் குறிப்பிடுகிறார்.

தோழர் ரங்கநாதன் சென்னை தொலைபேசி நிறுவன ஊழியர்கள் சங்கத்தின் மாநிலச் செயலாளராகவும், அகில இந்திய சங்கத்தின் துணைத் தலைவராகவும் தேர்வு செய்யப்பட்டு பல ஆண்டுகள் தமது வழிகாட்டல்களை வழங்கியிருக்கிறார். தொலைபேசித் துறையில் எல்லா பிரிவு சங்கங்களும் அங்கம் வகிக்கிற 'பிராந்திய ஜாயின்ட் கவுன்சில்' அமைப்பின் செயலாளராகவும் செயல்பட்டு இருக்கிறார். நாடு தழுவிய அளவிலும், தமிழகத்திலும் சங்கத்தின் பல போராட்டங்களில் ரங்கநாதன் முன்னணிப் பங்காற்றியிருக்கிறார். தற்போது இச்சங்கம் அங்கீகாரம் பெற்ற முதன்மைச் சங்கமாக செயல்பட்டு வருகிறது. அக்காலத்தில் ஜே.ஆர். போன்ற தோழர்கள் ஆற்றிய பணிதான் இதற்கு அடித்தளமாக அமைந்திருக்கிறது.

இவருடைய துணைவியார் சியாமளா மாநில அரசு ஊழியராகப் பணியாற்றியவர். 1989-ஆம் ஆண்டு சட்டமன்றத் தேர்தலில் வில்லிவாக்கம் தொகுதியில் தோழர் வி.பி. சிந்தன் கட்சியின் வேட்பாளராகக் களமிறங்கியபோது அவருக்கு ஆதரவு திரட்ட இவரது மகள் சித்ரா பிரச்சாரத்திற்குச் சென்றதையும், மகள் ஆற்றிய தேர்தல் பணியைப் பாராட்டி தோழர் வி.பி.சி கடிதம் எழுதியிருந்ததையும் கூறிப் பெருமைப்பட்டார். தேர்தல் பணிகளில் இவரும், துணைவியாரும் முனைப்போடு ஈடுபட்டிருக்கிறார்கள்.

இவருடைய மகள் அண்ணா பல்கலைக்கழகத்தில் பி.இ. படித்தார். அங்கு தன்னோடு படித்த ஒரு மாணவரைக் காதலித்தார். ஆந்திராவைச் சேர்ந்த அந்த மாணவருடைய பெற்றோர் துவக்கத்தில் இவர்களின் காதலை ஏற்கத் தயங்கினார்கள். பிறகு ஏற்றார்கள். ஏற்க வைக்க முயற்சிகள் மேற்கொண்ட ரங்கநாதனும், சியாமளாவும் தங்களுடைய மகளுக்கு மகிழ்ச்சியோடு சாதி மறுப்புத் திருமணத்தை செய்துவைத்தார்கள். மகளும் மருமகனும் தற்போது அமெரிக்காவில் ஒரு நிறுவனத்தில் வேலை செய்துகொண்டிருக்கிறார்கள்.

தொலைபேசித் துறை ஊழியர்கள் நலன்களுக்காக மட்டுமல்ல, பொதுவாக தொழிலாளர்கள், நடுத்தர ஊழியர்கள் போராட்டங்களை ஆதரித்து தொலைபேசி ஊழியர்கள் சங்கம் பல ஆதரவு இயக்கங்களை நடத்தியிருக்கிறது. சென்னையில்

கல்லூரி ஆசிரியர்கள் போராட்டத்தை ஆதரித்து தொலைபேசி தொழிற்சங்கத்தின் சார்பாக ஒரு நாள் தர்ணா போராட்டம் நடந்திருக்கிறது. ரங்கநாதன் தலைமையில் நடைபெற்ற இந்தப் போராட்டத்தில் கலந்துகொண்டவர்களை காவல்துறை கைது செய்து 15 நாட்கள் சிறையில் அடைத்தது.

சங்கத்தினுடைய முக்கியப் பொறுப்பில் இருந்த ரங்கநாதனை ஊக்கமிழக்கச் செய்வதுபோல் அவர்மீது நிர்வாகம் பல வழக்குகளைத் தொடுத்தது. ஊதிய வெட்டும், பதவி உயர்வு நிறுத்தத்தையும் இவர் சந்திக்க நேர்ந்தது. ஆனால் இவரது போராட்ட ஊக்கத்தில் கொஞ்சமும் பின்னடைவு ஏற்பட்டதில்லை.

இவருடைய இளைய சகோதரர் பி.இ. முடித்து தொலைபேசித் துறையில் வேலையில் சேர்ந்து பெரிய அதிகாரியாகிவிட்டார். ஒருமுறை ஹைதராபாத்தில் தொலைபேசி ஊழியர் சங்க ஆந்திர மாநில மாநாடு நடைபெற்றது. மாநாட்டு அழைப்பிதழில் வாழ்த்துரையாற்றுவோர் பட்டியலில் ரங்கநாதன் பெயரும் இருந்தது. நிறுவனத்தின் மாநில முதன்மைப் பொதுமேலாளர் என்ற முறையில் இளைய சகோதரரும் அழைக்கப்பட்டிருந்தார். தன்னுடைய அண்ணன் ரங்கநாதன் மாநாட்டில் கலந்து கொள்ளவிருப்பதால் அதில் கலந்துகொள்வதை சகோதரர் தவிர்த்து விட்டார். தொழிற்சங்கத் தலைவர்களுக்கு இப்படியான சூழல்களும் ஏற்படுகின்றன!

இந்த 2018 ஏப்ரல் 30ஆம் தேதி 79 வயதை நிறைவு செய்கிறார் ஜே.ஆர். அவருடைய சங்கப் பணிக்கும், கட்சிப் பணிக்கும் அவருடைய துணைவியாரும், மகளும் பக்கபலமாக இருந்திருக்கிறார்கள். குடும்பத்தினரின் இந்த மனமுவந்த ஒத்துழைப்பு இல்லையென்றால் இயக்கப் பணியை நிறைவாகச் செய்திருக்க முடியாது என்கிறார்.

தற்போது தோழர் ரெங்கநாதன் சென்னை, கொளத்தூரில் வசித்து வருகிறார். கட்சியின் வடசென்னை மாவட்டக்குழுவிற்கு உட்பட்ட ஒரு கட்சிக் கிளையில் உறுப்பினராக இருந்துகொண்டு தன்னால் இயன்ற பணியை செய்து வருகிறார். தபால் தந்தித் துறையில் வேலையில் சேர்ந்ததில் இருந்து 50 ஆண்டு காலமாக அர்ப்பணிப்போடு இவர் ஆற்றி வரும் இயக்கப்பணி பாராட்டத்தக்கது - பின்பற்றத்தக்கது.

❑

35

இயக்கத் தறியில் நெய்யப்பட்ட நெசவுத் தொழிலாளி

தமிழகத்தில் விவசாயிகள், தொழிலாளர்கள், மாணவர்கள் போராட்டங்களில் கலந்து கொண்டு கம்யூனிஸ்ட் ஆனவர்கள் ஏராளம். அதைப் போலவே கைத்தறித் நெசவாளர்கள் போராட்டங்களில் கலந்துகொண்டு அரசியல் உணர்வு பெற்றதன் தொடர்ச்சியாக கம்யூனிஸ்ட் கட்சியில் பல தோழர்கள் சேர்ந்தார்கள். குறிப்பாக, காஞ்சிபுரம் நகரத்தைச் சேர்ந்த தோழர் கே. எஸ். பார்த்தசாரதி. அவர் காஞ்சிபுரத்தில் மட்டுமல்ல, தமிழ்நாடு முழுவதிலும் கைத்தறித் தொழிலையும், தொழிலாளர்களையும் பாதுகாக்க சுதந்திரப் போராட்ட காலத்திலேயே முன்நின்று பாடுபட்டவர். பல மாவட்டங்களில் கைநெசவு தொழிலாளர்கள் இயக்கத்தினால் கம்யூனிஸ்ட் கட்சிக் கிளைகள் உருவாக்கப்பட்டன. தஞ்சை மாவட்டத்தில் அவ்வாறு கைநெசவுத் தொழிலாளியாகத் தொடங்கி, பின்னர் கம்யூனிஸ்ட் கட்சியில் தன்னை இணைத்துக்கொண்டவர் தோழர் பி.சீனிவாசன்.

1941-ஆம் ஆண்டு தஞ்சை மாவட்டம் திருபுவனம் கைநெசவுக் குடும்பத்தில் பிறந்தவர் சீனிவாசன். தந்தையார் இவரது சிறுவயதிலேயே இறந்து விட்டதால், தனது தாத்தாவின் அரவணைப்பில் தாராசுரத்தில் வாழ்ந்தார்.

மூன்றாம் வகுப்பு மட்டுமே படித்த இவர், சிறுவயதிலேயே நெசவுத் தொழிலில் ஈடுபட்டார். 1952-ஆம் ஆண்டுத் தேர்தலின்போது மஞ்சள் பெட்டி, சிவப்புப் பெட்டி என்ற வகையில் பல வண்ணப் பெட்டிகளை வைத்துதான் தேர்தல் வாக்குப் பதிவு நடைபெற்றது. அப்பொழுதே தனக்கு அரசியலில் ஆர்வம் ஏற்பட்டிருந்ததாக சீனிவாசன் கூறினார்.

திருபுவனத்தில் நெசவாளர்களின் போராட்டங்கள் நடந்தபோதெல்லாம் அவற்றில் ஆர்வத்தோடு கலந்து கொண்டிருக்கிறார். மாநிலத்தில் பரவலாக பஞ்சாலைகள்

உருவானபிறகு நெசவுத் தொழில் கடுமையான பாதிப்பிற்கு உள்ளானது. அன்றைய காங்கிரஸ் அரசு கைநெசவுத் தொழிலைப் பாதுகாப்பதற்கு உருப்படியான நடவடிக்கை எடுக்கவில்லை. இதனால் காங்கிரஸ் ஆட்சியின்மீது அதிருப்தி கொண்ட நெசவாளர்கள் கம்யூனிஸ்ட் கட்சி தலைமையிலான சங்கத்தில் சேர்ந்தார்கள்.

இப்பின்னணியில்தான் சீனிவாசனும் நெசவாளர் சங்கத்தில் சேர்ந்தார். நெசவாளர் சங்க அலுவலகத்திற்குச் செல்கிறபோது ஜனசக்தி வார இதழையும் கம்யூனிஸ்ட் கட்சி வெளியிடும் சிறுசிறு பிரசுரங்களையும் படித்துதான் கம்யூனிஸ்ட் ஆதரவாளராகி, 1958ஆம் ஆண்டு பரீட்சார்த்த உறுப்பினராகி, 1959-ஆம் ஆண்டு கட்சி உறுப்பினராக ஆனதாகவும் பெருமிதத்தோடு சீனிவாசன் கூறினார். அக்காலத்தில் கட்சி உறுப்பினராக இருக்கும் ஒருவர், கட்சி மற்றும் வர்க்க அமைப்புகள் நடத்தும் எல்லாப் போராட்டங்களிலும் கலந்துகொள்ளவேண்டும். இவ்வழியில் 1961-ஆம் ஆண்டு நில உச்சவரம்புச் சட்டத்தைத் திருத்தி உபரி நிலத்தை விநியோகிக்க வலியுறுத்தி மாநில அளவில் நடைபெற்ற விவசாயிகள் மறியல் போராட்டத்தில் தானும் கலந்துகொண்டதைக் கூறினார். கம்யூனிஸ்ட் கட்சியின் வட்டச் செயலாளராக இருந்த ஏ.எம். கோபு தலைமையில் நடந்த மறியலில் கலந்துகொண்டு கைது செய்யப்பட்டு, மற்ற தோழர்களோடு சீனிவாசனும் மூன்று மாதம் திருச்சி சிறையில் இருந்திருக்கிறார்.

இவ்வாறு சுறுசுறுப்பாக இயங்கிய தோழர் சீனிவாசன் 1962-ஆம் ஆண்டு கட்சியின் கிளைச்செயலாளராகத் தேர்வு செய்யப்பட்டார்.

கட்சிக்குள் தத்துவார்த்தப் போராட்டம் விறுவிறுப்பாக நடந்த காலகட்டத்தில் 'தீக்கதிர்' இதழைப் படித்து வந்த இவர், 1964-ஆம் ஆண்டு மார்க்சிஸ்ட் கம்யூனிஸ்ட் கட்சி உருவானபோது அதில் இணைந்தார்.

1960களிலும் 1970களிலும் மாநிலத்தில் தொழிலாளர்கள், விவசாயிகள் போராட்டம் விறுவிறுப்பாக நடந்த காலம். மாவட்டத்தில் நடைபெற்ற கட்சிப் பேரவைக் கூட்டத்தில் விவசாயிகளைத் திரட்டுவதற்கு நகரத்தில் உள்ள கட்சி உறுப்பினர்கள் கிராமங்களுக்குச் செல்லவேண்டுமென்று தோழர் எம்.ஆர். வெங்கட்ராமன் வலியுறுத்திக் கூறியதாகவும், தோழர் ஜி. வீரய்யன் வழிகாட்டுதலில் வி. நடராஜன் போன்ற தோழர்களோடு கிராமங்களுக்குச் சென்று விவசாயிகளையும், விவசாயத்

பி.சீனிவாசன்

தொழிலாளர்களையும் திரட்டி கூலி, நிலம், மனைப்பட்டா போன்ற கோரிக்கைகளுக்காக போர்க்குணம் மிக்க பல போராட்டங்களை முன்னின்று நடத்தியதாகவும் சீனிவாசன் தெரிவித்தார். 1966-ஆம் ஆண்டு அவர் கும்பகோணம் வட்டக்குழுச் செயலாளராக தேர்வு செய்யப்பட்டார்.

1968-ஆம் ஆண்டு நெசவாளர் சங்க மாவட்டத் தலைவராக ஜி.பாரதிமோகனும், செயலாளராக சீனிவாசனும் தேர்வு செய்யப்பட்டனர். நெசவாளர்களின் கூலி உயர்வுக்காக மாவட்ட அளவில் 30 நாட்களுக்கு மேல் தொடர்ச்சியான போராட்டங்கள் நடைபெற்றன. தொடர்ந்து நடந்த மறியல் போராட்டத்தில் நெசவாளர்களோடு சீனிவாசனும் கலந்துகொண்டார். கைது செய்யப்பட்ட நெசவாளர்கள் நான்கு வாரம் சிறையில் தள்ளப்பட்டனர்.

சென்னையில் சிம்சன் தொழிலாளர்கள் போராட்டம் நடத்தியபோது, கும்பகோணத்தில் எஸ்.ஆர்.வி.எஸ். (சிம்சன் க்ரூப்) நிறுவனத்தில் வேலை செய்து வந்த ஆயிரத்து ஐந்நூறு தொழிலாளர்களும் போராட்டத்தில் ஈடுபட்டனர். கும்பகோணத்தில்

தொழிலாளர்கள் நடத்திய ஊர்வலத்தைக் கலைத்திட தி.மு.க.வினர் தாக்குதல் நடத்தினர். தோழர் ஜி.பாரதிமோகன் உள்ளிட்ட தலைவர்கள் தொழிலாளர்களுக்கு ஆதரவாக கட்சித் தோழர்களை திரட்டி தி.மு.க.வினரின் அராஜகத்தை வெற்றிகரமாக முறியடித்த நாட்கள் பற்றிய சிந்தனையில் பெருமிதத்தோடு மூழ்குகிறார் தோழர் சீனிவாசன்.

1974-ஆம் ஆண்டு நடைபெற்ற நாடுதழுவிய ரயில்வே தொழிலாளர் போராட்டத்தின்போது முன்னெச்சரிக்கை நடவடிக்கையாக சீனிவாசன் உள்ளிட்ட பல தோழர்கள் கைது செய்யப்பட்டு 28 நாட்கள் கும்பகோணம் கிளைச் சிறையில் அடைக்கப்பட்டனர்.

மும்பையில் நடைபெற்ற சிஐடியு அகில இந்திய மாநாட்டில் தோழர் ஜி. பாரதிமோகனோடு அவரும் பிரதிநிதியாக கலந்து கொண்டிருக்கிறார். தொழிற்சங்கப்பணி, விவசாயிகளைத் திரட்டும் பணி, கட்சிப் பணி ஆகிய வேலைகளில் முனைப்போடு செயல்பட்ட தோழர் சீனிவாசன் 1964-ஆம் ஆண்டு கட்சியின் மாவட்டக் குழு உறுப்பினராகவும் தேர்வு செய்யப்பட்டு, 1982-ஆம் ஆண்டு வரை அந்தப் பொறுப்பில் இருந்தார். தொடர்ந்து இடைக்குழு உறுப்பினராக செயல்பட்டிருக்கிறார்.

இவருக்கு பாபு, சிந்தன் என இரண்டு மகன்கள். சாந்தி என்ற ஒரு மகள். இவருடைய துணைவியார் சாவித்திரி மாதர் சங்கத்தில் வட்ட அளவில் செயல்பட்டிருக்கிறார். வங்கியில் பணியாற்றும் இவரது மகன் பாபு வங்கி ஊழியர் சம்மேளனத்தின் அங்கமாக உள்ளார். மகள் சாந்தி மாதர் சங்கத்தில் பணியாற்றியிருக்கிறார். ஆம், இவரது குடும்பம் கட்சிக் குடும்பம்.

முதுமையும், உடல்நலப் பாதிப்பும் கட்டுப்படுத்தியுள்ள நிலையில் தோழர் சீனிவாசன் தற்போது கட்சி உறுப்பினராக இருந்துகொண்டு தன்னால் இயன்ற இயக்கப் பணிகளைச் செய்து வருகிறார். கும்பகோணம் வட்டத்தில் தோழர் சீனிவாசன் போன்ற தோழர்கள் அக்காலத்தில் ஆற்றிய இயக்கப் பணிதான் இப்போது கட்சியின் அடித்தளமாக திகழ்கிறது. 60 ஆண்டுகளுக்கு மேலாக ஒரு கள வழிகாட்டியாகத் தோழர் சீனிவாசன் ஆற்றிய இயக்கப்பணி பாராட்டிற்குரியது; பின்பற்றத்தக்கது.

❑

36

தொழிற்சங்கப் பணியோடு மக்கள் பிரச்சினைகளுக்காகவும் களமிறங்கிய தோழர்

விவசாயக் குடும்பத்தில் பிறந்து, ஒரு தொழிலாளியாக வேலையில் சேர்ந்து, தொழிற்சங்க ஊழியராகப் பணியாற்றி, மார்க்சிஸ்ட் கம்யூனிஸ்ட் கட்சியில் இணைந்து உழைக்கும் வர்க்கத்தினருக்காகவும், பொதுமக்களுக்காகவும் போராடி, இயக்கத்தின் சல்லி வேர்களாகத் திகழ்ந்த, திகழ்ந்துகொண்டிருக்கிற போர்க்குணமிக்கத் தோழர்கள் எண்ணற்றோர் உள்ளனர். அத்தகைய ஒரு போராளிதான் "சி.ஜி." என்று சக தோழர்களால் அன்புடன் அழைக்கப்படும் தோழர் சி.கோவிந்தசாமி.

இன்றைய விழுப்புரம் மாவட்டம், செஞ்சி வட்டத்தின் சிறுகடம்பூர் கிராமத்தில், சிறு விவசாயக் குடும்பத்தில் 1946ல் பிறந்தவர் கோவிந்தசாமி. பள்ளிப்படிப்பு 5ஆம் வகுப்போடு முடிந்துபோன இவருக்கு போராட்டக்களமே வகுப்பறையானது. 1965ஆம் ஆண்டு இந்தித் திணிப்பை எதிர்த்துத் தமிழகம் கண்ட தீவிரமான போராட்டத்தில், மாணவராக இல்லை என்றாலும், கலந்துகொண்டார். அதற்காக "தேடப்படும் குற்றவாளி" என்று காவல்துறையால் அறிவிக்கப்பட்ட இவர், சில நாட்கள் தலைமறைவாக இருந்திருக்கிறார்.

சுய தொழில் முயற்சியில் ஈடுபட்டுத் தோல்வியுற்ற இவர் 1966ஆம் ஆண்டு மின்வாரியத்தில் தினக்கூலித் தொழிலாளியாக வேலையில் சேர்ந்தார். தன்னுடன் வேலை செய்த காண்ட்ராக்ட் தொழிலாளர்களைத் திரட்டி சங்கத்தில் சேர்க்கும் பணியில் ஈடுபட்டார். 1969ஆம் ஆண்டு பணி நிரந்தரம் பெற்றார். மின்வாரிய சி.ஐ.டி.யு. சங்கத்தினுடைய (தமிழ்நாடு மின் ஊழியர் மத்திய அமைப்பு) பல நடவடிக்கைகளில் பங்கேற்ற இவர், 1971ல் மார்க்சிஸ்ட் கம்யூனிஸ்ட் கட்சி உறுப்பினரானார்.

தோழர் கோவிந்தசாமி தொழிற்சங்கப் பணியோடு நின்றுவிடாமல் இளைஞர்களையும், விவசாயிகளையும் திரட்டினார், பல பகுதிகளில் கட்சிக் கிளைகளை உருவாக்கினார். செஞ்சி வட்டத்தில் தான் வேலை செய்த கன்னலம் கிராமத்தில்

சோசலிஸ்ட் வாலிபர் முன்னணியையும், விவசாயிகள் சங்கக் கிளையையும் உருவாக்கினார். வளத்தி கிராமத்தில் கட்சிக் கிளையை ஏற்படுத்தினார்.

நாடு முழுவதும் அவசர நிலை நெருக்கடியை அறிவித்த இந்திரா காந்தி அரசு 1976ல் தி.மு.க. அரசைக் கலைத்தது. மார்க்சிஸ்ட் கம்யூனிஸ்ட் கட்சியின் தலைவர்கள் பலர் கைது செய்யப்பட்டார்கள். தொழிற்சங்க உரிமைகள் பறிக்கப்பட்டன. தோழர் சி.ஜியை பழிவாங்கும் நோக்கத்தோடு நிர்வாகம் செஞ்சியிலிருந்து மரக்காணத்திற்கு மாற்றியது. மரக்காணத்திலும் வாலிபர் சங்க கிளையையும், கட்சி கிளையையும் உருவாக்கினார்.

1977ஆம் ஆண்டு சட்டமன்றத் தேர்தலின்போது நெல்லிக்குப்பம் தொகுதியில் மார்க்சிஸ்ட் கம்யூனிஸ்ட் கட்சியின் வேட்பாளரான தோழர் சி.கோவிந்தராஜன் வெற்றிக்காக ஒரு மாதம் விடுப்பு எடுத்து தேர்தல் பணியாற்றினார்.

பதவி உயர்வு பெற்று 1978ஆம் ஆண்டு மீண்டும் செஞ்சி வட்டம் அவலூர்பேட்டைக்கு மாற்றப்பட்டார். அங்கு டீக்கடை நடத்தி வந்த தோழர் முனியப்பனை இணைத்துக்கொண்டு கட்சிக் கிளையைத் தொடங்கினார். அருகில் உள்ள எதப்பட்டு, கரடிக்குப்பம் ஆகிய கிராமங்களில் விவசாயிகள் சங்கக் கிளைகளைத் தொடங்கினார். எதப்பட்டில் கட்சிக் கிளையை உருவாக்கினார்.

1978-79ல் தமிழகத்தில் கடுமையான மின்வெட்டு ஏற்பட்டபோது விவசாயிகள் சார்பாக கட்சியின் சட்டமன்ற உறுப்பினர் சி.கோவிந்தராஜனுக்கு மனு அனுப்பினார். அந்த மனுவின் அடிப்படையில் தோழர் சி.கோவிந்தராஜன் சட்டமன்றத்தில் நிகழ்த்திய உரையை ஒரு துண்டுப் பிரசுரமாக அச்சிட்டு விவசாயிகளிடையே விநியோகம் செய்தார் சி. கோவிந்தசாமி.

1980ஆம் ஆண்டு வளத்தி பிரிவுக்கு விருப்ப இடமாற்றம் பெற்றார். ஒன்றுபட்ட தென்னாற்காடு மாவட்டத்தில் மின்வாரிய காண்ட்ராக்ட் தொழிலாளர்களைத் திரட்டிய சிஐடியு, அவர்களுக்காக செஞ்சியில் ஒரு மாநாடு நடத்தியது. அதில் முக்கிய பங்காற்றினார் சி.கோவிந்தசாமி. மின்வாரியத் தொழிலாளர்களிடையே கட்சிக் கிளைகள் உருவாக்குவதிலும் சி. கோவிந்தசாமி முனைப்போடு ஈடுபட்டார். செஞ்சி வட்டத்தில் இவருடைய முன் முயற்சியினால் அடுத்தடுத்து சமத்தன்குப்பம், அண்ணமங்கலம், கெங்காபுரம், சித்தேரி உள்ளிட்ட 13 இடங்களில் கட்சிக் கிளைகள் உருவாக்கப்பட்டன. பல கிராமங்களில் வாலிபர்

தோழர் சி.கோவிந்தசாமி

சங்க அமைப்பையும் உருவாக்கினார்.

செஞ்சி வட்டத்தில் கண்டமநல்லூர் கிராமத்தில் நகை திருடியதாகப் பொய்யான குற்றச்சாட்டின்பேரில், 55 வயதுப் பெண் ஒருவரைப் பிடித்துச் சென்ற போலீசார், எப்.ஐ.ஆர். பதிவு செய்யாமல் லாக்கப்பில் அடைத்துவைத்து ஒரு வார காலம் சித்திரவதை செய்து, உயிருக்கு ஆபத்தான நிலையில் "இதை வெளியில் சொல்லக்கூடாது" என்று மிரட்டி, அவரை வீட்டில் திரும்பக் கொண்டுவந்து விட்டனர். அந்தப் பெண்ணை மருத்துவமனைக்கு அழைத்துச் சென்று சிகிச்சையளிக்கச் செய்த சி.ஜி., கட்சித் தலைவர்கள் சி.கோவிந்தராஜன், என்.ஆர். ராமசாமி ஆகியோரை அழைத்து வந்து, சம்பந்தப்பட்ட போலீஸ்காரர்கள் மீது நடவடிக்கை எடுக்க புகார் மனு அளித்து, அவர்கள் மூடி மறைக்க முயன்ற பிரச்சினையை மக்கள் கவனத்திற்குக் கொண்டுவந்தார்.

1983ஆம் ஆண்டு ஒரு நாள் வளத்தி கூட்ரோடில் முஸ்லீம் சகோதரர்களை எவ்விதக் காரணமுமின்றி காவல்துறையினர் தாக்கியுள்ளனர். அவ்வழியாகச் சென்ற சி.கோவிந்தசாமி நியாயம் கேட்டதற்காக இவரையும் கடுமையாகத் தாக்கியதோடு காவல்நிலையத்திற்குத் தூக்கிச்சென்று சுற்றிநின்று துப்பாக்கிக் கட்டையால் கடுமையாகத் தாக்கினர். இச்சம்பவத்தை

அறிந்து ஊர்மக்கள் ஆயிரத்துக்கும் மேற்பட்டோர் கூடி காவல்நிலையத்தை முற்றுகையிட்டு கோவிந்தசாமியை விடுதலை செய்ய வலியுறுத்தினர். கோவிந்தசாமி விடுவிக்கப்பட்டு, பலத்த காயத்துடன் மருத்துவமனையில் சேர்க்கப்பட்டார். மார்க்சிஸ்ட் கம்யூனிஸ்ட் கட்சியின் சார்பில் பொதுக்கூட்டம் உள்ளிட்டு கண்டன இயக்கங்கள் நடத்தி அழுத்தம் கொடுக்கப்பட்டதால் மாவட்ட நிர்வாகம் ஆர்.டி.ஓ. விசாரணைக்கு உத்தரவிட்டது. அந்த விசாரணையின் விளைவாக காவல் நிலையத்தைச் சார்ந்த உதவி ஆய்வாளரும் இரண்டு காவலர்களும் பணியிடை நீக்கம் செய்யப்பட்டனர், வழக்கும் பதிவு செய்யப்பட்டது.

செஞ்சி வட்டத்தில் எங்கெல்லாம் காவல்துறையினர் அத்துமீறிச் செயல்பட்டார்களோ, அங்கெல்லாம் கோவிந்தசாமி சென்று பாதிக்கப்பட்டவர்களுக்கு ஆதரவாக மனித உரிமைகளுக்காக போராட்டம் நடத்தினார். 1984ஆம் ஆண்டு வளத்தியில் மே தின விழா பொதுக்கூட்டம் நடைபெற்ற போது திமுகவினர் கல் வீசிக் கூட்டத்தை நடத்தவிடாமல் கலைத்தனர். அடுத்த சில நாட்களில் தொழிலாளர்களையும், மக்களையும் திரட்டி கட்சியின் மாவட்டச் செயலாளர் கலந்துகொள்ளக் கூடிய பொதுக்கூட்டத்தை நடத்திக் காட்டினார் கோவிந்தசாமி.

அண்ணமங்கலம் கிராமத்தில் புறம்போக்கு நிலத்தில் குடியிருந்த ஏழை மக்களுக்காகப் பல கட்டப் போராட்டங்கள் நடத்தினார். அவர்களுக்கு நிரந்தரமான மாற்று இடம் பெற்றுத் தருவதில் முக்கியப் பங்காற்றினார்.

செஞ்சி வட்டத்தில் மின்வாரியத் தொழிலாளர்களைத் திரட்டி பல இயக்கங்களை நடத்தியதோடு விவசாயிகள் போராட்டம், காவல்துறையினரின் அத்துமீறல்களை எதிர்த்த கண்டன இயக்கங்கள், மக்கள் பிரச்சினைகளில் களப்போராட்டங்கள் என இடையறாமல் செயல்பட்டார். இதையொட்டி பல கிராமங்களில் கட்சிக் கொடியை ஏற்றினார். கம்யூனிஸ்ட் இயக்கத்தின் இந்த வளர்ச்சி கண்டு ஆத்திரப்பட்ட அன்றைய ஆளுங்கட்சி, பெரிய எதிர்கட்சி இரண்டு சாராரும் மின்வாரியத் தலைவருக்கு நிர்ப்பந்தம் கொடுத்ததைத் தொடர்ந்து வாரிய நிர்வாகம் கோவிந்தசாமியை கோவை மாவட்டத்திற்கு மாற்றியது. மின்வாரிய சிஐடியு சங்கத்தின் அன்றைய தலைவர் தோழர் வி.பி. சிந்தன் தலையிட்டும் இடமாற்றலைத் தடுக்க முடியவில்லை.

1986 முதல் 1989 வரை சி. கோவிந்தசாமி கோவை மாவட்டத்தில் பணியாற்றினார். அங்கும் காண்ட்ராக்ட் தொழிலாளர்களைத்

திரட்டி அவர்களுக்கு அடையாள அட்டை கிடைக்கச் செய்வதில் தோழர் கோவிந்தசாமி முக்கியப் பங்காற்றினார்.

1988ஆம் ஆண்டு ஊதிய உயர்வு கோரி மார்ச் 15 அன்று மின்வாரியத் தொழிலாளர்களின் ஒரு நாள் வேலை நிறுத்தப் போராட்டம் நடந்தது. அப்போது நீலகிரி மாவட்டம் உள்ளிட்டு பல மின்உற்பத்தி பிரிவுகளில் பிரச்சாரம் செய்துவிட்டு மார்ச் 13ஆம் தேதி காடம்பாறையில் நடந்த பேரவைக் கூட்டத்தில் கலந்துகொள்ள வந்தபோது காவல்துறையினர் கோவிந்தசாமியை கைது செய்ய வந்தனர். அவர்களிடம் பிடிபடாமல், போராட்டத்தை வெற்றி பெறச் செய்ய தோழர் கோவிந்தசாமி செயல்பட்டார்.

1989ஆம் ஆண்டு தோழர் சி.ஜி. மீண்டும் தென்னாற்காடு மாவட்டத்திற்கு இட மாற்றம் செய்யப்பட்டார். கோவையில் சி.கோவிந்தசாமிக்கு நடைபெற்ற பாராட்டுக் கூட்டத்தில் சட்டமன்ற உறுப்பினர்கள சி.கோவிந்தராஜனும், யு.கே.வெள்ளியங்கிரியும் கலந்து கொண்டதை சி.ஜி. நெகிழ்வோடு நினைவுகூர்கிறார்.

தென்னாற்காடு மாவட்டத்தில் மின்னரங்கத்தில் தொடர்ந்து தொழிற்சங்கப் பணிகளைச் செய்ததோடு கட்சிப் பணியையும் மேற்கொண்டார். இவரது பணியை அங்கீகரிக்கின்ற வகையில் இவர் மாவட்ட மின்திட்டத்தில் சங்கச் செயலாளராகவும், மாநில மின்வாரிய சி.ஐ.டி.யு. சங்கத்தில் செயற்குழு உறுப்பினராகவும் தேர்வு செய்யப்பட்டார். சி.ஐ.டி.யு. மாநிலக்குழு உறுப்பினராகவும் இவர் தேர்வு செய்யப்பட்டார்.

சி.ஐ.டி.யு. தென்னாற்காடு மாவட்டத் தலைவராக தோழர் சி.கோவிந்தராஜனும், செயலாளராக நானும் செயல்பட்டபோது தோழர் சி.கோவிந்தசாமி மாவட்டத் துணைத் தலைவராகப் பணியாற்றினார்.

தென்னாற்காடு மாவட்டம் கடலூர், விழுப்புரம் என்று பிரிக்கப்பட்டபோது விழுப்புரம் மாவட்டத்தில் கட்சியின் மாவட்டக்குழு உறுப்பினராகவும், மாவட்ட செயற்குழு உறுப்பினராகவும் செயல்பட்டதோடு சி.ஐ.டி.யு. மாவட்டத் தலைவராகவும் பணியாற்றியிருக்கிறார்.

மின்வாரியத்தில் இருந்து பணி ஓய்வுபெற்ற பிறகு கட்சியின் செஞ்சி இடைக்குழுச் செயலாளராக சில ஆண்டுகள் பணியாற்றினார். முறைசாரா தொழிலாளர்கள், ஆட்டோ தொழிலாளர்களைத் திரட்டியதோடு, கிராமப்புற விவசாயத் தொழிலாளர்களுக்கு மனைப் பட்டா பெறுவதற்கான போராட்டத்திலும் முன்னின்றவர் தோழர்

சி.கோவிந்தசாமி. பிரச்னைக்காக யார் இவரை அணுகினாலும் உடனடியாகக் களத்தில் இறங்கிவிடுவார்.

1971ஆம் ஆண்டு சி.கோவிந்தசாமி-கிருஷ்ணவேணி இருவரின் சீர்திருத்த திருமணம் கட்சித்தலைவர்கள் தலைமையில் நடைபெற்றது. இவர்களுக்கு 2 மகன்கள், 1 மகள் உள்ளனர். தோழர் கோவிந்தசாமியுடைய மனைவியும், பிள்ளைகளும் கட்சி ஆதரவாளர்கள். தன்னுடைய மனைவியுடைய ஒத்துழைப்பு இல்லையென்றால் இத்தகைய இயக்கப் பணிகளை நிறைவாகச் செய்திருக்க முடியாது என்று நெகிழ்வோடு குறிப்பிடுகிறார்.

தற்போது உடல்நலம் பாதிக்கப்பட்ட நிலையில் சிகிச்சை பெற்று வருகிறார். முன்புபோல் தீவிரமாக கட்சிப் பணியாற்ற முடியவில்லை என்றாலும் இடைக்குழு உறுப்பினராக இருந்து கொண்டு தன்னால் இயன்ற பணிகளை சி.கோவிந்தசாமி ஆற்றி வருகிறார்.

மின்வாரியத்தில் காண்ட்ராக்ட் தொழிலாளர்களுக்காக மற்றும் தொழிலாளர்களின் நலன்களுக்காக நடைபெற்ற எல்லா போராட்டங்களிலும் முன்னணி பாத்திரம் வகித்தவர் தோழர் சி.கோவிந்தசாமி. தொழிற்சங்கப் பணியோடு நின்றுவிடாமல், தாம் வேலை செய்யும் பகுதிகளில் கட்சியை கட்டுவது, வர்க்க அமைப்புகளையும் வெகுமக்கள் அமைப்புகளையும் உருவாக்குவது என முனைப்போடு செயல்பட்டார். காவல்துறையினரின் அத்துமீறலை எதிர்த்து மக்களைத் திரட்டி இயக்கம் நடத்துவார். இதற்காக கைது, பொய் வழக்கு, காவல்நிலைய சித்திரவதை எல்லாவற்றையும் எதிர்கொண்டு மக்கள் நலனைப் பாதுகாப்பதில் உறுதியாக நின்ற பெருமைக்குரிய ஒரு போராளி சி.ஜி.

தான் கட்சியில் சேரக் காரணமாக இருந்த தோழர்கள் ஜி.கிருஷ்ணமூர்த்தி, அன்றைய தென்னாற்காடு மாவட்ட மின் ஊழியர் சங்கத் தலைவர்களில் ஒருவரான கே.ஜானகிராமன், மாநிலப் பொதுச்செயலாளர் டி.ஜானகிராமன் ஆகியோருடன் இணைந்து செயல்பட்டதை இப்போதும் பெருமையாகக் கருதுகிறார் சி.ஜி. தொழிற்சங்கத்தோடு தனது செயல்பாடுகளைச் சுருக்கிக்கொள்ளாமல். மக்களுக்காக அரை நூற்றாண்டுக் காலத்திற்கும் மேலாக களப் போராட்டம் நடத்திய தோழர் சி.கோவிந்தசாமியின் பங்களிப்பு பாராட்டத்தக்கது-பின்பற்றத்தக்கது.

❑

37

ஆயுள் காப்பீட்டு நிறுவனத்திலிருந்து அரசியல் இயக்கத்திற்கு...

பொதுத்துறை நிறுவனங்கள் என்றாலே வேம்பாகக் கருதி முகம் சுழிக்கும் மத்திய பா.ஜ.க. அரசு அவற்றை வேக வேகமாகத் தனியாருக்குக் கைமாற்றி வருகிறது. மத்திய ஆயுள் காப்பீட்டுக் கழகத்தை (எல்.ஐ.சி) முந்தை

ய காங்கிரஸ் அரசும், பாஜக அரசும் தனியார்மயமாக்க முயன்றபோதெல்லாம் உறுதியாக எதிர்த்துப் போராடி, மக்களின் சொத்தாகிய அந்த நிறுவனத்தை பொதுத்துறையாகப் பாதுகாத்ததோடு, அது அரசுக்கு லாபப்பங்கீடு தரக்கூடிய நிறுவனமாக செயல்படுவதற்கும் முக்கிய காரணமாகத் திகழ்வது அகில இந்திய காப்பீட்டு ஊழியர் சங்கம் (ஏ.ஐ.ஐ.இ.ஏ). இதற்காக இந்தச் சங்கம் நடத்திய போராட்டங்கள் ஒரு மகத்தான வரலாறு. தனியார் காப்பீட்டு நிறுவனங்கள் பல இருந்தாலும் இப்போதும் மக்களுக்கு சிறந்த சேவையை அளிக்கக்கூடிய நிறுவனமாக எல்.ஐ.சி. செயல்படுவதற்கு காப்பீட்டு ஊழியர் சங்கத்தின் பங்களிப்பு தலையாயது. இத்தகைய சங்கத்தை வளர்த்ததிலும், உயரிய நோக்கங்களுக்காக ஊழியர்களை ஒற்றுமையாகச் செயல்பட வைத்ததிலும் முக்கிய பங்காற்றிய தலைவர்களில் ஒருவர் தோழர் எஸ்.ராஜப்பா.

மதுரையில் 1936-ஆம் ஆண்டு பிறந்தவர் ராஜப்பா. தந்தை காவல்துறையில் ஆய்வாளராகப் பணியாற்றியவர். மதுரை கல்லூரியில் பட்டப்படிப்பு முடித்த ராஜப்பா சென்னைக்கு வந்து, ‘இந்து’ நாளேட்டில் ஓராண்டு பணியாற்றி 1957-ஆம் ஆண்டு எல்.ஐ.சி. நிறுவனத்தில் வேலையில் சேர்ந்தார். துவக்கத்திலிருந்தே ஊழியர்களின் பிரச்சினைகளைத் தீர்த்திட முன்முயற்சி மேற்கொண்டார். 1959-ஆம் ஆண்டு எல்.ஐ.சி. நிறுவனத்தின் மனமகிழ்ச் மன்றச் செயலாளராகத் தேர்வு செய்யப்பட்டார். கூட்டுறவு உணவகம், கூட்டுறவு பண்டக சாலை ஆகியவை

தொடங்கப்பட்டபோது இவைகளுடைய நிர்வாகியாகவும் ராஜப்பா தேர்வு செய்யப்பட்டார். அப்போது சங்கத்தின் தென்மண்டலத் தலைவராக இருந்த மோகன் குமாரமங்கலம் பண்டக சாலையில் முதல் விற்பனையைத் துவக்கி வைத்ததை ராஜப்பா நினைவுகூர்கிறார்.

1968ஆம் ஆண்டு காப்பீட்டு ஊழியர் சங்கத்தில் செயல்பட்ட அதே நேரத்தில் தோழர் வி.பி. சிந்தனின் ஆலோசனைப்படி பியர்லெஸ் எம்ப்ளாயீஸ் யூனியன், டிடர்ஜென்ட் இந்தியா லிமிட்டெட், ரோட் டிரான்ஸ்போர்ட் ஊழியர் சங்கம் ஆகியவற்றிலும் பொறுப்பாளராகச் செயல்பட்டிருக்கிறார்.

1966-ஆம் ஆண்டு சென்னை கோட்ட பொதுச்செயலாளராக ராஜப்பா தேர்வு செய்யப்பட்டார். மேலும் தென் மண்டலத் தலைவராகவும் பொதுச் செயலாளராகவும், அகில இந்திய இணைச் செயலாளராகவும், துணைத் தலைவராகவும் செயல்பட்டார். தோழர் ராஜப்பா காப்பீட்டு ஊழியர் சங்கப் போராட்டங்களில் முக்கிய பங்கு வகித்தார். 1965-ஆம் ஆண்டு நிர்வாகம் நிறுவனத்தில் கம்ப்யூட்டரை புகுத்தத் திட்டமிட்டது. சங்கம் எல்லா மாநிலங்களிலும் இதை எதிர்த்துப் போராட வேண்டுமென முடிவெடுத்தது.

சென்னை கோட்டத்தில் 35 சதவிகித ஊழியர்களே சங்கத்தில் உறுப்பினர்களாக இருந்தார்கள். நிறுவனத்தில் நாடு தழுவிய வேலைநிறுத்தம் என்று சங்கம் முடிவெடுத்தபோது "சென்னை கோட்டத்திலும் வேலைநிறுத்தம் செய்வோம்" என்று ராஜப்பா, என்.எம். சுந்தரம் உள்ளிட்ட தோழர்கள் கூறியிருக்கிறார்கள். "மாநிலத்தில் பிற கோட்டங்களில் சங்கம் ஓரளவுக்குப் பலமாக இருக்கிறது. தலைமையகமான சென்னையில் பலவீனமாக இருக்கிறது; எப்படி உங்களால் வேலைநிறுத்தத்தை வெற்றிகரமாக்க முடியும்," என அகில இந்திய பொதுச்செயலாளர் சரோஜ் சௌத்ரி சென்னை கோட்டத் தோழர்களைக் கேட்டிருக்கிறார்.

"தலை பலவீனமாக இருந்து உடலின் மற்ற அங்கங்கள் வலுவாக இருக்குமானால் என்ன பயன்?" என்று சரோஜ் சௌத்ரி, பல ஆண்டுகளுக்கு முன் ஆங்கிலத்தில் கேட்டதை (What is the use of the other limbs of the body being strong if the head is weak?) அப்படியே நினைவில் வைத்திருக்கிறார் ராஜப்பா. "உறுதியாக வேலைநிறுத்தும் செய்தோம். 19 சதவீத ஊழியர்கள் மட்டுமே

தோழர் எஸ்.ராஜப்பா

கலந்து கொண்டனர். இதைப் படிப்பினையாக எடுத்துக்கொண்ட சங்கம், போராட்டத்தின் மூலமே கோரிக்கைகளை வென்றெடுக்க முடியுமென்று ஊழியர்களுக்கு போராட்ட உணர்வூட்டத் திட்டம் வகுத்தது.

அடுத்தடுத்து நடைபெற்ற வேலைநிறுத்தப் போராட்டங்களில் ஊழியர்களின் பங்கேற்பு அதிகரித்தது. 1966ல் 51 சதவீதம், 1967-ல் 78 சதவீதம், 1968ல்-90 சதவீதம் என பங்கேற்பு அதிகரித்தது. இந்தச் சாதனைக்காக அகில இந்திய பொதுச்செயலாளர் சென்னை கோட்ட சங்கத் தலைமைக்கு ஒரு பாராட்டுக் கடிதம் எழுதினார். இவ்வாறு படிப்படியாக போராட்டத்தில் பங்கேற்பை அதிகரிக்கச் செய்வதற்கு மற்ற தோழர்களோடு சேர்ந்து தோழர் ராஜப்பாவும் முனைப்பாக பணியாற்றினார்.

என்.எம். சுந்தரம், ராஜப்பா ஆகிய தோழர்களை உள்ளடக்கிய போராட்டக்குழு அமைத்து கம்ப்யூட்டரை எதிர்த்து இயக்கம் நடைபெற்றது. எல்.ஐ.சி.யில் மட்டுமல்ல, ரயில்வேயில் கம்ப்யூட்டரை புகுத்தும் முயற்சியை எதிர்த்த போராட்டத்திலும் ராஜப்பா கலந்து கொண்டார். 1968-ஆம் ஆண்டு ரயில்வேயில் கம்ப்யூட்டரைப் புகுத்தும் முயற்சி ராணுவத்தின் உதவியோடு நடந்தபோது அதை எதிர்த்த மறியல் போராட்டத்தில் பங்கேற்ற தோழர் ராஜப்பா உள்ளிட்ட எல்.ஐ.சி. மற்றும் ரயில்வே தொழிலாளர்கள் 15 பேர் கைது செய்யப்பட்டார்கள்.

அகில இந்திய அளவிலும், மாநிலத்திலும் கம்ப்யூட்டர்மயமாக்கலை எதிர்த்துப் போராட்டம் தொடர்ந்தது. ஒரு கட்டத்தில் தேவையின் அடிப்படையில் சங்கத்தோடு பேச்சுவார்த்தை மூலம் கம்ப்யூட்டரை அனுமதிப்பது என்று முடிவாக்கப்பட்டது. இத்தகைய முடிவால், ஆட்குறைப்பு நடவடிக்கையில் ஊழியர்கள் வெளியேற்றப்படுவது தவிர்க்கப்பட்டது, அதே வேளையில் நிர்வாகத்தில் வேலை அதிகரித்திருந்த நிலையில் கம்யூட்டர் அனுமதிக்கப்பட்டது.

1972-ஆம் ஆண்டு அகில இந்திய சங்கத்தின் 7-வது அகில இந்திய மாநாடு சென்னையில் நடந்தது. சென்னையில் இம்மாநாட்டை சிறப்பாக நடத்துவதில், மற்ற தோழர்களோடு ராஜப்பாவும் முக்கிய பாத்திரம் வகித்தார். சென்னைப்பகுதியில் சங்கத்தைப் பிளவுபடுத்தும் முயற்சிகளும் முற்றிலுமாக முறியடிக்கப்பட்டது.

1974ஆம் ஆண்டு ஊதிய உயர்வுக்கான வேலைநிறுத்தப் போராட்டம் நடைபெற்றது. அந்தப் போராட்டத்தை ஒடுக்கும் நோக்கத்தோடு அகில இந்திய அளவில் 168 ஊழியர்கள் தற்காலிக வேலைநீக்கம் செய்யப்பட்டார்கள். தமிழகத்தில் தற்காலிக வேலைநீக்கம் செய்யப்பட்ட 12 ஊழியர்களில் தோழர் ராஜப்பாவும் ஒருவர். அதனாலெல்லாம் அவரோ சக ஊழியர்களோ பின்வாங்கிவிடவில்லை. 40 நாட்களுக்குப் பிறகு நிர்வாகம்தான் பின்வாங்கியது, அந்த நடவடிக்கையை விலக்கிக்கொண்டது.

1974-ஆம் ஆண்டு ஊதிய உயர்வு பேச்சுவார்த்தை தோல்வியடைந்தபோது, சங்கத்தலைமை ஒத்துழையாமை போராட்டத்திற்கு அறைகூவல் விடுத்தது. போராட்டம் தொடங்கிய பின்னணியில் மத்திய அரசு சென்னை, தார்வார், பெங்களூர், டெல்லி, பாட்னா, மீரட் ஆகிய நகரங்களின் எல்.ஐ.சி. அலுவலகங்களுக்குக் கதவடைப்புச் செய்தது. 16 நாட்கள் வேலைநிறுத்தம் நீடித்தது. ஒன்றுபட்ட ஊழியர்களின் போராட்டத்தை உடைக்க முயற்சியெடுத்து தோல்வியுற்ற மத்திய அரசு கதவடைப்பை விலக்கிக் கொண்டு, சங்கத்தலைமையோடு ஒப்பந்தத்தை ஏற்படுத்தி ஊதிய உயர்வு அளித்தது.

1984-ஆம் ஆண்டு எல்.ஐ.சி. நிறுவனத்தை ஐந்து நிறுவனங்களாகப் பிரிப்பதற்கு மத்திய அரசாங்கம் முடிவெடுத்தது. இதை எதிர்த்து சங்கத் தலைமை தொடர்ச்சியாக பல கட்ட இயக்கங்களை நடத்தியது. ஊழியர்கள் உறுதியாக எதிர்த்ததால் மத்திய அரசு அந்தப் பிரிப்புத் திட்டத்தை கைவிட்டது.

1988-ஆம் ஆண்டு சங்கத்தினுடைய அகில இந்திய பொதுச்செயலாளராக என்.எம். சுந்தரம் தேர்வு செய்யப்பட்டார். பொதுச்செயலாளர் இருக்கும் சென்னைக்கு சங்கத்தின் தலைமை அலுவலகம் மாற்றப்பட்டது. "தொடக்கக் காலத்தில் சங்கம் பலவீனமாக இருந்த சென்னை மாநகரத்தில் இருந்து சங்கத்தின் அகில இந்திய மையம் செயல்பட்டது எங்களுக்குப் பெருமைதான்," என்று உணர்வுப்பூர்வமாக ராஜப்பா கூறினார்.

அகில இந்திய காப்பீட்டு ஊழியர் சங்கத்தின் தலைமை போராட்டத்திற்கு அறைகூவல் விடுக்கின்ற போதெல்லாம் தமிழகத்தில் எல்லா காப்பீட்டு நிறுவன அலுவலகங்களிலும் 100 சதவிகித ஊழியர்கள் பங்கேற்பார்கள். அந்த அளவிற்கு அகில இந்திய அளவில் உருக்குப் போன்ற ஒற்றுமையைக் கட்டி இச்சங்கம் இன்றளவும் செயல்பட்டு வருவது கவனிக்கத் தக்கது.

1960-களில் துடிப்போடு சங்கப்பணியாற்றிய தோழர் ராஜப்பா சென்னை மாநகரில் மார்க்சிஸ்ட் கம்யூனிஸ்ட் கட்சித் தலைவர்கள் வி.பி. சிந்தன், பி.ஆர். பரமேஸ்வரன் ஆகியரோடு ஏற்பட்ட தொடர்பினாலும் அகில இந்திய தலைவர்கள் சுனில் மைத்ரா உள்ளிட்ட தலைவர்களின் தாக்கத்தினாலும் 1968ஆம் ஆண்டு கட்சியில் உறுப்பினரானார்.

இவரது அயராத பணியினை அங்கீகரிக்கும் அடிப்படையில் காப்பீட்டு அரங்கத்தினுடைய மாநில கட்சிக் கமிட்டிக்கும், அகில இந்திய கட்சிக் கமிட்டிக்கும் உறுப்பினராக இவர் இவர் உயர்த்தப்பட்டார். அகில இந்திய காப்பீட்டு ஊழியர் சங்கத்தின் ஒரு சிறப்புத்தன்மை என்னவெனில், ஊழியர்களின் கோரிக்கைகளுக்காக அல்லாமல் மக்களுக்கு எதிராக வருகிற மத்திய அரசின் பொருளாதாரக் கொள்கைகளை எதிர்த்து நடக்கக்கூடிய போராட்டங்களிலும் கலந்து முன்னணியில் நிற்கும். 1989-ஆம் ஆண்டு காங்கிரஸ் அரசு விலக வலியுறுத்தி நடைபெற்ற நாடு தழுவிய முழு அடைப்பு போராட்டத்தில் எல்.ஐ.சி. ஊழியர்கள் முழுமையாகக் கலந்து கொண்டனர். இத்தகைய போராட்டங்கள் அனைத்திலும் தோழர் ராஜப்பா மையமான பங்காற்றினார்.

சென்னை மாநகரிலும், தமிழகத்திலும் தொழிலாளர்கள் மற்றும் ஜனநாயக அமைப்புகள் நடத்தும் இயக்கங்களுக்கு ஆதரவாகவும், எல்.ஐ.சி ஊழியர்கள் போராட்டத்தில் பங்கேற்றிருக்கிறார்கள்.

வில்லிவாக்கம் சட்டமன்றத் தொகுதியில் தோழர் வி.பி. சிந்தன் மற்றும் உ.ரா. வரதராசன் ஆகியோர் போட்டியிட்டபோது தோழர் ராஜப்பா தேர்தல் பணியாற்றியிருக்கிறார். அத்துடன். மார்க்சிஸ்ட் கம்யூனிஸ்ட் கட்சியின் அகில இந்திய 14வது மாநாடு சென்னையில் நடைபெற்றபோதும், இந்திய ஜனநாயக வாலிபர் சங்க அகில இந்திய மாநாடு நடைபெற்றபோதும் வெளிநாட்டுப் பிரதிநிதிகளுக்கு உதவியாளராக இருந்து பணியாற்றியிருக்கிறார்.

1996ஆம் ஆண்டு தோழர் ராஜப்பா எல்.ஐ.சி பணியிலிருந்து ஓய்வுபெற்றார். சி.ஐ.டி.யு. தலைவர்களில் ஒருவரான தோழர் டி.கே.ரங்கராஜன் கூறிய ஆலோசனையை ஏற்று சி.ஐ.டி.யு. தலைமையிலான பல சங்கங்களில் தோழர் ராஜப்பா பணியாற்றி வருகிறார். ஃபோர்டிஸ் மலர், எம்.எம்.எம், விஜயா போன்ற பெரிய தனியார் மருத்துவமனை ஊழியர்களின் சங்கத் தலைவராக பல ஆண்டுகளாகத் தொடர்ந்து செயல்பட்டு வருகிறார். இத்துடன் மெட்ராஸ் கிரிக்கெட் கிளப், காஸ்மோபாலிட்டன் கிளப், எஸ்.வி.எஸ்.சபா ஆகிய அமைப்புகளின் தொழிற்சங்கங்களிலும் தலைவராக, துணைத்தலைவராக செயல்பட்டு வருகிறார்.

தமிழ்நாடு மருத்துவமனை ஊழியர்களின் குறைந்தபட்சக் கூலியை நிர்ணயிக்கும் தமிழக அரசின் குழுவில் கலந்துகொண்டு சிறப்பாகப் பணியாற்றியிருக்கிறார்.

1976ஆம் ஆண்டு அவசரநிலை ஆட்சிக் காலத்தில் கட்சித் தலைவர்கள் கைது செய்யப்பட்டார்கள். அப்போது தலைமறைவாகச் செயல்பட்ட வி.பி.சிந்தன், உமாநாத் போன்ற தோழர்களுக்கு உதவுவதற்காகவும், கட்சியுடனான அவர்களது தொடர்புகளுக்காகவும் கே.என். கோபால கிருஷ்ணன் போன்ற தோழர்களோடு இணைந்து ராஜப்பாவும் பணியாற்றினார்.

தோழர்கள் என்.எம். சுந்தரம், கே.என். கோபாலகிருஷ்ணன், ஆர்.கோவிந்தராஜன் போன்ற தோழர்களோடு இணைந்து பணியாற்றிய நாட்களை ஒரு இளைஞரின் உற்சாகத்தோடு நினைவுகூர்கிறார் ராஜப்பா. அகில இந்திய அளவில் அன்றைய சி.ஐ.டி.யு. தலைவர்கள் பி.டி.ரணதிவே, பி.ராமமூர்த்தி அவ்வப்போது சங்கத்திற்கு அளித்த ஆலோசனைகள் மிகவும் பயனுள்ளவை என்பதை நெகிழ்வோடு ராஜப்பா கூறினார். பணியில் இருந்தபோதும், ஓய்வு பெற்றபிறகும், தன்னுடைய

சங்கப்பணி, கட்சிப்பணிக்கு துணைவியாரும், பிள்ளைகளும் உதவியாக இருக்கிறார்கள் என்பதை மகிழ்ச்சியோடு கூறினார்.

நடுத்தர வர்க்கத்தினருக்கான சங்கத்தில் சாதாரண உறுப்பினராக இருந்து மாநில, அகில இந்திய தலைவர்களில் ஒருவராக உயர்ந்தவர் தோழர் ராஜப்பா. சங்கப்பணி, கட்சிப்பணி இரண்டிலும் மற்றவர்களோடு இணக்கமாக இணைந்து செயல்பட்டதோடு, அடுத்தடுத்து தலைமைக்கு இளைய தோழர்களை கொண்டு வருவதிலும் முனைப்புடன் இருந்தவர் தோழர் ராஜப்பா.

காப்பீட்டு ஊழியர் சங்கத்தின் முன்னணித் தலைவர்களில் ஒருவரான தோழர் ராஜப்பா நிர்வாகத்தினுடைய ஒழுங்கு நடவடிக்கை, தற்காலிக வேலைநீக்கம் போன்ற சோதனைகளை உறுதியாக எதிர்கொண்டவர். தற்போது 82 வயதாகும் தோழர் ராஜப்பா கட்சி உறுப்பினராகவும், தொழிற்சங்கத் தலைவராகவும் சக ஊழியர்களுக்கும் இயக்கத் தோழர்களுக்கும் ஒரு சிறந்த முன்னுதாரணமாக உறுதி குன்றாமல் இயங்கி வருவது பாராட்டுக்குரியது, பின்பற்றத்தக்கது.

❑

38

குடும்பத்தின் சோதனைகளால் பின்வாங்காத ஈடுபாடு

நெல்லை, ராமநாதபுரம் உள்ளிட்ட மாவட்டங்களிலிருந்து வாழ்வாதாரம் தேடி மதுரை மாநகருக்கு வந்து, அங்குள்ள தொழிற்சாலைகளில் வேலைக்குச் சேர்ந்து உழைத்த அல்லது சொந்தமாக சிறு தொழில்களில் ஈடுபட்ட பலர் கம்யூனிஸ்ட் கட்சியில் இணைந்தார்கள். இன்றும் இயக்கத்தின் அங்கங்களாய் இயங்கி வருகிறார்கள். அத்தகைய தோழர்களில் ஒருவர்தான் ---'தமிழ்மொழிக் காவலர்' என்றழைக்கப்படும் தி.சீனிவாசன்.

இன்றைய தூத்துக்குடி மாவட்டம், கோவில்பட்டி நகருக்கு அருகே உள்ள அய்யனேரி கிராமத்தில் ஒரு நடுத்தர விவசாயக் குடும்பத்தில் 1947ஆம் ஆண்டு பிறந்தவர். அக்காலத்தில் தொடர்ச்சியாக நான்காண்டுகள் மழையின்றி வறட்சி ஏற்பட்டதால் விவசாயத்தைத் தொடர முடியாத நிலையில் இவரது குடும்பம் கோவில்பட்டிக்கு குடியேறியது. 1955ஆம் ஆண்டு இவரது தந்தை காசநோயின் கடுமையால் இறந்து விட்டார்.

சீனிவாசன் தனது பெற்றோர்களுக்குப் பிறந்த 7வது குழந்தை. எல்லோரும் கோவில்பட்டியில் தீப்பெட்டித் தொழிலில் கூலிவேலை செய்து வந்தனர். இந்த வேலை பிடிக்காமல் போனது சிறுவன் சீனிவாசனுக்கு. மதுரை நகரில் வாழ்ந்துவந்த தனது சித்தப்பாவை நாடிச் சென்றார்.

மதுரையில் வீதி வீதியாக தையல் மிஷினைத் தோளில் தூக்கிச் சென்று துணி தைத்துக் கொடுப்பதுதான் சித்தப்பாவின் தொழில். அந்த வேலைக்கு உதவியாளராக சீனிவாசனைப் பயன்படுத்திப் பழக்கினார் சித்தப்பா. சீனிவாசன் தலையில் மிஷினைச் சுமந்து செல்வார். யாராவது துணி கொடுத்தால் மிஷினை இறக்கித் தைத்துக் கொடுப்பார். குறிப்பிட்ட காலத்திற்குப் பிறகு சீனிவாசன் தானே சொந்தமாகத் தையல் தொழிலைத் தொடங்கினார்.

சீனிவாசன் சின்னம்மாள்

கோவில்பட்டி நகரத்தில் வசித்தபோது கம்யூனிஸ்ட் கட்சி ஊர்வலங்களில் கம்பீரமாக உயர்ந்து சென்ற செங்கொடியைப் பார்த்த இவருக்கு சிறு வயதிலேயே அதன்மீது ஒரு ஈர்ப்பு ஏற்பட்டது. மதுரையில் நடந்த கம்யூனிஸ்ட் கட்சியின் பொதுக்கூட்டங்களில் பி.ராமமூர்த்தி உள்ளிட்ட தலைவர்களின் பேச்சைக் கேட்டு மார்க்சிஸ்ட் கம்யூனிஸ்ட் கட்சியின் மீது மரியாதை ஏற்பட்டது.

இப்பின்னணியில் இவர் வாழ்ந்த பகுதியில் கோபால் நைனா என்ற மார்க்சிஸ்ட் கம்யூனிஸ்ட் கட்சியின் கிளைச் செயலாளர் சீனிவாசனை கட்சியில் உறுப்பினராக்கியிருக்கிறார்.

1965-ஆம் ஆண்டு தமிழகத்தில் நடந்த இந்தி எதிர்ப்புப் போராட்டத்தில் கலந்து கொண்டு கைதாகி 15 நாட்கள் சிறையில் இருந்திருக்கிறார். மொழிப்போர் தியாகி என்ற அடிப்படையில் தற்போதும் உதவித் தொகை பெற்று வருகிறார்.

1974ஆம் ஆண்டு சின்னம்மாள் என்னும் கைத்தறித் தொழிலாளியை பெத்தானியாபுரத்தில் உள்ள ஹோசிமின் படிப்பக்கத்தில் தோழர் பிச்சைமணி முன்னிலையில் கே.பி. ஜானகியம்மாள் தலைமையில் மிகவும் எளிமையாகச் சீர்திருத்த முறையில் திருமணம் செய்து கொண்டார்.

திருமணத்திற்கு அடுத்த நாள் (மே 2) ரயில்வே தொழிலாளர்களின் வேலை நிறுத்தத்தையொட்டி மதுரையில் அவர்களுக்கு ஆதரவாக உண்ணாவிரதப் போராட்டம் நடைபெற்றது. புதுமணத் தம்பதிகள் சீனிவாசனும், சின்னம்மாளும் அதில் பங்கேற்றனர்.

கே.பி. ஜானகியம்மாள் வழிகாட்டலில் தோழர் சீனிவாசன் பல்வேறு போராட்டங்களில் பங்கேற்றதோடு, அன்றைய ஒன்றுபட்ட மதுரை மாவட்டத்தில் கட்சி வளர்ப்புப் பணிகளுக்காக சாப்பாடு கட்டிக்கொண்டு பல்வேறு பகுதிகளுக்குச் சென்றுள்ளார். அப்போது ஜானகியம்மாள், "நீ கொண்டுசெல்லும் சாப்பாட்டைப் பிரச்சாரத்திற்குச் செல்லும் பகுதியில் இருக்கிற தாழ்த்தப்பட்ட சமூக ஏழைகளுக்குக் கொடுத்து விடு. அவர்கள் தங்களுடைய வீட்டில் என்ன வைத்திருக்கிறார்களோ அதைக் கொடுத்தால் நீ வாங்கிச் சாப்பிட வேண்டும்," என்று சமூகக் களத்தில் இயங்குவதற்கான பயிற்சியையும் அளித்தார்.

1978-79ஆம் ஆண்டு காலகட்டத்தில் மதுரை பெத்தானியாபுரம் பைபாஸ் சாலையில் முதலில் மரங்கள் நடப்பட்டு காங்கோ நாட்டு விடுதலைப் போராளி பாட்ரிஸ் லுமும்பா பெயரில் படிப்பகம் துவங்கப்பட்டது. அதை அமைத்ததில் பெரும் பங்கு தோழர் சீனிவாசனுக்கு உண்டு. இன்றைக்கும் அவர் வைத்த புங்கை மரம் தருகிற நிழலில் பலதரப்பட்ட மக்களும் தினசரி பத்திரிகைகள் படிக்க வருகின்றனர்.

1986ஆம் ஆண்டு சென்னையில் ராமச்சந்திரா மருத்துவமனையை அ.தி.மு.க. அரசு தனியாருக்கு கொடுக்க முற்பட்டபோது அதை எதிர்த்து தி.மு.க.வுடன் இணைந்து மிகப்பெரும் போராட்டம் நடைபெற்றது. முன்னெச்சரிக்கை நடவடிக்கை காரணமாக தோழர் சீனிவாசன், ஸ்டாலின், ஓட்டல் பிச்சை பிள்ளை,பரமன் ஆகியோர் கைது செய்யப்பட்டார்கள். அதை எண்ணி இப்போதும் பெருமைப்படுகிறார் சீனிவாசன்.

தையல் தொழிலாளியான சீனிவாசன் மதுரையில் கட்சியின் இரண்டு அகில இந்திய மாநாடுகள்,சிஐடியு அமைப்பு தின மாநாடு என்று மூன்று அகில இந்திய மாநாடுகளுக்கு கட்சிக் கொடியும், சி.ஐ.டி.யு. கொடியும் தைத்துக் கொடுத்தார். கட்சித் தலைவர்களும் சங்கத் தலைவர்களும் கொடிகளைப் பார்த்து பாராட்டியதை அன்றைய உற்சாகத்தோடு நினைவுகூர்கிறார்.

"மதுரை நகருக்கு அருகில் ஊராட்சிகளாக இருந்த பொன்மேனி, விளாங்குடி, துவரிமான், பொதும்பு, பாசிங்காபுரம் போன்ற பகுதிகளில் தேர்தல் பணிகளுக்கு தோழர் ஜானகியம்மாளுடன் சென்றது எனக்கு அரிய வாய்ப்பாகவும் மிகப் பெருமையாகவும் இருந்தது," என்று குறிப்பிடுகிறார்.

தோழர் பி.மோகன் நாடாளுமன்ற மக்களவைத் தேர்தலில் மார்க்சிஸ்ட் கட்சி வேட்பாளராகப் போட்டியிட்டபோது, அவரது வெற்றிக்காக சுறுசுறுப்போடு இவர் செய்த தேர்தல் பணிகளை சக தோழர்கள் சுட்டிக்காட்டுகிறார்கள்.

மதுரை மாநகரில் ஒரு கட்டத்தில் அரசரடி பகுதியில் கட்சியின் இடைக்குழு உறுப்பினராக செயல்பட்டார்.

அவரது மூத்த சகோதரி ராமலெட்சுமி கோவில்பட்டியில் மார்க்சிஸ்ட் கம்யூனிஸ்ட் கட்சியில் உறுப்பினராக இருப்பதோடு, மாதர் சங்கத்திலும் பணியாற்றுகிறார் என்பதையும் பெருமிதத்தோடு குறிப்பிட்டார்.

தோழர் சீனிவாசனின் துணைவியார் சின்னம்மாள் மதுரை எர்ரம்பட்டி கிராமத்தில் மில் தொழிலாளியின் மகளாகப் பிறந்தவர். திருமணத்திற்கு முன்னதாக கைநெசவுத் தொழிலாளர் போராட்டங்களில் கலந்துகொண்டிருக்கிறார்.

மாதர் சங்க உறுப்பினராகச் செயல்பட்டதோடு, கே.பி. ஜானகியம்மாள் தலைமையில் நடைபெற்ற பல போராட்டங்களிலும் கலந்து கொண்ட நினைவுகளை தோழர் சின்னம்மாள் பெருமையாகப் பகிர்ந்துகொண்டார்.

1980களில் மாதர் சங்கத்தின் சார்பாக குடிநீர் மற்றும் பல கோரிக்கைகளை வலியுறுத்தி சென்னையில் நடைபெற்ற பேரணியில் சின்னம்மாள் கலந்து கொண்டிருக்கிறார். தோழர் கே.பி.ஜானகியம்மாள், பாப்பா உமாநாத் தலைமையில் அந்தப் பேரணி கோட்டை நோக்கிச் செல்கிறபோது பாதி வழியில், முதலமைச்சர் எம்ஜிஆர் மாதர் சங்கத்தலைவர்களைச் சந்தித்து “இங்கேயே மனுவைக் கொடுங்கள்; இதற்காக கோட்டைக்கு வர வேண்டாம்,” என்று கேட்டிருக்கிறார். “கோட்டையில் சந்தித்துதான் பேசுவோம்” என்று விடாப்பிடியாக இருந்த காரணத்தினால் முதலமைச்சர் எம்.ஜி.ஆர். மாதர் சங்கத் தலைவர்களை கோட்டையில் தனது அலுவலகத்தில் சந்தித்து மனுவைப் பெற்றுக் கொண்டார். கோரிக்கைகளை பரிசீலிப்பதாக கூறியிருக்கிறார். இத்தகைய பல்வேறு போராட்டங்களில் ஜானகியம்மாள், பாப்பா உமாநாத் ஆகியோரோடு கலந்துகொண்டதை தோழர் சின்னம்மாள் பெருமையோடு கூறினார்.

தற்போது தோழர் சின்னம்மாள் மதுரை புறநகர் மாவட்டத்தில் மாதர் சங்க ஒன்றியத் தலைவராகவும், மாவட்டக்குழு உறுப்பினராகவும் செயல்பட்டு வருகிறார். கட்சிக்கிளைச் செயலாளராகவும் உள்ளார். தற்போது 70 வயதாகும் தோழர் சின்னம்மாள் கடந்த 45 ஆண்டுகளுக்கும் மேலாக மாதர் சங்கத்திலும், மார்க்சிஸ்ட் கம்யூனிஸ்ட் கட்சியிலும் அயராது பணியாற்றி வருகிறார்.

2000-ஆம் ஆண்டுக்குப் பின் ஏற்பட்ட ஒரு விபத்தில் தோழர் சீனிவாசன் கால் எலும்பு முறிவு ஏற்பட்டு அறுவை சிகிச்சை செய்யப்பட்ட நிலையிலும் கட்சி உறுப்பினராக இருந்துகொண்டு அவரால் முடிந்த கட்சிப் பணிகளைச் செய்து வருகிறார்.

தோழர் சீனிவாசன், அவரது துணைவியார் தோழர் சின்னம்மாள் இருவரும் தங்களது குடும்பம் பல சோதனைகளை சந்தித்தபோதிலும், அந்தச் சோதனைகள் தங்களது இயக்க ஈடுபாட்டில் குறுக்கிட அனுமதிக்காமல் தொடர்ச்சியாகத் தன்னல மறுப்போடு ஆற்றிவரும் கட்சிப்பணி பாராட்டத்தக்கது, பின்பற்றத்தக்கது.

❑

39

உணர்வுப்பூர்வ பங்கேற்பை உரக்கச் சொல்லும் தோழர்கள்

இந்தியா சுதந்திரமடைந்த அடுத்த ஆண்டில்-1948ல்-அன்றைய மத்திய காங்கிரஸ் அரசு கம்யூனிஸ்ட் கட்சியைத் தடை செய்தது. நாடு முழுவதும் கட்சித் தலைவர்கள் கைது செய்யப்பட்டார்கள். பல மாநிலங்களில் கட்சி நடத்தி வந்த பத்திரிகைகள் தடை செய்யப்பட்டன. செய்திகளும் சிந்தனைகளும் மக்களைச் சென்றடைய மாற்று முயற்சிகளைத் தோழர்கள் மேற்கொண்டார்கள். தமிழகத்தில் ‘ஜனசக்தி’ தடை செய்யப்பட்ட நிலையில் தோழர்களின் முயற்சியில் ‘முன்னணி’ என்ற இதழ் தொடங்கப்பட்டது. அதன் பின்னணியில் கம்யூனிஸ்ட் கட்சி இருந்தது. கட்சித் தலைவர்கள் தலைமறைவாகச் செயல்பட வேண்டிய கட்டாயச் சூழல். ஆயினும் மக்களுடன் தொடர்பு அறுபடாமல் இருக்க பல்வேறு பெயர்களில் மன்றங்கள் தொடங்கப்பட்டு, அவற்றின் மூலமாகவும் தோழர்கள் செயல்பட்டனர்.

அத்தகைய ஒரு மன்றத்தில் சேர்ந்து, அதன் வழியாகக் கம்யூனிஸ்ட் இயக்கத்தில் இணைந்து இப்போது மார்க்சிஸ்ட் கம்யூனிஸ்ட் கட்சியின் உறுப்பினராக இயங்கிக் கொண்டிருப்பவர் தோழர் கோவிந்தராஜ். இவர் காஞ்சிபுரம் நகரில் பட்டு நெசவாளர் குடும்பத்தில் 1929-ஆம் ஆண்டு பிறந்தவர். 1937-ஆம் ஆண்டு தந்தையார் இறந்துவிட்ட சூழலில் இவரால் எட்டாம் வகுப்பு வரை மட்டுமே படிக்க முடிந்தது.

1940-ஆம் ஆண்டில் பட்டுநூல் தட்டுப்பாடு ஏற்பட்டதால் காஞ்சியின் பட்டுநெசவுத் தொழிலுக்கு ஒரு நெருக்கடி ஏற்பட்டது. கோவிந்தராஜ் தனது தாயாரோடு சென்னையில் ராயப்பேட்டை பகுதியில் குடியேறினார். அங்கே தையல் தொழில் செய்து வந்த கோவிந்தராஜ், 1953-ஆம் ஆண்டு அரசு மருத்துவமனையில் தையல் தொழிலாளியாகவே வேலையில் சேர்ந்தார், 1955ல் நிரந்தர ஊழியரானார்.

ராயப்பேட்டையில் வசித்த நாட்களில், அங்கே அமைக்கப்பட்டிருந்த இளைஞர் நல மன்றத்தில் உறுப்பினரானார். மன்றத்திற்கு வந்த பத்திரிகைகளோடு ‘முன்னணி’ இதழையும் படிக்கும் வாய்ப்பு அவருக்குக் கிடைத்தது. நாட்டு நடப்புகளை புரிந்து கொள்ள முடிந்தது. கட்சித் தோழர்கள் பச்சையப்பன், சிங்காரம் போன்றோரோடு ஏற்பட்ட தொடர்பினால் 1950ல் இவரும் கட்சியில் உறுப்பினரானார். கட்சி தடை செய்யப்பட்டிருந்த காலத்தில் ஒருவர் கட்சியின் உறுப்பினராகச் சேர்ந்தது சாதாரணமானதல்ல. அரசு மருத்துவமனை ஊழியராக இருந்த காரணத்தினால் கட்சியின் நேரடி இயக்கங்களில் கலந்துகொள்ள இயலாததால், இலக்கிய அமைப்பு, இளைஞர் நல மன்றம் போன்ற அமைப்புகளில் தொடர்ந்து செயல்பட்டார்.

மக்கள் கவிஞர் பட்டுக்கோட்டை கல்யாண சுந்தரத்துடன் தனக்கு நல்ல பழக்கம் இருந்ததாகவும் கோவிந்தராஜ் கூறினார். திரைப்படங்களுக்குப் பாடல்கள் எழுதிய கவிஞர் , நாடகங்களிலும் நடித்திருக்கிறார்.

கேப்டன் லட்சுமி அவர்களுடைய தாயார் அம்முகுட்டி, இயக்கத் தலைவர்கள் ஜீவானந்தம், முருகேசன், வி.பி. சிந்தன், பி.ஆர். பரமேஸ்வரன், கஜபதி, பச்சையப்பன், சிங்காரம் போன்ற தோழர்களோடு பழகும் வாய்ப்புகள் அமைந்ததையும், அவர்கள் பங்கேற்ற பல நிகழ்ச்சிகளில் தான் கலந்துகொண்டதையும் தெரிவித்தபோது இயல்பான நெகிழ்ச்சியில் ஆழ்ந்துபோனார்.

1957ஆம் ஆண்டு தமிழ்நாடு கலை இலக்கிய பெருமன்றம் உருவாக்கப்பட்டபோது, அதன் ராயப்பேட்டை கிளைச் செயலாளராக இவர் தேர்வு செய்யப்பட்டார். கிளையின் தலைவராகத் தேர்ந்தெடுக்கப்பட்டவர் புகழ்பெற்ற திரைப்பட இசையமைப்பாளர் சுப்பையா நாயுடு. தொடர்ந்து பல ஆண்டுகள் இதில் செயல்பட்டதாகக் கூறினார் கோவிந்தராஜ்.

நாட்டுப்புற நாடகக்குழு ஒன்றை உருவாக்கிய கோவிந்தராஜ், அதனைப் பல ஆண்டுகள் நடத்தியிருக்கிறார். குழந்தைகளுக்கும், இளைஞர்களுக்கும் பரதம், காவடி, கரகம் ஆகிய ஆடற்கலைப் பயிற்சிகளை அளிக்கச் செய்தார். இதன்மூலம் கம்யூனிஸ்ட் கட்சிக்கு பல ஊழியர்களை சேர்க்க முடிந்தது என்கிறார். மூடப்பழக்கங்களுக்கு எதிரான விழிப்புணர்வை வளர்த்திடக் குழந்தைகள் பங்கேற்கும் பல நிகழ்ச்சிகளை அண்மைக் காலம் வரையில் கோவிந்தராஜ் நடத்திவந்தார்.

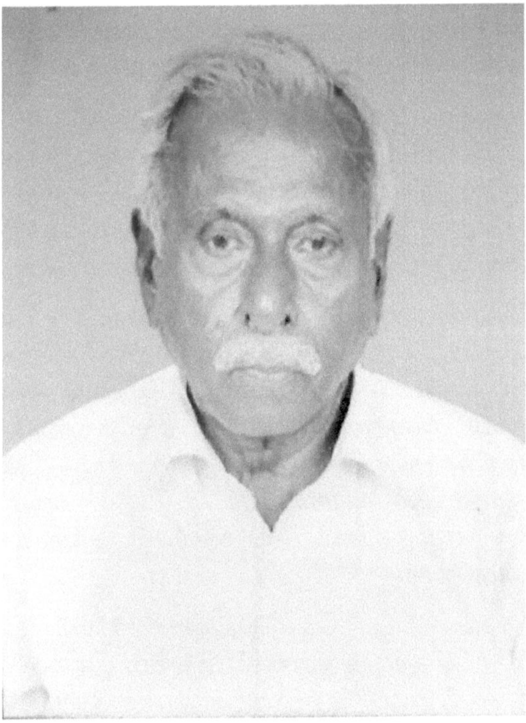

தோழர் கோவிந்தராஜ்

இத்தகைய பணிகளுக்கு இவரது மாத ஊதியம் போதாத நிலையில், பொதுக்கூட்டங்களுக்கு மேடை அமைத்துத்தரும் தொழிலையும் செய்தார். எல்லாக் கட்சிகளின் நிகழ்ச்சிகளுக்கும் மேடை போட்டுத்தரும் இவர், கம்யூனிஸ்ட் கட்சிக்கு அடிப்படைச் செலவுகளுக்கான குறைந்த கட்டணத்தைப் பெற்றுக்கொண்டு பாரதி மேடை என்ற பெயரில் மேடை அமைத்துத் தருவார்.

இவருடைய திருமணத்திற்குத் தலைமை தாங்கியவர் தோழர் ஜீவானந்தம். கட்சியின் மாவட்டத் தலைவர்கள் பச்சையப்பன், சிங்காரம், முகவை ராஜமாணிக்கம் உள்ளிட்டோரும் கலந்துகொள்ள, திருமண நிகழ்வு நடந்ததைத் தெரிவிக்கிறார். இயக்க ஈடுபாடுகளுக்குத் துணைவியாரும் மூன்று மகள்களும் ஒரு மகனும் உறுதுணையாக இருப்பதை மகிழ்ச்சியுடன் பகிர்ந்துகொண்டார்.

1952-ஆம் ஆண்டு வண்ணாரப்பேட்டையில் சட்டமன்றத் தேர்தலில் கட்சி வேட்பாளர் தோழர் ஜீவானந்தத்தின் வெற்றிக்காக

சக தோழர்களோடு பணியாற்றியது உள்ளிட்ட பல்வேறு நினைவுகளைப் பெருமையுடன் பகிர்ந்துகொள்கிறார்.

1964ஆம் ஆண்டு மார்க்சிஸ்ட் கட்சி உருவானபோது தன்னையும் இணைத்துக்கொண்டார். வெளிப்படையாக போராட்டங்களில் கலந்துகொள்ள இயலவில்லையென்றாலும் கலை இலக்கியப் பெருமன்றத்திலும், இளைஞர்கள் பொதுநல மன்றத்திலும் தோழர் கோவிந்தராஜ் தனது பங்களிப்பைச் செலுத்தியிருக்கிறார்.

கோவிந்தராஜ் 1990-ஆம் ஆண்டு மாநகராட்சிப் பணியிலிருந்து ஓய்வு பெற்றார். தான் வசித்துவரும் வில்லிவாக்கம் திருநகர் குடியிருப்புப் பகுதியில் ஆண்டுதோறும் குடியரசு தினத்தின்போது குழந்தைகளை வைத்து நாடகம் அரங்கேற்றிவந்திருக்கிறார். இந்தப் பணிக்காகத் திரைப்படத்துறை சார்ந்த கலைஞர்கள் இவரைப் பாராட்டிக் கவுரவித்தார்கள். இன்றளவும் தமிழ்நாடு முற்போக்கு எழுத்தாளர் கலைஞர்கள் சங்கப் பணிகளில் ஈடுபட்டு வருகிறார்.

89 வயதாகும் தோழர் கோவிந்தராஜ் மார்க்சிஸ்ட் கம்யூனிஸ்ட் கட்சியின் உறுப்பினராகத் தன்னால் இயன்ற இயக்கப் பணிகளைச் செய்து வருகிறார். சுமார் 68 ஆண்டு காலமாக தோழர் கோவிந்தராஜ் ஆற்றி வரும் இயக்கப் பணி குறிப்பிடத்தக்கது - பின்பற்றத்தக்கது.

தோழர் பச்சையப்பன்

கோவிந்தராஜைச் சந்தித்துப் பேசிக்கொண்டிருந்தபோது தன்னை தோழர் பச்சையப்பன்தான் 1950இல் கட்சியில் சேர்த்ததாக கூறினார். இவர் கம்யூனிஸ்ட் கட்சியில் சேருவதற்குக் காரணமாக இருந்த மற்றொரு தோழர் சிங்காரம். இருவரும் ஒரே கட்சியாக இருந்தபோதே மாவட்டக்குழு உறுப்பினர்களாக இருந்தவர்கள். அக்காலத்தில் சென்னை மாநகரில் போக்குவரத்திற்காக டிராம்வே வண்டி இயங்கி இருக்கிறது. 1895லிருந்து 1953ஆம் ஆண்டு வரை இயங்கிய டிராம்வே நிறுவனத்தில் பச்சையப்பன் தொழிலாளியாக வேலையில் இருந்தார்.

1948ஆம் ஆண்டு டிராம்வே வண்டி தொழிலாளர்கள் வேலை நிறுத்தப் போராட்டத்தில் தோழர் பச்சையப்பன் முக்கிய பங்காற்றினார். நிர்வாகம் இவரை வேலையிலிருந்து நீக்கியது. இவர் மீது தொடுக்கப்பட்ட வழக்கில் நீதிமன்றம் ஆறு மாதம் சிறைத் தண்டனை விதித்தது. சிறையில் இருந்தபோது அன்னை

தோழர் பச்சையப்பன்

லட்சுமிக்கு (பாப்பா உமாநாத்தின் தாய்) ஆதரவாக பச்சையப்பன் உண்ணாவிரதப் போராட்டத்தில் ஈடுபட்டிருக்கிறர். சிறையில் இருந்து விடுதலையாகி வெளியே வந்த தோழர் பச்சையப்பன் பால் வியாபாரம் செய்து கொண்டு முன்னைக்காட்டிலும் கட்சிப்பணியில் முழுமையாக ஈடுபட்டார். இவர் ராயப்பேட்டை பகுதியில் மக்கள் பிரச்சினைகளுக்காக போர்க்குணமிக்க பல போராட்டங்களை நடத்தியிருக்கிறார். 1998ஆம் ஆண்டு இவர் இறந்தபோது மார்க்சிஸ்ட் கம்யூனிஸ்ட் கட்சித் தலைவர்கள் அல்லாமல் அனைத்துக் கட்சி தலைவர்களும் அவருக்கு அஞ்சலி செலுத்தினார்கள்.

தோழர் கஜபதி

ஒன்றுபட்ட கம்யூனிஸ்ட் கட்சியிலும், மார்க்சிஸ்ட் கம்யூனிஸ்ட் கட்சி உருவான போதும் சென்னை மாவட்டச் செயலாளராக தோழர் கஜபதி பணியாற்றியிருக்கிறார். பின்னி மில் தொழிலாளியான கஜபதி, கம்யூனிஸ்ட் கட்சி தடை செய்யப்பட்டிருந்த காலத்தில் நடைபெற்ற தொழிலாளர் போராட்டத்தில் கலந்து கொண்டதற்காகக்

தோழர் கஜபதி

கைது செய்யப்பட்டு, 15 நாட்கள் சிறைப்படுத்தப்பட்டார். அதைக் காரணம் காட்டி மில் நிர்வாகம் அவரை வேலைநீக்கம் செய்தது. ஒன்றுபட்ட கம்யூனிஸ்ட் கட்சியில் மாவட்டச் செயலாளராக இருந்தபோது 1962ஆம் ஆண்டு தடுப்புக் காவல் சட்டத்தில் கைது செய்யப்பட்டு சிறையில் அடைக்கப்பட்டார். மார்க்சிஸ்ட் கம்யூனிஸ்ட் கட்சி உருவானபோது மாவட்டச் செயலாளராகத் தேர்வானார்.

கட்சி தடை செய்யப்பட்ட காலத்தில் வெளிப்படையாகச் செயல்பட இயலாத சூழலில் பொதுநல இளைஞர் மன்றம் மூலம் கட்சி தோழர்கள் செயல்பட்டனர். கம்யூனிஸ்ட்கள் இம்மன்றத்தை தங்கள் செயல்பாட்டிற்கு பயன்படுத்துகிறார்கள் என்று கண்டறிந்த காவல்துறையினர் கம்யூனிஸ்ட்கள் மீது நடவடிக்கை எடுக்க திட்டமிட்டனர். இதையறிந்த தோழர் பச்சையப்பன் பொதுநல மக்கள் மன்றத்தைத் துவக்கினார். இம்மன்றத்தின் சார்பில் பள்ளி மாணவர்களுக்கு இலவச இரவுப் பாடசாலை நடைபெற்றது.

கட்சியைத் தடை செய்தாலும், கம்யூனிஸ்ட்டுகளின் செயல்பாட்டை அரசால் தடுக்க முடியவில்லை. கட்சியின்மீது விதிக்கப்பட்ட தடை 1950 ல் நீக்கப்பட்டது.

1960 களின் துவக்கத்தில் கட்சியின் மாவட்டச் செயலாளராக செயல்பட்டு வந்த தோழர் கஜபதி, 1964 ஆம் ஆண்டு மார்க்சிஸ்ட் கம்யூனிஸ்ட் கட்சி உருவானபோது அதன் மாவட்டச் செயலாளராகவும் தேர்வு செய்யப்பட்டார். தோழர் பச்சையப்பன், சிங்காரம் இருவரும் மாவட்டக்குழு உறுப்பினர்களாகத் தேர்வு செய்யப்பட்டார்கள். அக்காலத்தில் சென்னையில் கட்சிக்குத் தலைமை தாங்கி இயங்கிய வி.பி. சிந்தன், பி.ஆர். பரமேஸ்வரன், கே.எம். அரிபட் போன்ற தோழர்களை கட்சி அணிகளுக்குத் தெரியும். கஜபதி, பச்சையப்பன், சிங்காரம் போன்ற தோழர்களை இன்றைய இளம் தலைமுறைத் தோழர்களுக்குத் தெரியாது. அன்றைக்கு இத்தகைய தோழர்களின் முனைப்பான செயல்பாடுகள் இல்லையென்றால் இப்பகுதிகளில் இன்றைக்குக் கட்சி இல்லை.

இவர்களைப் போன்றே இன்றைய தலைமுறைத் தோழர்கள் அர்ப்பணிப்போடு இயக்கப்பணிகளில் உணர்வுப்பூர்வமாகவும் செயல்முனைப்போடும் ஈடுபட வேண்டும் என்ற செய்தியை இவர்களின் பங்களிப்புகள் உரக்கச் சொல்கின்றன.

❑

40

தலைமுறையாய் தொடரும் இயக்க ஈடுபாடு

மதுரை மாவட்டத்தைச் சார்ந்த பல மூத்த தோழர்களை 'களப்பணியில் கம்யூனிஸ்டுகள்' தொடரில் ஏற்கெனவே சந்தித்திருக்கிறோம். இன்று நாம் சந்திக்கவிருப்பது மதுரை மாநகரைச் சேர்ந்த தோழர் ஆர்.ஜெயலட்சுமி.

நெல்லை மாவட்டம் கடையநல்லூரில் ஒரு கைத்தறி நெசவாளர் குடும்பத்தில் பிறந்தவர் ஜெயலட்சுமி. இவரைப் பெற்றோர் பள்ளிக்கு அனுப்ப இயலாத அளவுக்குக் குடும்பத்தில் ஏழ்மை நிலவியது.

மதுரையின் செல்லூர் பகுதியைச் சார்ந்த கைநெசவாளர் தோழர் கு.ராமய்யா, ஆர்.ஜெயலட்சுமி இருவருக்கும் 1958-ஆம் ஆண்டு திருமணம் நடைபெற்றது. ராமய்யா ஜெயலட்சுமியின் தாய்மாமன்தான். தோழர் ராமய்யா திருமணத்திற்கு முன்பிருந்தே கம்யூனிஸ்ட் கட்சி உறுப்பினராக பல ஆண்டுகாலம் செயல்பட்டு வந்தவர்.

திருமணத்திற்குப் பிறகு இருவரும், சரஸ்வதி கைநெசவு கம்பெனியில் சேர்ந்து நெசவாளர்களாக வேலை செய்து வந்தனர். தன்னுடைய கணவர் ராமய்யாவை பார்க்க நெசவாளர்கள் உள்ளிட்டு பலர் வருவதையும், அவர்களோடு ராமய்யா உரையாடுவதையும் பார்த்த ஜெயலட்சுமிக்கு இயக்கத்தின்மீது மரியாதை உருவானது. துணைவியாரின் உணர்வைப் புரிந்துகொண்ட ராமய்யா இயக்கம் பற்றிய விளக்கங்களைக் எடுத்துக்கூறி, கட்சியில் இணைய விருப்பமா என்று அவரைக் கேட்டு, அவரும் ஏற்றுக்கொண்டதன் அடிப்படையில் 1960ஆம் ஆண்டு ஜெயலட்சுமி அன்றைய இந்திய கம்யூனிஸ்ட் கட்சி உறுப்பினரானார்.

இருவரும் கட்சியிலும், நெசவாளர் சங்கத்திலுமாக ஆர்வத்தோடு இயக்கப் பணிகளில் பங்கேற்றனர். கட்சி நடத்தும் எல்லா நிகழ்ச்சிகளிலும் இருவருமாகக் கலந்துகொள்வார்கள். ஒருமுறை

விலைவாசி உயர்வைக் கட்டுப்படுத்தக்கோரி கட்சியின் சார்பில் நடைபெற்ற மறியல் போராட்டத்தில் கலந்துகொண்டு மற்றவர்களோடு சேர்ந்து தோழர் ராமய்யாவும் கைது செய்யப்பட்டு 15 நாட்கள் சிறையிலடைக்கப்பட்டார். இவ்வாறாகத் தொடர்ந்து சக தொழிலாளர்களுக்காகவும் பொதுமக்கள் நலனுக்காகவும் போராட்டங்கள் பலவற்றிலும் பங்கேற்ற அவரது உடல் நலம் பிற்காலத்தில் வெகுவாகப் பாதிக்கப்பட்டது. கடைசி மூச்சு வரை கம்யூனிஸ்ட்டாக வாழ்ந்த தோழர் ராமய்யா 2011ல் காலமானார்.

தோழர் ஜெயலட்சுமி மாதர் சங்கத்திலும் இணைந்து பணியாற்றியவர். மாதர் சங்கத்தினுடைய மாவட்டக்குழு உறுப்பினராகவும், செல்லூர் பகுதிக்குழுச் செயலாளராகவும் தேர்வு செய்யப்பட்டு செயல்பட்டிருக்கிறார். தோழர் கே.பி. ஜானகியம்மாளோடு நெருங்கிப் பழகியவர். அவருடன் இவருடைய அனுபவம் பற்றிக் கேட்டபோது ஜெயலட்சுமியின் முகம் மலரெனப் புத்துணர்ச்சியோடு விரிந்தது. "பலமுறை எங்கள் வீட்டிற்கு கே.பி.ஜே. வந்திருக்கிறார். அலுவலகத்திற்கு அவரைப் பார்க்கச் சென்றால், பக்கத்தில் அழைத்து, அமர வைத்துக் குடும்பம் பற்றியும் அரசியல் நிலைமைகளைப் பற்றியும் பரிவோடும், பாசத்தோடும் பேசுவார்" என்று கூறியவரின் குரலில் அந்த நெகிழ்ச்சி வெளிப்பட்டது. மேலும், நாகம்மா, ஞானம் போன்றவர்களோடும் மாதர் சங்கப் பணிகளில் ஈடுபட்டதை நினைவு கூர்ந்தார்.

ஆர்வத்தோடு கைநெசவு கூட்டுறவு சங்கத்தில் பணியாற்றிய தோழர் ஜெயலட்சுமி 5 முறை அதன் தலைவராகத் தேர்வு செய்யப்பட்டு சிறப்பாக பணியாற்றியிருக்கிறார். மதுரை மாவட்ட கைத்தறி நெசவாளர் சங்கத்தின் துணைத் தலைவராகவும் இருந்திருக்கிறார். தற்போது வயது, உடல்நிலை காரணமாக அவர் கூட்டுறவு சங்கத்தின் ஒரு இயக்குநராக இருந்து செயல்படுகிறார். (தற்போது அதன் தலைவராகச் செயல்பட்டு வருகிற தோழர் கே. சித்ரா கட்சி உறுப்பினர்)

தோழர் ஜெயலட்சுமி தலைவராகச் செயல்பட்ட நாட்களிலும், இயக்குநராகப் பணியாற்றும் இந்நாளிலும் கூட்டுறவு சொசைட்டியிலிருந்து எப்போதும் அமர்வுக் கட்டணம் பெற்றதில்லை. சொசைட்டி பிரச்சினை குறித்து அவரே துறைசார்ந்த அதிகாரிகளைச் சந்தித்துப் பேசித் தீர்வு கண்டிருக்கிறார். "பெண் என்பதால் அதிகாரிகள் நீங்கள் சொல்வதை அலட்சியப்படுத்தாமல்

மதித்துக் கேட்டார்களா?'' என்று வினவியபோது, ''நான் கம்யூனிஸ்ட் கட்சியின் பிரதிநிதி என்பது அதிகாரிகளுக்குத் தெரியும். ஆகவே மரியாதையோடு நடத்துவார்கள், நான் சொல்லும் பிரச்சினைகளில் தலையிடுவார்கள்,'' என்றார் ஜெயலட்சுமி.

தோழர் ஜெயலட்சுமி மதுரை மாவட்டத்தில் கட்சி மற்றும் தொழிற்சங்க வழிகாட்டலில் செயல்படும் வெகுமக்கள் அமைப்புகளின் போராட்டங்கள் பெரும்பாலானவற்றில் பங்கேற்றிருக்கிறார். ஒருமுறை கட்சியின் மறியல் போராட்டத்தில் பங்கேற்று 15 நாட்கள் சிறையில் இருந்திருக்கிறார்.

கைநெசவு கூட்டுறவுச் சங்கத்தை வன்முறை மூலம் கைப்பற்றுவதற்கு ஆளும் கட்சியினரும், ஆண்ட கட்சியினரும் முயற்சித்திருக்கிறார்கள். ஒருமுறை வன்முறைத் தாக்குதலுக்கு இலக்கான ஜெயலட்சுமியின் தலையில் பலத்த காயம் ஏற்பட்டது. அந்த நிலையிலும் ஜெயலட்சுமி மேற்கொண்ட உறுதியான நடவடிக்கைளால் சங்கத்தைப் பாதுகாக்க முடிந்தது என்று தோழர்கள் குறிப்பிடுகிறார்கள். சங்கம் தொடர்ச்சியாக ஜனநாயகபூர்வமாக செயல்பட்டு வருகிறது. ''செல்லூர் பகுதியைச் சார்ந்த தோழர்கள் அய்யாவு, குமாரசாமி இருவரும் கைநெசவு சங்கச் செயல்பாட்டுக்குப் பேருதவி செய்தார்கள்,'' என நினைவுகூர்ந்தார்.

தனது கட்சி வாழ்க்கையில் தோழர் பி.ராமமூர்த்தி, ஏ.பாலசுப்ரமணியம், என்.சங்கரய்யா, கே,பி.ஜானகியம்மாள், ஆர்.உமாநாத், என்.வரதராஜன் போன்ற தலைவர்கள் பொதுக்கூட்டங்களில் ஆற்றிய உரை இப்போதும் தன்னை உற்சாகப்படுத்திக் கொண்டிருப்பதாகக் கூறினார்.

மதுரை மாநகரில் வைகை வடகரையோரம் செல்லூர் பகுதியில் பெரும்பான்மையான குடும்பங்கள் நெசவுத்தொழிலில் ஈடுபட்டிருந்தன. இப்பின்னணியில்தான், கம்யூனிஸ்ட் கட்சியின் முன்முயற்சியால் 1958ஆம் ஆண்டு 'மதுரை தொழிலியல் கைத்தறி நெசவாளர் கூட்டுறவு சங்கம்' உருவாக்கப்பட்டது.

வைகைக் கரையிலுள்ள இந்தச் சங்க வளாகத்தில் நெசவாளர்கள் சென்று துணி நெய்து கூலி பெறுவார்கள். தற்போது அங்குள்ள 103 தறிகளில் 13 தறிகள் மட்டுமே ஓடுகின்றன. ஒருநாள் ஒரு கைலிதான் நெய்திட முடியும். அதற்கு கூலி ரூ.65 மட்டுமே கிடைக்கும்.கூலி குறைவாக இருப்பதால் இத்தொழிலுக்கு வருவதற்கு மக்களிடத்தில் ஆர்வம் இல்லை.

தோழர் ஜெயலட்சுமி

அந்நியர் ஆட்சியின்போதும், சுதந்திரம் கிடைத்த பிறகும் செல்லூர் மதுரை மாநகரில் கைத்தறி நெசவுத்தொழில் நிறைந்த பகுதியாக இருந்தது. அப்பகுதியில் கைத்தறி நெசவுத்தொழிலாளர் இயக்கம்தான் கம்யூனிஸ்ட் கட்சி வளர்ச்சிக்கு அடிப்படையாக அமைந்தது. நாளடைவில் இத்தொழில் நலிவடைந்து விட்டது. வழங்கப்படும் கூலி கட்டுபடியாகாததால் தொழிலை விட்டு பெரும்பான்மையான குடும்பங்கள் வெளியேறி விட்டன.

ஜெயலட்சுமியின் மூத்த மகன் தோழர் ஜோதிராமன் தொடக்கத்தில் மதுரை-ராமநாதபுரம் மோட்டார் சங்கத்தின் அலுவலகச் செயலாளராகப் பணியாற்றியவர். அரசாங்க வேலைக்கு விண்ணப்பித்திருந்த அவருக்கு கிராம நிர்வாக அலுவலர் பதவிக்கு வேலை நியமன ஆணை வந்திருக்கிறது. மோட்டார் சங்கத்தின் முக்கிய பொறுப்பில் பணியாற்றிக்கொண்டிருந்த தோழர் எஸ்.ஏ.பெருமாள், “வேலைக்குச் செல்ல வேண்டுமா?

கட்சியின் முழுநேர ஊழியராக வேலை செய்யலாமே?...'' என்று கேட்டிருக்கிறார். "எனக்குச் சம்மதம், அம்மாவைக் கொஞ்சம் கேட்டுக் கொள்ளுங்கள்,'' என்று ஜோதிராம் கூறியிருக்கிறார். ஜெயலட்சுமியைக் கேட்ட போது "கட்சி முடிவுதான் என் முடிவு'' என கொஞ்சமும் தயக்கமின்றிக் கூறியிருக்கிறார். ஜோதிராமின் தாய், தந்தை இருவரும் தங்களுடைய பிள்ளை முழுநேர ஊழியராக செயல்படட்டும் என்று ஏற்றுக் கொண்டதை எவ்வளவு பாராட்டினாலும் தகும். தோழர் ஜோதிராம் தற்போது கட்சியின் மதுரை மாவட்டச் செயற்குழு உறுப்பினராகச் செயல்பட்டுவருகிறார்.

ராமய்யா-ஜெயலட்சுமி இருவருக்கும் ஜோதிராமுடன் பாண்டியராஜன் என்ற மற்றொரு மகனும் முருகேஸ்வரி என்ற மகளும் இருக்கிறார்கள். பாண்டியராஜன் போக்குவரத்து பண்டக சாலையில் ஊழியராக உள்ளார். அவரும் கட்சி உறுப்பினர்தான். முருகேஸ்வரியும் கட்சி உறுப்பினர். மருமகன் குருநாதன் கட்சியின் செல்லூர் இடைக்குழு உறுப்பினராக உள்ளார். இவர்களது மகன், ஜெயலட்சுமி-ராமய்யா பேரன் கணேசனும் கட்சியின் உறுப்பினர். ஜெயலட்சுமியின் குடும்பமே கட்சிக்குடும்பம்தான். ஏன், தலைமுறையே கட்சித் தலைமுறைதான் எனலாம்.

தோழர் ஜெயலட்சுமி கடந்த 68 ஆண்டு காலமாக தொழிற்சங்கப் பணிகளிலும், மாதர் இயக்கப் பணிகளிலுமாக கட்சிப்பணியாற்றி வருகிறார். தன்னுடைய குடும்பத்தையே கட்சிக்குடும்பமாக உருவாக்கிய அவருடைய முயற்சி பாராட்டத்தக்கது. 87 வயதாகும் தோழர் ஜெயலட்சுமி, இப்போதும் தறி நெய்து குடும்பத்தைப் பாதுகாத்து வருகிறார் என்பது கவனத்திற்குரியது. இயக்க அனுபவங்கள் பற்றிக் கேட்கிறபோது இந்த வயதிலும் உற்சாகம் ததும்பப் பேசுகிறார். அந்த உற்சாகம் நம்மையும் தொற்றிக்கொள்கிறது. ஒரு வைரவிழாக் காலமாக, குறிப்பாக இளம் தோழர்களுக்கெல்லாம் ஒரு முன்னுதாரணமாக அர்ப்பணிப்போடு தோழர் ஜெயலட்சுமி இயக்கப் பணிகளை நிறைவேற்றி வருவது பாராட்டுக்குரியது, பின்பற்றத்தக்கது.

❑

41

தாக்குதல்களால் மேலும் உறுதிபெற்ற வேர்மட்டத் தோழர்

தமிழகத்தின் தென்முனையாகிய குமரி மாவட்டம் முன்பு கேரளத்தின் ஒரு பகுதியாக இருந்தது. 1957ல் தமிழ்நாட்டுடன் இணைந்ததற்கு முன்பும், பின்பும் கம்யூனிஸ்ட்களின் தீரமிக்க களப்போராட்ட வரலாறுகளைத் தாங்கிய பகுதியாகத் திகழ்வது அது. அத்தகைய போராட்டங்களில் கலந்துகொண்ட தோழர்களை 'களப்பணியில் கம்யூனிஸ்டுகள்' தொடரில் சந்தித்திருக்கிறோம். இன்னும் பாரட்டப்பட வேண்டிய பல தோழர்கள் உள்ளனர். அவர்களில் ஒருவர்தான் தோழர் ஆர். வேலுக்குட்டி.

விளவங்கோடு வட்டம் மாங்கோடு ஊராட்சிக்குட்பட்ட அள்ளிமூடு சிற்றூரில் ஒரு கூலித் தொழிலாளியின் மகனாக 1940ல் வேலுக்குட்டி பிறந்தார். பள்ளிப் படிப்பில் பத்தாம் வகுப்பு தேர்ச்சி பெறாத இவர் எடேஷா என்ற தனியார் ரப்பர் தோட்டத்தில் 1958ல் கூலி வேலைக்குச் சேர்ந்தார். இவரோடு 90 பேர் வேலை செய்து வந்தனர்.

வேலைக்குச் சேர்ந்த 6வது மாதத்தில் தோட்டத் தொழிலாளர் சங்கத்தில் உறுப்பினராக இணைந்தார். அப்போது சங்கத்தின் தலைவர் லூயி தேவசகாயம். பொதுச்செயலாளர் தோழர் கிருஷ்ணன் (இன்றைய மாவட்ட செயற்குழு உறுப்பினர் மாதவனின் தந்தை). வேலுக்குட்டி வேலையில் சேர்ந்தபோது தினக்கூலி ரூ.2.00. 1968-ஆம் ஆண்டு இவர் சூப்பர்வைசரானார். மாதக் கூலி ரூ.100 கிடைத்தது. சுறுசுறுப்பாக சங்கப் பணியாற்றிய இவர் 1965ஆம் ஆண்டு சங்க நிர்வாகக்குழு உறுப்பினராகத் தேர்வு செய்யப்பட்டார்.

ரப்பர் தோட்டத் தொழிலாளர்களின் கூலி உயர்வுக்கான போராட்டம் 1965ஆம் ஆண்டு துவங்கியது. விளவங்கோடு,

கல்குளம், தோவாளை ஆகிய மூன்று பகுதிகளும் போராட்டக்களமாக மாறின. போராட்டம் துவங்கிய சில நாட்களில் தொழிலாளர்களுக்கு ஆதரவாக நின்ற மார்க்சிஸ்ட் கம்யூனிஸ்ட் கட்சித் தலைவர்கள் எம்.எம். அலி, திவாகரன், ஜே.ஹேமசந்திரன் ஆகியோர் இந்தியா-பாகிஸ்தான் யுத்தத்தையொட்டி கைது செய்யப்பட்டு (சண்டை வேண்டாம் என்று கட்சி சொன்னதற்காக அன்றைய அரசின் நடவடிக்கை!) சிறையில் அடைக்கப்பட்டார்கள்.

தோட்ட முதலாளிகள் கூலியை உயர்த்திக் கொடுக்க மறுத்ததால் தொழிலாளர்களின் போராட்டம் நீடித்தது. உறுதியான போராட்டத்தை உடைக்க பி.கே.எம். தோட்ட முதலாளி கருங்காலிகளைத் தூண்டிவிட்டார். தூண்டிவிடப்பட்ட கருங்காலிகள் போராட்ட உணர்வின் தூண்டுதலோடு களமிறங்கிய தொழிலாளர்களுடன் மோதினர். பிரச்சினையைக் கேள்விப்பட்டு அவ்விடத்திற்கு சங்கத்தின் துணைத்தலைவர் பெருமாள், கட்சித் தலைவர்களில் ஒருவரும் சுதந்திரப் போராட்ட வீரருமான கொச்சிமணி (1977ல் சட்டமன்ற உறுப்பினர்) ஆகியோர் சென்றனர். அவர்களுடன் வேலுக்குட்டியும் சென்றார். தொழிலாளர்கள் கருங்காலிகளை ஓட ஓட விரட்டியிருக்கிறார்கள். வேலைநிறுத்தத்தை உடைக்க முயற்சித்த நிர்வாகம் தோல்வியடைந்தது. அன்று போராட்டக்களத்தில் கண்ட உணர்ச்சிமிகு காட்சியை உற்சாகம் ததும்ப வேலுக்குட்டி விளக்கினார்.

போராட்டத்தை ஆதரித்து தோழர் பி.ராமமூர்த்தி உள்ளிட்ட பல தலைவர்கள் கலந்து கொண்ட பொதுக்கூட்டம் நடைபெற்றது. அதன் பின்னரும் முதலாளிகள் கூலி உயர்வு அளிக்க மறுத்ததால் போராட்டம் மூன்று மாதங்கள் நீடித்தது. போராட்டத்தை உடைக்க முதலாளிகள் எடுத்த முயற்சி தோல்வியடைந்த பின்னணியில் மாநில அரசு போராட்டத்தை தடைசெய்தது. காவல்துறையினர் தொழிலாளர்கள் மீது காட்டுமிராண்டித்தனமாகத் தடியடி நடத்தினர். வேலுக்குட்டி உள்ளிட்ட பல தொழிலாளர்களும், தலைவர்களும் கைது செய்யப்பட்டு சிறையில் அடைக்கப்பட்டனர். எந்த ஒப்பந்தமும் இல்லாமல் போராட்டம் விலக்கிக் கொள்ளப்பட்டது.

1965ஆம் ஆண்டு போராட்டம் துவங்குவதற்கு சில தினங்களுக்கு முன்னதாக சங்கப் பேரவைக் கூட்டம் நடைபெற்றது. அக்கூட்டத்தில் பேசிய லூயி தேவசகாயம், “மாநில அரசு முதலாளிகளுக்கு ஆதரவாக நிற்கும், போலீசார் போராட்டத்தை உடைக்க தொழிலாளர்களைத்

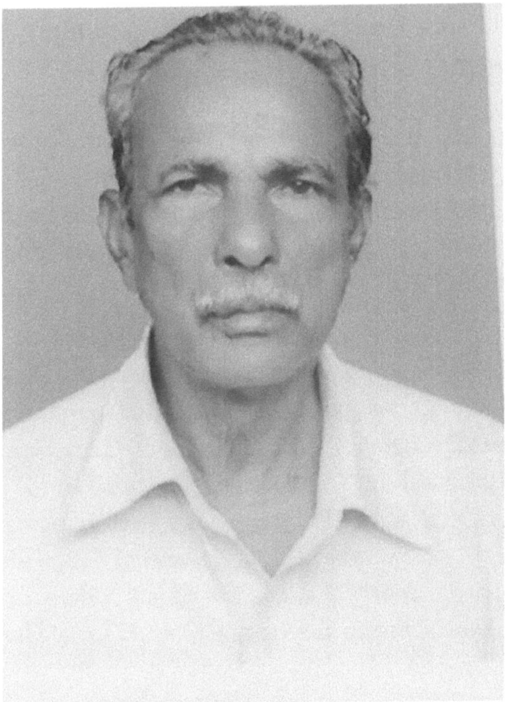

தோழர் வேலுக்குட்டி

தாக்கலாம். அப்படிப்பட்ட சூழல் வந்தால் நாம் உறுதியாக போராட்டத்தை நடத்த வேண்டும்,'' என்று கூறினார். மக்களால் தேர்ந்தெடுக்கப்பட்ட அரசு எப்படி முதலாளிகளுக்கு ஆதரவாக நிற்க முடியும் என்று வேலுக்குட்டியின் மனதில் சந்தேகம் ஏற்பட்டது. ஆனால் போராட்டம் நடைபெற்றபோது, அரசும், காவல்துறையும் முதலாளிகளுக்கு ஆதரவாக நின்றதை வேலுக்குட்டி நேருக்குநேர் கண்டு புரிந்துகொண்டார். "தொழிற்சங்கம் என்பது புரட்சிக்கான பயிற்சிப் பள்ளி'' என ஒரு கட்சிக்கூட்டத்தில் பி.ராமமூர்த்தி அறிவுறுத்தியது நிரூபணமாகி விட்டது,'' என நெகிழ்வோடு அவர் குறிப்பிட்டார்.

1970ஆம் ஆண்டு எடேஷா கம்பெனியில் வேலையிலிருந்த வாட்ச்மேன் ஒருவர் நிர்வாகத்தால் வேலைநீக்கம் செய்யப்பட்டார். இதை எதிர்த்து தொழிலாளர்கள் உண்ணாநிலைப் போராட்டம் நடத்தினார்கள். நிர்வாகம் வாட்ச்மேனை வேலைக்குச் சேர்க்க மறுத்துவிட்டது. இதைத் தொடர்ந்து கம்பெனி தொழிலாளர்கள் வேலைநிறுத்தத்தில் ஈடுபட்டனர். இப்போராட்டத்தில்

முன்னணிப்பாத்திரம் வகித்த வேலுக்குட்டி உள்ளிட்ட 13 தொழிலாளர்கள் வேலையிலிருந்து நீக்கப்பட்டனர். இவர்களுக்கு நிர்வாகம் நிலுவைத் தொகையைக் கூட வழங்கவில்லை. வேலுக்குட்டி உள்ளிட்ட ஆறு தொழிலாளர்களைக் கைது செய்து காவல்துறையினர் கிரிமினல் வழக்கு தொடுத்தனர். இவ்வழக்கில் நீதிமன்றம் மூன்று மாதம் தண்டனை வழங்கியது. மேல்முறையீட்டில் வேலுக்குட்டி உட்பட அனைவரும் விடுதலை செய்யப்பட்டனர்.

போராட்டங்களில் முன்னணிப் பாத்திரம் வகித்த வேலுக்குட்டி சங்கத்தின் இணைச்செயலாளராகத் தேர்வுசெய்யப்பட்டார். இப்பின்னணியில் வேலுக்குட்டி சங்கத்தின் முழுநேர ஊழியரானார். சங்க நிர்வாகி என்ற அடிப்படையில் வேலுக்குட்டி எல்லாப் போராட்டங்களிலும் முக்கிய பங்காற்றினார். இப்போதும் ரப்பர் தோட்டத் தொழிலாளர் சங்கத்தின் துணைத் தலைவராகச் செயல்பட்டு வருகிறார். தொழிலாளர் பிரச்சினைகளுக்காக மட்டுமல்ல; அவருடைய சொந்தக் கிராமத்தில் மக்கள் கோரிக்கைகளுக்காகவும் மக்களைத் திரட்டிப் பல போராட்டங்களை நடத்தியிருக்கிறார்.

அவர் கிராமத்திலிருந்து வெள்ளச்சிபாறை என்ற கிராமத்திற்குச் சரியான பாதையில்லை. மக்களைத் திரட்டி 4 கிலோ மீட்டர் அளவிற்கு சாலையை கட்டியமைத்தார். சில நிலச்சுவான்தார்களின் தூண்டுதலினால் காவல்துறையினர் வேலுக்குட்டி உள்ளிட்ட 12 பேர் மீது கிரிமினல் வழக்கு தொடுத்தனர். 6 ஆண்டுகள் தொடர்ச்சியாக நடைபெற்ற இவ்வழக்கில் அனைவரும் விடுதலையானார்கள். அடுத்த சில ஆண்டுகளில் அரசு நிர்வாகம் வேலுக்குட்டி முயற்சியின்பால் போடப்பட்ட சாலையை பஞ்சாயத்து சாலையாக்கியது.

வேலுக்குட்டிக்கு ஒரு மகன், ஒரு மகள். மகனுக்கு தோழர் ஜே.ஹேமச்சந்திரன் தலைமையிலும், மகளுக்கு தோழர் டி.மணி தலைமையிலும் திருமணம் நடைபெற்றது. இரண்டுமே சீர்திருத்த முறையில் நடந்த திருமணங்கள். வேலுக்குட்டியின் மகன் ரப்பர் தோட்டத் தொழிலாளியாக வேலை செய்து வருகிறார். அவரும் நமது கட்சி உறுப்பினர். மகள் கட்சி ஆதரவாளர். பல ஆண்டுகளுக்கு முன்பு வேலுக்குட்டியின் மனைவி இறந்துவிட்டார்.

மாங்கோடு ஊராட்சிக்கு உட்பட்ட பகுதியில் நான்கு கிராமங்கள் உள்ளன. அந்த நான்கு கிராமங்களிலும் நமது கட்சிக் கிளைகள் உள்ளன. விவசாயிகள் சங்க அமைப்பும் உள்ளது.

தோழர் வேலுக்குட்டியின் கிராமம் கேரள எல்லைக்கு அருகில் உள்ளது. வேலுக்குட்டி தேசாபிமானி வாங்குகிறார், படிக்கிறார். 1962ஆம் ஆண்டு கட்சி உறுப்பினரான வேலுக்குட்டி 1970ஆம் ஆண்டு கிளைச்செயலாளராக தேர்வு செய்யப்பட்டார். தற்போது கட்சியின் இடைக்குழு உறுப்பினராக உள்ளார்.

சக தொழிலாளர்களுக்காகப் போராடியதற்காக வேலை நீக்கம், ஊதிய வெட்டு, கைது, சிறை, வழக்கு என்ற தாக்குதல்களை எதிர்கொண்டவர் அவர். குடும்ப வாழ்க்கையில், அரசியலில், தொழிற்சங்க இயக்கத்தில் (வேலை நீக்கம் செய்யப்பட்ட போதும்) சோர்வில்லாமல் உறுதியாக கட்சிப்பணி, இயக்கப்பணி ஆற்றி வருபவர். அடக்குமுறையினாலும், தேர்தல்களில் ஏற்ற இறக்கம் ஏற்பட்டபோதும் உற்சாகம் தளரவில்லை. மாறாக மேலும் மேலும் உறுதியோடு களமிறங்கினார். அவரைப் போன்றவர்கள் இயக்கத்தில் உயர்பொறுப்புகளுக்கு வராமல் போயிருக்கலாம். ஆனால் அவர்கள் இயக்கத்தின் வேர்களாகச் செயல்பட்டதாலும், செயல்படுவதாலும் குமரி மாவட்டத்தில் கட்சியும், தொழிற்சங்க இயக்கமும் துடிப்போடு இயங்கி வருகின்றன. கடந்த அறுபது ஆண்டு காலமாக அர்ப்பணிப்போடு மக்கள் தொண்டில் ஈடுபட்டு வரும் வேலுக்குட்டி இளம் தோழர்களுக்கு ஒரு முன்னுதாரணமாகத் திகழ்கிறார். தற்போது 79 வயதாகும் தோழர் வேலுக்குட்டியின் இயக்கப் பணி பாராட்டத்தக்கது. பின்பற்றத்தக்கது.

❑

42

இயக்கத்தின் வேர்களாக இரண்டு தோழர்கள்

இயக்கப்பணி தொடர்பாக அண்மையில் திருவாரூர் சென்றிருந்தபோது, கட்சியின் தளமாக உள்ள ஒரு கிராமத்திற்குச் செல்ல விரும்பினேன். மாவட்டத் தோழர்கள் கூறிய செய்திகளின் அடிப்படையில் திட்டாணிமுட்டம் ஆலத்தாங்குடி கிராமத்திற்கு செல்ல முடிவு செய்தோம். எந்த மாவட்டத்திற்குச் சென்றாலும் கட்சியின் குழுக் கூட்டங்கள், பேரவைகள், ஆர்ப்பாட்டங்கள், மறியல்கள் உள்ளிட்ட திட்டமிட்ட ஏற்பாடுகளோடு திரும்பிவிடாமல், மூத்த தோழர்களையும், கட்சிக் குடும்பங்களாகவே இயங்குவோரையும் சந்திக்க வேண்டுமென்ற நோக்கத்தோடு இந்தக் கிராமத்திற்குச் சென்றேன்.

கட்சியின் கிளை உறுப்பினர்கள் மட்டுமல்லாமல் கட்சிக்கு அப்பாற்பட்ட இளைஞர்கள், பெண்கள், ஆண்கள், முதியோர், குழந்தைகள் என பல்வேறு தரப்பினரும் அங்கு நடந்த கூட்டத்தில் கலந்துகொண்டனர். அக்கிராமத்தைச் சேர்ந்தவரும் சி.ஐ.டி.யு மாவட்டச் செயலாளருமான தோழர் முருகையன், விவசாயிகள் சங்க மாவட்டத் தலைவர் தோழர் தம்புசாமி ஆகியோரும் கூட்டத்தில் கலந்துகொண்டனர். அங்கு அந்தக் கிராமத்தைச் சார்ந்த மூத்த தோழர்கள் இலக்குமணன் (79), கிருஷ்ணன்(76) இருவரையும் சந்திக்கும் வாய்ப்பு கிடைத்தது. நீண்ட இடைவெளிக்குப் பின் அவர்களைச் சந்தித்த மகிழ்ச்சியோடு கலந்துரையாடியதில் கிடைத்த தகவல்கள் என்னை ஈர்த்தது போலவே வாசகத் தோழர்களையும் ஈர்க்க வேண்டும் என்ற விருப்பத்தில் உருவானதே இக்கட்டுரை.

கடந்த நூற்றாண்டின் முற்பகுதியில், தஞ்சை மாவட்டத்தில், குறிப்பாக கீழத்தஞ்சையில் (நாகை, திருவாரூர்) கிராமப்புறங்களில் ஒருபுறம் விரல்விட்டு எண்ணக் கூடிய மிராசுகளிடம் நிலம் குவிந்திருக்க, மறுபுறம் தலித் சமூகங்களின் நிலமற்ற

பண்ணையாள் குடும்பங்கள், குத்தகை விவசாயிகள் பரவியிருக்கிற நிலைமைதான் இருந்தது. தீண்டாமைக் கொடுமைக்கும், நிலப்பிரபுத்துவச் சுரண்டலுக்கும் எதிராக கம்யூனிஸ்ட் கட்சியும், விவசாயிகள் சங்கமும் தீரமிக்க போராட்ட இயக்கங்களை மேற்கொண்டன. அத்தகைய இயக்கங்களில் பங்குபெற்ற முந்தைய தலைமுறையினரில் பெரும்பாலோர் இன்று நம்மிடையே இல்லை. அந்த முதல் தலைமுறையோடு இணைந்து பணியாற்றிய பலரைப் பற்றிய கட்டுரைகள் இத்தொடரில் இடம்பெற்றுள்ளன. அத்தகையதொரு போராட்டத்தில் கலந்துகொண்டவர்கள்தான் இலக்குமணனும் கிருஷ்ணனும்.

தோழர் ஆர்.இலக்குமணன்

தோழர் இலக்குமணன் 1940ஆம் ஆண்டு இதே கிராமத்தில் ஒரு தலித் பண்ணைத் தொழிலாளிக்கு மகனாகப் பிறந்தவர். கிராமத்தைச்

தோழர் ஆர். இலக்குமணன்

சேர்ந்த வேதாந்தா ராஜய்யர் 30 வேலி நிலம் வைத்திருந்தார். கிராமத்தின் தலித் மக்கள் அவருடைய பண்ணையில்தான் கூலி வேலை செய்து வந்தார்கள். இலக்குமணனின் தந்தை ஒரு பண்ணையடிமையாக உழைப்புச் சுரண்டலுக்கு உள்ளாக்கப்பட்டவர். அவர் தனது மகன் படித்து ஏதாவது வெளி வேலைக்குச் செல்ல வேண்டுமென்ற எண்ணத்தோடு கொரடாச்சேரி அரசுப்பள்ளியில் அவரைச் சேர்த்தார். 10ஆம் வகுப்பு வரை அந்தப் பள்ளியில் படித்தார் இலக்குமணன்.

தந்தையோடு ஏற்பட்ட ஒரு பிரச்சினையில் இவர் கோபித்துக் கொண்டு கும்பகோணம் சென்று ஒரு உணவகத்தில் வேலை செய்தார். அப்போது நடந்த ராணுவ ஆட்சேர்ப்பு முகாமுக்குச் சென்றவர் தேர்வு செய்யப்பட்டார். ஆனால் சான்றிதழ் தொலைந்து போனதால் ராணுவத்தில் சேரமுடியாமல் போனது.

1956ஆம் ஆண்டு இலக்குமணனின் அண்ணன் இறந்து விட்டதால் குடும்பத்தைக் கவனிக்கும் பொறுப்பு வந்துசேர இலக்குமணன் கிராமத்துக்குத் திரும்பிவந்தார். தந்தை வேலை செய்த அதே பண்ணையில் இலக்குமணனும் கூலி வேலை செய்து குடும்பத்தைப் பாதுகாத்தார். உறவினர்களின் வேண்டுகோளை ஏற்று, விதவையான அண்ணன் மனைவியைத் திருமணம் செய்துகொண்டார். அண்ணனின் இரண்டு மகன்களையும் படிக்க வைத்தார். எம்.ஏ. படித்த மூத்த மகன் விருதுநகரில் சொந்த அச்சகம் நடத்தி வருகிறார். இளைய மகன் விவசாயப் பணியை செய்து வருகிறார். இருவரும் கட்சியின் ஆதரவாளர்கள்.

முசிறியம் ஊராட்சிக்குட்பட்ட திட்டாணிமுட்டம் கிராமம் உள்ளிட்டு சுற்றுவட்டார கிராமங்களில் 1950களில் விவசாயத் தொழிலாளர்களுடைய கூலி உயர்வுக்கான போராட்டம் பெரும் பரபரப்பை ஏற்படுத்தியிருந்தது. இப்பின்னணியில் 1957ஆம் ஆண்டு அன்றைய இந்திய கம்யூனிஸ்ட் கட்சியின் கிளை உருவானது. தோழர் கே.ஆர்.ஞானசம்பந்தம், காத்தமுத்து போன்ற தோழர்கள் அவ்வப்போது கிராமத்திற்கு கிளைக் கூட்டங்களை நடத்திக்கொடுக்க வந்ததாக தோழர் இலக்குமணன் தெரிவிக்கிறார்.

கட்சியும் விவசாயிகள் சங்கமும் நடத்திய போராட்டங்களில் ஆர்வத்தோடு பங்கேற்ற இலக்குமணன் 1958ஆம் ஆண்டில் கட்சியின் உறுப்பினரானார். அன்றிலிருந்து இன்று வரை எல்லா இயக்கங்களிலும் தோழர் இலக்குமணன் பங்கேற்றுவந்திருக்கிறார்.

நில உச்சவரம்புச் சட்டத்தில் திருத்தம் செய்து, உபரி நிலத்தை நிலமற்ற விவசாயத் தொழிலாளர்களுக்கு விநியோகம் செய்ய வலியுறுத்தி 1961ம் ஆண்டு தோழர் பி. சீனிவாசராவ் தலைமையில் மாநிலம் தழுவிய அளவில் மறியல் போராட்டம் நடைபெற்றது. அப்போராட்டத்தில் மற்றவர்களோடு இலக்குமணனும் கலந்து கொண்டார். கைது செய்யப்பட்ட அவர், 3 மாதங்கள் திருச்சி சிறையில் இருந்தார்.

1968ஆம் ஆண்டு ஐயரின் பண்ணையில் கூலி உயர்வு கேட்டு போராட்டம் நடைபெற்றது. போராட்டத்தின்போது மிராசுதாரின் ஆட்களுக்கும், விவசாயத் தொழிலாளிகளுக்கும் இடையே மோதல் ஏற்பட்டது. அந்தப் போராட்டத்தின்போது கே.ஆர்.ஞானசம்பந்தம், ஜி.பாரதிமோகன், பிஎஸ். தனுஷ்கோடி, ஜி.வீரய்யன் ஆகியோர் தங்கள் கிராமத்திற்கு வந்த பின்னணியில் கூலி உயர்வு ஒப்பந்தம் ஏற்பட்டு போராட்டம் முடிவுக்கு வந்ததை நினைவுகூர்ந்தார் இலக்குமணன்..

திட்டாணி முட்டம் கிராமத்தில் சாதி இந்துக்கள் வசிக்கக்கூடிய தெருவிலுள்ள பெருமாள் கோயிலுக்கு தலித் மக்கள் செல்லத் தடை இருந்தது. தலித் மக்களையும் ஆலயத்திற்குள் அனுமதிக்க வேண்டுமென்று வலியுறுத்திப் பல கட்டப் போராட்டங்கள் நடைபெற்றன. தலித் மக்கள் ஆலய நுழைவுக்கு அனுமதிக்கப்படும் வரையில் அந்தப் போராட்டங்கள் தொடர்ந்தன. அந்தப் போராட்டத்தில் இலக்குமணனும் கிருஷ்ணனும் முன்னிலை வகித்ததை தோழர்கள் சுட்டிக்காட்டுகிறார்கள்.

தமிழகத்தின் மற்ற பல பகுதிகளைப் போலவே, திட்டாணி முட்டத்திலும் பிராமணர்கள், சாதி இந்துக்கள் வசித்து வந்த பகுதியில் தலித் மக்கள் குடியிருக்கவோ, சொந்தமாக வீடு கட்டவோ முடியாத நிலை இருந்தது. அக்கிரஹாரம் உள்ளிட்டு ஊருக்குள் தலித் மக்கள் குடியிருக்க உரிமை கோரி கம்யூனிஸ்ட் கட்சி போராட்டத்தைத் தொடங்கியது. அதன் ஒரு பகுதியாக பிற்படுத்தப்பட்ட சமூகத்தைச் சார்ந்த பருத்தியூர் சின்னப்பிள்ளை முயற்சியால் நிலங்கள் வாங்கப்பட்டு தலித் மக்களுக்கு பிரித்துக் கொடுக்கப்பட்டன. தற்போது சுமார் 20 தலித் குடும்பங்கள் ஊருக்குள் மற்ற சாதிகளைச் சார்ந்த மக்களோடு இயல்பாக வசித்து வருகிற நிலை உருவாகியுள்ளது..

1964ஆம் ஆண்டு உருவெடுத்த மார்க்சிஸ்ட் கம்யூனிஸ்ட் கட்சியில் தன்னை இணைத்துக்கொண்டார் இலக்குமணன்.

1965ஆம் ஆண்டு மார்க்சிஸ்ட் கம்யூனிஸ்ட் கட்சியின் நன்னிலம் வட்டச் செயலாளராக தோழர் ஜி.வீரய்யன் தேர்ந்தெடுக்கப்பட்டார். அடுத்த சில ஆண்டுகளில் டி.அய்யாறு குடவாசல் தாலுகா (தனிக் குழு) செயலாளராகத் தேர்வு செய்யப்பட்டார். அப்போது இலக்குமணன் இந்த வட்டக்குழு உறுப்பினராக தேர்வு செய்யப்பட்டு செயல்பட்டு வந்தார்.

மேலும் விவசாயிகள் சங்கத்தின் ஒன்றியக் குழு உறுப்பினராகவும், ஒன்றியச் செயலாளராகவும் செயல்பட்டிருக்கிறார். 1985ஆம் ஆண்டு தோழர் கே.ரங்கசாமி சோசலிஸ்ட் வாலிபர் முன்னணியின் மாவட்டச் செயலாளராக இருந்தபோது அதன் குடவாசல் ஒன்றியச் செயலாளராக இலக்குமணன் செயல்பட்டிருக்கிறார். இப்போதும் விவசாயிகள் சங்க ஒன்றியக்குழு உறுப்பினராகவும், கட்சி உறுப்பினராகவும் செயல்பட்டு வருகிறார்.

என்.கிருஷ்ணன்

இவரும் திட்டாணி முட்டம் ஆலத்தாங்குடி பகுதியில் ஒரு தலித் பண்ணைத் தொழிலாளியின் குடும்பத்தில் பிறந்தவர்தான். 1943ஆம் ஆண்டு பிறந்த இவர் 2ஆம் வகுப்பு வரை மட்டுமே படித்தார். வறுமையில் வாழ்ந்த குடும்பம் என்பதால் இவரை இதற்குமேல் அவரது தந்தையால் படிக்க வைக்க முடியவில்லை. சிறுவனாக இருந்தபோதே தன்னுடைய தந்தையோடு பண்ணையில் கூலி வேலை செய்துவந்தார் கிருஷ்ணன்.

திட்டாணி முட்டம் கிராமத்திலும், சுற்று வட்டாரக் கிராமங்களிலும் விவசாயிகளுடைய கூலிப் போராட்டங்களும், தீண்டாமைக் கொடுமைகளுக்கு எதிரான போராட்டங்களும் தீரத்துடன் நடந்த காலம் அது. அந்தப் போராட்டங்களில் கலந்துகொண்ட கிருஷ்ணன் விவசாயிகள் சங்கத்தில் இணைந்து, 1958ஆம் ஆண்டு அன்றைய இந்திய கம்யூனிஸ்ட் கட்சியில் உறுப்பினரானார்.

1961ஆம் ஆண்டு மாநில அளவில் நடைபெற்ற உபரி நில விநியோகத்திற்கான விவசாயிகள் மறியல் போராட்டத்தில் தோழர் இலக்குமணனோடு கிருஷ்ணனும் கலந்துகொண்டு கைது செய்யப்பட்டு 3 மாதம் திருச்சி

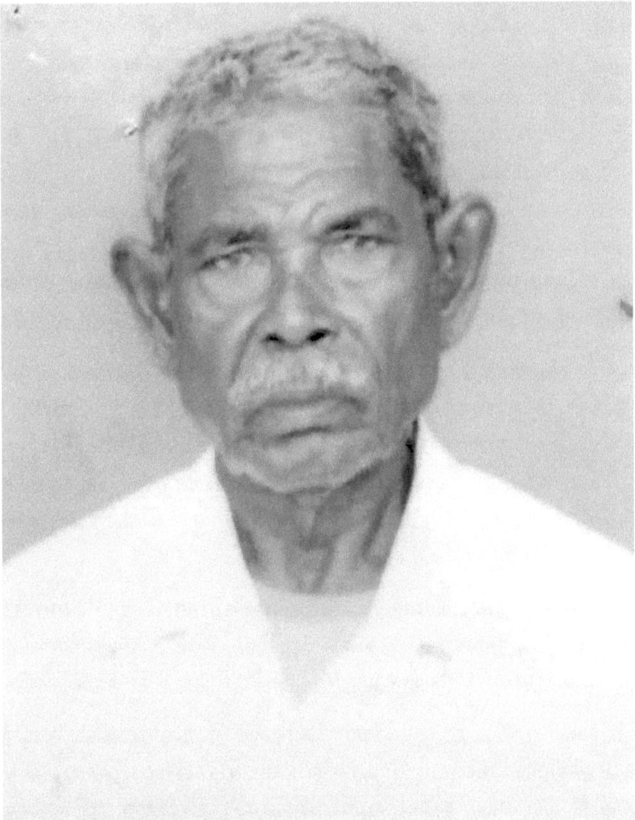

தோழர் என்.கிருஷ்ணன்

சிறையிலிருந்திருக்கிறார். விடுதலையாகி ஊருக்குத் திரும்பியபோது, சிறை சென்ற அனைவருக்கும் மாலையணிவித்து, கொரடாச்சேரி ரயில் நிலையத்திலிருந்து கிராமத்திற்கு ஊர் மக்கள் அழைத்து வந்ததைப் பெருமிதத்தோடு நினைவுகூர்கிறார் கிருஷ்ணன்.

1968ஆம் ஆண்டு கிராமத்தில் நடைபெற்ற கூலி உயர்வுக்கான போராட்டத்தில் முக்கியப் பங்கேற்றார் கிருஷ்ணன். அதற்காக அவரைக் கொரடாச்சேரியில் நிலச்சுவான்தார்களின் குண்டர்கள் ஆயுதங்களால் கடுமையாகத் தாக்க முற்பட்டார்கள். அவர்களிடமிருந்து சாதுரியமாகத் தப்பித்துக் கிராமத்திற்குத் திரும்பினார். இப்போதும் வெட்டுப்பட்ட அவரது கால்களில் தழும்புகள் இருக்கின்றன.

1964ஆம் ஆண்டு கட்சித் தலைவர்களில் ஒருவரான எம். சண்முகம் தலைமையில் கிருஷ்ணனுக்கு திருமணம் நடைபெற்றது. இவருக்கு 4 மகன்கள். அனைவரும் கட்சி ஆதரவாளர்கள். 1964ஆம் ஆண்டு மார்க்சிஸ்ட் கட்சி உருவானபோது கிருஷ்ணனும் இணைந்துகொண்டார். அவ்வாண்டு கிருஷ்ணன் கட்சிக்கிளைச் செயலாளராகச் செயல்பட்டார். விவசாயிகள் சங்க மாவட்டத் தலைவர் தம்புசாமி (பிற்படுத்தப்பட்டோர்), சிஐடியு மாவட்டச்செயலாளர் முருகையன் (தலித்) இருவரையும் கட்சிக்கு கொண்டுவந்ததில் தானும் முக்கியப் பங்காற்றியதைத் தெரிவித்தார்.

2006ஆம் ஆண்டும், 2011ஆம் ஆண்டும் தோழர் எம்.கலைச்செல்வி (தோழர் முருகையனின் துணைவியார்) இரண்டு முறை ஊராட்சிமன்ற தலைவராக தேர்வு செய்யப்பட்டு நேர்மையாகச் செயல்பட்டார். 2 முறையும் ஊராட்சிமன்றத் தேர்தலில் நமது கட்சி வேட்பாளர் வெற்றி பெறுவதற்கு கிருஷ்ணன் முக்கிய பங்காற்றியதாகக் குறிப்பிட்டார்.

கிராமத்தில் நடைபெற்ற மேதின விழாவில் “வாழும் வரை போராடு”, “அறுவடை நாள்” ஆகிய நாடகங்களை உருவாக்கி இலக்குமணனும், கிருஷ்ணனும் அதில் நடித்திருக்கிறார்கள்.

திட்டாணி முட்டம் ஐயனார் கோவில் திருவிழாவில் தலித் மக்கள் பங்கேற்பதற்குத் தடை இருந்தது. கட்சியின் வழிகாட்டுதலோடு, 1990 களில் ஆலய நுழைவுரிமைக்காக தோழர் இலக்குமணன், கிருஷ்ணன் தலைமையில் போராட்டம் நடைபெற, தலித் மக்களும் அந்த விழாவில் பங்கேற்க அரசு நிர்வாகம் ஏற்பாடு செய்தது.

தோழர்கள் இலக்குமணனும், கிருஷ்ணனும் கடந்த 60 ஆண்டுகளுக்கு மேலாக அர்ப்பணிப்போடு கட்சிப்பணியும், விவசாய சங்கப்பணியும் செய்து வருகின்றனர். இத்தகைய தோழர்களின் தன்னல மறுப்பும் ஈடுபாடு மிக்க பணியாலும்தான் மாவட்டத்தில் மார்க்சிஸ்ட் கம்யூனிஸ்ட் கட்சியும் விவசாயகள் சங்கமும் துடிப்போடு செயல்பட்டு வருகின்றன. வழிகாட்டியாய்த் திகழும் இவர்களது களப்பணி பாராட்டத்தக்கது, பின்பற்றத்தக்கது.

❑

43

மக்களிடம் கற்றுச் செயலாற்ற வழிகாட்டும் மூத்த தோழர்

விருதுநகர் மாவட்டத்தில் களப்பணியாற்றி வந்துள்ள சில மூத்த தோழர்களை இத்தொடரில் சந்தித்திருக்கிறோம். இப்போது நாம் சந்திக்கவிருப்பது அவர்களில் ஒருவரான தோழர் ஜே.லாசர்.

இவர் 1942 ஆம் ஆண்டு குமரிமாவட்டம் ரீத்தாபுரம் பேரூராட்சிக்கு உட்பட்ட ஆலஞ்சி பகுதியில் பிறந்தவர். பிறந்த ஒரு மாதத்திற்குள் இவரது பெற்றோர்கள் சாத்தூருக்கு குடும்பத்துடன் குடியேறினர். அங்கு இவர் 8ஆம் வகுப்பு (பழைய இ.எஸ்.எல்.சி) வரை படித்தார். போதிய வருவாய் இல்லாததால் அதற்குமேல் அவரை பெற்றோர்களால் படிக்கவைக்க முடியவில்லை.

மார்க்சிஸ்ட் கம்யூனிஸ்ட் கட்சியின் சிவகாசி நகரக் குழு உறுப்பினராகச் செயல்பட்டு வருகிற தோழர் லாசர், சிறு வயதிலேயே சாத்தூரில் ஒரு அச்சகத்தில் அச்சுக்கோர்ப்புத் தொழிலாளியாக வேலைக்குச் சேர்ந்தார். படிப்படியாக அச்சகத் தொழிலாளர் சங்கத்தில் உறுப்பினராகி, சங்க வேலைகளில் ஈடுபட்டார்.

அச்சக வேலையும் சங்கப் பணியும் இல்லாத நேரங்களில் அப்பகுதியில் உள்ள என்.எஸ்.கிருஷ்ணன் மன்றத்திற்குச் சென்று வருவார். “அங்கே பத்திரிகைகள் படிக்கவும் விவாதிக்கவும் கிடைத்த வாய்ப்பு எனக்கு வெளி உலகத்தைப் பற்றிய புரிதல் உருவாகக் காரணமாக அமைந்தது. சிவகாசியிலிருந்து சாத்தூருக்கு வந்த போது, தோழர் தொண்டர் துரைசாமி, என் போன்றவர்களுக்கு சங்கப் பணிகள் தொடர்பாக வழிகாட்டினார்,” என அந்த நாட்களை நினைவு கூர்கிறார் தோழர் லாசர்.

ஒரு கட்டத்தில் சங்கத்தினுடைய தலைவராக கருப்புசாமி, செயலாளராக லாசர் இருவரும் தேர்வு செய்யப்பட்டார்கள். ஏற்கெனவே கம்யூனிஸ்ட் கட்சியின் உறுப்பினராக இருந்த கருப்புசாமிதான் லாசரை 1961ல் கட்சிக்குள் கொண்டு வந்தார்.

1962ஆம் ஆண்டு நாடு முழுவதும் கட்சியின் மீது ஒடுக்குமுறை கட்டவிழ்த்துவிடப்பட்டு தலைவர்களும், தோழர்களும் சிறையில் அடைக்கப்பட்டார்கள். அப்போது லாசரும் கைது செய்யப்பட்டு 15 நாட்கள் சிறையில் இருந்தார். இது அவருடைய முதல் சிறை அனுபவம். 1964ஆம் ஆண்டு மார்க்சிஸ்ட் கம்யூனிஸ்ட் கட்சி உருவானபோது சாத்தூரில் ஒருவரைத் தவிர மற்ற தோழர்கள் அனைவரும் தன்னோடு வந்து இணைந்தனர் என்று தெரிவிக்கிறார் லாசர். இந்தப் பின்னணியில் தோழர் லாசர் மார்க்சிஸ்ட் கம்யூனிஸ்ட் கட்சியின் நகரச் செயலாளராகத் தேர்வு செய்யப்பட்டார்.

போர்க்குணமிக்க இவருடைய தொடர்ச்சியான இயக்கப் பணிகளை அங்கீகரிக்கும் வகையில் சாத்தூர், சிவகாசி, வெம்பக்கோட்டை பகுதிகளை உள்ளடக்கிய சாத்தூர் தாலுக்கா குழுவின் செயலாளராக 1968-ல் தேர்வு செய்யப்பட்டார். தொலைபேசி, வாகன வசதி உள்ளிட்ட எந்த வசதிகளும் இல்லாத முழுநேர ஊழியர் அலவன்ஸ் போன்ற எந்த ஏற்பாடுகளும் இல்லாத அன்றைய சூழலில் சுமார் 100 மைல் சுற்றளவு கொண்ட அந்தப் பகுதிகளுக்குச் சைக்கிளிலேயே சென்று இயக்கம் இட்ட பணிகளை நிறைவேற்றி வந்தார்.

சாத்தூர் நகரத்தில் பேனா நிப் தயாரிப்பும் முனைப்பாக இருந்த காலகட்டம் அது. சுவையான சிற்றுண்டியாகிய சாத்தூர் சேவு இன்றளவும் புகழோடு இருக்கிறது. அந்த நிப்புக் கம்பெனிகளின் தொழிலாளர்கள் சங்கம், சேவுக்கடைத் தொழிலாளர்கள் சங்கம், அச்சுத் தொழிலாளர் சங்கம் போன்ற பல்வேறு சங்கங்களை உருவாக்குவதில் இவர் முக்கியப் பங்காற்றியுள்ளார்.

1970ல் சிவகாசியில் மக்கள் தொண்டராக அறியப்பட்ட தொண்டர் துரைச்சாமி அவர்கள் உடல் நலக்குறைவினால் பாதிக்கப்பட்டிருந்தார். எனவே அவருக்கு உதவியாகக் கட்சிப் பணியாற்றிட அப்போதைய மாவட்டச் செயலாளர் தோழர் எஸ்.ஏ. பெருமாள், லாசரை சிவகாசிக்கு அனுப்பினார். பர்மாவிலிருந்து தாயகம் திரும்பிய தமிழர்கள் சிவகாசியில் அவர்களுக்காக கட்டப்பட்ட 47 வீடுகளில் குடியமர்த்தப்பட்டனர். அப்பகுதியில் இருந்த ரவுடிகளின் தொல்லையால் அந்த குடும்பங்கள் நிம்மதியாக வாழமுடியாத நிலை இருந்தது. இதையறிந்த தோழர் ஜே.லாசர் அப்பகுதியிலேயே வாடகைக்கு வீடு பிடித்துக் குடியேறினார். துணிச்சலுடன் நேரடியாகப் போராடி ரவுடிகளின் கொட்டத்தை

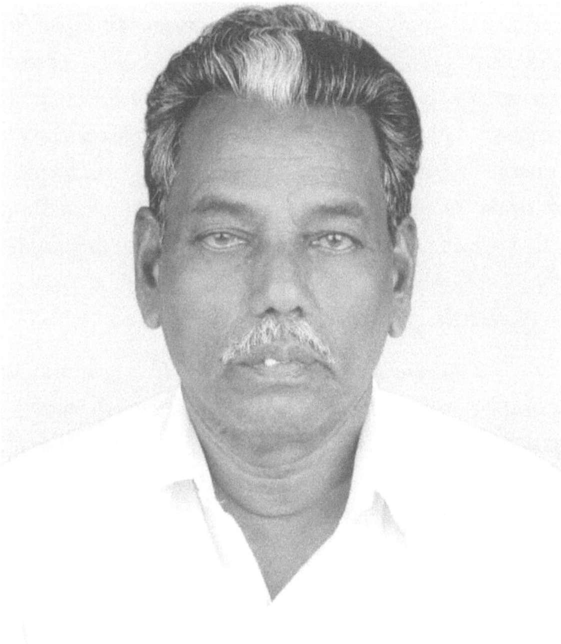

தோழர் ஜே.லாசர்

அடக்கினார். தோழரின் முயற்சிக்கு அங்கிருந்த காவல்துறையினரும் உதவியாக இருந்தனர். இதனால் இப்பகுதி மக்களுக்கு லாசர் மீது மிகுந்த மரியாதை ஏற்பட்டது.

தொழிலாளர்களின், ஏழை, எளிய மக்களின் நலன்களை காக்கும் போராளியாகத் திகழ்ந்த தோழர் ஜே.லாசர் இரண்டு முறை சிவகாசி நகர்மன்ற உறுப்பினராக இப்பகுதியிலிருந்து தேர்வு செய்யப்பட்டார். இவரது இயக்கப் பணிகளால் கட்சியும் தொழிற்சங்க அமைப்புகளும் வலுவாகக் காலூன்றின. சங்கிலித் தொடராகக் கட்சிக் கிளைகள் அமைக்கப்பட்டு உயிரோட்டமாக செயல்படத் துவங்கின.

எந்தச் சட்டச் சலுகையும் இல்லாமல் கொத்தடிமைகள் போல இருந்த சிவகாசி அச்சுத் தொழிலாளர்களுக்காக சிஐடியு சங்கம் பி.எப்., இ.எஸ்.ஐ., ஓவர் டைம் வேலைக்கு இரட்டிப்புச் சம்பளம், அதிக நேரவேலையின் போது உணவு, டீ அலவன்ஸ், ஐந்து ஆண்டுகள் சர்வீஸ் முடித்தவர்களுக்கு கிராஜுவிட்டி போன்ற கோரிக்கைகளை முன்வைத்து

போராட்டத்தை அறிவித்தது. ஆயிரக் கணக்கான தொழிலாளர்களை பங்கேற்கச் செய்து அந்தப் போராட்டத்தை பிரமாண்டமாக நடத்தினார் லாசர். மூன்று நாட்கள் உண்ணாநிலைப் போராட்டம் இவர் தலைமையில் நடந்தது. தொழிற்சங்கத்திற்கும், அச்சக உரிமையாளர் சங்கத்திற்கும் இடையே, தொழிலாளர் நல அலுவலர் முன் 12(3) விதியின் கீழ் ஒப்பந்தம் கையெழுத்தானது. அந்த ஒப்பந்தத்தால் தொழிலாளர்களுக்கு உறுதிப்படுத்தப்பட்ட சட்டப்பூர்வ உரிமைகள் இப்போதும் அங்கே நடைமுறையில் இருப்பது குறிப்பிடத்தக்கது.

அரசின் கெடுபிடிகளையும், காவல் துறையின் அடக்கு முறைகளையும், எதிரிகளின் மிரட்டல்களையும் லாசர் மக்களைத் திரட்டி துணிச்சலோடு எதிர்கொண்டார். இவர் உள்ளிட்டு நமது இயக்கத் தோழர்கள் பலமுறை கைது செய்யப்பட்டு பல வழக்குகள் போடப்பட்டன. அந்த வழக்குகளால் லாசர் பின் வாங்கிவிடவில்லை. உதாரணமாக 1974ஆம் ஆண்டு ஸ்டாண்டர்டு லித்தோ பிரஸ் தொழிலாளர்கள் போராட்டத்தின் போது ஏற்படுத்தப்பட்ட மோதலைச் சாக்கிட்டு லாசர் உள்ளிட்ட 90 தொழிலாளர்கள் கைது செய்யப்பட்டார்கள். அவர்கள் 40 நாட்கள் சிறையில் அடைக்கப்பட்டார்கள். தொடர்ந்து மூன்று ஆண்டுகள் நடைபெற்ற வழக்கின் முடிவில், அரசுத் தரப்பு வாதம் தள்ளுபடி செய்யப்பட்டு அனைவரும் விடுதலை செய்யப்பட்டனர்.

தீப்பெட்டித் தொழிற்சாலைகளில் 6 வயதுக் குழந்தைகளும் அதிகாலை 3 மணியிலிருந்து மாலை 6 மணி வரையில் வேலை செய்யும் அவலம் இருந்தது. 1978ஆம் ஆண்டு இவ்வாறு எஸ்.புதுப்பட்டியில் இருந்த தீப்பெட்டி தொழிற்சாலைகளுக்கு வேலைக்கு சென்ற 45 குழந்தைகள் தொடர் மழையினால் அர்ச்சுனா நதியில் ஏற்பட்ட வெள்ளப் பெருக்கால் பேருந்து வெள்ளத்தில் அடித்துச் செல்லப்பட்டு நீரில் மூழ்கி, மணலில் புதைந்து விட்டனர். அப்போது மீட்புக் குழுவினரோடு துணிச்சலாக ஆற்றுக்குள் இறங்கித் தேடித் தேடி மண்ணுக்குள் புதைந்த குழந்தைகளின் உடல்களைத் தோண்டியெடுத்து தோளில் சுமந்து வந்தவர் தோழர் ஜே.லாசர்.

நிலைமையை நேரில் காண அன்றைய முதல்வர் எம்ஜிஆர் வர வேண்டும் என கட்சியின் மாவட்டத் தலைமை முயன்றது. தோழர் கே.பி.ஜானகியம்மாள் முதலமைச்சரோடு எஸ்.புதுப்பட்டிக்கு வந்தார். அந்தக் கொடூர பாதிப்புக்குப்

பிறகுதான் சட்டம் இயற்றப்பட்டு குழந்தை தொழிலாளர் உழைப்பு ஓரளவிற்குத் தடுக்கப்பட்டது.

நாரணாபுரம் கிராமத்தில் உள்ள ரத்தினம் ஃபயர் ஒர்க்ஸ் பட்டாசு ஆலையில் விபத்து ஏற்பட்டு இறந்த 9 தொழிலாளர்கள் குடும்பங்களுக்கும், அருணா பயர் ஒர்க்சில் ஏற்பட்ட விபத்தில் இறந்த 30 தொழிலாளர்களின் குடும்பங்களுக்கும் நட்ட ஈடு வாங்கித் தருவதில் தோழர் லாசரின் பங்கு முக்கியமானது. இதன் மூலம் கிடைத்த தொடர்புகளைப் பயன்படுத்தி லாசர் முயற்சியினால் பெத்திலிப்பட்டி, ஆண்டியாபுரம், அனுப்பன்குளம் போன்ற கிராமங்களில் கட்சிக் கிளைகள் உருவாக்கப்பட்டு இன்று வரை சிறப்பாகச் செயல்பட்டு வருகின்றன.

பட்டாசு விபத்தில் பலியானவர்களுக்கு ஒரு கட்டம் வரையில் சல்லிக்காசு கூட நட்டஈடு கிடைக்காது. மார்க்சிஸ்ட் கம்யூனிஸ்ட் கட்சியும், சி.ஐ.டி.யு. சங்கமும் நடத்திய நீண்ட போராட்டத்தின் பலனாக, விபத்தில் இறந்தால் குறைந்தபட்சம் தலா ரூ.5.5 லட்சம் நட்டஈடு தற்போது கிடைத்து வருகிறது. அந்தப் போராட்டத்தில் லாசர் முன்னணிப் பாத்திரம் வகித்தார். எந்தப் பட்டாசு ஆலையில் எப்போது விபத்து ஏற்பட்டாலும் முதல் ஆளாக அங்கே சென்று தொழிலாளர்களைக் காப்பாற்றும் முயற்சிகளை எடுத்தவர் லாசர்.

திருமணம்கூட செய்து கொள்ளாமல் சிவகாசியில் அர்ப்பணிப்போடு செயல்பட்டு வந்த தொழிற்சங்க ஸ்தாபகத் தலைவர் தொண்டர் துரைச்சாமி அவர்களது நினைவாக நகரத்தின் மையப் பகுதியில் "தொண்டர் துரைச்சாமி நினைவகம்" என்ற கட்டிடத்தை உருவாக்கியதில் லாசருக்கு முக்கியப் பங்குண்டு.

மதுரை மாநகரில் "தீக்கதிர்" தினசரி இதழாக வெளியாகத் தொடங்கியபோது அதனுடைய முதல் பிரதியை அச்சுக் கோர்த்துக் கொடுத்த தொழிலாளியாக தான் வேலை செய்ததை பெருமையாக கூறுகிறார் லாசர். 1976 நெருக்கடி நிலை காலத்தில் தீக்கதிருக்கு சென்சார் அதிகாரிகள் நெருக்கடி கொடுத்த போது "செய்திக் கதிர்" என்ற இதழ் தோழர் லாசரின் சொந்த அச்சகத்தில் அவரால் அச்சுக் கோர்த்து, அச்சிடப்பட்டு தோழர் எஸ்.ஏ.பெருமாள் வழிகாட்டுதலில் அரசுப் போக்குவரத்து ஊழியர்கள்மூலம் தமிழகத்தின் பெரும் பகுதி நகரங்களுக்கு அனுப்பி வைக்கப்பட்டது.

ஒன்றுபட்ட மதுரை, இராமநாதபுரம் மாவட்ட மார்க்சிஸ்ட் கட்சியின் மாவட்டக் குழு உறுப்பினராகவும், இராமநாதபுரம் மாவட்டம் பிரிந்தபின் மாவட்ட செயற்குழு உறுப்பினராகவும், பின்னர் இராமநாதபுரம் மாவட்டம், விருதுநகர், சிவகங்கை, இராமநாதபுரம் என மூன்று மாவட்டங்களாகப் பிரிந்த போது விருதுநகர் மாவட்டச் செயற்குழு, மாவட்டக் குழு உறுப்பினராக 2013 வரை தொடர்ந்து செயல்பட்டுள்ளார்.

ஆலங்குளத்தில் அரசு சிமெண்ட் தொழிற்சாலையில் சங்கம் உருவானபோதும், தமிழ்நாடு சுமைப்பணித் தொழிலாளர் சங்க மாநில அமைப்பு சேலத்தில் உருவானபோதும் லாசர் ஸ்தாபக நிர்வாகிகளில் ஒருவராக இருந்துள்ளார். விருதுநகர் மாவட்ட சுமைப்பணித் தொழிலாளர் சங்கத் தலைவராகவும், அதன் நிர்வாகியாகவும் இன்றுவரை செயல்பட்டு வருகிறார். இப்போதும் சி.ஐ.டி.யு. மாவட்ட நிர்வாகியாக இயங்கி வருகிறார்.

தற்போது 78 வயதாகும் தோழர் லாசர் உடல்நலம் வெகுவாக பாதிக்கப்பட்டிருந்தாலும் இப்போதும் அயராது கட்சிப்பணி ஆற்றி வருகிறார். இவர் மட்டுமல்ல, இவரது குடும்பமே கட்சிக் குடும்பம். மூத்த மகன் ஜோசப் ஸ்டாலின், பராசக்தி காலனி கிளைச் செயலாளராக செயல்படுகிறார். இரண்டாவது மகன் பகத்சிங் பாபு அரசுப் போக்குவரத்து அரங்க கட்சிக் கிளையிலும், சி.ஐ.டி.யு தொழிற்சங்கத்திலும் செயல்பட்டு வருகிறார். இவரது மருமகள் கட்சி உறுப்பினராக இருப்பதோடு, சிவகாசி நகர கூட்டுறவு வங்கி இயக்குநர்களில் ஒருவராகவும் செயல்பட்டு வருகிறார். இவரது மனைவி காலம் சென்ற தோழர் ராஜபுஷ்பம் கடைசி மூச்சு வரையில் கட்சி உறுப்பினராகப் பணியாற்றினார்.

தோழர் லாசர், பல நூல்களைத் தொடர்ந்து படிப்பவர். அமைப்புக்கு மார்க்சிஸ்ட் வாசகர் வட்டம், செம்மலர் வாசிப்பு வட்டம் போன்ற நிகழ்வுகளில் தொடர்ந்து பங்கேற்று, ஒரு இயக்கவாதி வாசிப்பிலும் கவனம் செலுத்த வேண்டும் என்பதை உணர்த்துபவராக இருக்கிறார். இவரின் மற்றொரு பண்பு, சிவகாசியில் உள்ள அனைத்துக் கட்சித் தலைவர்களிடமும் நட்போடு இருப்பது.

தோழர் லாசரைப் பற்றிய கட்டுரை எழுதுகிற போதுதான் சமீபத்தில் கூடிய கட்சியின் மத்தியக் குழு தீர்மானம் மின்னஞ்சல்

மூலம் கிடைத்தது. நடந்து முடிந்த நாடாளுமன்றத் தேர்தலில் ஏற்பட்ட பெரும் தோல்வியை பரிசீலித்த கட்சியின் மத்தியக் குழு கட்சி அணிகளுக்கு அறைகூவல் விடுத்துள்ளது.

"மக்களிடம் செல்வோம், அவர்களிடமிருந்து கற்றுக் கொள்வோம். அவர்களோடு உயிரோட்டமான தொடர்பை உருவாக்கி அவர்களுடைய நலன்களைப் பாதுகாக்க தீரமாக போராடுவோம்." கட்சியின் மேற்கண்ட அறைகூவலை அமலாக்கிட இன்றைய இளைய தலைமுறையினருக்கு தோழர் லாசரின் வாழ்வும், பணியும் முன்னுதாரணமாகத் திகழும். கைது, சிறை, வழக்கு அனைத்தையும் எதிர்கொண்டு கடந்த 60 ஆண்டுகளுக்கு மேலாக அர்ப்பணிப்போடு தோழர் லாசர் ஆற்றிவரும் தொழிற்சங்கப்பணி, கட்சிப் பணி பாராட்டுக்குரியது - பின்பற்றத்தக்கது.

❑

44

நான்காம் வகுப்பு படித்தபோது வீட்டில் செங்கொடி ஏற்றியவர்

குமரி மாவட்டத்தைச் சேர்ந்த மூத்த தோழர்கள் பலரையும் இத்தொடர் அறிமுகப்படுத்தியிருக்கிறது. இப்போது நாம் தெரிந்துகொள்ள இருப்பவர் தோழர் பி.நடராஜன். குமரி மாவட்டம், அருமனை ஒன்றியம், மாஞ்ஞாலுமூடு கிராமத்தில் 1942ல் பிறந்தவர். இவருடைய தந்தை சிறிய அளவில் வியாபாரத்தில் ஈடுபட்டிருந்தவர்.

தோழர் நடராஜன் எஸ்.எஸ்.எல்.சி. வரை படித்தார். நான்காம் வகுப்பு படித்துக்கொண்டிருந்தபோது, கம்யூனிஸ்ட் கட்சி பொதுக்கூட்டம் ஒன்றில் இயக்கத் தோழர்களும் இல்லற இணையருமான சதாசிவம் – சாரதா பேசுவதைக் கேட்டாராம். “அப்போது ஏற்பட்ட ஈர்ப்பால் கம்யூனிஸ்ட் கட்சிக் கொடியை எங்கள் வீட்டில் ஏற்றினேன். இந்த வயதிலேயே அரசியலா என தாயார் எதிர்ப்பு தெரிவித்தார். ஆனால் என் அண்ணன் (வட்ட வழங்கல் அலுவலராக இருந்தவர்) தலையிட்டு, அதுதான் அவனுக்கு பிடித்திருக்கிறது என்றால் இருக்கட்டும் என்று தாயாரை சாந்தப்படுத்தினார்,” என்று அந்தச் சிறுவயது நாட்களுக்குச் சென்று திரும்பிவந்தார் நடராஜன்.

1956 வரையில் குமரி மாவட்டம் கேரளத்தின் ஒரு பகுதியாக இருந்தது. அக்காலத்தில் தோழர்கள் இ.எம்.எஸ், ஏ.கே.கோபாலன் உள்ளிட்டோர் குமரி மாவட்டத்திற்கு அடிக்கடி வருவார்கள். குமரி மாவட்டத்தில் கம்யூனிஸ்ட் கட்சியின் தலைவர்களான ஜி.எஸ். மணி, டி.மணி போன்ற தோழர்களின் தீரச்செயல்கள் இளைஞர்கள் மனதில் மிகப்பெரிய தாக்கத்தை உருவாக்கியது. இத்தகைய பின்னணியில் தோழர் நடராஜனுக்கும் கம்யூனிஸ்ட்கட்சியின் மீது மிகுந்த ஆர்வமும், மரியாதையும் ஏற்பட்டது.

குலசேகரம் பகுதியில் கட்சிப்பணி, தொழிற்சங்கப்பணி ஆற்றி வந்த தோழர் கிருஷ்ணன் (மாவட்ட செயற்குழு உறுப்பினர் மாதவனின் தந்தை) மூலம் 1965ஆம் ஆண்டு தோழர் நடராஜன் மார்க்சிஸ்ட் கட்சியில் உறுப்பினரானார்.

தோழர் நடராஜன்

அடுத்த 6 மாதத்தில் இவர் விளவங்கோடு பகுதிக்குழுவில் இணைக்கப்பட்டார். மக்கள் பிரச்சினைகளுக்காக அயராது போராடிய இவர், கட்சியின் மாவட்டக் குழுவிற்கும், மாவட்டச் செயற்குழுவிற்கும் தேர்வுசெய்யப்பட்டார். 5 ஆண்டு காலம் மாவட்ட செயற்குழு உறுப்பினராக செயல்பட்டவர், இப்போதும் கட்சியின் மாவட்டக்குழு உறுப்பினராக இயங்கி வருகிறார். விவசாய சங்கத்தின் மாவட்ட நிர்வாகியாகவும் பல ஆண்டுகள் செயல்பட்டு இருக்கிறார்.

1960 களில் உணவுப்பஞ்சம் ஏற்பட்டது. பஞ்சத்தைப் போக்கி மக்களுக்கு உணவு கேட்டு நடந்த போராட்டத்தில் பங்கேற்ற நடராஜன், தோழர்கள் டி.மணி, தாலுகா செயலாளரான எம்.ஏ.சையது முகமது ஆகியோருடன் கைது செய்யப்பட்டார். 62 நாட்கள் சிறைவாசம் சென்றவர்.

மத்தியில் இந்திரா காந்தி தலைமையிலான அரசு அவசர நிலை ஆட்சிச் சட்டத்தை அமலாக்கிய போது தோழர் நடராஜன் உள்ளிட்டு பல தோழர்கள் கைது செய்யப்பட்டு சில மாதங்கள் சிறையிலடைக்கப்பட்டனர்.

அருமனை ஒன்றியத்தில் வேகமாக வளர்ந்து வந்த கம்யூனிஸ்ட் இயக்கத்தை ஒழித்துக் கட்ட வேண்டும், ஆர்.எஸ்.எஸ். அமைப்பை வளர்க்க வேண்டும் என்ற நோக்கத்துடன் கண்ணூரிலிருந்து ஒருசிலர் இறக்குமதி செய்யப்பட்டனர். அவர்கள் கம்யூனிஸ்ட் எதிர்ப்புடன் மத வெறியையும் பரப்பினர். ஆர்.எஸ்.எஸ். தொண்டர்களுக்கு

கொலைக் கருவிகளுடன் வன்முறைப் பயிற்சிகளும் அளிக்கப்பட்டன. அவர்கள் கம்யூனிஸ்ட்களைக் குறிவைத்தார்கள்.

1986ஆம் ஆண்டு ஆர்.எஸ்.எஸ். குண்டர்கள் தோழர்கள் பாபு, செல்லையன் ஆகியோரைத் தாக்கிப் படுகொலை செய்தனர். தோழர் நடராஜனுக்கும் அச்சுறுத்தல் இருந்தது. கட்சித் தோழர்கள் அவரைப் பாதுகாத்தனர். தோழர் ஜே.ஹேமசந்திரன் தனது வாகனத்தில் ஏற்றி பாபு, செல்லையன் ஆகியோரின் இறுதி நிகழ்ச்சிக்கு பி.நடராஜனை அழைத்து வந்தார். பாபு, செல்லையனைப் பாதுகாக்க முயன்ற தோழர்கள் சோமன், கோபாலன், விஜயகுமார் ஆகியோரும் கத்திக்குத்துக்கு உள்ளாகினார்.

அருமனை, வெல்லாங்கோடு பகுதியில் சி.எஸ்.ஐ-யின் கட்டுப்பாட்டில் இருந்த 131 ஏக்கர் புறம்போக்கு நிலங்களை அப்பகுதியில் உள்ள விவசாயத் தொழிலாளர்கள் (88 தலித் குடும்பங்கள், 15 தலித் அல்லாத குடும்பங்கள்) குத்தகை சாகுபடி செய்து வந்தனர். நிலத்தைவிட்டு அவர்களை வெளியேற்றிட நிலச்சுவான்தார்கள் முயன்றபோது குத்தகை சாகுபடியைப் பாதுகாத்திட கட்சியின் தலைமையிலான விவசாயிகள் சங்கம் தலையிட்டு தொடர்ச்சியாக போராடியது. உச்சநீதிமன்றம்வரை வழக்குத் தொடுத்து குத்தகை விவசாயிகளுக்கு நிலம் சொந்தமாக்கப்பட்டது. கட்சியின் அன்றைய மாவட்டச் செயலாளர் தோழர் திவாகரன் நீதிமன்றத்தில் வழக்கு நடத்துவதிலிருந்து எல்லா வகையிலும் உதவியாக இருந்ததாக நடராஜன் குறிப்பிட்டார். இத்தகைய போராட்டத்தில் தோழர் நடராஜன் முக்கிய பங்காற்றினார். மேலும் செம்மங்கோடு சி.எஸ்.ஐ. கட்டுப்பாட்டில் இருந்த 37 ஏக்கர் புறம்போக்கு நிலத்தை பயன்படுத்திய மக்களுக்கே பிரித்துக் கொடுத்திட நடைபெற்ற போராட்டத்திலும் நடராஜனுக்கு முக்கியப் பங்குண்டு.

காரோடில் நிலச்சுவான்தார் ஒருவருக்குச் சொந்தமான சுமார் 68 ஏக்கர் நிலத்தைச் சாகுபடி செய்து வந்த தலித் மக்களுக்குக் கிடைப்பதற்கான போராட்டத்தை தொடர்ந்து ஒன்றரை ஆண்டுகள் தோழர்களுடனும், அப்பகுதி மக்களுடனும் இணைந்து நடத்தியுள்ளார். இதில் மட்டும் 13 வழக்குகள் போடப்பட்டன. வழக்கு நடத்தவும், நீதிமன்றம் செல்லவும் பணம் இல்லாத நிலையில் தக்கலை நீதிமன்றத்துக்கு நடந்தே சென்று வந்துள்ளனர்.

தோழர் பி.நடராஜன் தனது குடும்பச் சொத்தில் ஒரு ஏக்கர் நிலம் வழங்கி அதில் காரோடு ஜெயந்தி காலனி அமைய

உதவியதுடன் 21 தலித் குடும்பங்களுக்கு அரசு வீடு கட்டித்தரச் செய்தார். மூன்று சாலைகள் அமைக்க வெவ்வேறு இடங்களில் ஒரு ஏக்கர் 33 சென்ட் நிலம் கொடுத்துள்ளார்.

தோழர் நடராஜன் 1970ல் மாஞ்ஞாலுமோடு ஊராட்சிமன்ற தலைவராக செயல்பட்டிருக்கிறார். மாவட்டத்தில் பி.நடராஜன் மட்டுமல்லாது ஆளூர் பரமேஸ்வரன், கடுக்கரை வேலப்பன், மாங்காடு நடராஜன், முழுக்கோடு டி.சுகுமாரன் தம்பி உட்பட 12 ஊராட்சி மன்ற தலைவர்கள் அந்த தேர்தலில் தேர்ந்தெடுக்கப்பட்டனர்.

1986இல் ஊராட்சி ஒன்றிய தலைவரை மக்களே நேரடியாக வாக்களித்து தேர்ந்தெடுக்கும் தேர்தல் முறையில் தமிழகத்திலேயே மிக அதிகமாக 48 ஆயிரம் வாக்குகளைப் பெற்று அன்றைய தமிழக முதல்வர் கருணாநிதியிடமிருந்து விருது பெற்றவர். தக்கலை நிலவள வங்கியின் துணைத் தலைவர், கன்னியாகுமரி மாவட்ட மத்திய கூட்டுறவு வங்கியின் துணைத் தலைவர், தொடர்ந்து 6ஆவது முறையாக இப்போதும் அருமனை தொடக்க வேளாண்மை கூட்டுறவு சங்கத்தின் தலைவர் என தொடர்ந்து பல்வேறு பொறுப்புகளை ஏற்று மக்கள் பாராட்டக் கூடிய தலைவராக தோழர்.பி.நடராஜன் உள்ளார். தான் ஏற்றுக்கொண்ட பொறுப்புகளைக் குறிப்பிட்டபோது “கம்யூனிஸ்ட் கட்சிதான் அந்த வாய்ப்புகளை எனக்கு வழங்கியது,” என்கிறார்.

இன்று தனது 78 வயதிலும் கம்யூனிஸ்ட் கட்சியில் உறுப்பினராக இருப்பதை பெருமையாகக் கருதுவதாக நெகிழ்வோடு குறிப்பிட்டார்.

தோழர்.பி.நடராஜனுக்கு 6 சகோதரர்களும் 2 சகோதரிகளும் உள்ளனர். சகோதரர்களில் இருவர் வழக்கறிஞர்கள், மற்றவர்கள் அரசு ஊழியர்கள். இவர்கள் நடராஜனுடைய பொது வாழ்க்கைக்குப் பெரிதும் துணையாக இருக்கிறார்கள். மனைவி யசோதா மற்றும் இரண்டு மகன்கள் உடன் இருக்கிறார்கள். இளைய மகன் கட்சி உறுப்பினர். மனைவியும், இரண்டு மகன்களும் தனது இயக்கப் பணிகளுக்கு துணையாக நிற்கின்றனர் என்று கூறுகிறார் நடராஜன்.

தற்போது உடல்நலம் முழுமையாக ஒத்துழைக்கவில்லை என்றாலும், கட்சியின் மாவட்டக்குழு உறுப்பினராகவும், கூட்டுறவு சங்க நிர்வாகியாகவும் அயராது செயல்பட்டுவரும் தோழர் நடராஜனின் ஈடுபாடு மிக்க இயக்கப் பணி பாராட்டுக்குரியது, பின்பற்றத்தக்கது.

❑

45

பட்டாசு நகரில் வெடித்த பாட்டாளி இயக்கங்கள்

இங்கு நாம் சந்திக்கும் தோழர் பால்ராஜா விருதுநகர் மாவட்டம், சிவகாசி நகரில் கட்சிப்பணியாற்றி வருபவர். பிரிக்கப்படாத ஒரே மாவட்டமாய் இருந்த நெல்லையின் விளாத்திகுளத்தில் சிறு விவசாயக் குடும்பத்தில் 1944ஆம் ஆண்டு பிறந்தவர் பால்ராஜா. இயற்கைச் சூழல் உள்ளிட்ட காரணங்களால் விவசாயம் கைவிட்டதால் கூலி வேலை செய்தாவது பிழைத்துக்கொள்ளும் நோக்கத்தோடு இவருடைய தந்தையார் குடும்பத்துடன் சிவகாசிக்கு குடியேறினார்.

சிவகாசியில் பால்ராஜா தந்தைக்கு வாட்ச்மேன் வேலை கிடைத்தது. அவருடைய மூத்த மகன் மாப்பிள்ளைச் சாமி ஒரு பட்டாசு ஆலையிலும், அடுத்த மகன் ராமகிருஷ்ணன் ஒரு அச்சகத்திலும் வேலையில் சேர்ந்தனர். பால்ராஜா நான்காம் வகுப்பு வரை மட்டுமே படித் திருந்தார். சிறுவயதிலேயே பால்ராஜா அச்சகத் தொழிலாளியாக வேலைக்குச் சேர்ந்தார்.

பால்ராஜா சகோதரர்கள் இருவருமே விளாத்திகுளத்தில் இருந்தபோதே கம்யூனிஸ்ட் கட்சி உறுப்பினர்களாகச் செயல்பட்டு வந்தவர்கள். சிவகாசியிலும் அவர்கள் கட்சிப் பணியைத் தொடர்ந்தனர்.

பால்ராஜா அச்சகத் தொழிலாளியாக வேலை செய்த போது தோழர் சீனிவாசன் அச்சகத் தொழிலாளர் சங்கத்தினுடைய தலைவராகவும், தொண்டர் துரைசாமி அதன் செயலாளராகவும் இருந்தனர்.

சகோதரர்கள் இருவரும் கம்யூனிஸ்ட் கட்சியில் செயல்பட்ட பின்னணியில் பால்ராஜா அச்சகத் தொழிலாளர் சங்கத் தில் உறுப்பினரானார். அச்சகத் தொழிலாளர்ள் தங்கள் கோரிக்கைகளுக்காக நடத்திய எல்லாப் போராட்டங்களிலும் பால்ராஜா கலந்து கொண்டார். பிரிமீயர் அச்சக்க நிர்வாகம் அந்தத் தொழிலாளர்களைப் பழிவாங்கியபோது நிர்வாகத்தை எதிர்த்து

தோழர் பால்ராஜ்

நடந்த மறியல் போராட்டத்தில் பால்ராஜா, அவருடைய சகோதரர் ராமகிருஷ்ணன் இருவரும் கலந்துகொண்டார்கள்.

சிவகாசி நகரத்தில் அச்சுத் தொழிலும், பட்டாசுத் தொழிலும் வேகமாக வளர்ந்து வந்தன. ஆனால் அந்தத் தொழில்களை நடத்திய நிறுவனங்களில் வேலை செய்த தொழிலாளர்களுக்கு உரிய சட்டப்பூர்வ உரிமைகள் எதுவும் வழங்கப்படவில்லை. போனஸ், ஓவர்டைம், பி.எப்., இன்சூரன்ஸ் எதுவும் கிடையாது. 8 மணி நேர வேலை அந்தத் தொழிலாளர்கள் அறியாத ஒன்றாக இருந்தது. நிர்வாகங்களின் கட்டளைப்படி அவர்கள் கூடுதல் நேரம் வேலை செய்ய வேண்டியிருந்தது.

பட்டாசு ஆலையில் விபத்து ஏற்படும் வாய்ப்பு அன்று அதிகமாக இருந்தது. அந்த விபத்துகளில் தொழிலாளர்கள் உயிரிழக்க நேரிட்டால் குடும்பத்தினருக்கு இழப்புத் தொகை எதுவும் தரப்பட்டதில்லை. அது மட்டுமல்லாமல், விபத்தில் மாண்ட, படுகாயமடைந்த தொழிலாளர்களின் எண்ணிக்கையைக்கூட முதலாளிகள் சரியாகச் சொல்ல மாட்டார்கள். பாதிக்கப்பட்ட குடும்பங்கள் சட்டப்பூர்வ உதவிக்காக இங்கும் அங்கும் அலைவார்கள்.

இத்தகைய சூழலில் தொண்டர் துரைசாமி, ராஜபாளையம் சீனிவாசன், எஸ்.கே. குருசாமி, லாசர் உள்ளிட்ட தோழர்கள், சட்டப்பூர்வ உரிமைகளுக்காகத் தொழிலாளர்களைத் திரட்டிப்

போராட்டங்களை நடத்தத் தொடங்கினார்கள். அத்தகைய போராட்டங்களில் தவறாமல் கலந்துகொள்வார் பால்ராஜா.

1957ஆம் ஆண்டு கேரளத்தில் தோழர் இ.எம்.எஸ். தலைமையில் கம்யூனிஸ்ட் கட்சியின் ஆட்சி அமைந்தது. அதை வரவேற்று நாடு முழுவதும் நடந்த கொண்டாட்டங்களையொட்டி சிவகாசியிலும் கம்யூனிஸ்ட் கட்சி அப்போது விழா எடுத்தது. அந்த விழாவும், அதில் சொல்லப்பட்ட கருத்துகளும் தன் மனதில் ஆழ்ந்த தாக்கத்தை ஏற்படுத்தின என்கிறார் பால்ராஜா.

தன்னுடைய சகோதரர்கள் இருவருமே கம்யூனிஸ்ட்களாக இருந்ததும் அச்சக தொழிலாளி என்ற அடிப்படையில், தொழிலாளர்கள் போராட்டத்தில் கலந்து கொண்டதும், அப்போது நிலவிய அரசியல் சூழலும் பால்ராஜா மனதில் முற்போக்குச் சிந்தனைகள் முளைவிடச் செய்தன. 1962ஆம் ஆண்டு இவர் கம்யூனிஸ்ட் கட்சியில் உறுப்பினரானார். 1964ல் உருவான மார்க்சிஸ்ட் கட்சியோடு தன்னை இணைத்துக் கொண்டார்.

கம்யூனிஸ்ட் கட்சி உறுப்பினரான பிறகு இவர் தீவிரமாக கட்சிப் பணியிலும், தொழிற்சங்க பணியிலும் ஈடுபட்டார். கட்சியின் வழிகாட்டுதலில் மற்ற தோழர்களோடு இணைந்து நகராட்சி மற்றும் ஊராட்சிகளின் துப்புரவுத் தொழிலாளர்களைத் திரட்டி அவர்களுக்காக சங்கம் அமைத்தார். ஆட்டோ தொழிலாளர் சங்கம், லோடு வேன், டூரிஸ்ட் வேன் ஓட்டுநர்களுக்கான சங்கங்கள் அமைப்பதிலும் பால்ராஜா முக்கியப் பங்காற்றினார். போராட்டங்களில் கலந்துகொள்ளக் கூடிய துப்புரவுத் தொழிலாளர்களையும் மற்ற தொழிலாளர்களையும் திரட்டி கட்சிக் கிளைகளை அமைத்தார். இப்பின்னணியில் 1965ஆம் ஆண்டு மார்க்சிஸ்ட் கம்யூனிஸ்ட் கட்சியின் நகரச் செயலாளராக தோழர் பால்ராஜா தேர்வு செய்யப்பட்டார்.

அக்காலத்தில் துப்புரவுத் தொழிலாளர்கள் கொத்தடிமைகள்போல் நடத்தப்பட்டனர். உள்ளாட்சி அதிகாரிகள் துப்புரவுத் தொழிலாளர்களை ‘வாடா, போடா, வாடி, போடி’ என்று ஒருமையில் இழிவாகப் பேசி நடத்துவது சர்வ சாதாரணமாக இருந்தது. அவர்களுக்குரிய உண்மையான சம்பளம் எவ்வளவு என்று சொல்லமாட்டார்கள். சம்பளச் சிட்டையும் கிடையாது. சுகாதார ஆய்வாளர்கள், மேஸ்திரிகள் கொடுக்கும் சம்பளத்தை தொழிலாளர்கள் கையேந்தி வாங்கிக் கொள்வார்கள்.

அடுத்த நிமிடமே பக்கத்தில் நிற்கும் கந்துவட்டிக்காரர்கள் சம்பளப் பணத்தைப் பறித்துக் கொள்வார்கள். துப்புரவுத் தொழிலாளர்களின் இத்தகைய அவல நிலைமையை எதிர்த்து அவர்களைத் திரட்டி பால்ராஜா போராட்டம் நடத்தினார். கந்துவட்டிக்காரர்களை நகராட்சிக்குள் நுழையாமல் தடுத்தார்.

ஆத்திரமடைந்த கந்துவட்டிக்காரர்கள் அடியாட்களை ஏவிவிட்டு பால்ராஜா வீட்டிற்குச் சென்று அவரைத் தாக்க முற்பட்டனர். அக்கம்பக்கத்தில் இருந்த மற்ற தொழிலாளர் குடும்பங்கள் வன்முறை இரைச்சல் கேட்டு ஓடிவந்தார்கள். கூலிப்படை அடியாட்கள் ஓடிவிட்டனர். இத்தகைய தாக்குதலுக்கு எல்லாம் அஞ்சாமல் தோழர் பால்ராஜா தனது பணியைத் தொடர்ந்து செய்துவந்தார்.

அரசு வழங்கும் சலுகைகள் அனைத்தும் தொழிலாளர்களுக்குக் கிடைக்கச் செய்தார். துப்புரவுத் தொழிலாளர்களுக்கு குடியிருப்புக் கட்டிக்கொடுக்க வேண்டுமென்ற போராட்டத்தை வலுவாக நடத்தினார். இறுதியில் அரசு அவர்களுக்கு குடியிருப்பு வீடுகளைக் கட்டிக் கொடுத்தது.

கட்சியின் நகரச் செயலாளர் என்ற அடிப்படையில் கட்சிப் பணியாற்றியதோடு, ஒரு தொழிலாளியாய் சக தொழிலாளர்களைத் திரட்டி அவர்களுடைய கோரிக்கைகளுக்காக போராடியதோடு, தான் குடியிருந்த பகுதியில் (8வது வார்டு) இருந்த மக்களுக்கு குடும்ப அட்டை, பெண்களுக்குப் பிரசவ உதவி நிதி, சுகாதார வசதி, குடிநீர் கிடைக்கவும் இவர் மக்களைத் திரட்டி போராடியிருக்கிறார். இப்பின்னணியில்தான் 1986ஆம் ஆண்டு நடைபெற்ற நகர்மன்றத் தேர்தலில் மன்ற உறுப்பினராக மார்க்சிஸ்ட் கம்யூனிஸ்ட் கட்சியின் சார்பில் போட்டியிட்டு வெற்றி பெற்றார். 1996ஆம் ஆண்டு தோழர் லாசரும் தானும் சிவகாசி நகர்மன்ற உறுப்பினர்களாக மன்றத்திலும், மக்கள் மத்தியிலும் இருவரும் மேற்கொண்ட பணிகள் பற்றி மிகுந்த பெருமையோடு பால்ராஜா குறிப்பிட்டார்.

எங்கெல்லாம் மக்களுக்குப் பாதிப்பு ஏற்படுகிறதோ அங்கு தோழர் பால்ராஜா களமிறங்குவார். ஒரு நாள் திடீரென்று துப்புரவுத் தொழிலாளர்கள் குடியிருந்த பகுதி ஓடை புறம்போக்கு ஆக்கிரமிப்புப் பகுதி என்று சொல்லி ஜே.சி.பி. மூலம் நகராட்சி நிர்வாகம் அவர்களது குடிசைகளை இடித்து அப்புறப்படுத்த முயன்றது. பால்ராஜா, லாசர் உள்ளிட்ட தோழர்கள் செங்கொடிகளைக் கையில் உயர்த்திப் பிடித்தபடி அங்கே சென்று மறியல் நடத்தினார்கள்.

துப்புரவுத் தொழிலாளர்களின் குடிசைகள் பாதுகாக்கப்பட்டன. தொடர்ந்து எடுத்த முயற்சியினால் ஒரு பகுதி தொழிலாளர்களுக்கு பட்டாவும் கிடைத்தது. இப்பகுதியில்தான் 1986ஆம் ஆண்டு பால்ராஜா மன்ற உறுப்பினராகப் போட்டியிட்டு வெற்றி பெற்றார்.

மேலும் சிவகாசி நகருக்கு மின்சார எரியூட்டு மயானம் அமைக்கவும், பஸ் நிலைய விரிவாக்கத் திட்டமும் குடிநீர் பொதுமக்களுக்கு நல்ல முறையில் கிடைக்க பழனி ஆண்டவர் காலனி, எம்.ஜி.ஆர். திடலில் மேல்நிலை தண்ணீர் டேங்க் அமைக்க நகராட்சியில் தீர்மானம் கொண்டுவந்து திட்டங்கள் நிறைவேற்றப்பட்டன. மேலும் இவருடைய முயற்சியால் எம்.ஜி.ஆர். ஆட்சியில் குடிசை வீட்டை மாற்றி ஓட்டுவீடாக மாற்றும் திட்டத்தின்படி 8வது வார்டில் 65 வீடுகள் ஓட்டுவீடாக மாற்றப்பட்டன.

பால்ராஜா வசித்த 33 வது வட்டத்தில் மக்களுக்குத் தேவைப்பட்ட அடிப்படை வசதிகள் எதுவுமே இல்லாதிருந்தது. மன்ற உறுப்பினராகத் தேர்ந்தெடுக்கப்பட்ட பின்பு ஆண், பெண் கழிப்பறைகள், வாருகால், ரோடு, தெருவிளக்கு, குடிநீர், புழக்கத்திற்கான தண்ணீர் டேங்க் அனைத்தும் அமைத்துக் கொடுத்திருக்கிறார். மேலும் நகராட்சி துப்புரவுப் பணியாளர்களுக்கு அரசு தொகுப்பு வீடு 20 மாடி கட்டடங்கள் கட்டுவதற்கு 40 ஆண்டு காலம் போராடி தற்போது கட்டடம் முடிக்கப்பட்டு துப்புரவுத் தொழிலாளர்கள் குடியேற உள்ளனர். மேலும் 28 துப்புரவுத் தொழிலாளர்களுக்கு நிரந்தரப் பணி கிடைப்பதற்கு பாடுபட்டுள்ளார்.

கட்சித் தலைவர்கள் கைதுசெய்யப் பட்டாலோ, தாக்கப்பட்டாலோ தோழர் பால்ராஜா கொதித்தெழுவார். 1964ஆம் ஆண்டு கட்சித் தலைவர்கள் கைது செய்யப்பட்டு சிறையில் அடைக்கப்பட்டபோது "தலைவர்களை அரசு விடுதலை செய்யவில்லையென்றால் சிறைக் கதவுகளை உடைப்போம்" என்று பால்ராஜா போர்டு வைத்துவிட்டார் (இத்தகைய செயல்கள் பொருத்தமானவையா என்பது வேறு விஷயம்). அதற்காகக் கைது செய்யப்பட்டு அவரும் சிறையில் அடைக்கப்பட்டார்.

கட்சியின்மீதான அடக்குமுறையை எதிர்கொள்வதில் பால்ராஜா முன்னணியில் நிற்பார். போராட்டங்களிலும் இத்தகைய அடக்குமுறையை எதிர்கொள்வதிலும் முக்கியப் பாத்திரம் வகித்து தோழர் பால்ராஜா பலமுறை கைது செய்யப்பட்டு சாத்தூர், ஸ்ரீவில்லிபுத்தூர், மதுரை, பாளையங்கோட்டை சிறைகள் என சுமார் ஒன்றரை ஆண்டுக் காலம் சிறையில் இருந்திருக்கிறார்.

தோழர் பால்ராஜா கட்சியின் முழுநேர ஊழியராக வராமலேயே முழுநேர ஊழியரைப் போன்று செயல்பட்டிருக்கிறார். அச்சகத் தொழிலாளியான இவர் டிசைனராகப் பணியாற்றி அதில் கிடைத்த வருமானத்தை வைத்துதான் குடும்பத்தை நடத்தி வந்திருக்கிறார். இந்த வருமானம் போதாமல் குடும்பம் பல நேரங்களில் கடுமையான நெருக்கடியில் இருந்திருக்கிறது. கட்சிப் பணியே பிரதான பணியாக இவர் செயல்பட்டிருக்கிறார்.

இவருடைய சகோதரர்கள் மாப்பிள்ளைச் சாமி, ராமகிருஷ்ணன் கட்சி நடத்தும் எல்லா போராட்டங்களிலும் கலந்து கொள்பவர்கள். மூத்த அண்ணன் மாப்பிள்ளைச் சாமி 1962ஆம் ஆண்டு கட்சித் தலைவர்கள் கைது செய்யப்பட்ட காலத்தில் இவரும் கைதாகி என்.வரதராஜன், பி.ராமமூர்த்தி போன்ற தலைவர்களோடு கடலூர் சிறையில் இருந்திருக்கிறார். 1976ஆம் ஆண்டு அவசர நிலைக் காலத்தின்போதும் மாப்பிள்ளைச்சாமி கைது செய்யப்பட்டு பாளையங் கோட்டை சிறையில் இருந்திருக்கிறார்.

1948ஆம் ஆண்டு விளாத்திகுளத்தில் இவருடைய மூத்த சகோதரர்கள் ராஜாஜி கொண்டு வந்த குலக்கல்வித் திட்டத்தை எதிர்த்து கம்யூனிஸ்ட் கட்சி சார்பில் நடந்த மறியல் போராட்டத்தில் கலந்து கொண்டிருக்கிறார்கள். அந்தப் போராட்டத்தில் இவரும் கலந்து கொண்டார். ஆயினும் சிறுவன் என்பதால் இவர் மட்டும் கைது செய்யப்படவில்லை.

தோழர் பால்ராஜின் துணைவியார் ராமலெட்சுமி கட்சி உறுப்பினராக இருந்திருக்கிறார். இவர்களது பிள்ளைகள் அனைவரும் கட்சி ஆதரவாளர்கள். மொத்தத்தில் இவரது குடும்பம் கட்சிக் குடும்பம். தற்போது 75 வயதாகும் தோழர் பால்ராஜா கட்சி உறுப்பினராக இருந்துகொண்டு இயன்ற கட்சிப் பணிகளைச் செய்துவருகிறார்.

அச்சுத் தொழிலாளியாக வாழ்க்கையைத் துவங்கி தொழிற்சங்க உறுப்பினர், கட்சி உறுப்பினர், கட்சியின் நகரச் செயலாளர், நகர்மன்ற உறுப்பினர், மூன்றுமுறை கட்சியின் மாவட்டக்குழு உறுப்பினராகத் தேர்வு என பல பொறுப்புகளில் பணியாற்றியிருக்கிறார். கைது, பொய்வழக்கு, சிறை என பல சோதனைகளை எதிர்கொண்டு, இன்றைய இளையோருக்கு ஒரு முன்னுதாரணமாக அர்ப்பணிப்போடு தோழர் பால்ராஜா ஆற்றிய களப்பணி பாராட்டுக்குரியது-பின்பற்றத்தக்கது.

❑

46

இலக்கியத்திலும் நீதிமன்றத்திலும் மக்களுக்காக வாதாடுவதே லட்சியமாய்...

“**எ**மக்குத் தொழில் கவிதை” என இயங்குகிற முழுநேர எழுத்தாளர்கள் இருக்கிறார்கள். வேறு பணிகளைச் செய்துகொண்டே எழுதுபவர்களும் இருக்கிறார்கள். இலக்கியப் படைப்பின் மூலமாகச் சமுதாயத்திற்காக வாதாடும் எழுத்தாளர், நீதிமன்றப் பணியின் மூலமாகத் தனது கட்சிக்காரர்களுக்காக வாதாடும் வழக்குரைஞர் என இரு தளங்களில் செயல் பட்டுவருபவர் டி.எஸ். என்றழைக்கப்படும் தோழர் டி.செல்வராஜ்.

1936ஆம் ஆண்டு நெல்லை மாவட்டம் தென்களம் கிராமத்தில் பிறந்தவர் செல்வராஜ். இவருடைய தந்தை கேரளத்தில் தேவிகுளம் தேயிலைத் தோட்டத்தில் கங்காணியாக வேலை செய்துவந்தார். சிறுவன் செல்வராஜ் மூணாறு பகுதியில் பள்ளிப்படிப்பை முடித்து நெல்லையில் இந்து கல்லூரியில் பயின்று பட்டம் பெற்றார். சென்னை சட்டக்கல்லூரியில் சட்டம் பயின்றவர், மூத்த வழக்கறிஞர் வி.வெங்கட்ராமனின் ஜூனியராக 10 ஆண்டுகள் பணியாற்றி அனுபவம் சேர்த்தார். 1940-களிலிருந்து 1980 வரை சென்னை உள்ளிட்டு மாநிலம் முழுவதும் கம்யூனிஸ்ட்களுக்காக நீதி மன்றங்களில் வாதாடியவரான வி. வெங்கட் ராமன் கம்யூனிஸ்ட் கட்சி ஆதரவாளர். இதனால் பல்வேறு போராட்டங்களின்போது இவரும் கம்யூனிஸ்ட்களோடு சேர்ந்து கைது செய்யப்பட்டதுண்டு.

1971ஆம் ஆண்டு டி.எஸ். திருமணம் நடை பெற்றது. அதற்கடுத்த ஆண்டு திண்டுக்கல் நகரத்தில் குடியேறியவர் இன்றுவரையில் அங்கே ஒரு முன்னணி வழக்குரைஞராகப் பணியாற்றி வருகிறார்.

“நீங்கள் எழுத்தாளராக உருவானது எப்படி?” என்று கேட்டபோது “நெல்லையில் கல்லூரியில் படித்துக் கொண்டிருந்தபோது டிக்கன்ஸ், டால்ஸ்டாய், மாக்சிம்

தோழர் டி.செல்வராஜ்

கார்க்கி, புதுமைபித்தன், மாப்பசான் போன்ற உலகப் புகழ்பெற்ற எழுத்தாளர்களின் படைப்புகளைப் படித்தேன். அவர்கள் எழுத்துகளின் உள்ளடக்கங்களும், கையாண்ட சித்தரிப்பு நடையும் ஏற்படுத்திய தாக்கம்தான் என்னையும் எழுதத் தூண்டியது," என்றார்.

மூணாறில் இவர் பள்ளி மாணவராக இருந்த காலத்தில் கேரள மாநிலம் அரசியலில் பல மாற்றங்களைச் சந்தித்தது. கம்யூனிஸ்ட் கட்சி தலைவர்கள் இ.எம்.எஸ், ஏ.கே.ஜி, போன்றோர் பங்கேற்போடு கேரளமே போராட்டக்களமாகத் திகழ்ந்தது. இத்தகைய தாக்கத்தோடு நெல்லையில் கல்லூரியில் சேர்ந்தார் டி.எஸ். எழுத்துலகத்தில் புகழ்பெற்று விளங்கிய நா.வானமாமலை, தொ.மு.சி.ரகுநாதன், தி.க.சிவசங்கரன், ஆகியோருடன் ஏற்பட்ட தொடர்பு இவரது சிவப்புச் சிந்தனையைச் செழுமைப்படுத்தியது.

'சாந்தி', 'சரஸ்வதி', 'பிரசண்ட விகடன்', 'ஜனசக்தி' போன்ற இதழ்களுக்கு சிறுகதைகள் எழுதினார். தோழர் அறம் வளர்த்த

நாதன் தன்னுடன் அக்காலத்திய அரசியல் நிலைமைகள் குறித்துப் பேசியதையும் நினைவு கூர்கிறார் டி.எஸ். (அறம் வளர்த்த நாதன் இவருக்கு சீனியர் மாணவர். அவரைப் பற்றியும் இந்தத் தொடரில் பதிவு செய்திருக்கிறோம்.)

முற்போக்குச் சிந்தனையுள்ள எழுத்தாளரான டி.எஸ் சென்னை சட்டக்கல்லூரியில் சேர்ந்து படித்தபோது மாணவர் சங்க உறுப்பினராகி பல இயக்கங்களில் பங்கேற்றிருக்கிறார். சென்னையில் வி.பி.சிந்தன், ஜீவானந்தம், போன்ற கம்யூனிஸ்ட் கட்சித் தலைவர்களோடு ஏற்பட்ட தொடர்பு இவரை ஒரு கம்யூனிஸ்டாக உருவாக்கியது. "தோழர் வி.பி. சியுடன் பேசுவதே ஒரு தனி அனுபவம்; அவர்தான் என்னை கம்யூனிஸ்ட் கட்சி உறுப்பினாக்கினார்" என நெகிழ்வோடு கூறினார். சட்டக்கல்லூரி மாணவராக இருந்தபோது 'ஜனசக்தி' அலுவலகத்திற்குச் சென்றதையும் அந்த இதழுக்குக் கதைகள் எழுதியதையும் பெருமையாக கூறினார்.

சென்னை சட்டக்கல்லூரியில் படித்து வழக்குரைஞராகப் பணியாற்றிய ஆண்டுகள் தனது வாழ்க்கையில் முக்கியமான காலகட்டம் எனக் குறிப்பிட்டார். சீனியர் வழக்குரைஞர் வி.வெங்கட்ராமன் அலுவலகத்தில் அவரது மருமகன் எம்.வெங்கட்ராமன் ஒரு ஜூனியர் வழக்குரைஞராக இருந்ததைக் குறிப்பிட்டார் டி.எஸ். அந்த எம்.வெங்கட்ராமன் தற்போது ஒரு சீனியர் வழக்கறிஞர். கம்யூனிஸ்ட் இயக்கத் தோழர்களுக்காக நீதிமன்றங்களில் வழக்குகளில் ஆஜராகி வாதாடுகிறவர். இந்த இரண்டு பேருடனும் அடியேன் ஓராண்டு சென்னையில் பணியாற்றிப் பயிற்சி பெற்றிருக்கிறேன். அன்றாடம் எங்களது பேச்சுகளில் வழக்குகள் மட்டுமல்ல, நடப்பு அரசியலும் சூடான விவாதப்பொருளாக இருக்கும்.

சென்னை எம்.ஆர்.எஃப் ஆலைத் தொழிலாளர்களின் போராட்டத்தையொட்டிய கலைஞர் மு.கருணாநிதி தலைமையிலான தி.மு.க. ஆட்சியின்போது தோழர்கள் வி.பி.சி., பி.ஆர்.பரமேஸ்வரன், கே.எம்.ஹரிபட், ஆர்.குசேலர், ஆகியோர் உள்நாட்டுப் பாதுகாப்புச் சட்டத்தின்கீழ் (மிசா) கைது செய்யப்பட்டனர். இவர்களுக்காக மார்க்சிஸ்ட் கட்சியின் அரசியல் தலைமைக்குழு உறுப்பினரும் சி.ஐ.டி.யு. பொதுச்செயலாளருமான தோழர் பி.ராமமூர்த்தி சென்னை உயர்நீதிமன்றத்தில் வாதாடி

நால்வரும் விடுதலை செய்யப்பட்டது குறிப்பிடத்தக்கது. நீதிமன்றத்தில் வழக்கறிஞராக இருந்த தானும் தோழர் பி.ஆரின் வாதத்தை கண்டு மெய்மறந்து நின்றதாக டி.எஸ். பெருமையோடு கூறினார்.

தோழர் பி.ராமமூர்த்தி, எம்.ஆர்.வெங்கட்ராமன் ஆகியோர் வி.வெங்கட்ராமனுடன் அவரது அலுவலகத்தில் வழக்கு குறித்து விவாதிப்பார்கள். அதன் பிறகு வழக்கு தொடர்பாக புத்தகங்களை வி.வெங்கட் ராமன் கொடுத்ததை தோழர் பி.ஆர். வீட்டுக்குச் சென்று டி.எஸ். கொடுத்து வந்தார். மூவரும் வழக்கு குறித்து விவாதிப்பதைப் பார்த்து டி.எஸ். பிரமித்துப் போனதாகவும், தோழர் வைகையும் அதேபோன்ற பிரமிப்புக்கு ஆளாகி வழக்கறிஞராக ஆனதாகவும் டி.எஸ். தெரிவித்தார்.

ஒன்றுபட்ட கம்யூனிஸ்ட் கட்சியில் தோழர் ஜீவானந்தத்தைச் சந்தித்ததையும், 1964ல் மார்க்சிஸ்ட் கம்யூனிஸ்ட் கட்சி உருவானபோது அதில் இணைந்த டி.எஸ், சட்டக்கல்லூரிக்கு எதிரில் ஸ்ட்ரிங்கர் தெருவில் இருந்த சி.ஐ.டி.யு. – சிபிஎம் அலுவல கத்தில் வி.பி.சி, சுந்தரய்யா ஆகிய தலைவர்களையும், சென்னை மாகாண சட்டசபையில் எம்.எல்.ஏ. விடுதியில் தோழர் ஏ.கேஜி.யையும் சந்தித்து பேசியதையும் பெருமையாக டி.எஸ். நினைவு கூர்கிறார்.

1972ஆம் ஆண்டு திண்டுக்கல்லுக்குச் சென்று டி.எஸ். வழக்குரைஞர் பணியைத் தொடர்ந்தார். அப்போது தோழர் ஏ. பாலசுப்பிரமணியம், என். வரதராஜன், எஸ்.ஏ. தங்கராஜன் போன்ற தோழர்களோடு உரையாடியதும், இயக்கத்தில் கலந்துகொண்டதையும் முக்கியத்துவம் வாய்ந்ததாக டி.எஸ். கருதுகிறார்.

மாநிலச் செயலாளராக இருந்த தோழர் ஏ. பாலசுப்பிரமணியம் திண்டுக்கல் வந்தபோதெல்லாம் தன்னுடன் கடந்தகால, நிகழ்கால அரசியல் போக்குகள் பற்றியும், கள அனுபவங்கள் பற்றியும் விவாதித்திருக்கிறார். அரசியல், பொருளாதாரம், பண்பாடு, சமூகப் பிரச்சினைகள்மீது கம்யூனிஸ்ட்டுகளின் அணுகுமுறை போன்றவற்றில் அவருடன் நிகழ்த்திய கலந்துரையாடல்கள் தன்னுடைய பார்வையைக் கூர்மைப்படுத்தியதாக டி.எஸ்.நெகிழ்வோடு கூறினார்.

இவருக்கு சாகித்ய அகாடமி விருதைப் பெற்றுத் தந்த ‘தோல்’ நாவலில், திண்டுக்கல் வட்டாரத்தில் தீண்டாமை ஒழிப்புக்காக தோழர் ஏ.பி. நடத்திய போராட்டத்தைச் சித்தரித்திருப்பது கவனத்தில் கொள்ளத்தக்கது. ஒரு களப்போராட்டத்தையும் அதன் அரசியல்-சமூகப் பின்னணியையும் அற்புதமான இலக்கியமாக்கியுள்ள நாவல் அது.

‘மலரும் சருகும்’, ‘தேநீர்’, ‘தோல்’ ஆகிய நாவல்களோடு பல சிறுகதைகளையும், கட்டுரைகளையும் ஆக்கியளித்துள்ளார் டி.எஸ். ‘செம்மலர்’ ஏட்டில் எழுதிவந்த படைப்பாளிகள் சந்தித்து தமிழ்நாடு முற்போக்கு எழுத்தாளர் சங்கத்தை (இன்று அது தமிழ்நாடு முற்போக்கு எழுத்தாளர் கலைஞர்கள் சங்கம்) உருவாக்கினார்கள். அவர்களில் இவரும் ஒருவர். இப்போதும் தமுஎகசவின் மிக மூத்த உறுப்பினர்களில் ஒருவராக இருக்கிறார்.

மூணாறு பகுதியில் பள்ளிக்கல்வி கற்ற டி.எஸ். மலையாளத்தில் எழுதவும், பேசவும் தேர்ச்சி பெற்றவர். இப்போதும் அஞ்சல் வழியாக மலையாள மாத இதழ் சிந்தாவை பெற்று படிக்கிறார். மேலும் ‘தேசாபிமானி’ பத்திரிகையை இணையதளம் வழியாகவும் படித்துவருவதாகக் கூறினார். இவருக்கு சாகித்ய அகடமி விருது கிடைத்ததற்கு, மார்க்சிஸ்ட் கம்யூனிஸ்ட் கட்சியின் தமிழ்நாடு மாநில 21வது மாநாட்டில் தோழர் சீத்தாராம் யெச்சூரி பாராட்டினார். கேரளத்திலும் இவருக்குப் பாராட்டுக் கூட்டம் நடத்தப்பட்டது.

இவருடைய திருமணம் சாதிமறுப்புத் திருமணம். பெரியகுளத்தில் கம்யூனிஸ்ட் இயக்கத்தின் முழுநேர ஊழியராக இருந்த தோழரின் மகள் பாரத புத்திரியை இவர் திருமணம் செய்துகொண்டார். இந்த திருமணத்திற்கு ஏற்பாடு செய்தவர் பெரியகுளத்தைச் சார்ந்த கட்சியின் மாவட்டக்குழு உறுப்பினராக இருந்த தோழர் அப்துல் ரசாக். (மறைந்த தோழர் ரசாக்கையும் ‘களப்பணியில் கம்யூனிஸ்ட்கள்’ தொடரில் நாம் சந்தித்திருக்கிறோம்.)

டி.எஸ்., பாரத புத்திரி தம்பதிகளுக்கு சித்தார்த்தன் பிரபு, சார்வாகன் பிரபு என்ற இரண்டு மகன்களும், தேவஞான லெட்சுமி என்ற மகளும் உள்ளனர். மூத்த மகன் அமெரிக்காவில் கணினிப் பொறியாளராக இருக்கிறார். அடுத்த மகன் மதுரை உயர்நீதிமன்றத்தில் வழக்குரைஞர். வழக்கறிஞர் சங்கத்தின் உறுப்பினராக உள்ள இவர், மார்க்சிஸ்ட் கம்யூனிஸ்ட் கட்சியிலும் இணைந்து செயல்பட்டு வருகிறார். மூத்த மகனும் மகளும்,

பாரத புத்திரியும் கட்சி ஆதரவாளர்கள். ஆம்; டி.எஸ். குடும்பம் கட்சிக் குடும்பம். வழக்குரைஞர் தொழிலும் எழுத்துப் பணியும் தொடர்ந்து வெற்றிகரமாக அமைந்ததில் தனது இணையரின் துணையிருப்பும் ஒத்துழைப்பும் மிக முக்கியமான காரணம் என உணர்வுப் பெருக்குடன் டி.எஸ். கூறினார்.

தனது வீட்டில் உள்ள நூலகத்திற்கு டி.எஸ் என்னை அழைத்துச் சென்றார். வாசிப்பதும், எழுதுவதும் அவருக்கு சுவாசம் போன்றது. அவரது பரந்த வாசிப்புதான் அவரை இயக்கிக் கொண்டிருக்கிறது. தன்னைச் சுற்றி நிகழும் மாற்றங்களை உற்றுக் கவனித்து இலக்கியமாக்கித் தருகிற டி.எஸ். தற்போது ஆற்று மணல் கொள்ளை, இயற்கை வளச் சுரண்டல், அதனால் ஏற்படும் சுற்றுச்சூழல் சீர்குலைவு, அதன் பின்னணியில் உள்ள கூட்டுக்களவுக் கும்பல் ஆகியவற்றைப் பற்றிப் பேசுகிற புதிய நாவல் ஒன்றை எழுதியிருக்கிறார். அச்சில் உள்ள அந்த 'அடுக்கம்' என்ற நாவல் விரைவில் நம் கைகளுக்கு வரவுள்ளது. இதனிடையே நெல்லைக்குச் சென்று புனித சேவியர் கல்லூரியில் விவசாயிகள் பிரச்சினைகள், போராட்டம் சம்பந்தமாக ஆவணங்களை நகலெடுத்து வந்திருக்கிறார் - அடுத்த நூலுக்கான தயாரிப்புக்காக!

தோழர் டி.எஸ்.சுக்கு தற்போது வயது 84. உடல் தளர்ந்துள்ளது. சிந்தனை தளரவில்லை. தொடர்ந்து எழுத வேண்டுமென்றும், தனது படைப்புகள் மக்களின் வாழ்க்கையை முன்னேற்றப் பாதைக்கு கொண்டு செல்ல பயன்பட வேண்டுமென்ற வேட்கையோடு படிக்கிறார், எழுதுகிறார். கல்லூரி நாட்கள் தொடங்கி இதுவரையில் ஒரு முன்னணி வழக்குரைஞராக, முன்னோடி இலக்கியவாதியாக கம்யூனிஸ்ட் இயக்க களத்தில் இயங்கிடும் தோழர் டி.எஸ். அவர்களின் பங்களிப்பு பாராட்டுக்குரியது - பின்பற்றத்தக்கது.

சிறையில் பிறந்த பாரதபுத்திரி

தோழர் டி.எஸ்.சை அவர் இல்லத்தில் சந்தித்தபோது அவருடைய துணைவியாரும் இருந்தார். அவருடைய பெயர் வித்தியாசமாக இருப்பது பற்றிக் கேட்டபோது, அகமும் முகமும்

மலரப் பேசினார் பாரத புத்திரி, "என்னுடைய அம்மா அப்பா இரண்டு பேருமே கம்யூனிஸ்ட்கள். சுதந்திரப் போராட்டத்தில் கலந்துகொண்ட இருவரும் கைது செய்யப்பட்டு சிறையில் அடைக்கப்பட்டிருந்தார்கள். நாடு விடுதலை பெற்ற 1947, ஆகஸ்ட் 15ம் தேதியன்று நான் சிறையிலேயே பிறந்தேன். இதனால் என்னுடைய பெற்றோர்கள் எனக்கு பாரத புத்திரி என்று பெயர் சூட்டினார்கள். தோழர் அப்துல் ரசாக் ஒரு வழக்கிற்காக சென்னை சென்றபோது வழக்கறிஞர் டி.எஸ்-சை சந்தித்திருக்கிறார். என்னுடைய தந்தை கம்யூனிஸ்ட் இயக்கத்தில் முழுநேர ஊழியர். டி.எஸ். கம்யூனிஸ்ட் வழக்கறிஞர். டி.எஸ்-சோடு தோழர் அப்துல்ரசாக் பேசி அதற்குப் பிறகு, என்னுடனும், எனது தந்தையுடனும் பேசி எனக்கும், டி.எஸ்-சிற்கும் பெரியகுளத்தில் சாதி மறுப்பு சீர்திருத்தத் திருமணம் நடைபெற்றது. சாதி மறுப்புத் திருமணம் செய்து கொண்ட நாங்கள் மகிழ்ச்சியோடு வாழ்ந்து கொண்டிருக்கிறோம்" என கூறினார்.

❑

47

துயரத்திலிருந்து விடுதலையை செங்கொடி நிழலில் தேடியடைந்த தோழர்

அன்று ஒரே அமைப்பாக இருந்த இந்திய கம்யூனிஸ்ட் கட்சியில் சேர்ந்து, 1964ல் இந்திய கம்யூனிஸ்ட் கட்சி (மார்க்சிஸ்ட்) உருவான போது தானும் இணைந்து பயணிக்கத் தொடங்கி, இன்றும் சில தோழர்கள் துடிப்போடு பணியாற்றிக் கொண்டிருக்கிறார்கள். அத்தகைய மிக மூத்த தோழர்களில் ஒருவர் திண்டுக்கல் மாவட்டத்தைச் சேர்ந்த பெருமாள்.

1935ஆம் ஆண்டில் பிறந்த பெருமாள் வத்தலக்குண்டு அருகேயுள்ள பழைய வத்தலக்குண்டு பகுதியைச் சேர்ந்தவர். கூலி வேலை செய்து குடும்பத்தை நடத்திவந்த பெற்றோரால் இவரைப் பள்ளியில் சேர்த்துப் படிக்கவைக்க இயலவில்லை. கையெழுத்து மட்டும் போடக் கற்றுக் கொண்ட பெருமாள் தினமும் யாரேனும் ஒரு தோழரிடம் ‘தீக்கதிர்’ நாளேட்டைக் கொடுத்துப் படிக்கச் சொல்லி இயக்கச் செய்திகளையும் கருத்துகளையும் கேட்டுத் தெரிந்து கொள்கிறார். எத்தகைய ஈடுபாடு!

ஆரம்பத்தில் பால் கறந்து விற்கும் கூலியாள் வேலை செய்துவந்தார். பின்னர் பலவிதமான கூலி வேலைகளைச் செய்து வாழ்க்கையை மேற்கொண்ட பெருமாள் தன்னுடைய 25வது வயதில் கம்யூனிஸ்ட் கட்சி உறுப்பினரானார். வத்தலக்குண்டு நகரில் நடைபெற்ற பொதுக்கூட்டங்களில் தலைவர்களின் உரைகளைக் கேட்டு, குறிப்பாக தோழர்கள் என். சங்கரய்யா, ஜானகியம்மாள் ஆகியோரின் முழக்கங்களால் இயக்கத்தின்பால் ஈர்க்கப்பட்டு கட்சியில் இணைந்ததாகத் தெரிவிக்கிறார். திண்டுக்கல் மாவட்டத்தில் விவசாயிகள் சங்கமும் கட்சியும் நடத்திய போராட்டங்களில் தவறாமல் கலந்து கொண்டார்.

“நீங்கள் கட்சியில் சேர்வதற்கு உங்களுக்குத் தூண்டுகோலாக இருந்தது யார்?” என்று கேட்டபோது, “தோழர்

முத்து” என்று பதிலளித்தார். அதே கிராமத்தைச் சேர்ந்தவரும், பெருமாளுடைய உறவினருமான தோழர் முத்து 8-ஆம் வகுப்பு வரை படித்தவர். அவர் தொடர்ச்சியாக பெருமாளுடன் அரசியல் பற்றியும், கம்யூனிஸ்ட் கட்சி பற்றியும் பேசி வந்திருக்கிறார். “அதுதான் எனக்கு அரசியல் ஆர்வத்தை உருவாக்கியது. அவர் என்னோடு பேசியதும், எங்கள் பகுதிக்கு வந்த தோழர் கே.பி.ஜானகியம்மாளோடு பேசியதும், அவரோடு போராட்டத்தில் கலந்து கொண்டதும் நான் கட்சியில் சேர்வதற்கு காரணம்,” என நெகிழ்வோடு நினைவுகூர்கிறார்.

பழைய வத்தலக்குண்டில் 1957ஆம் ஆண்டு கம்யூனிஸ்ட் கட்சியின் கிளை தொடங்கப்பட்டது. அந்தக் கிளையின் செயலாளராக முத்து செயல்பட்டார். பிறகு 1960ல் அதே பழைய வத்தலக்குண்டு பகுதியில் தோழர் எம்.பி.பாண்டியராஜன், முத்து, சந்தானம், முத்தையா போன்றோருடன் கட்சியின் புதிய கிளை தொடங்கப்பட்டது. அக்கிளையின் உறுப்பினரான தோழர் பெருமாள் ஆர்வத்தோடு கட்சிப் பணிகளில் ஈடுபட்டார். அப்போது கட்சியின் மாவட்டச் செயலாளராக (ஒன்றுபட்ட மதுரை மாவட்டம்) தோழர் ஏ.பி.பழனிச்சாமி செயல்பட்டு வந்தார்.

பழைய வத்தலக்குண்டு கிராமத்தில் மக்கள் பிரச்சினைகளுக்காக ஏராளமான இயக்கங்களை கட்சி நடத்தியுள்ளது. இத்தகைய இயக்கங்களில் தோழர் பெருமாள் முக்கிய பங்காற்றியிருக்கிறார். குடிநீர் வசதி கோரி பல போராட்டங்கள் இக்கிராமத்தில் நடந்துள்ளன. ஏற்கெனவே ஒரு ரேசன் கடை வத்தலக்குண்டில் மட்டும் இருந்தது. பழைய வத்தலக்குண்டு கிராம மக்களுக்காக ஒரு தனி ரேசன் கடை அமைக்க வலியுறுத்திப் போராடியதிலும், இறுதியில் அரசு நிர்வாகம் அங்கே ஒரு ரேசன் கடையை ஏற்படுத்த வைத்ததிலும் பெருமாளுக்கு முக்கிய பங்குண்டு. இத்தகைய இயக்கப் பணிகளிலும் போராட்டங்களிலும் அயராது பங்கேற்ற தோழர் பெருமாள் பழைய வத்தலக்குண்டு கட்சிக் கிளையின் செயலாளராக 15 ஆண்டுகள் தொடர்ச்சியாகப் பணியாற்றியது குறிப்பிடத்தக்கது.

1964ல் மார்க்சிஸ்ட் கம்யூனிஸ்ட் கட்சி உதயமானது. அப்போது நடந்த தத்துவப் போராட்டம் பழைய வத்தலக்குண்டு கட்சிக் கிளையிலும் எதிரொலித்தது. அதனைத் தொடர்ந்து கிளையில் உள்ள அனைவரும் மார்க்சிஸ்ட் கம்யூனிஸ்ட் கட்சியில் இணைந்ததாகத் தெரிவித்தார் பெருமாள்.

தோழர் பெருமாள்

1977ஆம் ஆண்டு நடைபெற்ற ஊராட்சி மன்றத் தலைவர் தேர்தலில் கட்சியின் சார்பில் போட்டியிட்ட தோழர் எம்.பி.பாண்டியராஜன், வெற்றி பெற பெருமாள் தீவிரமாக வேலை செய்ததைப் பெருமையோடு கூறினார். 1967ல் வள்ளி யம்மாளைத் திருமணம் செய்தார்.

1973ல் தி.மு.க. ஆட்சியின்போது, கடுமையான அத்தியா வசியப் பொருட்களின் விலை உயர்வை எதிர்த்து மாநிலந்தழுவிய மறியல் போராட்டத்திற்கு மாநிலக்குழு அறைகூவல் விடுத்தது. இந்த இயக்கத்தின் ஒரு பகுதியாக நிலக்கோட்டை வட்டாட்சியர் அலுவலகம் முன்பு நடை பெற்ற மறியல் போராட்டத்தில் கலந்து கொண்ட தோழர் பெருமாள் உள்ளிட்டு பங்கேற்ற தோழர்கள் அனைவரும் கைது செய்யப்பட்டு மதுரை மத்திய சிறையில் அடைக்கப்பட்டனர். மதுரை, முகவை மாவட்டத்தைச் சார்ந்த 1649 பேர் 33 நாட்கள் சிறையில் அடைக்கப்பட்டனர். சிறையில் தோழர்கள் ஏ.பி.பழனிச்சாமி, என்.வரதராஜன், எஸ்.ஏ.தங்கராஜன், கார்மேகம், எஸ்.ஏ.பெருமாள், முன்னாள் எம்.எல்.ஏ. பழனிவேலு உள்ளிட்ட தோழர்களோடு தானும் சிறையில் இருந்ததை பெருமாள் நெகிழ்வோடு குறிப்பிட்டார்.

தோழர் பெருமாள் சிறையிலிருந்த போது அவரது தந்தை சித்தர நாயக்கர் இறந்து விட்டார். அந்த இறப்பையொட்டி எப்படியாவது பெருமாளை சிறையிலிருந்து அழைத்து வர அவரது உறவினர்களும், கட்சியினரும் பெரு முயற்சி மேற்கொண்டனர். ஆனால் முடியவில்லை. தனது தந்தையின் இறுதி நிகழ்ச்சியில் கூட பெருமாளால் கலந்து கொள்ள இயலவில்லை.

அவரது மனைவி வள்ளியம்மாள் மற்றும் குடும்பத்தினரால் குத்தகைக்கு எடுத்த வாழைத்தோட்டத்தைப் பராமரிக்க முடியாததால் அழிந்து போனது. 33 நாட்களுக்குப் பிறகு விடுவிக்கப்பட்ட பெருமாள் நேராக வீட்டுக்கு வந்தார். தந்தை இறந்தது உள்பட, சந்திக்க நேர்ந்த பல்வேறு துயரங்களிலும் மனஉறுதியோடு இருந்தவர் பெருமாள். சிறையிலிருந்ததால் குடும்பத்தில் நெருக்கடி ஏற்பட்டாலும், தனது ஆயுள் வரை செங்கொடிதான் தனது வாழ்க்கை என்று குடும்பத்தினருக்குக் கூறியதாக பெருமாள் நெகிழ்வோடு கூறினார்.

கட்சி ஒரு போராட்டம் அறிவித்தால், அதை கட்சியின் கட்டளையாக ஏற்றுச் சிறைசெல்ல இன்றும் தயாராக இருப்பவர்தான் தோழர் பெருமாள்.

2003ஆம் ஆண்டு தோழர் பாண்டியராஜன் படுகொலை செய்யப்பட்டார். அதை விபத்து என்று கூறி வழக்கைத் திசை திருப்பவும், கொலையாளிகளைத் தப்பிக்கச் செய்யவும் காவல்துறையினர் உடந்தையாக இருந்தனர். அப்போது, மக்களைத் திரட்டி வலுவான இயக்கத்தை நடத்தி கொலையாளிகளுக்கு தண்டனையை உறுதிப்படுத்தக் கட்சி மேற்கொண்ட நடவடிக்கைகளில் தோழர் பெருமாள் முக்கியப் பங்காற்றியிருக்கிறார்.

பழைய வத்தலக்குண்டு கிராமத்தில் கட்சிக்காக ஒரு அலுவலகம் கட்டி எழுப்புவதில் தோழர் பெருமாள் பிரதானமான பங்காற்றினார். சொந்த வீடு கட்டுவதற்காக வைத்திருந்த செங்கல் உள்ளிட்ட கட்டுமானப் பொருட்களை கட்சி அலுவலகம் கட்டுவதற்காக வழங்கினார். குடும்பநலனைவிட கட்சி நலனே பிரதானமானது என கருதியவர், கருதுகிறவர் தோழர் பெருமாள்.

தான் படிக்கவில்லையென்றாலும், தனது பிள்ளைகளைப் படிக்க வைத்தார். இவருக்கு 2 மகள்கள். 2 மகன்கள். அனைவருக்கும் திருமணமாகி விட்டது. மகன்

ராமமூர்த்தி நூலக அறிவியலில் முனைவர் பட்டம் பெற்று, மத்திய அரசுத் துறையில் பணியாற்றி வருகிறார். தோழர் பெருமாளின் துணைவியாருக்கு 72 வயதாகிறது. அவரது உறுதியான பின்புலத்தில்தான் தன்னால் அர்ப்பணிப்போடு கட்சிப் பணியாற்ற முடிந்தது என்று குறிப்பிடுகிறார்.

பழைய வத்தலக்குண்டு கிராமத்தில் தற்போது ஒரு கட்சிக்கிளையும், விவசாயிகள் சங்கம், விவசாயத் தொழிலாளர்கள் சங்கம், வாலிபர் சங்கம், மாதர் சங்கம் ஆகிய அமைப்புகளின் கிளைகள் இயங்கி வருகின்றன. இந்தக் கிராமத்தில் மட்டும் 15 தோழர்கள் தீக்கதிர் வாங்குகிறார்கள்.

தோழர் பெருமாள் மலைவேடன் என்ற பழங்குடியினத்தைச் சார்ந்தவர். இந்தச் சமூகத்தைச் சார்ந்த மக்களுக்கு பழங்குடியின சாதிச் சான்றிதழ் கிடைக்காமல் இருந்தது. மார்க்சிஸ்ட் கம்யூனிஸ்ட் கட்சியின் தலைவர்களில் ஒருவரான பி. ராமமூர்த்தி உள்ளிட்டு பல தோழர்கள் எடுத்த முயற்சியினால் நாடாளுமன்றத்தில் மலைவேடன் சமூகத்தைச் சார்ந்தவர்களை பழங்குடியினப் பட்டியலில் சேர்த்திட சட்டத்திருத்தம் கொண்டுவரப்பட்டது. இந்த மகத்தான பணி பற்றி தனியாகக் கட்டுரை எழுத வேண்டும்.

தோழர் பெருமாள் கட்சியின் உயர் பொறுப்புக்கு வரவில்லை. ஆனால் அர்ப்பணிப்போடு கட்சிப்பணியாற்றியவர். அவரைப் போன்ற தோழர்களுடைய போர்க்குணமிக்க கட்சிப் பணியினால்தான் இன்று மார்க்சிஸ்ட் கம்யூனிஸ்ட் கட்சி துடிப்போடு செயல்படக்கூடிய கட்சியாகத் திகழ்கிறது. இப்போதும் தோழர் பெருமாளின் தன்னலமற்ற ஈடுபாடு இளைய தலைமுறையினருக்கு எடுத்துக்காட்டாக விளங்குகிறது. தற்போது 84 வயதாகும் நிலையில் கட்சி உறுப்பினராக இருந்து கொண்டு தனது உடல் நிலை அனுமதிக்கிற அளவுக்கு இயக்கப் பணியைச் செய்து வருகிற தோழர் பெருமாளின் முன்னுதாரணமான களப்பணி பாராட்டக்கூடியது, பின்பற்றத்தக்கது.

❑

48

ஊடு பாவாய் சங்கம் வளர்த்த தோழர் சி.எஸ்

விவசாயத்திற்கு அடுத்து அதிகமான மக்களுக்கு வாழ்வாதாரமாக இருந்துவந்த தொழில் நெசவு ஆகும். தமிழகத்திலும், நாடு முழுவதும் இதுதான் நிலைமை. அந்நியர் ஆட்சி காலத்திலும், விடுதலைக்கு பின்பும் விசைத்தறி வருகையாலும், துணி இறக்குமதியாலும் கை நெசவு நசியத்தொடங்கி, இப்போது பெருமளவில் சுருங்கிவிட்டது.

கை நெசவுத்தொழிலில் ஈடுபட்டு பின் அது நலியும்போது பாதிக்கப்பட்ட மக்களையும் சேர்த்து பாதுகாக்க போராடிய தோழரைக் குறித்ததுதான் இந்தக் கட்டுரை.

தேனி மாவட்டம் ஆண்டிப்பட்டி பேரூராட்சிக்கு உட்பட்ட கிராமம் ஜக்கம்பட்டி. அங்கே 1930 ஆம் ஆண்டில், கை நெசவு செய்யும் குடும்பத்தில் பிறந்தார் சி.சுப்பிரமணியம். வறுமையில் வாடிய குடும்பத்தாரால் அவரை ஐந்தாம் வகுப்பிற்கு மேல் படிக்க வைக்க முடியவில்லை. தந்தையோடு சேர்ந்து தானும் இளம் வயதிலேயே நெசவில் ஈடுபட்டார். 1950களின் துவக்கத்தில் இந்தத் தொழில் நலிவடையத் தொடங்கியது. இதனால் நெசவாளர்கள் குடும்பங்கள் வறுமையில் உழன்றன. பிழைப்பிற்காக சி. சுப்பிரமணியம் நடந்தே மதுரைக்குச் சென்றார். அப்படிச் செல்லும்போது களைப்பு மிகுதியில், செக்காணூரணி என்ற பகுதியில் ஒரு பலகைக் கல்லில் படுத்திருந்தார். அப்போது அங்கு வந்த ஒரு விவசாயி கூறிய தகவல் அடிப்படையில் மதுரை சந்தைப்பேட்டை பகுதிக்குச் சென்றார். அங்கு ஏற்கனவே ஆண்டிபட்டி - ஜக்கம்பட்டி பகுதியில் இருந்து பிழைப்பு தேடி சென்றவர்கள் கை நெசவு தொழிலில் ஈடுபடுவதைப் பார்த்து தானும் கை நெசவு தொழிலாளியானார். கை நெசவு தொழிலாளர் சங்கத்தில் உறுப்பினரானார். சங்கத்தினுடைய பேரவைக் கூட்டங்களில் கலந்து கொண்டுள்ளதோடு போராட்டங்களிலும் கலந்து கொண்டார். இதைத்தொடர்ந்து கம்யூனிஸ்ட் இயக்கத் தலைவர்களுடன் அவருக்கு அறிமுகம் கிடைத்தது.

சி.சுப்பிரமணியம்

அக்காலத்தில் நெசவாளர்கள் சங்கத்தினுடைய பொதுக்கூட்டம் வைகை ஆற்றில் நடந்தது என்றும், அக்கூட்டத்தில் காஞ்சிபுரத்திலிருந்து தோழர் கே.எஸ். பார்த்தசாரதி கலந்து கொண்டு பேசியதையும் சி.எஸ். நினைவுகூர்ந்தார். இளைஞர் சுப்பிரமணியத்திற்கு கம்யூனிஸ்ட் கட்சியுடன் நெருக்கம் ஏற்பட்டது. இப்பின்னணியில் வளர்ந்த தன்னை தோழர் மாயாண்டி பாரதி கம்யூனிஸ்ட் கட்சியில் உறுப்பினராக்கியதாக இப்போதும் சி. சுப்பிரமணியம் பெருமையோடு கூறுகிறார்.

மதுரையில் இருக்கும்போது தோழர் பி.இராமமூர்த்திக்கு தேர்தல் பணியாற்றியதையும், அவரின் வெற்றியையும் நினைவு கூர்ந்தார். அடுத்தசில ஆண்டுகள் கழித்து மீண்டும் சொந்த ஊருக்குத் திரும்பிய சுப்ரமணியம் ஆண்டிபட்டி பகுதியில் மீண்டும் நெசவுத் தொழிலில் ஈடுபட்டதோடு நெசவாளர்களைத் திரட்டி கோரிக்கைகளை உருவாக்கி பல போராட்டங்களை நடத்தினார்.

போராட்டங்களில் கலந்துகொண்ட கைநெசவாளர்களை தொழிற்சங்கமாக ஆக்கியதுடன், கம்யூனிஸ்ட் கட்சியிலும் உறுப்பினராக்கினார். இதனடிப்படையில் ஜக்கம்பட்டியில் மட்டுமல்ல, ஆண்டிப்பட்டி மற்றும் சுற்றுவட்டாரங்களில் கம்யூனிஸ்ட் கட்சி கிளைகள் உருவாகின. இந்தப் பணிகளில் தோழர் கூடலூர் சொக்கலிங்கம் உடனிருந்து உதவியதாக

கூறினார். ஆண்டிப்பட்டி பகுதியில் பல பொதுக் கூட்டங்களையும் போராட்டங்களையும் நடத்தியிருக்கிறார். சி.எஸ் நடத்திய பொதுக்கூட்டங்களில் தோழர்கள் ஏ.கே.கோபாலன், பி. ராமமூர்த்தி, மாயாண்டி பாரதி, கே.முத்தையா, அப்துல் வஹாப் போன்ற தோழர்கள் கலந்து கொண்டுள்ளனர்.

தோழர் ஏ.கே.ஜி. அவர்கள் ஆண்டிபட்டி பகுதியில் ஒரு பொதுக் கூட்டத்திற்கு வந்த போது யாரும் மின் இணைப்பு வழங்கவில்லை என்றும், அப்போது மிகச் சரியாக ஏ.கே.ஜி. பேச வரும் போது அங்கு பக்கத்தில் இருந்த காவல் நிலையத்தில் இருந்தே வழங்கப்பட்டது என்றும் கூறினார். வழங்கச் செய்தவர் நம்பியார் என்ற காவல் அதிகாரி. பின்னர் தான் தெரிந்திருக்கிறது நம்பியார் கேரளாவில் தோழர் ஏ.கே.ஜி.யிடம் பயின்ற மாணவர் என்பது. அந்தச் சம்பவம் நீண்டகாலம் அந்தப் பகுதியில் மக்களிடம் பேசப்பட்டிருக்கிறது.

குடிநீர் பிரச்சினைக்காக பல்லாயிரம் பேரைத் திரட்டி ஆண்டிபட்டியில் அவர் நடத்திய முற்றுகைப் போராட்டத்தை தோழர்கள் பலரும் நினைவுகூர்ந்து பெருமைப்படுகின்றனர். தோழர் சி. சுப்பிரமணியம் தலைமையில் நடந்த போராட்டத்தின் விளைவாக உருவானதுதான் குன்னூர் கூட்டுக் குடிநீர் திட்டம் என்று உள்ளூர்த் தோழர்கள் பெருமிதம் கொள்கிறார்கள்.

அதேபோல அந்தக் காலத்தில் நெசவுத் தொழிலாளர்களுக்கு தீபாவளிப் பண்டிகையை முன்னிட்டு வேட்டி, துண்டு மட்டுமே போனசாக வழங்கப்பட்டு வந்தது. வேட்டி, துண்டு மட்டும் போதாது; பணமும் போனசாக வழங்கப்பட வேண்டும் என்ற கோரிக்கையை சங்கம் முன்வைத்தது. தோழர் சி.எஸ். தலைமையில் நெசவாளர்கள் போராடினார்கள். இக்கோரிக்கைக்காக மாநிலம் முழுவதும் நெசவாளர்கள் நடத்திய போராட்டத்திற்குப் பிறகு பணமாகவும் போனஸ் வழங்கப்பட்டது.

மிசா காலத்தில் தோழர் சி.எஸ். ஆறு மாத காலம் தலைமறைவு வாழ்க்கை வாழ்ந்திருக்கிறார். எம்.ஜி.ஆர். ஆட்சிக் காலத்தில் நடைபெற்ற விலைவாசி உயர்வுக்கெதிரான போராட்டத்தில் ஆண்டிபட்டி பகுதியில் இருந்து மட்டும் 105 தோழர்கள் கலந்து கொண்டு 15 நாட்கள் சிறைவாசம் அனுபவித்திருக்கின்றனர். மதுரை சிறையில் தோழர்கள் உமாநாத், பாப்பா உமாநாத் ஆகியோரைச் சந்தித்ததைப் பெருமையாக கூறுகிறார் தோழர் சி.எஸ்.

நெசவாளர் தொழிலாளர் சங்கத்தை வலுவாகக் கட்டியமைத்த போதும் தொழிற்சங்கம், கட்சிக் கிளை எதிலும் தலைமைப் பொறுப்பை அவர் ஏற்கவில்லை. ஆனால் அந்தப் பகுதியில் உள்ள பல தோழர்கள் அனைவரும் அவரையே தங்களது முன்னோடியாக, முன்னத்தி ஏராகப் போற்றுகின்றனர். தோழர்கள் அவரது ஆலோசனை பெறாமல் எந்த பணியையும் போராட்டத்தையும் திட்டமிடுவதில்லை. ஜக்கம்பட்டியில் மட்டுமல்ல; ஆண்டிபட்டி வட்டம் முழுவதும் கட்சிக் கிளைகளை உருவாக்கி வளர்த்துள்ளார்.

2018ல் ஆண்டிபட்டி ஏரியா கட்சி அலுவலகம் ரூ.10 இலட்சம் மதிப்பீட்டில் கட்டப்பட்டு மாநிலச் செயலாளர் தோழர் கே.பாலகிருஷ்ணன் திறந்து வைத்தார். அன்றைய தினம் கட்சி அலுவலகத்தில் கொடியை ஏற்ற வைத்து அவருக்குப் பெருமை சேர்த்ததை ஒன்றியச் செயலாளர் தோழர் ராமர் பகிர்ந்தார். மேலும் கட்சி அலுவலகம் கட்டுவதிலும் மிகச் சிறப்பான பங்களிப்பை அளித்துள்ளார் சி.எஸ். இப்போதும் அந்தப் பகுதியில் தீக்கதிர் சந்தா சேர்ப்பில் இன்றளவும் தீவிரமாகச் செயல்படக் கூடியவராக இருக்கிறார். ஒவ்வொரு முறையும் 5 முதல் 10 சந்தாக்களை சேகரித்து கொடுப்பதையும் தோழர் ராமர் மறக்காமல் பதிவு செய்கிறார்.

தோழர் சி.எஸ் மூத்த மகன் திருமணம் தோழர் கே.முத்தையா தலைமையில் நடந்ததை பெருமையாக கூறினார்.அவருடைய துணைவியார் முனியம்மாளும், பிள்ளைகளும் கட்சியின் ஆதரவாளர்கள். 90 வயதானாலும் இப்போதும் கட்சி உறுப்பினராக இருக்கும் தோழர் சி.எஸ்., சமீபத்தில் ஜக்கம்பட்டியில் நடைபெற்ற கட்சி கிளை மாநாட்டில் கலந்து கொண்டு கட்சி கொடியேற்றியிருக்கிறார்.

ஜக்கம்பட்டி உள்ளிட்ட ஆண்டிபட்டி வட்டத்தில் கட்சி மற்றும் சிஐடியு உள்ளிட்ட வர்க்க, வெகுஜன அமைப்புகளை உருவாக்குவதில் தோழர் சி.எஸ். பங்கு முக்கியமானது. ஆண்டிபட்டியில் கம்யூனிஸ்ட் இயக்கத்திற்கு அடித்தளமிட்ட தோழர் சி.எஸ். வயது மூப்பு காரணத்தினால் இயங்க முடியவில்லை என்றாலும் தன்னால் இயன்ற கட்சி பணியை செய்து வருகிறார். தோழர் சி.எஸ். அவர்களின் 60 ஆண்டுகளுக்கும் மேலான அர்ப்பணிப்போடு கூடிய இயக்கப் பணி பாராட்டுக்குரியது - பின்பற்றத்தக்கது.

❑

49

இயக்கம் இல்லறம் இரண்டிலும் எடுத்துக்காட்டான இணையர்

பிறந்த ஊரிலிருந்து வாழ்வாதாரம் தேடி வெளியூர்களில் குடியேறுவது பலரது வாழ்விலும் நிகழ்ந்திருக்கிறது. அப்படி தூத்துக்குடியில் குடியேறிய அந்தோணி - ரீட்டா நீலா ஆகியோருக்குப் பிறந்து, திருச்சியில் எஸ்.எஸ்.எல்.சி. வரை படித்து, விழுப்புரத்தில் ஒரு சிறு நிறுவனத்தில் வேலைக்குச் சேர்ந்து, தற்போதும் அங்கு வாழ்கிறவர் தோழர் அல்போன்ஸ். அவருடன் இணைந்து இயக்க வாழ்விலும் இணையரானவர் தோழர் பேச்சியம்மாள்.

தோழர் அல்போன்ஸ்

பள்ளிப்படிப்பை முடித்த பிறகு உயர்கல்வி செல்ல இயலாத அல்போன்ஸ் 1970ல் விழுப்புரத்தில் கலப்பு உரம் தயாரிப்பு நிறுவனமான ஷாவாலஸ் குழுமத்தில் ஒரு தொழிலாளியாகச் சேர்ந்தார். அங்கு வேலை செய்த சுமார் 20 தொழிலாளர்களும், நிர்வாகம் தங்களது கோரிக்கைகளை ஏற்காத நிலையில் போராட்டத்தில் இறங்கினார்கள். அந்தப் போராட்டத்திற்கு சி.ஐ.டி.யு. மாவட்டக்குழு ஆதரவாக நின்றது. அதைத் தொடர்ந்து குழுமத்திற்குள் இருந்த தொழிற்சங்கம் சி.ஐ.டி.யு. கிளையாக இணைக்கப்பட்டது. சங்கத்திற்கு தோழர் எஸ். பத்மநாபன் தலைவராக இருந்தார். அவர் மறைவிற்குப் பிறகு வழக்குரைஞரும் மார்க்சிஸ்ட் கம்யூனிஸ்ட் கட்சியின் மாவட்டச் செயற்குழு உறுப்பினருமான தோழர் ஆர். ராமமூர்த்தி தலைவர் பொறுப்பேற்றார்.

1970களில் ஷாவாலஸ் தொழிலாளர்கள் கூலி உயர்வு கோரி மற்றொரு போராட்டத்தைத் தொடங்கினார்கள். ஆறு மாத காலம் ஆர்ப்பாட்டம், மறியல், கண்டனக் கூட்டம் என நடந்த போராட்டம், தொடர் உண்ணா நிலைப் போராட்டமாக மாறியது. அதனை முன்னின்று நடத்தியவர் அல்போன்ஸ். தொழிலாளர்களுக்குக் கூலியை உயர்த்திக் கொடுக்க மனமில்லாத

தோழர் அல்போன்ஸ்

நிர்வாகம் தொழிற்சாலையை மூடிவிட முடிவு செய்தது. போராட்டத்தின் பலனாகத் தொழிலாளர்களுக்கு இழப்பீடு வழங்க முன்வந்தது. ஷாவாலஸ் தொழிலாளர்கள் அப்போது, தங்களுக்கு ஊக்கமும் உறுதியும் அளித்ததற்கு நன்றியாக வழங்கிய நன்கொடையில்தான் கட்சிக்காக வழுதரெட்டியில் 2,400 சதுர அடி மனை 1990களின் முற்பகுதியில் வாங்கப்பட்டது.

தோழர் அல்போன்ஸ், 1970ல் எஸ். பத்மநாபன் முன்முயற்சியால் மார்க்சிஸ்ட் கம்யூனிஸ்ட் கட்சியில் உறுப்பினராக இணைந்தார். அது முதல் விழுப்புரம் நகரத்திலும், சுற்று வட்டாரப்பகுதிகளிலும் கட்சியின் சார்பாக நடைபெறும் இயக்கங்களிலும் உழைப்பாளி மக்களின் போராட்டங்களிலும் தவறாமல் அல்போன்ஸ் கலந்துகொள்வார். தாம் உறுப்பினராக இணைந்த கிளையில் உறுப்பினர்களாக இருந்த லாரி டிரைவர் சந்துரு, ஓட்டல் தொழிலாளி கோபால் மற்றும் சுப்ரமணியம் உள்ளிட்ட தோழர்களோடு பணியாற்றியதை நினைவுகூர்கிறார் அல்போன்ஸ். சில ஆண்டுகளில் நடந்த கிளை மாநாட்டில் அவரே செயலாளராகத் தேர்வு செய்யப்பட்டார்.

அவசரநிலை ஆட்சிக் காலத்தில் விழுப்புரம் நகராட்சி அருகில் கட்சியின் ஒரு பொதுக்கூட்டத்திற்கு ஏற்பாடு செய்யப்பட்டது.

கூட்டத்தை நடத்த முற்பட்டபோது எஸ். பத்மநாபன், சந்துரு (எ) ராமச்சந்திரன், கோபிநாத் ஆகியோருடன் அல்போன்ஸ், நகரசுத்தித் தொழிலாளர்கள் உள்ளிட்ட கட்சித் தோழர்கள் காவல்துறையினரால் தடுத்து நிறுத்தப்பட்டனர். அதை மீறி தோழர்கள் உறுதியாக நின்று பொதுக்கூட்டத்தை நடத்தினர்.

அக்காலத்தில் விழுப்புரம் உள்ளிட்ட பல பகுதிகளில் கட்சியின் பணிகளில் எஸ். பத்மநாபன் ஈடுபட்டு வந்தார். எழுபதுகளில் ரயில்வேயில் ஓட்டுநராக இருந்த அவர் தொழிலாளர்களின் போராட்டங்களில் கலந்து கொண்டதற்காக நிர்வாகத்தினால் பழி வாங்கப்பட்டு பணி நீக்கம் செய்யப்பட்டவர். ரயில்வேயில் பணியாற்றிய நாட்களிலேயே கட்சி உறுப்பினராக இருந்த எஸ்.பி., வேலை நீக்கம் செய்யப்பட்ட பிறகு கட்சியின் முழுநேர ஊழியரானார். ஒரே மாவட்டமாக இருந்த தென்னாற்காடு மாவட்டத்தில் கட்சியின் மாவட்டக்குழு உறுப்பினராகவும், விழுப்புரம் உள்ளிட்ட பல பகுதிகளுக்கான வட்டச் செயலாளராகவும் செயல்பட்ட அவர் விழுப்புரத்திலும் சுற்றுவட்டாரப் பகுதிகளிலும் கட்சியைக் கட்டி வளர்ப்பதில் அர்ப்பணிப்போடு ஈடுபட்டார். உடல்நலம் பாதித்து 1984ல் காலமானார். தம்மையும் கட்சிப்பணியில் அர்ப்பணிப்போடு ஈடுபடச் செய்தவர் தோழர் எஸ்.பி. என்று நெகிழ்வோடு குறிப்பிடுகிறார் அல்போன்ஸ்.

எண்பதுகளில் விழுப்புரம் நகரத்தில் ராஜ் இன்டஸ்ட்ரி நிறுவனத்தில் வேலை செய்து வந்த இஞ்சினியரிங் தொழிலாளர்கள் கூலி உயர்வு கேட்டு சி.ஐ.டி.யு. தலைமையில் 3 மாதங்கள் தொடர் போராட்டம் நடத்தினர். உருக்குப் போன்ற ஒற்றுமையுடன் தொழிலாளர்கள் போராடினர். அப்போராட்டத்தில் தொழிலாளர்களுக்கு ஆதரவாகக் களத்தில் நின்றவர் தோழர் அல்போன்ஸ்.

விழுப்புரம் தாலுக்காவில் குத்தகை விவசாயிகளுக்கு ஆதரவாக குத்தகை விவசாயிகள் நிலமீட்பு இயக்கம் வீரியமாக நடைபெற்றது. கண்டமங்கலம் பகுதிகளில் நடைபெற்ற அப்போராட்டத்தில் அவர்களுக்குப் பக்கபலமாக ராஜ் இண்டஸ்ட்ரிஸ் இஞ்ஜினீயரிங் தொழிலாளர்கள் நூற்றுக்கும் மேற்பட்டோர் களத்தில் நின்று போராடினர். இவ்வாறு தொழிலாளர்களும் துணை நின்ற அந்தப் போராட்டம் வெற்றி பெற்று, குத்தகை விவசாயிகளின் சாகுபடி உரிமை பாதுகாக்கப்பட்டது. தோழர் அல்போன்ஸ் ஆர்வத்தோடு அந்தப் போராட்டத்தில் பங்கேற்றார்.

தோழர்கள் சந்துரு, கோபால், சுப்பிரமணியம் ஆகியோருக்குப் பிறகு 1990 களில் கட்சியின் விழுப்புரம் நகரச் செயலாளராகத் தோழர் அல்போன்ஸ் தேர்ந்தெடுக்கப்பட்டார். அந்நாட்களில் வழுதரெட்டி பகுதியில் மக்களின் அடிப்படைப் பிரச்சினைகளுக்காகவும், சாதிய மோதல்களுக்கு எதிராகவும், அடித்தட்டு மக்களுக்கு ஆதரவாகவும் இயக்கங்களைத் திட்டமிட்டு நடத்துவதில் முக்கிய பங்காற்றினார். கட்சி நடத்தும் பொதுக்கூட்டங்களிலும், மாநாடுகளிலும் கலைஞர்களையும் கலைக்குழுக்களையும் மேடையேற்றினார். அத்துடன், தாமே கம்பீரக் குரலெடுத்துப் பாடவும் செய்தார். இவ்வாறு இயக்கப்பணியில் அர்ப்பணித்துக்கொண்ட தோழர் அல்போன்ஸ் மக்களைக் கவரும் வகையில் பேசக்கூடியவரும் கூட.

1980-களில் ‘தீக்கதிர்’ நாளேடு மதுரையிலிருந்து ரயிலில் விழுப்புரம் வந்தடையும். தோழர் அல்போன்ஸ் அதிகாலை 3.30 மணிக்கெல்லாம் எழுந்து ரயில் நிலையம் சென்று ‘தீக்கதிர்’ கட்டை எடுத்து விநியோகம் செய்துவந்தார். சுமார் 15 ஆண்டுகள் 100க்கு மேற்பட்ட ‘தீக்கதிர்’ படிகள் விநியோகம் செய்திடும் விழுப்புரம் முகவராகச் செயல்பட்டார்.

தோழர் பேச்சியம்மாள்

1979ஆம் ஆண்டு அல்போன்ஸ் - பேச்சியம்மாள் திருமணம் நடைபெற்றது. 1985ஆம் ஆண்டு பேச்சியம்மாள் கட்சியின் உறுப்பினரானார். அனைத்திந்திய ஜனநாயக மாதர் சங்கத்தில் இப்போதும் பணியாற்றி வருகிறார் மாதர் சங்கத்தின் மாவட்ட துணைத் தலைவராகவும் செயல்பட்டிருக்கிறார். 1996ம் ஆண்டு வழுதரெட்டி ஊராட்சி மன்ற உறுப்பினராகத் தேர்ந்தெடுக்கப்பட்ட நேர்மையான செயல்பாட்டுக்காக மக்களின் அன்பைப் பெற்றவர். ஊராட்சிக்கு உட்பட்ட பகுதியில் மக்களைத் திரட்டிப் போராடி நிரந்தரமாக பொதுவிநியோகக் கடையைக் கொண்டு வந்தது உள்ளிட்ட இயக்கங்களில் பேச்சியம்மாளின் பங்களிப்பு முக்கியமானது.

ஒரு மே தினத்தன்று காலையில் கட்சி கொடியேற்று நிகழ்ச்சி முடிந்த பிறகு மாலையில் அக்கொடியை அகற்றிட சாதிய சக்தியினர் முயன்றனர். அப்போது, அரணாக நின்று, காவல்துறையையும் தலையிடச் செய்து கட்சிக்கொடியைக் காத்தார் பேச்சியம்மாள். இப்போதும் பேச்சியம்மாள் கட்சி உறுப்பினராக இருப்பதோடு, மாதர் சங்கத்திலும் தொடர்ந்து செயல்பட்டு வருகிறார்.

பேச்சியம்மாள்

அல்போன்ஸ் – பேச்சியம்மாள் இணையருக்கு ஜோதிபாசு, காரல் மார்க்ஸ் என இரண்டு மகன்கள். அதில் ஜோதிபாசு சில மாதங்களுக்கு முன்பு உடல்நலக் குறைவினால் இறந்துவிட்டார். காரல் மார்க்ஸ் சுயதொழில் செய்து குடும்பத்தைப் பாதுகாத்து வருகிறார்.

தற்போது 73 வயதாகும் தோழர் அல்போன்ஸ், உடல்நிலை முன்போல ஒத்துழைக்காததால், கட்சி உறுப்பினராக இருந்துகொண்டு தம்மால் இயன்ற இயக்கப்பணிகளை நிறைவேற்றி வருகிறார். தோழர் பேச்சியம்மாள் இப்போதும் சுறுசுறுப்பாக இயக்கப்பணிகளில் ஈடுபட்டு வருகிறார். அல்போன்ஸ்-பேச்சியம்மாள் குடும்பம் கட்சிக்குடும்பம். இன்றைக்கும் அல்போன்ஸ் - பேச்சியம்மாள் இணையர் கட்சியின் உறுப்பினர்களாக, முழு விசுவாசிகளாக, விடாப்பிடியான இயக்கப் பற்றுடன் வாழ்வதை சக தோழர்கள் பெருமிதத்தோடு குறிப்பிடுகிறார்கள். 1970 களிலும், 1980 களிலும் அல்போன்ஸ் - பேச்சியம்மாள் இருவரும் ஆற்றிய இயக்கப்பணி விழுப்புரம் நகரத்தில் கட்சி வளர்ச்சிக்கு முக்கியமானதொரு காரணமாக இருந்தது என்றால் மிகையில்லை. இயக்கம், இல்லறம் இரண்டிலும் இளம் தோழர்களுக்கு ஒரு எடுத்துக்காட்டான வாழ்க்கையை வாழ்ந்து காட்டிடும் அல்போன்ஸ் - பேச்சியம்மாள் இணையின் தன்னலமற்ற கட்சிப்பணி பாராட்டத்தக்கது, பின்பற்றத்தக்கது.

❑

50

கி. இலக்குவன் : 80 ஆண்டுகள் கடந்தும் இடையறா எழுத்துப் பணி

ஜனநாயக இயக்கத்திலும் தொழிற்சங்க இயக்கத்திலும் நடுத்தர வர்க்க ஊழியர்களின் பாத்திரம் முக்கியமானது. குறிப்பாக, எல்.ஐ.சி ஊழியர்களின் அகில இந்திய இன்சூரன்ஸ் ஊழியர்கள் சங்கம். இச்சங்கம் அந்த நிறுவன ஊழியர்களின் கோரிக்கைகளோடு நின்றுவிடாமல், தொழிலாளர்கள், விவசாயிகள் உள்ளிட்ட உழைக்கும் மக்களுக்கு ஆதரவான போராட்டங்களிலும், மனித உரிமைகளுக்கான இயக்கங்களிலும் பங்கேற்கிறார்கள.

இந்தச் சங்கம் பல தலைவர்களை உருவாக்கியுள்ளது. இந்த சங்கத்தைச் சார்ந்த நான்கு தோழர்கள், நான்கு மாவட்டங்களில் மார்க்சிஸ்ட் கம்யூனிஸ்ட் மாவட்டச் செயலாளர்களாகச் செயலாற்றி இருக்கிறார்கள். இப்போதும் இந்த சங்கத்தைச் சார்ந்த தோழர்கள் மாநிலக் குழுவிலும் உள்ளனர். ஏற்கனவே இந்த சங்கம் தந்த தலைவர்கள் என்.எம். சுந்தரம், எஸ். ராஜப்பா, கே.என்.கோபாலகிருஷ்ணன், ஆர்.கோவிந்தராஜன், திண்டுக்கல் நாராயணன், ஆர். கிருஷ்ணன், போன்றோர்கள் இத்தொடரில் இடம்பெற்றுள்ளனர். இந்த சங்கத்தைச் சார்ந்த தோழர்கள் இடதுசாரி இயக்கத்தால் ஈர்க்கப்பட்டதற்கு முக்கியமான காரணம் அந்த சங்கத்தைக் கடந்து, மக்கள் நலனுக்கான போராட்டங்களில் கலந்துகொண்டதுதான். இத்தகைய பாரம்பரியத்தில் இந்த சங்கம் தந்த இன்னொரு தோழர் கி. இலக்குவன் பற்றியது இக்கட்டுரை.

தஞ்சையில் இயக்கப் பணி

1941 ல் திருச்சி ஸ்ரீரங்கத்தில் பிறந்தவர் தோழர் கி.இலக்குவன் பி.ஏ படித்துமுடித்து சிறிதுகாலம் அஞ்சல்துறையில் வேலையில் சேர்ந்தார். 1960ல் எல்.ஐ.சி நிறுவனத்தில் மதுரை கோட்டத்தில் வேலைக்குச் சேர்ந்தார். 1962 ல் தஞ்சைக் கோட்டத்திற்கு மாறுதலாகி 2000 த்தில் ஓய்வு பெற்றார். எல்.ஐ.சியில் தஞ்சைக் கோட்டம் என்பது, திருச்சி, தஞ்சை, திருவாரூர், நாகை, புதுக்கோட்டை, மயிலாடுதுரை, கரூர் ஆகிய மாவட்டங்களில் உள்ள எல்.ஐ.சி கிளைகளை உள்ளடக்கியது.

தஞ்சை கோட்டத்திற்கு கே.எல் மாற்றலானபோதுதான் அந்தக் கோட்டத்திற்கான சங்கம் துவக்கப்பட்டது. ஏற்கனவே அந்தச் சங்கத்தின் உறுப்பினராக இருந்த கே.எல் அதன் பொருளாளராகத் தேர்வானார். அதன் பிறகு, 1988 வரை துணைத் தலைவர், இணைச் செயலாளர் போன்ற பொறுப்புகளில் பணியாற்றினார். 1988 ல் தஞ்சைக் கோட்டத்திற்குத் தலைவராகத் தேர்வாகி, 2000 த்தில் ஓய்வு பெறும் வரை அந்தப் பொறுப்பில் இருந்தார். இவருக்கு முன்பும், பின்பும் தோழர் ஆர்.கோவிந்தராஜன், என்.சீனிவாசன், எஸ்.ஆர். கிருஷ்ணமூர்த்தி, அ.புண்ணியமூர்த்தி போன்ற தோழர்கள் தஞ்சைக் கோட்டத்தில் பல பொறுப்புகளில் பணியாற்றி இருக்கிறார்கள்.

1956ஆம் ஆண்டு பல தனியார் ஆயுள் காப்பீட்டுக் கழக நிறுவனங்கள் அரசுடைமையாக்கப்பட்டன. அன்றைய மத்திய அரசு ஐந்து கோடி மூலதனமிட்டு எல்.ஐ.சி என்ற பொதுத்துறை நிறுவனத்தை உருவாக்கியது. கடந்த 65 ஆண்டுகளில் இந்த நிறுவனம் ஊழியர்களின் அர்ப்பணிப்பான பணியினால், பிரம்மாண்டமான வளர்ச்சியைக் கண்டுள்ளது. இப்போது, மத்திய அரசின் ஆண்டு பட்ஜெட்டுக்கும், ஐந்தாண்டுத் திட்டத்திற்கும் பல லட்சம் கோடி ரூபாய் நிதி உதவி அளித்திடும் அள்ள அள்ள குறையாத அட்சய பாத்திரமாக விளங்கி வருகிறது.

1980 களில் இருந்து மத்திய அரசு, நிறுவனத்திற்கும், நிறுவன ஊழியர்களுக்கும் பாதகமான பல நடவடிக்கைகளை மேற்கொண்டு வருகிறது.

ஆட்டோமேஷன்

1960 களின் பிற்பகுதியில் எல்.ஐ.சி பணிகள் இயந்திர மயம் மூலம் மையப் படுதத‌ப்படும் என்ற முடிவை நிர்வாகம் மேற்கொண்டது. அது எதிர்கால வேலை வாய்ப்புகளைப் பாதிக்கும், பணிகள் மையமாவது பாலிசி சேவையையும் பாதிக்கும் என்று அகில இந்திய அளவில் நடைபெற்ற புகழ்பெற்ற போராட்டத்திற்கான தரவுகளை முதலில் தந்த பெருமை தஞ்சைக் கோட்டத்திற்கு உண்டு. மத்திய அரசின் முடிவின் அடிப்படையில் எல்.ஐ.சி நிர்வாகம் நாடு முழுவதும் எல்.ஐ.சி அலுவலகங்களில் கம்ப்யூட்டர்களைப் புகுத்த முயற்சி எடுத்தது. இந்த ஆட்டோமேஷனை எதிர்த்து காப்பீட்டுக் கழக ஊழியர் சங்கம் நாடு முழுவதும் வலுவான இயக்கங்களை நடத்தியது. கே.எல் இப் போராட்டங்களிலும் அதன் பிரச்சார இயக்கங்களிலும் முக்கியப் பங்காற்றினார்.

அதே நேரத்தில் நிறுவனத்தின் வளர்ச்சிக்கு தொழில் நுட்பம் தேவை என்ற கட்டம் வந்தபோது, அதைக் கையாள்கிற தெளிவும் கே.எல்.உள்ளிட்ட தலைவர்களிடம் இருந்தது. 1990 களில்

கி.இலக்குவன்

எல்.ஐ.சி யின் வளர்ச்சி அத்தகைய சூழலை உருவாக்கியது. பணிகள் பரவலாக்கம் என்பதோடு இணைந்து கம்ப்யூட்டர் அறிமுகம் முன் மொழியப்பட்டது. சி.ஐ.டி.யு அகில இந்தியத் தலைவர் பி.டி.ரணதிவே அவர்களின் ஆலோசனையின் அடிப்படையில் சங்கத்திற்கும் நிர்வாகத்திற்கும் இடையில் ஒரு ஒப்பந்தம் ஏற்பட்டது. அந்த ஒப்பந்தத்தின் அடிப்படையில் "ஒட்டுமொத்தமாக கம்ப்யூட்டர் வேண்டாம்" என்பதற்குப் பதிலாக "தேவைக்கு ஏற்ப" சம்பந்தப்பட்ட எல்.ஐ.சி அலுவலகங்களில் சங்கத்துடன் கலந்தாலோசித்து கம்ப்யூட்டர் கொண்டு வரலாம் என முடிவானது. இம்முடிவு ஊழியர் நலனுக்கும், நிறுவன வளர்ச்சிக்கும் உதவியது. இயந்திர மயம் துவக்கத்தில் உபரியை ஏற்படுத்தினாலும் நிறுவனத்தின் வளர்ச்சி உபரியை உள் வாங்கி ஊழியர் நியமனங்களுக்கும் வழி வகுக்கும் என்ற தெளிவு பலனைத் தந்தது. 1990, 1993, 1995 ஆண்டுகளில் பல்லாயிரக் கணக்கான ஊழியர்கள் புதிய நியமனங்கள் வாயிலாக உள்ளே வந்தனர்.

தனியார் மயத்திற்கு எதிராக

எல்.ஐ.சி நிறுவனத்தை ஐந்தாகப் பிரிப்பதென்று மத்திய அரசு 1980 களில் முடிவெடுத்தது. இதன் நோக்கம், பிரித்துத் தனியார்மயமாக்குவதே. பின்னர் 1994 இல் மல்கோத்ரா குழு பரிந்துரைகள் நேரடியாகவே தனியார்மயத்தை முன் மொழிந்தன. மத்திய அரசின் இந்த முடிவை எதிர்த்து, வேலை நிறுத்தம் உள்ளிட்ட பல வடிவங்களில் அகில இந்தியப் போராட்டங்கள் நடத்தப்பட்டன. இரண்டு பெரிய கையெழுத்து

இயக்கங்கள் நடைபெற்றன. இந்தப் போராட்டங்களிலும் தஞ்சைக் கோட்ட ஊழியர்களைப் பங்கேற்க வைத்ததில் குறிப்பிடத்தக்க பங்காற்றியவர் தோழர் கே.எல்.

மேலும், ஊழியர்களின் ஊதிய உயர்வுக்காக நடைபெற்ற போராட்டங்கள், 1974 இல் ரயில்வே தொழிலாளர்களின் போராட்டத்தை ஆதரித்து எல்.ஐ.சி நடத்திய போராட்டம், இவைகளில் எல்லாம் தோழர் கே.எல் போன்றவர்களின் முயற்சிகளினால் தான் ஊழியர்களைப் பங்கேற்க வைக்க முடிந்தது.

எல்லாவற்றிற்கும் மேலாக, மத்திய அரசின் மக்களைப் பாதிக்கும் பொருளாதாரக் கொள்கைக்கு எதிராக மத்திய தொழிற்சங்கங்கள் நாடு தழுவிய அளவில் பொது வேலை நிறுத்தப் போராட்டத்திற்கு அறைகூவல் விடுக்கின்ற போதெல்லாம், லட்சத்திற்கும் மேற்பட்ட ஆயுள்காப்பீட்டுக் கழக ஊழியர்களும், பொதுக் காப்பீட்டு ஊழியர்களும் நூறு சதவிகிதம் கலந்துகொள்வார்கள். இத்தகைய போராட்டங்கள் எல்லாம், மத்திய அரசுக்கு எதிரான அரசியல் போராட்டமே ஆகும். இதில் பங்கேற்கிற முன்னணி ஊழியர்கள் இடதுசாரி இயக்கத்தால் ஈர்க்கப்படுவார்கள். இந்தப் பாரம்பரியத்தில் வந்தவர் தோழர் கே.எல்.

கட்சியில் கே.எல்

ஆயுள் காப்பீட்டுக் கழக ஊழியர்கள் சங்கத் தலைவர்கள் சரோஜ் சௌத்ரி, சுனில் மைத்ரா (சிபிஐ(எம்) அரசியல் தலைமைக்குழு உறுப்பினராக சில ஆண்டுகள் பணியாற்றினார்), தஞ்சை கோட்ட சங்கத்தின் முதல் தலைவராகத் தேர்வான தோழர் உமாநாத் ஆகியோரின் ஆழமான எழுச்சியுரைகள் தன்னை இடதுசாரி இயக்கத்தின் பக்கம் ஈர்த்தது என தோழர் கே.எல் நெகிழ்வோடு நினைவுகூர்ந்தார்.

மேலும் தோழர் ஆர். கோவிந்தராஜன், கரூர் குப்புசாமி ஆகியோர் இவருக்கு அறிமுகப்படுத்திய நூல்கள், மார்க்ஸிய தத்துவத்தின்பால் இவருக்கு ஈர்ப்பை ஏற்படுத்தி இருக்கிறது. மார்க்ஸிய லெனினிய தத்துவத்தின் அடிப்படைக் கூறுகள் போன்ற நூல்களைப் படித்த பின்னணியில் திருச்சி மாவட்டச் செயலாளராக இருந்த தோழர். பி.ராமச்சந்திரன் அவர்களின் முன்முயற்சியினால், 1968 ல் துவங்கப்பட்ட காப்பீட்டுக் கழக அரங்கக் கிளையில் உறுப்பினரானார்.

தஞ்சை நகரில் 1980கள் மற்றும் 90களில் தீக்கதிர், பீப்பிள்ஸ் டெமாக்ரசி, செம்மலர், மார்க்சிஸ்ட், வொர்க்கிங் கிளாஸ்

(சி.ஐ.டி.யு இதழ்) ஆகிய அனைத்து இதழ்களையும் முகவராகவும், கடைகளுக்கு விநியோகிப்பவராகவும் செயல்பட்டு இருக்கிறார். எல்.ஐ.சி ஊழியராகப் பணிபுரிந்து கொண்டே தோழர் கே.எல். ஆற்றிய முக்கியமான ஸ்தாபனப் பணி இது. இவருடைய அரங்கம் மற்றும் கட்சிப்பணியை அங்கீகரிக்கும் வகையில் தோழர் கே.எல். தஞ்சை மாவட்டக்குழுவிற்கு 1982ல் தேர்வாகி 1988 வரை அப்பொறுப்பில் இருந்தார். இப்பின்னணியில் நடுத்தர வர்க்க ஊழியர் அரங்கங்களுக்கும் வழிகாட்டி இருக்கிறார்.

ஆசிரியர் - எழுத்தாளர் மொழிபெயர்ப்பாளர்

மாநில அளவிலான ஆசிரியர்களுக்கான கட்சிக் கல்வி பயிற்சி முகாமில் கலந்துகொண்டு, கட்சித் தோழர்களுக்கு வகுப்பெடுக்கும் பணியை செய்திருக்கிறார்.

தோழர் கே.எல் பரந்த வாசிப்பாளர். கட்சியின் அகில இந்திய காங்கிரஸின் அரசியல் தீர்மானம் உள்ளிட்டு ஏராளமான ஆங்கில நூல்களை தோழர் கே.எல். தமிழாக்கம் செய்திருக்கிறார். இவர் மொழியாக்கம் செய்து வெளிவந்துள்ள நூல்கள் 23. இவரே எழுதிய நூல்கள் 8. தீக்கதிருக்கு இவர் எழுதிய கட்டுரைகள் 455. மார்க்சிஸ்ட் தத்துவார்த்த இதழுக்கு எழுதிய கட்டுரைகள் 15.

“காந்திஜியின் கடைசி 200 நாட்கள்” மற்றும் இ.எம்.எஸ் எழுதிய “இந்திய விடுதலைப் போராட்ட வரலாறு” இவர் மொழியாக்கம் செய்ததில் முக்கியமான நூல்கள்.

தோழர் கே.எல்லின் தந்தை, ஸ்ரீரங்கம் அரங்கநாதர் கோவிலில் சமையல் வேலை செய்து, கிடைத்த குறைவான வருமானத்தை வைத்துதான் குடும்பத்தின் பத்து பேரை வளர்க்க வேண்டிய நிலை. சொல்லாமலே புரியும் வறுமைச் சூழல்தான். எஸ்.எஸ்.எல்.சி படிப்பில் தேர்ச்சிபெற்ற பிறகு அவரது தந்தையால் அவரைக் கல்லூரிக்கு அனுப்பிப் படிக்க வைக்க முடியாத காரணத்தால், மதுரை காமராஜர் பல்கலை அஞ்சல்வழிக் கல்வியில் பி.ஏ பட்டம் பெற்றார். முதலில் அஞ்சல் துறையில் பணியாற்றிய காலத்திலேயே மத்திய அரசு ஊழியர்கள் வேலைநிறுத்தப் போராட்டத்தில் பங்கேற்றவர்.

குடும்பமே இயக்கத்தின்பால்

கே.எல்.லுக்கு இரண்டு மூத்த சகோதரிகள், இரண்டு இளைய சகோதரர்கள். ஒரு சகோதரியின் மகன் சந்தானம் வங்கி ஊழியர், கட்சி உறுப்பினர். இன்னொரு சகோதரியின் மகன் சம்பத் திருச்சி

பி.ஹெச்.இ.எல்லில் பண்யாற்றிய காலத்தில் அதன் சங்கத்தின் பொதுச்செயலாளராகவும், கட்சி மாவட்டக்குழு உறுப்பினராகவும் செயல்பட்டார். தற்போது சி.ஐ.டி.யு மாவட்ட நிர்வாகியாகவும், கட்சியின் திருச்சி புறநகர் மாவட்டக் குழு உறுப்பினராகவும் செயல்பட்டு வருகிறார்.

கே.எல்.லுக்கு அடுத்த இளைய சகோதரர் தோழர் கே.வரதராஜன் அரசியல் தலைமைக்குழு உறுப்பினர் வரை பொறுப்பேற்று செயல்பட்டார். அதற்கடுத்த இளைய சகோதரர் கே. ஆனந்த ராஜன் பி.எஸ்.என்.எல்.லில் பணியாற்றியவர். அவரும் கட்சி உறுப்பினர். தனது குடும்பத்தில் முதல் கட்சி உறுப்பினரான கே.எல், அடுத்தடுத்து அவரது இரண்டு சகோதரர்களும், சகோதரிகளின் பிள்ளைகளும் கட்சி உறுப்பினர்களாக ஆனதில் அவரது பங்கு குறிப்பிடத்தக்கது. மொத்தத்தில் கே.எல் குடும்பம் கட்சிக் குடும்பம்.

ஒரு சனாதனக் குடும்பத்தில் பிறந்து, எல்.ஐ.சி.யில் வேலையில் சேர்ந்து, ஊழியர் நலனுக்கான போராட்டங்களிலும், அந்த நிறுவனத்திற்கு வெளியில் உழைக்கும் மக்களுக்கான பொருளாதார அரசியல் போராட்டங்களில் கலந்துகொண்டு, இடதுசாரிச் சிந்தனை உருவாகி மார்க்சிஸ்ட் கம்யூனிஸ்ட் கட்சியில் இணைந்து, சங்கத்திலும் கட்சியிலும் பல பொறுப்புகளை வகித்து, அர்ப்பணிப்போடு பணியாற்றியவர் தோழர் கே.எல்.

எல்.ஐ.சி தற்போதும் பொதுத்துறை நிறுவனமாக நீடிப்பதற்கு, தனியார் நிறுவனங்களின் கடுமையான போட்டியைச் சமாளித்து ஆயுள் காப்பீட்டுச் சந்தையில் 75 சதவிகித பங்கை வைத்திருக்கும் நிறுவனமாக அது முதலிடத்தில் இருப்பதே. அதன் ஊழியர்கள், முகவர்களின் அயராத பணியினால் இது சாத்தியமானது. நாட்டின் நலனை முன்னிறுத்திப் பணியாற்றும் இப்படி ஒரு கலாச்சாரத்தை அதன் ஊழியர்கள் மத்தியில் உருவாக்கியதில் எல்.ஐ.சி சங்கத்திற்கு மிகப் பெரும் பங்கு உள்ளது. கே.எல் போன்ற அதன் சங்க நிர்வாகிகளுக்கும், உறுப்பினர்களுக்கும் பங்கிருக்கிறது.

தற்போது 80 வயதாகும் தோழர் கே.எல், திருச்சி மாவட்டத்தில் கட்சி உறுப்பினராக உள்ளார். கடந்த 50 ஆண்டுகளுக்கு மேலாக, பணியில் இருந்தபோதும், பணியில் இருந்து ஓய்வு பெற்ற பிறகும் ஓய்வின்றி, தோழர் கே.என் ஆற்றிவரும் இயக்கப் பணி, பாராட்டுக்குரியது, பின்பற்றத்தக்கது.

❑

51

சங்கமும் கட்சியும் இரண்டு கண்களாக...

தமிழகத்தில் தொழிற்சங்க அரங்கில் களப்பணியாற்றிய பல அருமையான தோழர்களில் ஒருவர் டி.என். நம்பிராஜன். 1945ஆம் ஆண்டு திருநெல்வேலி மாவட்டம் திருக்குறுங்குடி கிராமத்தில் பிறந்தவர். இவரது தந்தை மின்வாரியத்தில் பணியாற்றியவர். ஓரளவுக்கு வசதியான குடும்பம்.

பள்ளிப்படிப்பை முடித்து நெல்லையின் இந்து கல்லூரியில் பி.எஸ்.சி. பட்டப்படிப்பு முடித்தார். தந்தைக்கு பி. ராமமூர்த்தி, ப.ஜீவானந்தம் போன்ற கம்யூனிஸ்ட் தலைவர்களுடன் நட்பு இருந்தது. அவர் இத்தகைய தலைவர்களைச் சந்திக்கச் செல்கிறபோதெல்லாம் இவரும் சென்று அவர்களைப் பார்த்திருக்கிறார். அக்காலத்தில் நெல்லையில் நடைபெற்ற அரசியல் கூட்டங்களுக்கும் சென்றிருக்கிறார். கல்லூரியில் நடைபெற்ற பேச்சுப் போட்டியில் கலந்துகொண்டு பரிசும் பெற்றவர். அத்திறனைப் பொது நோக்கத்திற்குப் பயன்படுத்தும் எண்ணத்தோடு வளர்ந்தார்.

1962ஆம் ஆண்டு விக்கிரமசிங்கபுரம் நகரில் கம்யூனிஸ்ட் கட்சியின் சிறப்புப் பேரவைக் கூட்டம் நடைபெற்றது. அதில் தோழர் ப. ஜீவானந்தம் உரையாற்றியதைக் கேட்ட நம்பிராஜனுக்கு கம்யூனிஸ்ட் இயக்கத்தின் மீது ஈடுபாடு ஏற்பட்டது.

கம்யூனிஸ்ட் கட்சியின் ஆதரவாளராக மாறிய நம்பிராஜன், 1962ஆம் ஆண்டு நடைபெற்ற சட்டமன்றத் தேர்தலில், அம்பாசமுத்திரம் தொகுதியில் கட்சியின் வேட்பாளராக தோழர் ஏ. நல்லசிவன் போட்டியிட்டதையும், அவருக்காகத் தோழர்களோடு இணைந்து தேர்தல் பணியாற்றியதையும் இப்போதும் பெருமையாக கருதுகிறார். கட்சியின் மாவட்டத் தலைவர்களில் ஒருவராக இருந்தவர் எஸ். பாலவிநாயகம். அவரோடு இவருக்குத் தொடர்பு ஏற்பட்டது. தோழர்கள் நல்லசிவன், பாலவிநாயகம் இருவரும் தொடர்ந்து நம்பிராஜன் கம்யூனிஸ்ட் கட்சி கொள்கைகள் பற்றிக் கேட்டதற்கெல்லாம் விளக்கமளித்திருக்கிறார்கள். இப்படியான

வளமான பின்னணியில் தோழர் நம்பிராஜன் 1966 ல் மார்க்சிஸ்ட் கம்யூனிஸ்ட் கட்சியில் உறுப்பினராக இணைந்தார்.

பட்டப்படிப்பு முடிந்த பிறகு நெல்லையில் டி.வி.எஸ். நிறுவனத்தில் கணக்காளராக வேலையில் சேர்ந்தார். சில ஆண்டுகளில் அவர் நிறுவனத்தின் திருவனந்தபுரம் கிளைக்கு மாற்றப்பட்டார். அங்கே சென்றது கட்சியோடு மேலும் தொடர்பு ஏற்படுத்திக்கொள்ள வாய்ப்பாக அமைந்தது. கட்சியின் வழிகாட்டலில் வங்கி அரங்கத்தில் செயல்பட்டார். வங்கி ஊழியர்களிடையே சங்கப் பணிகளையும் கட்சிப் பணிகளையும் மேற்கொண்டார். அப்போது பொருளாதார வல்லுநர் மேத்யூ குரியன், மற்றும் இதர பல கட்சித் தோழர்களோடு தொடர்பு ஏற்பட்டது. திருவனந்தபுரத்தில் இயங்கி வந்த சமூக விஞ்ஞான கழகத்திலும் இணைந்து செயல்பட்டார். வங்கி ஊழியர் சங்க மாநாடு கல்கத்தாவில் நடைபெற்றபோது அதில் கலந்துகொண்டார். அவ்வப்போது சி.ஐ.டி.யு நிகழ்ச்சிகளில் கலந்துகொள்வார்.

1973ஆம் ஆண்டு எர்ணாகுளத்தில் சிஐடியு இரண்டாவது அகில இந்திய மாநாடு நடைபெற்றது. அதில் நம்பிராஜன் பங்கேற்றார். முழுமையாக தொழிலாளர் இயக்கப் பணிகளில் ஈடுபடும் மனநிலை வளர்ந்து வந்தது. மார்க்சிஸ்ட் கம்யூனிஸ்ட் கட்சியின் அரசியல் தலைமைக்குழு உறுப்பினராகத் தேர்வு செய்யப்பட்டிருந்த மின்சாரத் தொழிலாளர்களின் தலைவரான தோழர் இ. பாலானந்தன் கேட்டுக்கொண்டதை ஏற்று 1976ஆம் ஆண்டு டி.வி.எஸ். நிறுவன வேலையிலிருந்து விலகி, டில்லிக்குச் சென்று சிஐடியு அகில இந்திய மையத்தில் அலுவலகச் செயலாளராக பணியாற்றத் தொடங்கினார். அப்போது சி.ஐ.டி.யு. அகில இந்திய தலைவர் தோழர் பி.டி. ரணதிவே, பொதுச் செயலாளர் பி. ராமமூர்த்தி ஆகியோருடனும், எம்.கே. பாந்தே போன்ற தலைவர்களோடும் இணைந்து அகில இந்திய மையத்திலிருந்து செயல்பட்ட அனுபவங்களில் பெருமைகொள்கிறார் டி.என்.என். அந்த நாட்களில் தோழர் இ.எம்.எஸ். உள்ளிட்ட கட்சியின் அரசியல் தலைமைக்குழு உறுப்பினர்களையெல்லாம் சந்திக்கும் வாய்ப்பு தனக்குக் கிடைத்ததைப் பூரிப்புடன் நினைவுகூர்கிறார்.

சென்னையில் வசித்து வந்த தோழர் நம்பிராஜனின் பெற்றோர் இருவரும் வயது முதிர்ச்சியால் உடல்நிலை பாதிக்கப்பட்டிருந்த காரணத்தால் அவர்களைக் கவனித்துக்கொள்ள வேண்டிய தேவை ஏற்பட்டது. 1987 ல் நம்பிராஜன் சென்னைக்குத் திரும்பினார்.

தோழர் நம்பிராஜன்

சென்னைக்கு வந்துவிட்டபோதும் சி.ஐ.டி.யு. ஜெனரல் கவுன்சில் சிறப்பு அழைப்பாளராக அழைக்கப்பட்டு தொடர்ந்து பங்கேற்று வந்தார்.

சென்னையில் தோழர் ஏ. நல்லசிவனைச் சந்தித்தார். மாநிலக் குழு, அவர் துறைமுகத் தொழிலாளர் சங்கத்தில் இருந்து செயல்பட வேண்டுமென்று முடிவு செய்தது. அதில் 20 ஆண்டு காலம் முழுநேர ஊழியராகப் பணியாற்றிருக்கிறார். 1970களின் தொடக்கத்தில் தொடங்கப்பட்டது துறைமுகத் தொழிலாளர் சங்கம். தோழர் வி.பி.சிந்தன் தலைவராகவும், தோழர் வே. மீனாட்சிசுந்தரம் பொதுச்செயலாளராகவும், தோழர் ஹரிபட் துணைத்தலைவராகவும் தேர்வு செய்யப்பட்டு சங்கம் செயல்பட்டுக் கொண்டிருந்தது.

பல ஆண்டுகளுக்குப் பிறகு, சங்கத்திற்கு வழிநடத்திட ஆங்கிலப் புலமையுள்ள ஒரு தோழர் வேண்டும் என்ற கோரிக்கை வந்தது. இதற்கு நம்பிராஜன் பொருத்தமானவராக இருந்தார். முழுநேர ஊழியரான இவர், பொதுச்செயலாளராகவும், பின்னர் தலைவராகவும் பணியாற்றினார். சி.ஐ.டி.யுடன் இணைக்கப்பட்ட இந்தச் சங்கம் துறைமுகத் தொழிலாளர்களின் ஒரு முன்னணி அமைப்பாகத் திகழ்வதற்கு அவருடைய பங்களிப்பு முக்கியமானது.

தோழர் நம்பிராஜன் தனது கருத்துகளாலும் செயல்களாலும் எவரையும் கவரக்கூடிய திறன் படைத்தவர். தொழிற்சங்கத்திற்கு எதிரான, இடதுசாரிகளுக்கு எதிரான கருத்துக்களைக் கொண்டிருப்போரையும் தனது வாதத் திறமையால் தன் பக்கம் ஈர்த்துவிடும் வல்லமை பெற்றவர். இப்போதும் துறைமுக சங்க நிர்வாகிகளும், தொழிலாளர்களும் டி.என்.என். மீது அளப்பரிய மரியாதை கொண்டிருக்கிறார்கள்.

1991 ஜூன் மாதம் சென்னை நகரத்தைக் கடுமையான புயல் மழை உலுக்கியெடுத்தது. அப்போது காசிமேடு பகுதியிலிருந்து கடலில் மீன்பிடிக்கச் சென்றிருந்த 60 வயது துரைக்கண்ணு, 30 வயது பழனிக்கரசு என்ற இரண்டு மீனவர்கள் புயலின் வேகத்தில் அடித்துச் செல்லப்பட்டு, கடலிலேயே சுமார் 35 நாட்கள் சிரமப்பட்டார்கள். பிறகு அவர்களுடைய படகு பங்களாதேஷ் நாட்டின் சிட்டகாங் துறைமுகப் பகுதியில் கரை ஒதுங்கியது. அவர்களைத் தீவிரவாதிகள் எனக் கருதி இருவரையும் பங்களாதேஷ் அரசு கைது செய்து காக்ஸ் பஜார் என்ற இடத்தில் சிறையில் அடைத்துவிட்டது. 113 நாட்கள் சிறையில் அடைக்கப்பட்டுக் கிடந்தனர்.

துரைக்கண்ணுவின் மருமகனான தோழர் ராஜசேகர் சங்கத்தின் ஒரு நிர்வாகியாக இருந்தார். அவர் வாயிலாக இப்பிரச்சினையைத் தெரிந்துகொண்ட நம்பிராஜன், அந்த இருவரையும் மீட்க விரைந்து செயல்பட்டார். வெளிநாட்டிலிருந்து எந்தத் தகவலும் பெற முடியாதிருந்த அன்றைய சூழலில் அந்தச் சிறையிலிருந்து யாரோ ஒருவர் மலையாளத்தில் எழுதிய கடிதம் ஒன்று 15 நாட்களாகச் சுற்றி ஒருவாறு செப்டம்பர் 9ஆம் தேதி குடும்பத்தின் கையில் கிடைத்தது. அது ஒன்றை ஆதாரமாகப் பற்றிக்கொண்ட டி.என்.என் தனக்கே உரித்தான வழிமுறையில் தனக்கிருந்த டில்லித் தொடர்புகள், தலைவர்கள், தோழர்கள், தொழிற்சங்கம், கட்சி சார்ந்த இயக்கத் தொடர்புகள் பலவற்றையும் பயன்படுத்தினார். நவம்பர் 5ஆம் தேதி அந்தக் குடும்பத்தாருடன் கல்கத்தா சென்றார். சம்பந்தப்பட்ட அதிகாரிகளை டில்லியில் சந்தித்து பங்களாதேஷ் அதிகாரிகளுடன் பேச வைத்தார். நவம்பர் 14 அன்று துரைக்கண்ணு, பழனிக்கரசு இருவரையும் வெற்றிகரமாக மீட்டு சென்னைக்கு அழைத்து வந்தார். இதற்கிடையில் பழனிக்கரசு இறந்து விட்டதாக நினைத்துக் கண்ணீருடன் அவருக்கு இறுதிச் சடங்கையும் செய்து முடித்திருந்த குடும்பத்தினர் அப்போது ஆனந்தக் கண்ணீரில் மூழ்கினர்.

தினத்தந்தி, தினமணி, மாலைமுரசு, தீக்கதிர், தினகரன், தி இந்து, இந்தியன் எக்ஸ்பிரஸ், நக்கீரன் உள்ளிட்ட அனைத்துப் பிரபலமான பத்திரிகைகளிலும் அன்றைய தலைப்புச் செய்தி இதுவே. மத்திய, மாநில அரசுகள், கடலோர காவற்படை, மீன்வளத்துறை போன்ற அரசு அதிகாரப்பூர்வ அமைப்புகளால் முடியாத பணியை, தனது திறமை, அத்துடன் இணைந்திருந்த இயக்க பலத்தின் பின்னணி, தொடர்புகள் இவற்றைப் பயன்படுத்தி, இரண்டு காணாமல் போன மீனவர்களைக் கண்டுபிடித்து மீட்டுத் தங்களிடம் ஒப்படைத்த, தோழர் நம்பிராஜனையும், மார்க்சிஸ்ட் கம்யூனிஸ்ட் கட்சியையும், துறைமுக சி.ஐ.டி.யு. சங்கத்தையும் இன்றளவும் அக்குடும்பத்தினர் நன்றிப்பெருக்குடன் நினைவு கூர்கின்றனர்.

சென்னையிலுள்ள பல தொழிற்சாலைகளில் ஒரு தொழிலுக்கு ஒரு சங்கம் என்ற முறையில் பல சங்கங்கள் இருந்தன. அவற்றில் பல சங்கங்களுக்குத் தலைவராகத் தேர்வு செய்யப்பட்டார் டிஎன்என். விம்கோ நிறுவனத்தினை மூடிவிட அதன் நிர்வாகம் முயன்றது. பல வடிவங்களில் இயக்கமும் பேச்சுவார்த்தைகளும் நடத்தி நிர்வாகத்தின் முடிவைத் தடுத்து நிறுத்தி நிறுவனத்தையும், தொழிலாளர்களின் வேலையையும் பாதுகாத்த பெருமை தோழர் நம்பிராஜனுக்கு உண்டு. ஆனால், பின்னர் அந்தச் சங்கத்திற்கு வேறொருவர் தலைவராக வந்த பிறகு அந்த நிறுவனம் மூடப்பட்டு விட்டது.

தோழர் நம்பிராஜன் அசோக் லேலாண்ட் நிறுவனத்தில் சங்கத்தின் தலைவராக மூன்று முறை தேர்ந்தெடுக்கப்படடு மூன்று ஆண்டுகள் செயல்பட்டிருக்கிறார். கார்போரண்டம், எண்ணூர் பவுண்டரி, எம்.எப்.எல், என்ஃபீல்ட் போன்ற நிறுவனங்களில் உள்ள சங்கங்களின் தலைவராகத் தேர்வு செய்யப்பட்டு பல ஆண்டுகள் செயல்பட்டிருக்கிறார். அந்த நிறுவனங்களில் தொழிலாளர் நலன்களைப் பாதுகாக்கக்கூடிய பல சிறப்பான ஒப்பந்தங்களைப் போடச் செய்திருக்கிறார்.

ஒரு தொழிலுக்கு ஒரு சங்கம் என்ற முறையில் தொழிலாளி வர்க்கத்தின் நலனை, தொழிலாளி வர்க்க அரசியலை முன்னெடுத்துச் செல்வதில் பல சாதக, பாதக அம்சங்கள் உள்ளன. இத்தகைய சங்கங்களின் தலைமைப் பொறுப்புக்கு வரக்கூடிய கலையைப் பயின்றவர் தோழர் நம்பிராஜன்.

மார்க்சிஸ்ட் கம்யூனிஸ்ட் கட்சியின் வடசென்னை மாவட்டக் குழு உறுப்பினராகவும், மாவட்ட செயற்குழு உறுப்பினராகவும் பல ஆண்டுகள் செயல்பட்டிருக்கிற நம்பிராஜன், சி.ஐ.டி.யு. மாவட்டத் தலைவராகவும், மாநில நிர்வாகியாகவும் பணியாற்றியிருக்கிறார்.

2005ஆம் ஆண்டு தனக்கு உடல்நலம் பாதிக்கப்பட்டபோது, கட்சியின் மத்தியக்குழு உறுப்பினர் தோழர் அ.சவுந்தரராசன் தன்னை மருத்துவமனைக்கு அழைத்துச் சென்று உரிய சிகிச்சை பெற ஏற்பாடு செய்ததை நெகிழ்வோடு குறிப்பிடுகிறார். தற்போது சிறுநீரகம் பாதிக்கப்பட்டு டயாலிசிஸ் செய்து கொள்ள வேண்டிய நிலையில் தொடர்ந்து கட்சி உறுப்பினராக உள்ளார்.

தோழர் டி.என்.என்.னுடைய சகோதரி சந்திரா ரிசர்வ் வங்கியில் பணியாற்றி ஓய்வுபெற்றவர். பணியிலிருந்தபோது BEFI அமைப்பில் உறுப்பினராக இருந்தவர். அவருடைய மைத்துனர் ஹரிகரன் சிண்டிகேட் வங்கியில் பணியாற்றி ஓய்வு பெற்றவர். அவர் BEFI சங்கத்திலும், மார்க்சிஸ்ட் கம்யூனிஸ்ட் கட்சியில் உறுப்பினராகவும் இருந்திருக்கிறார்.

கிராமத்தில் பிறந்து, பட்டப்படிப்பு முடித்து, பெரிய தனியார் நிறுவனத்தில் வேலைக்குச் சென்று, பின்னர் தொழிலாளர்களோடு இயங்குவதற்காக வேலையை உதறிவிட்டு, முழுநேர ஊழியராக பொறுப்பேற்றது சாதாரணமானதல்ல. சி.ஐ.டி.யு. அகில இந்திய மையத்திலும், சென்னை மாநகர தொழிற்சங்க அரங்குகளிலும் செயல்பட்டு, கட்சிப்பணியில் அயராது ஈடுபட்டு அதுவே தனது இல்லறமென வாழ்கிற அவர் திருமணம் செய்து கொள்ளவில்லை. பிரச்சினைகளைக் கையிலெடுப்பதில் அசாத்தியமான முன்முயற்சி உள்ளவரான இவரது மற்றொரு அடையாளம், பரந்த புத்தக வாசிப்பாகும். வாழ்நாள் முழுவதும் சேகரித்த மதிப்புமிக்க நூல்களையெல்லாம் எந்தவொரு தோழரும் படித்துப் பயன்பெற கட்சி நூலகத்திற்கு அளித்திருக்கிறார். உடல்நலம் பாதிக்கப்பட்ட நிலையில் சென்னையில் தன்னுடைய சகோதரியின் அரவணைப்பில் வசித்து வருகிறார். தொழிற்சங்க, கட்சி இயக்கங்களில் 55 ஆண்டுகளுக்கும் மேலாக தோழர் டி.என். நம்பிராஜன் ஒரு முன்னுதாரணமாக நிறைவேற்றி வந்துள்ள களப்பணி பாராட்டுக்குரியது, பின்பற்றத்தக்கது.

❑

52

சுத்தானந்தனம்

தமிழகத்தில் எல்.ஐ.சி. நிறுவனத்தில் பணியாற்றி அந்த ஊழியர்கள் சங்கத்தில் முக்கிய பொறுப்புகள் வகித்து அர்ப்பணிப்போடு செயல்பட்ட பல தோழர்களை பற்றிய கட்டுரைகள் இத்தொடரில் இடம்பெற்றுள்ளன. எல்.ஐ.சி. நிறுவன ஊழியர்களின் எண்ணிக்கையை விட அதிகமான எண்ணிக்கையில் முகவர்கள் உள்ளனர். இவர்களைத் திரட்டுவதில் முக்கிய பாத்திரம் வகித்து வரும் சுத்தானந்தம் தோழரைப் பற்றியது இக்கட்டுரை.

இவர் 1947ஆம் ஆண்டு பூசேரி கிராமம், இராமநாதபுரம் மாவட்டத்தில் ஒரு விவசாயக் குடும்பத்தில் பிறந்தவர். இவரது தந்தை சுதந்திரப் போராட்டத்தில் கலந்து கொண்டவர். காங்கிரஸ் இயக்கத்தைச் சார்ந்தவர்.

சுத்தானந்தம் இராமநாதபுரத்தில் பள்ளிக் கல்வி முடித்து காரைக்குடியில் அழகப்பா பாலிடெக்னிக்கில் டிப்ளோமா மெக்கானிக் படித்தவர்.

படிப்பு முடிந்தவுடன் தோழர் சுத்தானந்தம் 3 வருடங்கள் கோவை ஜி.டி. நாயுடு கம்பெனியில் ஜூனியர் இஞ்சினியர். பின்பு சென்னை இராம்நாத் மெடல் ஃபோர்ஜிங்கில் தலைமை இஞ்சினியராக 7 வருடம். அதன் பின்னர் கோவையில் விஜய்குமார் ஃபோர்ஜிங்கில் 5 வருடம். பின்பு தஞ்சாவூரில் சாஸ்த்ரா நிகர்நிலைப் பல்கலைக்கழக சேர்மனுடன் பங்குதாரராக சண்முகா பிரிசிஷென் அண்ட் ஃபோர்ஜிங் என்ற தொழில் நிறுவனத்தை தொடங்கி 15 வருடம் அவருடன் தொழில் செய்தவர்.

கோவையில் விஜய்குமார் ஃபோர்ஜிங்கில் பொறியாளராக வேலை செய்கிற போது, அந்த நிறுவனத் தொழிலாளர்கள் அவர்களது பிரச்சனைகளுக்காக இவரை அணுகிய போது "சி.ஐ.டி.யு சங்கத்தைத் துவக்குங்கள்" என்று ஆலோசனை சொல்லியிருக்கிறார். சி.ஐ.டி.யு சங்கம் துவக்கப்பட்டு நிர்வாகத்தோடு போனஸ்

போன்ற பிரச்சனைகளில் பேச்சுவார்த்தை நடத்தியுள்ளது. ஒரு கட்டத்தில் “சங்கத்தினுடைய கோரிக்கையை ஏற்க முடியாது; மாறாக, கம்பெனியை மூடி விடலாம்” என முதலாளி பொறியாளர் சுத்தானந்தத்திடம் கூறியிருக்கிறார்.

“நாம் பாதுகாப்புத் துறைக்கு தேவையான சில உற்பத்திகளை செய்து கொடுக்கிறோம். திடீரென்று மூடினால் நமது நிறுவனத்தை கருப்புப் பட்டியலில் பாதுகாப்புத்துறை சேர்த்துவிடும்” என கூறியிருக்கிறார். இச்சூழலில் இவரை வேலையை விட்டுச் செல்லும்படி முதலாளி கேட்க, இவர் வேலையை ராஜினாமா செய்து விட்டு மானாமதுரைக்கு திரும்பிவிட்டார். மானாமதுரையில் அன்றைய சி.ஐ.டி.யு மாவட்டச் செயலாளராக இருந்த தோழர் பாண்டி, சுத்தானந்தத்தை தோழர் எஸ்.ஏ. பெருமாள் அவர்களுக்கு (ஒன்றுபட்ட முகவை மாவட்ட கட்சி செயலாளர்) அறிமுகப்படுத்தியிருக்கிறார். அவருடன் ஏற்பட்ட தொடர்பு, நடைபெற்ற அரசியல் விவாதம் போன்ற பின்னணியில் தோழர் சுத்தானந்தம் உற்சாகம் அடைந்து மார்க்சிஸ்ட் கம்யூனிஸ்ட் கட்சியில் 1983ல் துணைக்குழு உறுப்பினராகி அடுத்தடுத்து பரீட்சார்த்த உறுப்பினர் மற்றும் கட்சி உறுப்பினரானார்.

மானாமதுரையில் சிப்காட் துவங்கப்பட்ட போது அங்கு ஒரு நிறுவனத்தை சுத்தானந்தம் துவக்கியிருக்கிறார். அதே காலத்தில் தஞ்சாவூரில் சேதுராமனுடன் சேர்ந்து (சாஸ்த்திரா நிகர்நிலை பல்கலைக்கழகத்தினுடைய தலைவர்) ஒரு இன்ஜினியரிங் கம்பெனியை துவக்கியிருக்கிறார். இந்த கம்பெனியின் கட்டுமானப் பணி மற்றும் இயக்கத்தில் கவனம் செலுத்தியதால் மானாமதுரையில் அவர் ஆரம்பித்த சிறு தொழிலை மூடிவிட்டார்.

தஞ்சை நகரத்தில் இருந்தபோது, தமிழ்நாடு அறிவியல் இயக்கத்தில் இணைந்து மாவட்டச் செயலாளராக ஓராண்டு செயல்பட்டதோடு, 6 ஆண்டுகள் மாநில பொருளாளராக செயல்பட்டிருக்கிறார். மேலும் தமிழ்நாடு அறிவியல் இயக்கம் நடத்திய அறிவொளி இயக்கத்தில் 10 ஆண்டுகள் தஞ்சை, திருவாரூர், நாகை, புதுக்கோட்டை ஆகிய மாவட்டங்களில் பொறுப்பாளராக இருந்து செயல்பட்டிருக்கிறார். அறிவொளிக்கு முன்னோட்டமாக நடைபெற்ற மாநில அளவில் நடைபெற்ற கலைப்பயணத்தில் 10 நாட்கள் தொடர்ச்சியாகப் பங்காற்றிருக்கிறார். ஒரு கட்டத்தில் தான் பங்குதாரராக இருந்த நிறுவனத்தில் இருந்து முழுமையாக விலகிவிட்டார். அவருடைய பங்குதாரர்

தோழர் சுத்தானந்தம்

சேதுராமன், “வருமானத்திற்கு என்ன செய்வீர்கள்? தொடர்ந்து பங்குதாரராக இருந்துகொண்டு கட்சிப் பணி செய்யுங்கள்” எனக் கேட்டிருக்கிறார். “என் தந்தை சுதந்திரப் போராட்டத் தியாகி. என் தந்தையின் வழியில் நானும் முழுமையாகக் கட்சிப் பணி ஆற்றப்போகிறேன். எல்.ஐ.சி முகவரான எனக்கு அதில் வரும் வருமானத்தை வைத்து குடும்பத்தை நடத்திக்கொண்டு கட்சிப் பணி ஆற்ற முடியும்” எனக் கூறிவிட்டார்.

மேற்கண்ட பின்னணியில் கட்சியின் தஞ்சை மாவட்டக்குழு உறுப்பினராக தேர்வாகி 10 ஆண்டுகள் அப்பொறுப்பில் செயல்பட்டிருக்கிறார். இக்காலத்தில் கட்சியின் மாவட்டக்குழு அலுவலக செயலாளராக செயல்பட்டதோடு, தோழர் ஜவஹர் (பல ஆண்டுகள் கட்சியின் மாநிலக் குழு உறுப்பினராக மாநிலக் குழு அலுவலராக செயல்பட்டவர்) அவர்களுடன் இணைந்து தீக்கதிர், செம்மலர், பீப்பிள்ஸ் டெமாக்ரசி போன்ற இதழ்களை தஞ்சை நகரத்தில் விநியோகம் செய்ததோடு, சந்தா தொகையையும்

வசூல் செய்து அனுப்பும் பணியைச் செய்திருக்கிறார். தஞ்சையில் தோழர் ஜவஹரோடு இணைந்து மாநகராட்சிக் கட்டிடத்தில் ஒரு இடத்தைப் பெற்று பாரதி புத்தகாலயம் விற்பனைக் கிளையைத் துவங்கியவர் தோழர் சுத்தானந்தம்.

கட்சியின் மாவட்டக்குழு உறுப்பினராக இருந்த இவர், பேராவூரணி இடைக்குழுவிற்குப் பொறுப்பாளராக இருந்திருக்கிறார். இக்காலத்தில் கட்சி நடத்திய எல்லா போராட்டங்களிலும் கலந்து கொண்டதை இப்போதும் பெருமையுடன் கருதுகிறார்.

2001 ஆம் ஆண்டு அன்றைய மத்திய அரசின் பரிந்துரையின் பெயரில் 15 சிறு குறு தொழில் முனைவோர் சீனாவிற்கு அனுப்பபப்பட்டனர். அந்தக் குழுவில் ஒருவராக சுத்தானந்தமும் சீனா சென்றார். சீனாவில் சிறுகுறு தொழில்களின் பிரம்மாண்டமான வளர்ச்சியை ஆய்வு செய்து, ஒரு விரிவான அறிக்கையை அன்றைய மத்திய அரசிடம் அளித்ததாகவும், ஆனால் மத்திய அரசு அதைப் பரிசீலிக்கவில்லை எனவும் சுத்தானந்தம் குறிப்பிட்டார்.

எல்.ஐ.சி முகவராக இருந்த தோழர் சுத்தானந்தம், எல்.ஐ.சியின் தஞ்சைக் கோட்டத்தில் இருந்த 1500 முகவர்களைத் திரட்டி சங்கத்தை உருவாக்கி இருக்கிறார். அந்தச் சங்கத்தின் கோட்டச் செயலாளராக 2 ஆண்டுகள் செயல்பட்டார். தஞ்சை கோட்டம் உள்ளிட்டு தமிழகத்திலும் அகில இந்திய அளவிலும் உள்ள நிலைமைகள் பரிசீலிக்கப்பட்டு அகில இந்திய அளவில் எல்.ஐ.சி முகவர்கள் சங்கம் (லிகாய்) உருவாக்கப்பட்டது. இச்சங்கத்தின் மாநிலச் செயலாளராக 12 ஆண்டுகள் செயல்பட்டிருக்கிறார். அகில இந்தியச் செயலாளர்களில் ஒருவராகவும் பணியாற்றி இருக்கிறார். தோழர் பெல்லார்மின் மக்களவை உறுப்பினராக இருந்தபோது இச்சங்கத்தின் தென்மண்டலத் தலைவராக தேர்ந்தெடுக்கப்பட்டார். தற்போதும் அவர் தலைவராகத் தொடர்ந்து வருகிறார். எல்.ஐ.சி முகவர் சங்கத்தின் மாநிலச் செயலாளர் என்ற அடிப்படையில், மாநிலத்தின் எட்டு கோட்டங்களுக்கும் நேரடியாகச் சென்று சங்கப் பணியை சுத்தானந்தம் மேற்கொண்டு வந்தார். முகவர் சங்கத்தில் உள்ள தோழர்களை இடதுசாரி, முற்போக்கு சிந்தனைகளின்பால் ஈர்த்துள்ளார். பல மாவட்டங்களுக்குச் சென்று தொழிற்சங்க, அரசியல் வகுப்பும் எடுத்திருக்கிறார். மாநில அளவில் இச்சங்கத்தின் உறுப்பினர் எண்ணிக்கை 10000. இச்சங்கம் 1990 ல் சி.ஐ.டி.யு வுடன் இணைக்கப்பட்டது.

அவர் முகவர்களை திரட்டத் துவங்கிய காலம் இன்சூரன்ஸ் துறை மீது அரசு தாக்குதல் தொடுக்கிற காலமாகவும் இருந்தது. முகவர்களை எல்.ஐ.சி யைப் பாதுகாக்கிற போராட்டத்தில் இணைத்தார். பொதுத் துறை பாதுகாப்பு என்ற விரிந்த இயக்கத்திலும் முகவர்களை பங்கேற்க செய்தார். முகவர்கள் களத்திற்கு வந்ததால் இவ்வியக்கம் எல்.ஐ.சி அலுவலகங்கள் இல்லாத சிற்றூர், கிராமங்கள் வரை சென்றது. முகவர்களின் எதிர்காலத்தைப் பாதிக்கக் கூடிய ஸ்வரூப் குழு பரிந்துரைகள் வந்த போது அதற்கு எதிராக பெரும் திரட்டலைச் செய்ததில் இவரது பங்கு முக்கியமானது. முகவர்கள் ஒரு போராட்ட சக்தியாக இவரது சீரிய தலைமையின் கீழ் உருவெடுத்தனர்.

2017ல் தோழர் சுத்தானந்தத்திற்கு நெஞ்சு வலி ஏற்பட்டு இருதய அறுவைச் சிகிச்சை செய்துகொண்டார். அடுத்த இரண்டாண்டுகளில் மீண்டும் நெஞ்சு வலி ஏற்பட்ட போது மருத்துவர்கள் நீங்கள் ஓய்வெடுக்க வேண்டும், மாநில அளவில் பயணம் செய்து வேலை செய்யக் கூடாது என அறிவுறுத்தினார்கள். மேலும், அவருக்கு முடக்குவாத நோயும் ஏற்பட்டு விட்டது. இப்பின்னணியில், மாநிலப் பொதுச் செயலாளர் பணியில் இருந்து தோழர் சுத்தானந்தம் விடுவிக்கப்பட்டு தற்போது அதன் மாநிலத் தலைவராக உள்ளார். திருவள்ளூர் மாவட்டத்தைச் சேர்ந்த தோழர் கலாம் மாநிலச் செயலாளராகச் செயல்பட்டு வருகிறார்.

தற்போது சங்கத்தின் மாநிலத் தலைவராக தாம்பரம் பகுதியில் கட்சிக் கிளை உறுப்பினராகவும் தன்னால் இயன்ற இயக்கப் பணிகளைச் செய்து வருகிறார். தனது இயக்க அனுபவத்தை “பயணங்கள் முடிவதில்லை” என்ற நூலாக பாரதி புத்தகாலயம் வெளியீட்டில் ஆவணப் படுத்தியுள்ளார். எல்.ஐ.சி முகவர்கள் சங்கத்தின் சாதனைகள், போராட்டங்கள், மாநாட்டுச் செய்திகள் குறித்த கட்டுரைகளை தீக்கதிருக்கு எழுதி வருகிறார். செம்மலர், மகளிர் சிந்தனை இதழ்களில் சிறுகதைகள் எழுதியுள்ளார். சமீபத்தில் ஜென்னி மார்க்ஸ், தோழர் கார்ல் மார்க்ஸ், தோழர் ஏங்கல்ஸ் ஆகியோருக்கு எழுதிய கடிதங்களை மொழிபெயர்த்திருக்கிறார். அவை Her Stories என்ற இணைய இதழில் சமீபத்தில் தொடராக வந்திருக்கிறது.

குடும்ப வாழ்க்கை:

தோழர் சுத்தானந்தத்தின் மனைவி விஜயலட்சுமி மானாமதுரையில் பிறந்தவர். அவர் எழுதிய சமையல் குறிப்புகள் ஆறு புத்தகங்களாக வெளிவந்துள்ளன. இவருக்கு நான்கு மகள்கள். மகள்களின் நான்கு திருமணங்களும் சீர்திருத்த முறையில் நடந்தன. இவரது மருமகன் தோழர் சிவகுரு கட்சியின் தஞ்சை மாவட்டக் குழு உறுப்பினராக செயல்பட்டு வருகிறார். இவருடைய மனைவி, மகள்கள் எல்லோரும் கட்சி ஆதரவாளர்கள். இவரது குடும்பம் கட்சிக் குடும்பம்.

தோழர் சுத்தானந்தம் கடந்த சுமார் 40 ஆண்டுகாலமாக இயக்கப்பணி ஆற்றி வருகிறார். தமிழகத்தின் எல்.ஐ.சி நிறுவனத்தில் பணியாற்றும் ஊழியர்கள் எண்ணிக்கை சுமார் 8000. முகவர்கள் சங்க உறுப்பினர் எண்ணிக்கை பத்தாயிரத்தைத் தாண்டி விட்டது. முகவர் சங்கத்தை உருவாக்குவதிலும் அதைப் பலப்படுத்துவதிலும் தோழர் சுத்தானந்தத்தின் பாத்திரம் முக்கியமானது.

மார்க்சிஸ்ட் கம்யூனிஸ்ட் கட்சியில் உறுப்பினர் ஆனதில் இருந்து இன்று வரையில் தனது வாழ்க்கையில் எந்த நிலையிலும் அயராது கட்சிப் பணியையும் இயக்கப் பணியையும் சேர்ந்து செய்து இடைவிடாது இயங்கிகொண்டே இருப்பது அவரது சிறப்பு.

பொறியியல் படித்து பல நிறுவனங்களில் பணியாற்றிய அவர் தொழில் நிறுவனராக செயல்பட்டிருந்தால் வசதி வாய்ப்புகளோடு இருந்திருக்க முடியும். மார்க்சிஸ்ட் கட்சியின் கொள்கை மீது அவருக்கு ஏற்பட்ட பிடிப்பின் காரணமாக தொழில் வாய்ப்புகளை எல்லாம் விட்டுவிட்டு எல்.ஐ.சி முகவராக தான் ஈட்டும் வருவாய் போதும் என்று முடிவெடுத்து எல்.ஐ.சி முகவர் சங்கத்தை வலுப்படுத்தும் பணியிலும் இயக்கப் பணிகளிலும் தம்மை ஈடுபடுத்திக் கொண்டார்,

தோழர் சுத்தானந்தத்தின் களப்பணி பாராட்டுக்குரியது. பின்பற்றத் தக்கது.

❑

53

இயக்கத்தின் வயதோடு இணைந்த பயணம் பண்ணையடிமைச் சங்கிலியை உடைத்த ஒரு உளி

தமிழக கம்யூனிஸ்ட் இயக்கத்தின் வளம் நிறைந்த கீழத்தஞ்சைப் பகுதியைச் சார்ந்த பல மூத்த தோழர்களை ஏற்கனவே 'களப்பணியில் கம்யூனிஸ்ட்கள்' தொடரில் சந்தித்திருக்கிறோம். தற்போது நாம் சந்திக்கும் தோழர் அய்யாக்கண்ணு. கீழத்தஞ்சையில் மட்டுமல்ல; இந்தத் தொடரிலேயே இதுவரை இடம்பெற்றுள்ள தோழர்களில் மிக மூத்தவராவார். அவரது வயது – 99!

நாகை மாவட்டம் தலைஞாயிறு ஒன்றியம் பிரிஞ்சுமூலை கிராமத்தில் ஏகராஜபுரம் பகுதியில் 1920 அக்டோபர் 8 அன்று பிறந்தவர் அய்யாக்கண்ணு. தலித் சமூகம் என்பதோடு வறுமையிலும் உழன்ற குடும்பம் என்பதால், பெற்றோரால் இவரை ஐந்தாம் வகுப்புக்கு மேல் படிக்க வைக்க முடியவில்லை. சிறு வயதிலேயே இவர் வயல்களில் கூலிவேலைக்குச் சென்றார். கீழைத்தஞ்சை முழுவதும் கொடுமையான பண்ணை அடிமைமுறை கோலோச்சிய காலகட்டம் அது.

பிரிஞ்சுமூலை கிராமத்தின் மொத்த நிலம் 1060 வேலி. அந்த நிலங்கள் அனைத்தும் ஆறு பண்ணையார்களுக்குச் சொந்தமாக இருந்தன. காடந்தத்தி, பிரிஞ்சுமூலை, ஏகராஜபுரம், தோப்படித் தெரு, தலைஞாயிறு ஆகிய கிராமங்களைச் சேர்ந்த விவசாயத் தொழிலாளர்கள் அந்த ஆறு மிராசுகளின் கொடுமையான சுரண்டல்களுக்கு உள்ளான பண்ணை அடிமைகளாக வேலை செய்து வந்தனர்.

சூரியன் உதிக்கும் முன் வேலைக்கு வந்துவிட வேண்டும். சூரியன் மறைந்த பிறகுதான் வயல்களைவிட்டு வெளியேற வேண்டும். இதுதான் பண்ணையடிமைகளுக்கு விதிக்கப்பட்டிருந்த எழுதப்படாத சட்டம். சற்றே தாமதமாக வேலைக்கு வந்தால் கூட பண்ணை ஏஜென்டுகள் ஆடுமாடுகளை அடிப்பது போல அடிப்பார்கள். இத்தகைய அடிமைமுறையை எதிர்த்து கம்யூனிஸ்ட் கட்சியும்

விவசாயிகள் இயக்கமும் வலுவாகப் போராடிக்கொண்டிருந்தன. "அப்படிப்பட்ட போராட்டங்களின்போது எங்கள் கிராமத்திற்கு களப்பால் குப்பு வந்து எங்களுக்குப் போராட்ட உணர்வூட்டுவார்," என்று அந்த நாட்களை நினைவுகூர்கிறார் அய்யாக்கண்ணு.

பண்ணையடிமையான ஒரு சிறுவன் ஒருநாள் தாமதமாக வேலைக்கு வந்திருக்கிறான். "ஏய் பொடியா நில்லு, மணி என்ன இப்ப?" என பண்ணையாரின் ஏஜென்ட் கேட்டிருக்கிறான். அந்தச் சிறுவன் ஏர் மாட்டைப் பூட்டி உழ ஆரம்பித்தான். ஏஜென்ட் வேகவேகமாக ஓடி வந்து, "சின்ன பொடிப்பய, சொல்லச் சொல்ல ஏர் பூட்டுற, அவ்வளவு தெனாவெட்டாடா உனக்கு," எனக் கேட்டபடி தன் கையிலிருந்த குடையால் ஓங்கி அடித்திருக்கிறான். வலி தாங்க முடியாமல் அந்த விவசாயத் தொழிலாளிச் சிறுவன் குடையைப் பறித்துத் திருப்பித் தாக்கினான். அடுத்த நாள், "அந்த பொடியன் மட்டும் வேலை செய்யக்கூடாது," என ஏஜெண்ட் தடுத்தான். அங்கு வந்த பண்ணையார், தன் ஏஜென்ட் செய்தது தவறு என்று கூறி விவசாயத் தொழிலாளி வேலை செய்யட்டும என்றார். பண்ணையார் இவ்வாறு தனது ஏஜென்ட் மீதுதான் தவறு என்று சொன்னதன் பின்னணி என்ன? மாவட்டம் முழுவதும் பண்ணையடிமை முறையை எதிர்த்து வலுவாகவும் பரவலாகவும் நடந்துவந்த போராட்டம் அவரை அப்படிச் சொல்லவைத்தது. ஏர்பிடித்த கையால், தன்னைத் தாக்கிய குடையையும் பிடித்த அந்தப் பொடியன்தான் பிற்காலத்தில் கம்யூனிஸ்ட் கட்சியின் திருத்துறைப்பூண்டி வட்டச் செயலாளராக பணியாற்றிய தோழர் கே. ராமச்சந்திரன்.

1940களில் திருத்துறைப்பூண்டி வட்டத்தில் களப்பால் குப்பு, எஸ். வடிவேல், சீனன், கே. ராமச்சந்திரன் போன்ற தோழர்களின் முன்முயற்சியால் கம்யூனிஸ்ட் கட்சிக் கிளைகள் தொடங்கப்பட்டன. தோழர் மணலி கந்தசாமி தலைமையில் தலைஞாயிறு ஜெகநாதய்யர் பங்களாவில் நடந்த கூட்டத்தில் அய்யாக்கண்ணு கட்சி உறுப்பினரானார். கிளை அமைக்கப்பட்டு கட்சிக் கொடியேற்றப்பட்டதை இயல்பான நெகிழ்ச்சியோடு குறிப்பிடுகிறார்.

கம்யூனிஸ்ட் கட்சியின் மாநிலக்குழு முடிவின்படி பி. சீனிவாசராவ் தஞ்சை மாவட்டத்திற்கு வந்தபிறகு சாணிப்பால் – சாட்டையடி, தீண்டாமை கொடுமைகளுக்கு முடிவுகட்டவும் நிலப்பிரபுத்துவச் சுரண்டலைத் தடுக்கவும் போர்க்குணமிக்க இயக்கங்கள் நடைபெற்றன. இனியும் பண்ணை அடிமை

தோழர் அய்யாக்கண்ணு

முறையையும் கோர வடிவிலான தீண்டாமைக் கொடுமையையும் தொடர முடியாது என்ற நிலைமை உருவானது. களப்பால் குப்புவும் கலந்து கொண்ட வரலாற்றுச் சிறப்புமிக்க முத்தரப்புக் கூட்டத்தில் ஏற்பட்ட ஒப்பந்தத்தின்படி சாணிப்பால் – சாட்டையடி முறை ஒழிக்கப்பட்டது.

1948இல் கட்சி தடைசெய்யப்பட்ட காலத்தில் அய்யாக்கண்ணு உள்ளிட்ட பல தோழர்கள் தலைமறைவாக இருந்தனர். காவல்துறை அய்யாக்கண்ணுவை கைது செய்ததோடு 'மலேயா கோவிந்தசாமி எங்கே?' 'கே.ராமச்சந்திரன் எங்கே?' எனக் கேட்டு வர்ணிக்கவியலாத பல சித்ரவதைகளைச் செய்தது. தோழர் அய்யாக்கண்ணு அந்தச் சித்ரவதைகளுக்கு இணங்கிவிடவில்லை, தலைவர்களைக் காட்டிக் கொடுக்கவுமில்லை.

1949இல் மலேசியாவிலிருந்து நாடுகடத்தப்பட்ட கம்யூனிஸ்ட் கட்சி தலைவரான கோவிந்தசாமி பிள்ளை தலைஞாயிறு கிராமத்தில் தங்கி கட்சி கட்டும் பணியை செய்தார். அக்காலத்தில் கோவிந்தசாமி, ஏ.கே. சுப்பய்யா, பி.எஸ். தனுஷ்கோடி போன்றோர் தனது கிராமத்திற்கு வந்ததை அய்யாக்கண்ணு பெருமையோடு குறிப்பிட்டார்.

விஸ்வலிங்கம் என்ற ஒரு பண்ணையார் தனது பண்ணையில் காத்தாயி என்ற பெண்ணைச் சாணி அள்ளும் வேலையில் ஈடுபடுத்தியிருந்தார். “சாணியள்ளும் பெண்தானே” என்று காத்தாயியை பாலியல் வன்கொடுமைக்கு உள்ளாக்கினார் விஸ்வலிங்கம். அந்தப் பெண்ணை பண்ணையாரே திருமணம் செய்துகொள்ள வேண்டும் என்ற கோரிக்கை எழுந்தது. கம்யூனிஸ்ட் தோழர்கள் அதை ஆதரித்தனர். இதனால் பண்ணையாரின் அடியாட்களுக்கும் கட்சித் தோழர்களுக்கும் இடை யே மோதல் ஏற்பட்டது. செல்வாக்குடன் இருந்த பண்ணையார் கொடுத்த பொய்ப் புகாரை எடுத்துக்கொண்ட காவல்துறையினர், அய்யாக்கண்ணு உள்ளிட்ட தோழர்களைக் கைது செய்தனர். அந்த வழக்கில் தண்டிக்கப்பட்டு அய்யாக்கண்ணு உள்ளிட்ட பல தோழர்கள் ஓராண்டும் இரண்டு மாதங்களும் சிறையில் இருக்க வேண்டியதாயிற்று.

1952ஆம் ஆண்டு நடைபெற்ற முதல் சட்டமன்றத் தேர்தலில் ஒன்றுபட்ட தஞ்சையில் 6 தொகுதிகளில் கம்யூனிஸ்ட் கட்சி வெற்றி பெற்றது. இதில் நாகப்பட்டிணம் தொகுதியில் கம்யூனிஸ்ட் கட்சி வேட்பாளர் தோழர் எஸ்.வடிவேல் போட்டியிட்டார். அவருக்காக மற்ற தோழர்களோடு சைக்கிளில் சென்று, பாட்டுப்பாடி, மக்களிடம் பேசி வாக்கு சேகரித்ததை இப்போதும் பெருமையாகக் கருதுவதாக அய்யாக்கண்ணு கூறினார்.

1952ஆம் ஆண்டு குத்தகை விவசாயிகள் பாதுகாப்புச் சட்டம் கொண்டுவரப்பட்டது. “தஞ்சையை கம்யூனிசம் என்ற பூதம் ஆட்டிக் கொண்டிருக்கிறது. நான் கொண்டுவந்த சட்டத்தை மிராசுதாரர்கள் ஏற்றுக் கொள்ள வேண்டும்,” என்றார் முதலமைச்சர் ராஜாஜி.

பண்ணை அடிமை முறை ஒழிக்கப்பட்டது. குறிப்பிட்ட பண்ணைகளில் அடிமைத் தொழிலாளிகளாக வேலை செய்து வந்தவர்கள் இனி தாங்கள் விரும்பும் வெவ்வேறு பகுதிகளுக்குச் சென்று வேலை செய்ய முடியும் என்ற நிலை உருவானது. விவசாயத் தொழிலாளர் நலன்களுக்காகப் போராடிய விவசாயிகள் சங்கம் நில விநியோகத்திற்காக மாநிலம் தழுவிய மறியல் போராட்டம் நடத்தியது.

1960 களில் அவருடைய கிராமத்திலும் சுற்றுவட்டாரக் கிராமங்களிலும் விவசாயத் தொழிலாளர்களின் கூலி உயர்வுக்கான வேலை நிறுத்தப் போராட்டங்கள் பல நடைபெற்றன. அச்சமயங்களில் நிலச்சுவான்தார்களின் அடியாட்களுடன் நேருக்கு

நேர் மோதல்கள் ஏற்பட்டன. விவசாயத் தொழிலாளர்கள் மீதும், கட்சித் தலைவர்கள் மீதும் பொய் வழக்குகள் புனையப்பட்டன. அன்றைய இத்தகைய போராட்டங்களில் கலந்துகொண்டு பொய் வழக்குகளையும் சிறைக் கம்பிகளையும் எதிர்கொண்டவர்தான் தோழர் அய்யாக்கண்ணு.

1961ஆம் ஆண்டு மாநிலம் முழுவதும் நடந்த நிலமீட்சி போராட்டத்தில் திருத்துறைப்பூண்டி மறியலில் கலந்துகொண்டு மலேயா கோவிந்தசாமி, எஸ்.வடிவேல், ராமச்சந்திரன், நீர்முளை முத்து, சீனன், குமாரசாமி, அய்யாக்கண்ணு உள்ளிட்டோர் கைது செய்யப்பட்டு திருச்சி மத்திய சிறையில் 6 மாதம் அடைக்கப்பட்டனர்.

1964இல் மார்க்சிஸ்ட் கம்யூனிஸ்ட் கட்சி உருவானபோது பி.எஸ்.தனுஷ்கோடி தலைமையில் தானும் அதில் இணைந்ததாக அய்யாக்கண்ணு தெரிவித்தார்.

1967 ஆம் ஆண்டு பிரிஞ்சுமூலை நடுத்தெரு தலித் மக்கள் குடியிருக்கும் மனைகளுக்கு பட்டா வேண்டுமென போராட்டம் நடைபெற்றது. இப்போராட்டங்களில் கட்சியின் சட்டமன்ற உறுப்பினராக இருந்த பி.எஸ்.தனுஸ்கோடி கலந்துகொண்டார். இறுதியில் அரசு நிர்வாகம் பணிந்தது, சுமார் 100 குடும்பங்களுக்கு பட்டா வழங்கப்பட்டது. இப்போராட்டத்திலும் முன்னணி பாத்திரம் வகித்தார் அய்யாக்கண்ணு.

அக்காலத்தில் மிராசுதாரர்கள் பெண் விவசாயத் தொழிலாளர்களை மரியாதைக் குறைவாக நடத்துவதும்,. “வாடி, போடி” என்று பேசுவதும் சர்வசாதாரணமாக இருந்தது.. மனக்குடி கிராமத்தில் ஒரு மிராசுதாரர் இப்படி நடந்துகொண்டபோது, அய்யாக்கண்ணு உள்ளிட்ட தோழர்கள் அதைத் தட்டிக் கேட்டு தகராறு செய்தனர். இறுதியில் மனக்குடி மிராசுதார் மன்னிப்புக் கேட்டார். அதன் விளைவாக மற்ற இடங்களிலும் பெண்களை அவ்வாறு அவமதிப்பதற்கு முற்றுப்புள்ளி வைக்கப்பட்டது. அந்தப் போராட்டத்தில் மலேயா கோவிந்தசாமி உள்ளிட்ட தோழர்கள் பங்கேற்றனர்.

1970 ஆம் ஆண்டு தோழர் அய்யாக்கண்ணு கட்சியின் கிளைச் செயலாளராகத் தேர்வு செய்யப்பட்டார். 1976 ஆம் ஆண்டு கட்சியின் முடிவுப்படி அவசரநிலைக் காலத்தில் தலைமறைவுப் பணிகளைச் செய்துள்ளார். 1977 ஆம் ஆண்டு கட்சியின் திருத்துறைப்பூண்டி ஒன்றியக் குழுவுக்கு தேர்வு செய்யப்பட்டார். மேலும் விவசாயத் தொழிலாளர் சங்க வட்டக்குழு உறுப்பினராகவும்

பணியாற்றியிருக்கிறார். தலைஞாயிறு ஒன்றியத்தில் தொடர்ந்து பல ஆண்டுகள் பல கிராமங்களுக்கு சைக்கிளில் சென்று 'தீக்கதிர்' நாளிதழை விநியோகம் செய்துள்ளார். கூட்டங்களில் பாட்டுப் பாடுவதுடன், நல்ல பேச்சாளராகவும் பங்களித்ததாக மறைந்த தோழர் மீனாட்சிசுந்தரம் (நாகை வட்டச் செயலாளர்) ஏற்கெனவே கூறியிருக்கிறார்.

1957ஆம் ஆண்டு அய்யாக்கண்ணுக்கும் காசியம்மாளுக்கும் சட்டமன்ற உறுப்பினர் எஸ். வடிவேலு தலைமையில் சீர்திருத்த முறையில் திருமணம் நடைபெற்றது. நான்கு மகன்கள், இரண்டு மகள்கள் உள்ளனர். இளைய மகன் ராஜா, கட்சியின் தலைஞாயிறு ஒன்றியக் குழுவிலும், வாலிபர் சங்கத்தின் ஒன்றியத் தலைவராகவும் பணியாற்றிவருகிறார். இன்னொரு மகன் ரமணி, உணவுப்பொருள் வழங்கல் துறையில் பணியாற்றுகிறார். சி.ஐ.டி.யு. சங்கத்தில் உள்ளார். மகள் சந்திராவும் கட்சி உறுப்பினர், காடந்தத்தி ஊராட்சி மன்ற தலைவராக செயல்பட்டுள்ளார். மருமகன் அம்பிகாபதி (காடந்தத்தி) கட்சி மாவட்டக் குழு உறுப்பினராக இருந்தவர், உடல் நலமில்லாமல் காலமானார். இன்னொரு மகன் கல்யாண சுந்தரம், விவசாயத் தொழிலாளி. மூத்தமகன் சுப்பிரமணியன், வேளாண் துறையில் பணியாற்றி ஓய்வு பெற்றவர், கட்சி ஆதரவாளர். அய்யாக்கண்ணு குடும்பமே கட்சிக் குடும்பம்.

இந்திய கம்யூனிஸ்ட் இயக்கத்திற்கும் தோழர் அய்யாக்கண்ணுவுக்கும் ஒரே வயது! கட்சி உருவான 1920ஆம் ஆண்டு அக்டோபர் மாதத்தில், 8 ஆம் தேதி பிறந்தவர். (கட்சி உருவானது 1920 அக்டோபர் 17) இன்று 99 வயதிலும் கட்சி உறுப்பினராக தொடர்கிறார். அய்யாக்கண்ணு போன்ற தோழர்கள்தான் அக்காலத்தில் கம்யூனிஸ்ட் கட்சியின் அடித்தளத்தை உருவாக்கியவர்கள். கம்யூனிஸ்ட் இயக்கம் உருவான நூற்றாண்டு விழாவைக் கொண்டாடும் இவ்வாண்டில், சிறு வயதிலிருந்தே பண்ணையடிமையாக இருந்து, விவசாயத் தொழிலாளியாக உருவாகி, கம்யூனிஸ்ட் கட்சியில் இணைந்து, கடைசி வரை அடக்குமுறைகளை எதிர்கொண்டு தன்னுடைய கிராமத்திலும் சுற்றுவட்டாரத்திலும் கட்சி வளர்ச்சிக்காக, மக்களுக்காக அர்ப்பணிப்போடு பாடுபட்டு இன்னும் நம்மிடையே வாழ்ந்துகொண்டிருக்கும் தோழர் அய்யாக்கண்ணுவின் முன்னுதாரணக் களப்பணி பாராட்டுக்குரியது, பின்பற்றத்தக்கது.

❑

54

தொழிலாளர்களின் துணையாக ஒரு நடுத்தர வர்க்கத் தோழர்

'**க**ளப்பணியில் கம்யூனிஸ்டுகள்' தொடரில், நடுத்தர வர்க்க இயக்கங்களில் செயல்பட்ட பல தோழர்களை ஏற்கெனவே சந்தித்திருக்கிறோம். நாடு தழுவிய அளவிலும், தமிழகத்திலும் தொழிற்சங்க இயக்கத்தின் நடுத்தர வர்க்கத்தினர் சார்ந்த அமைப்புகளுக்குத் தலைமை தாங்கிய தோழர்கள் மகத்தான பங்களித்திருக்கிறார்கள். அப்படி அயராது பணியாற்றிவருபவர்தான் டி.எஸ்.ஆர் என்று அழைக்கப்படும் தோழர் டி.எஸ்.ரங்கராஜன்.

இந்தியன் ஆயில் கார்ப்பேஷன் தொழிலாளர் சங்க பொதுச் செயலாளரான டி.எஸ்.ரங்கராஜன், 1939 ல் ராமநாதபுரம் நகரத்தில் பிறந்தவர். இவருடைய தந்தை சீனுவாசன் அரசு ஊழியராக இருந்தவர், சுதந்திரப் போராட்டத்தில் கலந்துகொண்டவர்.

ராமநாதபுரத்தில் எஸ்.எஸ்.எல்.சி. தேர்ச்சி பெற்ற டி.எஸ். ரங்கராஜன் உயர்கல்விக்காக மதுரையில் ஒரு கல்லூரியில் சேர்ந்தார். ஆனால் படிப்பைத் தொடரவில்லை. ராமநாதபுரத்தில் தட்டெழுத்து, சுருக்கெழுத்துப் பயிற்சியில் சேர்ந்து, இரண்டிலும் ஹையர் கிரேட் தேர்ச்சி பெற்றார்.

பள்ளிப்பருவத்திலேயே பொதுநல அக்கறையும் அரசியல் ஆர்வமும் கொண்டிருந்த டி.எஸ்.ஆர். தனது வீட்டுக்கு அருகில் உள்ள மைதானத்தில் அவ்வப்போது நடைபெறும் அரசியல் கட்சிகளின் கூட்டங்களுக்குச் சென்று தலைவர்களின் உரைகளைக் கேட்டிருக்கிறார். குறிப்பாக, கம்யூனிஸ்ட் கட்சிக் கூட்டங்களில் மாநிலத் தலைவர்களான பி.ராமமூர்த்தி, மணலி கந்தசாமி, அன்றைய ராமநாதபுரம் மாவட்டச் செயலாளர் ஆர்.ஹெச். நாதன் உள்ளிட்டோரின் பேச்சுகளைக் கவனித்திருக்கிறார். அவர்களின் உரைகளால் ஈர்க்கப்பட்டு கம்யூனிஸ்ட் கட்சியின் நகரச் செயலாளராக இருந்த மங்கலசாமியைத் தொடர்புகொண்டு

அன்றைய இந்திய கம்யூனிஸ்ட் கட்சியில் 1957ல் உறுப்பினராக இணைந்தார்.

அதே காலகட்டத்தில் ராமநாதபுரம் வட்டாட்சியர் அலுவலகத்தில் எழுத்தராக நியமனம் பெற்றுப் பணியில் சேர்ந்தார். அரசு ஊழியராகப் பணியாற்றுகிற போதே, மங்கலசாமியோடு கட்சி நிகழ்ச்சிகளில் கலந்துகொள்வார். 57ஆம் ஆண்டு பாலக்காட்டில் நடைபெற்ற கட்சி மாநாட்டுப் பேரணிக்கு மங்கலசாமியோடு சென்றிருக்கிறார். மாநாட்டு நிறைவுப் பொதுக்கூட்டத்தில் தோழர்கள் ஏ.கே.கோபாலன், இ.எம்.எஸ். நம்பூத்திரிபாட் ஆகியோரின் பேச்சைக் கேட்டு மிகவும் உற்சாகம் அடைந்ததாகத் தெரிவிக்கிறார் டி.எஸ்.ஆர் .

ஊருக்குத் திரும்பியபோது, தொடர்ந்து இயக்க நிகழ்ச்சிகளில் ஆர்வத்துடன் கலந்துகொண்டார். இவர் கம்யூனிஸ்ட் கட்சியில் சேர்ந்திருப்பதையும், கட்சி நிகழ்ச்சிகளில் கலந்துகொள்வதையும் இவருடைய தந்தையார் விரும்பவில்லை. மகனை சென்னைக்கு அனுப்பிட வேண்டும் என்ற எண்ணிய அவர் மகனுக்குத் தெரியாமலேயே மத்திய அரசின் தலைமைக் கணக்காளர் (ஏ.ஜி.எஸ்.) அலுவலகப் பணிக்கு விண்ணப்ப மனு அனுப்பினார். ஒரு நாள் திடீரென்று வேலை நியமன உத்தரவு வந்தது. அதிர்ச்சியாக இருந்தாலும் மகிழ்ச்சியடைந்தார் டி.எஸ்.ஆர். அப்பாவின் பார்வையிலிருந்து விலகி சென்னைக்குச் சென்றுவிட்டால் சுதந்திரமாகக் கட்சி வேலைகளில் ஈடுபடலாமே என்ற மகிழ்ச்சி! 1959 ஆம் ஆண்டு சென்னை ஏ.ஜி.எஸ் அலுவலகத்தில் பணியில் சேர்ந்தார்.

அரசு அலுவலகத்தில் வேலை செய்வதைவிட, ஏதாவது தொழிற்சாலையில் வேலைக்குச் சேர வேண்டுமென்ற எண்ணத்தோடு இருந்த அவர், 1962ஆம் ஆண்டு இந்தியன் ஆயில் கார்ப்பரேஷன் (ஐஓசி) நிறுவனத்தில் வேலையில் சேர்ந்தார். சுருக்கெழுத்தாளராக வேலைக்குச் சேர்ந்தபோது மாதச் சம்பளம் 140 ரூபாய். அப்போது அகில இந்திய அளவில் ஐ.ஓ.சி நிறுவனத்தில் வேலை செய்த தொழிலாளர்களின் எண்ணிக்கை 1183.

1960 களின் துவக்கத்தில் கம்யூனிஸ்ட் கட்சியில் கொள்கை, கோட்பாடு பற்றி உட்கட்சி விவாதம் நடைபெற்று, 1964 ஆம் ஆண்டு மார்க்சிஸ்ட் கம்யூனிஸ்ட் கட்சி உருவானது. இந்திய கம்யூனிஸ்ட் கட்சியில் இருப்பதா, மார்க்சிஸ்ட் கம்யூனிஸ்ட்

தோழர் டி.எஸ்.ரங்கராஜன்

கட்சியில் சேர்வதா என முடிவெடுக்க முடியாமல் இருந்திருக்கிறார் டி.எஸ்.ஆர். சென்னையில், கம்யூனிஸ்ட் கட்சியின் சார்பாகவோ, கம்யூனிஸ்ட் கட்சி தலைமை தாங்கும் தொழிற்சங்கம் சார்பாகவோ இயக்கங்கள் நடைபெற்றால் தவறாமல் பங்கேற்பார். ஒருமுறை சென்னை சட்டக்கல்லூரிக்கு எதிரில் உள்ள அம்பிஸ் கேஃப் ஹோட்டல் முன்பாக அதன் தொழிலாளர்கள் செங்கொடி ஏந்தி ஆர்ப்பாட்டம் நடத்தினார்கள். அதைக் காணச் சென்ற டி.எஸ்.ஆர், ஆர்பாட்டத்திற்குத் தலைமை தாங்கிய ஹோட்டல் தொழிலாளர் சங்கத் தலைவர் தோழர் கே.எம்.ஹரிபட் பேச்சைக் கேட்டார், பின்னர் அவரைச் சந்தித்தார். ஆர்ப்பாட்டம் முடிந்தபிறகு, ஹரிபட்டுடன், ஸ்ட்ரிங்கர் தெருவில் இருந்த மார்க்சிஸ்ட் கட்சி / தொழிற்சங்க இயக்க அலுவலகத்துக்குச் சென்றார். அங்கே தோழர்கள் உமாநாத், வி.பி.சிந்தன் இருவரையும் சந்தித்தார். அடுத்த சில நாட்களில் கட்சியின் பேரவைக் கூட்டத்தில் கலந்துகொண்ட டி.எஸ்.ஆர், மார்க்சிஸ்ட் கம்யூனிஸ்ட் கட்சியின் உறுப்பினரானார்.

அதே காலத்தில், தான் பணியாற்றிய ஐ.ஒ.சி நிறுவனத்தில் மார்க்கெட்டிங் டிவிசன் தொழிலாளர்கள், ஊழியர்களை ஒன்றிணைத்து ஒரு தொழிற்சங்கத்தைத் துவக்கினார். அந்தச் சங்கத்திற்கு அவர் பொதுச் செயலாளராகவும் தேர்வு செய்யப்பட்டார். "கம்யூனிஸ்ட் கட்சி உறுப்பினராக இல்லாமல் போயிருந்திருந்தால் தொழிலாளர்களுக்காக சங்கம் துவங்கும் எண்ணமே எனக்கு ஏற்பட்டிருக்காது," என்கிறார் டி.எஸ்.ஆர். பொதுத்துறை நிறுவனமான ஐஓசி-யின் அனைத்துப் பிரிவுகளிலுமாகத் தற்போது மொத்தம் 32,998 தொழிலாளர்கள், ஊழியர்கள் உள்ளனர். மார்க்கெட்டிங் டிவிசனில் 2,000 தொழிலாளர்களும், 1,000 ஊழியர்களும் உள்ளனர்.

ஐஓசி தொழிலாளர்களின் அடிப்படைக் கோரிக்கைகளுக்காக உண்ணாவிரதப் போராட்டம் இவரது தலைமையில் நடைபெற்றது. நிர்வாகம் கோரிக்கைகளை ஏற்றுக்கொள்ளாததால் வேலை நிறுத்தப் போராட்டம் நடைபெற்றது. பொதுச்செயலாளராகப் போராட்டத்துக்குத் தலைமை தாங்கிய இவரை நிர்வாகம் இடைநீக்கம் செய்தது. ஆர். உமாநாத்தைச் சந்தித்த டி.எஸ்.ஆர். தன்னுடைய பிரச்சினையைக் கூறியிருக்கிறார். நாடாளுமன்றத்தில் தோழர் உமாநாத் இந்தப் பிரச்சினையை எழுப்பியதன் பின்னணியில், டி.எஸ்.ஆர். மீதான பழிவாங்கும் நடவடிக்கையை நிர்வாகம் கைவிட்டது. ஆனால் நிர்வாகம், 1969 ஆம் ஆண்டில் இவரை கர்நாடக மாநிலத்தின் பெல்காம் நகருக்கு இடமாற்றம் செய்தது. இந்தப் போராட்ட நாட்களில் ஐ.ஒ.சி தொழிலாளர்களுக்கு ஆதரவாக காப்பீட்டு ஊழியர் சங்கத்தினர் இயக்கம் நடத்தியதை நினைவுகூர்கிறார் டி.எஸ்.ஆர்.

1979ம் ஆண்டு பஞ்சப்படி (அகவிலைப்படி) கோரிக்கைகாக ஐ.ஒ.சி நிறுவனத்தில் உள்ளிருப்புப் போராட்டம் நடந்தது. போராட்ட வலிமையைக் கண்ட நிர்வாகம் தொழிற்சங்கம் வைத்த கோரிக்கையை ஏற்றுக்கொண்டது.

கேரள முதலமைச்சர்களாக தோழர் இ.எம்.எஸ். நம்பூதிரிபாட், தோழர் இ.கே. நாயனார் ஆகியோர் பொறுப்பேற்றிருந்தபோது வெவ்வேறு ஆண்டுகளில் தொழிலாளர்களின் பிரச்சினைகளுக்காக அவர்களை சந்தித்துப் பேசியதையும், அவர்கள் அக்கறையோடு கேட்டு பிரச்சினைகளைத் தீர்த்து வைத்ததையும் இப்போதும் பெருமையாகக் கருதுகிறார்.

கடந்த காலங்களில் எல்லா அகில இந்திய வேலைநிறுத்தப் போராட்டங்களிலும் தோழர் டி.எஸ்.ஆர். தலைமையிலான சங்கம் கலந்து கொண்டது. சமீப காலத்தில் இச்சங்க செயல்பாட்டில் சற்று தொய்வு உள்ளது. நெய்வேலி என்.எல்.சி, திருச்சி பெல் போன்று ஐ.ஓ.சி. நிறுவனத் தொழிலாளர்கள், ஊழியர்கள் மத்தியில் கட்சி கட்டும் பணியில் தான் வெற்றி பெற இயலவில்லை என்ற வருத்தம் தோழர் டி.எஸ்.ஆருக்கு உள்ளது.

1960 களின் இறுதியிலும், 1970களிலும் சென்னை மற்றும் புறநகர்ப் பகுதிகளில் பல தொழிற்சாலைகளில் போராட்டம் வெடித்தது. பி அண்ட் சி மில் தொழிலாளர்கள், சிம்சன், போக்குவரத்து, மின்வாரியம், டி.வி.எஸ், டி.ஐ.சைக்கிள்ஸ், எம்.ஆர்.எஃப், ஸ்டாண்டர்ட் மோட்டார்ஸ், அசோக் லேலாண்ட் போன்ற தொழிற்சாலைகளில் தொழிலாளர்கள் தங்கள் கோரிக்கைகளுக்காக வேலைநிறுத்தப் போராட்டங்களில் ஈடுபட்டனர். சென்னை மாநகரமே போராட்டக் களமாகத் திகழ்ந்தது. இந்தப் பின்னணியில் வி.பி.சிந்தன் ஆலோசனையின்படி, டி.எஸ்.ஆர் முயற்சி எடுத்து, மெட்ராஸ் ட்ரேட் யூனியன் கவுன்சில் என்ற கூட்டமைப்பை உருவாக்கினார். அந்தக் கூட்டமைப்பின் அமைப்பாளராக டி.எஸ்.ஆர்., பொருளாளராக கே.என்.கோபாலகிருஷ்ணன் இருவரும் செயல்பட்டார்கள். தோழர் கே.என்.கோபாலகிருஷ்ணன் ஆயுள்காப்பீட்டுக் கழக ஊழியர் சங்கத்தில் சென்னை மண்டல நிர்வாகிகளில் ஒருவராக செயல்பட்டு வந்தார்.

கூட்டமைப்பில் சி.ஐ.டி.யு, ஏ.ஐ.டி.யு.சி, ஐ.என்.டி.யு.சி, உழைக்கும் மக்கள் மாமன்றம், ஹெச்.எம்.எஸ் போன்ற தொழிற்சங்கங்களோடு, எல்.ஐ.சி, வங்கி, தொலைத்தொடர்பு உள்ளிட்ட நடுத்தர வர்க்க அமைப்புகளும் இடம்பெற்றன. இந்தக் கூட்டமைப்பு சென்னை மாநகர் மற்றும் புறநகரில் நடைபெறும் போராட்டங்களை ஆதரித்து ஆதரவு இயக்கங்கள் நடத்தியது. ஒரு தொழிற்சாலையில் தொழிலாளர்கள் போராடினால், அந்தப் போராட்டத்தை ஒடுக்குவதற்கு ஆலை நிர்வாகம் முயற்சிக்கிறது. ஆளும் அரசும், ஆலை நிர்வாகத்துக்கு ஆதரவாக இருக்கிறது. இத்தகைய சூழலில் மற்ற தொழிற்சங்கங்களும் நடுத்தர வர்க்க அமைப்புகளும் ஆதரவு இயக்கம் நடத்தியது போராடும் தொழிலாளர்களுக்கு உற்சாகம் அளித்தது. மெட்ராஸ் ட்ரேட் யூனியன் கவுன்சில் அந்த முறையில் மகத்தான ஆதரவு இயக்கத்தைத் தொடர்ந்து நடத்தியது. 1977ஆம்

ஆண்டு எம்.ஜி.ஆர் தலைமையில் அதிமுக ஆட்சி அமைந்தது. ஒரு கட்டத்தில் தமிழகக் காவல்துறையினர் சங்கம் அமைத்து, தங்கள் கோரிக்கைகளுக்காகப் போராடினார்கள். காவல்துறையினரின் போராட்டத்தை ஆதரித்து, மெட்ராஸ் ட்ரேட் யூனியன் கவுன்சில் குரல் கொடுத்தது.

வி.பி.சிந்தன் மறைவுக்குப் பிறகு (1988), சி.ஐ.டி.யு தலைமை கேட்டுக்கொண்டதற்கிணங்க, தோழர் டி.எஸ்.ஆர் ஹிந்துஸ்தான் டெலிபிரிண்டர் தொழிலாளர் சங்கம் உள்ளிட்டு, சி.ஐ.டியு வோடு இணைக்கப்பட்ட பல தொழிற்சங்கங்களுக்கு தலைவர் பொறுப்பேற்றுச் செயல்பட்டிருக்கிறார். டாட்டா ஆயில் கம்பனி நிறுவனத்தின் தொழிலாளர் சங்கத்துக்கு தோழர் அ.சவுந்தரராசன் தலைவராக இருந்தபோது, அந்த நிறுவன ஊழியர் சங்கத்தின் தலைவராகவும் டி.எஸ்.ஆர் செயல்பட்டிருக்கிறார். தற்போது ஐ.ஓ.சி நிறுவனத்தில் 2,000 தொழிலாளர்களும், 1,000 ஊழியர்களும் உள்ளனர். தொழிலாளர்கள், ஊழியர்கள் இணைந்த சங்கத்துக்கு தோழர் டி.எஸ்.ஆர் தொடர்ச்சியாகப் பொதுச்செயலாளராக இருந்து செயல்பட்டு வருகிறார்.

நடுத்தர வர்க்கத் தோழர்கள் மத்தியில் இடதுசாரிக் கருத்தியலை எடுத்துச் செல்லும் வகையில் இந்திய சமூக விஞ்ஞானக் கழகம் உருவாக்கப்பட்டது. கே.என். கோபாலகிருஷ்ணன், டி.எஸ்.ஆர். இருவரும் அதில் செயல்பட்டிருக்கிறார்கள்.

டிஎஸ்ஆரின் இரண்டு தம்பியரில் ஒருவர் சிம்சன் நிறுவனத்தின் தொழிற்சங்கத்திலும், இன்னொருவர் பி.எச்.இ.எல். நிறுவன சி.ஐ.டி.யு சங்கத்திலும் செயல்பட்டவர்கள். டி.எஸ்.ஆர். - வத்சலா திருமணம் 1973ஆம் ஆண்டு நடைபெற்றது. அது காதல் திருமணம். வத்சலா ஐ.ஓ.பி. வங்கியில் பணியாற்றினார். அந்த வங்கி ஊழியர் சங்கத்தின் நிர்வாகியாகவும் செயல்பட்டிருக்கிறார். இவர்களுக்கு இரண்டு மகள்கள். டி.எஸ்.ஆர். குடும்பமே கட்சிக் குடும்பம்தான்.

ராமநாதபுரத்தில் ஒரு நடுத்தர வர்க்கக் குடும்பத்தில் பிறந்து, நடுத்தர வர்க்கத்தினரின் சங்கப் பொறுப்புகளை ஏற்று, தற்போது 82 வயதாகும் தோழர் டி.எஸ்.ஆர்., 60 ஆண்டுகளுக்கும் மேலாக இயக்க அர்ப்பணிப்பிற்கு ஒரு சிறந்த முன்னுதாரணமாகத் தொழிற்சங்கக் கடமைகளோடு நிறைவேற்றி வரும் கட்சிப் பணி பாராட்டுக்குரியது - பின்பற்றத்தக்கது.

❑

55

அமைப்பின் கோட்பாட்டை உணர்ந்து அரும்பணியாற்றிய ஒரு பன்முகச் செயல்பாட்டாளர்

நாகை, திருவாரூர், தஞ்சை ஆகிய டெல்டா மாவட்டங்களில் இயக்கத்திற்குப் பங்களித்து வந்துள்ள பல தோழர்களை இந்தத் தொடரில் சந்தித்திருக்கிறோம். டெல்டா பிரதேசத்தின் ஒரு பகுதியான அறந்தாங்கி வட்டம், 1974 வரை தஞ்சை மாவட்டத்தின் ஒரு பகுதியாக இருந்தது. புதுக்கோட்டை மாவட்டம் உருவானபோது அதனுடன் சேர்க்கப்பட்டது. இந்த அறந்தாங்கி வட்டம், காரக்கோட்டை கிராமத்தில் இயக்க வளர்ச்சிக்குப் பங்களித்தவர் தோழர் முத்துராமலிங்கம்.

1949ஆம் ஆண்டில் பிற்படுத்தப்பட்ட சமூகத்தைச் சேர்ந்த ஒரு பணக்கார விவசாயக் குடும்பத்தில் பிறந்தவர் முத்துராமலிங்கம். எஸ்.எஸ்.எல்.சி முடித்தவுடன், இனி அவர்தான் குடும்பத்தைக் கவனிக்க வேண்டும் என தந்தை சொல்லிவிட்டார். அதனால் அவரால் மேற்கொண்டு படிக்க முடியாமல் போனது. கிராமத்தில் இருந்தபோது இளம் வயதிலேயே தன்னுடைய உறவினர் ஒருவரின் மூலமாக, சோவித் யூனியன் வெளியீடுகளையும், என்.சி.பி. ஹெச். வெளியீடுகளையும் படித்து மார்க்சியத் தத்துவத்தின்பால் ஈர்க்கப்பட்டார். கம்யூனிஸ்ட் இயக்கத்தில் இணைந்து செயல்பட வேண்டும் என்று ஆர்வம் கொண்டார்.

மார்க்சிஸ்ட் கம்யூனிஸ்ட் கட்சியின் போர்க்குணமிக்க செயல்பாடு அவருக்கு பிடித்துப்போகவே, ஒருநாள் திருவாரூரில் சிபிஎம் அலுவலகத்தைக் கண்டுபிடித்து, அங்கே போய் நின்றார். அன்றைய ஒன்றுபட்ட சி.பி.எம். தஞ்சை மாவட்டக்குழு அலுவலகமாக அது இருந்தது. அங்கு விவசாயிகள் சங்க மாநிலத் தலைவர் தோழர் ஆர். ராமராஜ் இருந்தார். அவரைச் சந்தித்து கட்சியில் சேரும் விருப்பத்தைத் தெரிவித்தார். "நீ ஏன் கம்யூனிஸ்ட் இயக்கத்தில் சேர விரும்புகிறாய்?" என அவர் கேட்டதற்கு,

"சாமானிய மக்களுக்காகப் பாடுபடும் சரியான கட்சி என நம்புவதால் மார்க்சிஸ்ட் கட்சியில் சேர விரும்புகிறேன்," எனப் பதிலளித்துள்ளார். கட்சியின் மாவட்டச் செயலாளர் கே.ஆர். ஞானசம்மந்தம் மற்றும் தலைவர்கள் பாரதிமோகன், கோ.வீரய்யன் ஆகியோரிடம் அவரை ஆர்.ராமராஜ் அறிமுகம் செய்திருக்கிறார்.

தலைவர்களின் ஆலோசனைப்படி, தனது சொந்த ஊரான காரக்கோட்டையில் 1968-ல் 25 பேர் கொண்ட விவசாயிகள் சங்கத்தையும், 9 பேர் கொண்ட கட்சிக் கிளையையும் தொடங்கினார். அன்றைய அறந்தாங்கி தாலுகாவின், மார்க்சிஸ்ட் கம்யூனிஸ்ட் கட்சி முதல் கிளை இதுதான். (சாகித்திய அகாதமி விருதுபெற்ற எழுத்தாளர் பொன்னீலன் எழுதிய 'அத்தானி கதைகள்' என்ற நூலில், 'மார்க்சிஸ்ட் வருகை' என்ற தலைப்பில் தோழர் முத்துராமலிங்கம் பற்றிய பதிவு படத்துடன் இடம்பெற்றுள்ளது.)

அறந்தாங்கி வட்டம் முழுவதும் பெரும்பான்மையான நிலங்கள் நிலச்சுவான்தாரர்களுக்கும் ஜமீன்களுக்கும் உடைமையாக இருந்தன. தலித் மக்கள் விவசாயத் தொழிலாளிகளாகவும், பிற்படுத்தப்பட்ட பிரிவுகளைச் சேர்ந்த கணிசமான மக்கள் குத்தகை விவசாயிகளாகவும் இருந்தார்கள். முத்துராமலிங்கம் தொடர்ந்து வீரய்யன் வழிகாட்டலில், அறந்தாங்கி வட்டத்தின் பல்வேறு இடங்களில் விவசாயிகள் சங்கத்தையும் கட்சிக் கிளைகளையும் கட்டி வளர்த்தார்.

1970-ல் பேரளத்தில் தோழர்கள் எம்.ஆர்.வெங்கட்ராமன், என். சங்கரய்யா, ஏ.நல்லசிவன் ஆகியோர் கலந்துகொண்ட மூன்று நாள் வகுப்பு நடைபெற்றது. அந்த வகுப்பில் கலந்துகொண்ட முத்துராமலிங்கத்தின் சிந்தனையில் புதிய வெளிச்சம் பாய்ந்தது. அரசியல், பொருளாதார, சமூகப் பிரச்சனைகளைப் புரிந்துகொள்ள உதவியாக இருந்ததாகக் குறிப்பிடுகிறார். மேலும், வர்க்க, வெகுமக்கள் அமைப்புகளை உருவாக்கினால்தான் கட்சியைக் கட்டி வளர்க்க முடியும் என்ற அமைப்புக் கோட்பாட்டைப் புரிந்துகொண்டு களம் இறங்குவதற்கு அந்த வகுப்பு தனக்கு வழிகாட்டியது என்கிறார்

1972ல் முத்துராமலிங்கம் கட்சியின் வட்டச் செயலாளராக தேர்வுசெய்யப்பட்டார். அக்காலத்தில் மணமேல்குடி, ஆவுடையார்கோவில் பகுதிகளும், அறந்தாங்கி வட்டத்துக்குள் இருந்தன. 1974-ல் திருச்சி, தஞ்சை மாவட்டங்களில் இருந்து பிரிந்து, புதுக்கோட்டை மாவட்டம் உதயமானபோது, கட்சிக்கும் புதிய மாவட்டக்குழு உருவாக்கப்பட்டது. நான்கு பேர்

தோழர் முத்துராமலிங்கம்

கொண்ட முதல் மாவட்டச் செயற்குழுவில் தோழர்கள் பெ.குமாரவேல், லெட்சுமணன், எம்.மாரியப்பன் ஆகியோருடன் முத்துராமலிங்கமும் இடம்பெற்றார்.

காரக்கோட்டை ஊராட்சிக்கு உட்பட்டு 8 கிராமங்கள் உள்ளன. இந்த ஊராட்சிக்கு உட்பட்ட பகுதியில்தான் சிங்கவனம் ஜமீனும் இருந்தது. ஒரு பிற்படுத்தப்பட்ட சமூகத்தைச் சேர்ந்தவரும், கணிசமான நிலத்துக்கு உடைமையாளருமான அந்த ஜமீன்தாரின் ஆதிக்கம், இந்தக் கிராமங்களில் நிலவியது. சாதியரீதியாகத் தேநீர்க் கடைகளில் இரட்டைக் குவளை முறை இருந்தது. தலித் மக்களின் ஆலய நுழைவுக்குத் தடை இருந்தது. இத்தகைய தீண்டாமைக் கொடுமைகளை எதிர்த்து, தலித் மக்களையும், அவர்களுக்கு ஆதரவாகப் பிற்படுத்தப்பட்ட சமூகங்களின் மக்களையும் திரட்டிப் போராட்டம் நடத்தினார். போராட்டத்தின் வெற்றியாக இந்தத் தீண்டாமைக் கொடுமைகள் ஒழிக்கப்பட்டன. அவருடைய ஊராட்சியில் மட்டுமல்ல; எடையாத்திமங்கலம், கிருஷ்ணாதிபட்டணம் போன்ற பல கிராமங்களிலும், மக்களைத் திரட்டி தீண்டாமைக் கொடுமை ஒழிப்புப் போராட்டங்களை நடத்தியுள்ளார் தோழர் முத்துராமலிங்கம்.

கீழத்தஞ்சை அனுபவத்தைக் கணக்கில் எடுத்துக்கொண்டு தலித் மக்களையும் பிற்படுத்தப்பட்ட மக்களையும் ஒன்றிணைத்து, தீண்டாமைக் கொடுமையை எதிர்த்துப் போராடியதால் அந்த இயக்கம் வெற்றி பெற்றது. இந்த அணுகுமுறையினால்தான்

அறந்தாங்கி வட்டத்தில் தலித் மக்களும், தலித் அல்லாதவர்களும் கட்சி உறுப்பினர்களாக இருக்கிறார்கள்.

அறந்தாங்கி வட்டத்தில் தலித் மக்களின் உரிமைகளுக்காகவும், பிற்படுத்தப்பட்ட சமூகத்தைச் சார்ந்தவர்கள் குறிப்பாக குத்தகை விவசாயிகளுக்காக, மார்க்சிஸ்ட் கட்சி போராடியுள்ளது. ஒல்லனூர் கிராமத்தில் கண்மாய் புறம்போக்கு நிலத்தில் தலித் மக்கள் வீடுகட்டி வாழ்ந்ததோடு, சாகுபடியும் செய்து வந்தார்கள். இவர்களை வெளியேற்றிட நிலச்சுவான்தாரர்கள் முயற்சித்தபோது, மார்க்சிஸ்ட் கம்யூனிஸ்ட் கட்சி தலையிட்டு அவர்களுடைய மனையையும், நிலத்தையும் பாதுகாத்ததோடு பட்டாவும் பெற்றுத் தந்தது. இப்பகுதிக்கு ஜீவா நகர் எனப் பெயரிடப்பட்டது.

மணமேல்குடி பகுதியில் விச்சூர் கிராமத்தில் பெரும்பான்மையாக குத்தகை சாகுபடி இருந்தது. அந்த விவசாயிகளை, விவசாய சங்கத்தில் உறுப்பினர்களாக்கி, குத்தகை பதிவு செய்ய கட்சி நடவடிக்கை எடுத்தது. இதனால் ஆத்திரம் அடைந்த நிலச்சுவான்தாரர்கள் அறுவடைக்குத் தயாராக இருந்த விளைச்சலை அறுவடை செய்ய முயன்றார்கள். கட்சியும் விவசாயிகள் சங்கமும் நிலச்சுவான்தாரர்களை எதிர்த்துப் போராடி, குத்தகை விவசாயிகளைப் பாதுகாத்தது. இதில் மோதல்கள் ஏற்பட்டு, பல வழக்குகளையும் கட்சி சந்திக்க வேண்டியிருந்தது. குத்தகைதாரர்களை வெளியேற்றக்கூடாது என்ற கோரிக்கையை முன்வைத்து காரக்கோட்டை கிளையின் சார்பில் நடைபெற்ற விவசாயிகள் சங்கத்தின் முதல் பொதுக்கூட்டத்தில் தோழர்கள் ஆர்.ராமராஜ், மன்னார்குடி நடராஜன் ஆகியோர் உரையாற்றியதை பசுமையாக நினைவு கூறுகிறார்.

புதுக்கோட்டை மாவட்ட கடற்கரை பகுதியில் விசைப்படகு உரிமையாளர்களுக்கும் நாட்டுப்படகு மீனவர்களுக்கும் இடையே முரண்பாடு இருந்தது. அந்தப் பிரச்சினையில் முத்துராமலிங்கம் தலையிட்டு தீர்வுக்கு வழிசொன்னதன் பலனாக நாட்டுப்படகு மீனவர்கள் வாரத்தில் நான்கு நாட்களும் விசைப்படகு மீனவர்கள் மூன்று நாட்களும் கடலுக்குள் செல்வது என்ற நடைமுறை உருவாக்கப்பட்டு இன்றளவும் தொடர்கிறது.

தொடர்ந்து விவசாயிகள் சங்கத்தின் மாவட்டத் தலைவர், செயலாளர், மாநிலக்குழு உறுப்பினர் எனப் பல்வேறு பொறுப்புகளில் பல காலம் திறம்படப் பணியாற்றிய தோழர் முத்துராமலிங்கம் கட்சி அணிகளைத் தாண்டி, வெகுமக்களிடையேயும் அவர்களின் அன்பிற்குரிய தலைவராக விளங்கினார். காவிரி கல்லணைக்

கால்வாயின் கடைமடைப் பகுதி புதுக்கோட்டை மாவட்டத்தின் கறம்பக்குடி, அறந்தாங்கி, ஆவுடையார்கோவில் வட்டங்களில் சுமார் 25 ஆயிரம் ஏக்கர் அளவில் உள்ளது. இந்தப் பகுதியின் ஒட்டுமொத்த விவசாயிகளின் சார்பாக உருவாக்கப்பட்ட காவிரி பாதுகாப்புக் குழுவின் செயலாளராக முத்துராமலிங்கம் தேர்வு செய்யப்பட்டார். இந்தப் பகுதியின் சிறப்புத் தன்மையைக் கருத்தில்கொண்டு தமிழ்நாடு விவசாயிகள் சங்கத்தின் ஒரு பிரிவாக ஏரிப்பாசன விவசாயிகள் சங்கம் உருவாக்கப்பட்டது. அதன் பொறுப்பாளராக இன்றளவும் செயல்பட்டு வருகிறார். 2014ல் அப்போதைய மாவட்ட ஆட்சியர் மனோகரனை நாகுடிக்கு நேரடியாக அழைத்து, விவசாயிகளின் குறைகளைக் கேட்டு நடவடிக்கை எடுக்க வைத்தார்.

இப்படிப்பட்ட ஈடுபாடுகளுக்கு வேறொரு பரிசும் கிடைத்தது. ஆம், சமூக விரோதிகளுக்கு எதிராகச் செயல்பட்டதால் ஆத்திரமடைந்த ரவுடிகள் 2009 ல் சிங்கவனத்தில் முத்துராமலிங்கத்தின் மீது கொலைவெறியோடு பாய்ந்து தாக்கினர். உயிருக்கு ஆபத்தான நிலையில் தஞ்சை மருத்துவக் கல்லூரி மருத்துவமனையில் 15 நாட்கள் சிகிச்சை பெற்று மீண்டுவந்தார். இப்படிப்பட்ட பல்வேறு சவால்களை அவர் சந்தித்திருக்கிறார்.

பருவமழை பொய்த்து நெற்பயிர் கருகியதோடு கடன் தொல்லையையும் தாங்க முடியாதவராக இருந்த கரகத்திக்கோட்டை ரெங்கசாமி என்பவர் 2015 ல் தற்கொலை செய்துகொண்டார். அவரின் குடும்பத்திற்கு நிவாரணம் கேட்டு சட்டமன்றத்தில் சி.பி.எம். உறுப்பினர்களைப் பேச வைத்து இழப்பீடாக ரூ.3 லட்சமும், கவிஞர் வைரமுத்து மூலமாக ரூ.1 லட்சமும் பெற்றுத் தந்தார். இவ்வாறு பாதிக்கப்படுகிற ஏழை, எளிய மக்களுக்கு அரசிடமிருந்து சட்டப்பூர்வமான உதவிகளை பெற்றுத் தருவதில் இன்றளவும் சளைக்காமல் உழைத்து வருகிறார்.

வெள்ளாற்றில் டிப்பர் லாரிகளுக்கு மணல் எடுக்க அனுமதி, மாட்டுவண்டிகள் சிறைப் பிடிப்பு என மாட்டுவண்டித் தொழிலாளிகள் அவதிப்பட்ட போது 500 க்கு மேற்பட்ட மாட்டு வண்டிகளை தேசிய நெடுஞ்சாலையில் நிறுத்தி மறியலில் ஈடுபட்டார். அந்தப் போராட்டத்தின் வெற்றியாக மாட்டுவண்டித் தொழிலாளர்களுக்கு என தனி மணல் குவாரி அமைக்கப்பட்டது.

புறம்போக்கு நிலங்களில் 2,000 வீடுகளை இடிக்க அரசு உத்தவு பிறப்பித்தது. பொக்லின் எந்திரங்கள் வீடுகளுக்கு முன்பாக வந்து நின்றன. அப்போது தோழர் முத்துராமலிங்கம்

அந்த வீடுகளில் வசிக்கும் மக்களோடு “மாற்று இடம் கொடு” என்ற கோரிக்கையை எழுப்பியவாறு பொக்லின் எந்திரங்களின் முன்பாக படுத்துக்கொண்டார். அந்தப் போராட்டத்தால் அறந்தாங்கி வட்டத்தில் இரண்டாயிரம் ஏழை எளியோரின் வீடுகள் இன்றைக்கும் பாதுகாக்கப்பட்டுள்ளன.

முத்துராமலிங்கம் – முத்துலட்சுமி திருமணம் 1973ஆம் ஆண்டில் கட்சித் தலைவர்கள் முன்னிலையில் நடைபெற்றது. ஆனந்தி என்ற மகளும், கண்ணன் என்ற மகளும் உள்ளனர். தோழர் முத்துலட்சுமி மாதர் சங்கத்தில் பல ஆண்டுகள் செயலாற்றியிருக்கிறார். அதனுடைய மாவட்டக் குழு உறுப்பினராகவும் பணியாற்றியவர். இவர்களின் பிள்ளைகள் கட்சி ஆதரவாளர்கள். தோழர். முத்துராமலிங்கத்தின் குடும்பம் கட்சிக் குடும்பம்.

மக்களுக்காக சமூகப் போராட்டங்களை மட்டுமல்லாமல், அவர்களது உடல் நலனுக்கான போராட்டங்களையும் நடத்தியவர் முத்துராமலிங்கம். சிறந்ததொரு கம்யூனிஸ்ட்டான முத்துராமலிங்கம் தேர்ந்ததொரு சித்த மருத்துவருமாவார். மக்களுக்குச் சேவை செய்வதற்கென்றே சித்த மருத்துவம் பயின்றவரான இவரது சிகிச்சைக்கு அறந்தாங்கி வட்டாரப் பகுதி மட்டுமல்லாது புதுக்கோட்டை மாவட்டத்தைத் தாண்டியும் நற்பெயர் உண்டு. சுயமாகவும் மூலிகைகளைப் பரிசோதனை செய்து பலவகை மருந்துகளை உருவாக்கியுள்ளார். குறைந்த செலவில் ஏராளமானோருக்கு சிகிச்சையளித்துக் பார்த்து குணமடையச் செய்துள்ளார். அவருடைய இந்தச் சேவையும் சேர்ந்து மக்களுக்குக் கம்யூனிஸ்ட் இயக்கத்தின் மீது ஒரு மதிப்பை ஏற்படுத்தியது என்றால் மிகையல்ல.

இயற்கை விவசாயத்திலும் மிகுந்த நாட்டமுடையவர். இயற்கை விஞ்ஞானி எனப் புகழப்பட்ட நம்மாழ்வாருடன் நெருங்கிய நட்பிலும் தொடர்பிலும் இருந்தவர். அவரை அழைத்து மாவட்டத்தில் 25 நாட்கள் சுற்றுப்பயணம் மேற்கொண்டார். அந்தப் பரப்புரைகளில் இயற்கை விவசாயம் குறித்து நம்மாழ்வார், மரம் வளர்ப்பின் அவசியம் குறித்து தங்கச்சாமி, தாய் மொழியின் அவசியம் குறித்து மிசா.மாரிமுத்து ஆகியோர் உரையாற்றினார்கள்.. நம்மைச் சுற்றிய மொழியியல் என்ற தலைப்பில் முத்துராமலிங்கம் பேசினார்,

தற்போது கட்சியின் மாவட்டக் குழு உறுப்பினராக இருக்கிற தோழர் முத்துராமலிங்கத்திற்கு, உடல்நலம் பாதிக்கப்பட்டுள்ள நிலையில் முன்பு போல் செயல்பட முடியவில்லை என்ற

வருத்தம்தான் இருக்கிறது. அறந்தாங்கி வட்டத்தில் மார்க்சிஸ்ட் கட்சியின் முதல் கிளையைத் துவக்கியது மட்டுமல்லாமல் விவசாயிகள் சங்கம், விவசாயத் தொழிலாளர் சங்கம் உள்ளிட்ட வர்க்க வெகுமக்கள் அமைப்புகளை உருவாக்கினார். கிராமப்புறங்களில் அடிப்படையான இயக்கம் விவசாயிகளைத் திரட்டுவது என்ற புரிதலோடு தன்னுடைய சொந்தக் கிராமத்தில் விவசாயிகள் சங்கக் கிளையை உருவாக்கினார். அடுத்தடுத்த கிராமங்களிலும் அமைப்பு உருவாக்கப்பட்டது. இந்தச் செயல்முறைகளுக்கான அங்கீகாரமாக சங்கத்தின் மாவட்டச் செயலாளராகத் தேர்ந்தெடுக்கப்பட்டார். மாநிலக்குழு உறுப்பினராகவும் செயல்பட்டார்.

அவர் சுறுசுறுப்பாகச் செயல்பட்ட காலத்தில், அறந்தாங்கி, ஆவுடையார்கோவில், மணமேல்குடி ஆகிய மூன்று ஊர்களிலும் இளைஞர்களை கட்சிக்குள் கொண்டு வருவதில் முக்கியப் பங்காற்றினார். இன்று கட்சியின் மாவட்டச் செயலாளராக உள்ள கவிவர்மன், செயற்குழு பொறுப்பில் உள்ள சி.சுப்பிரமனியன், கே.செல்வராஜ் போன்றவர்களையும், தலைமுறை இடைவெளியில்லாமல் பல இளம் தலைமுறையினரையும் கட்சியின் முன்னணி ஊழியர்களாக்கிய பெருமைக்குச் சொந்தக்காரர் மா.முத்துராமலிங்கம்.

கட்சியின் வட்டச்செயலாளராகவும், மாவட்டச் செயற்குழு உறுப்பினராகவும் பணியாற்றிய முத்துராமலிங்கத்தின் மற்றொரு முக்கியமான பங்களிப்பு, கூட்டுத் தலைமையை உருவாக்குவதில் குறியாக இருந்தார் என்பது. எல்லாப் பிரச்சினைகளிலும் அவர் முன்முயற்சி எடுத்திருப்பார், மையமான பாத்திரம் வகித்திருப்பார். இருப்பினும் கூட்டுமுடிவும் கூட்டுத் தலைமையும் ஆளுமை செலுத்தியது.

தேசத்தின் உயிர்நாடியாகிய கிராமப்புறங்களில் கம்யூனிஸ்ட் அமைப்பை எப்படி உருவாக்க வேண்டும் என்பதில் தோழர் முத்துராமலிங்கத்தின் அணுகுமுறை இன்றைய இளைய தலைமுறையினருக்கு முன்னுதாரணமாக இருக்கும். கடந்த 50 ஆண்டுகளுக்கும் மேலாக, தோழர் முத்துராமலிங்கம் ஆற்றி வரும், பணி பாராட்டத்தக்கது, பின்பற்றத்தக்கது.

❑

56

மூன்று தலைமுறைகளாய் இயக்கத்தில் பங்களிப்பு!

சென்னை மாநகரில் மார்க்சிஸ்ட் கம்யூனிஸ்ட் கட்சிக்கு அடித்தளமிட்ட பல தோழர்களில் ஒருவர் எம். லோகநாதன். அவர் வீட்டை லெனின், ஸ்டாலின், பி.ராமமூர்த்தி, சங்கரய்யா, கேப்டன் லட்சுமி, பாப்பா உமாநாத் ஆகிய தலைவர்களின் படங்கள் அலங்கரிக்கின்றன. கல்கத்தா நகரத்திற்கு அவர் சுற்றுலா சென்றபோது, ஜோதிபாசுவுடன் எடுத்து கொண்ட படமும் உள்ளது.

தற்போது 81 வயதாகும் தோழர் லோகநாதன் சென்னை மாநகரில் தரமணி, கானகம் பகுதியில் ஒரு ஏழைக் கொத்தனார் குடும்பத்தில் பிறந்தவர். அவர் 9ஆம் வகுப்பு வரை படித்திருக்கிறார். அதற்கு மேல் பெற்றோர்களால் அவரைப் படிக்கவைக்க இயலவில்லை. ஆரம்பத்தில் கிண்டி தொழிற்பேட்டையில் ஒரு இன்ஜினியரிங் கம்பெனியில் வேலையில் சேர்ந்தார். அந்த நிறுவனத்தில் சில ஆண்டுகளே வேலை செய்தாலும் அப்பணி அவருக்கு தொழில் பயிற்சியை அளித்தது. பிறகு திருவொற்றியூர் பகுதியிலுள்ள என்ஃபீல்ட் கம்பெனியில் சேர்ந்து அங்கு பல ஆண்டுகள் வேலையில் இருந்தார். அக்கம்பெனி மூடப்பட்டதால் வேறு கம்பெனியில் சேர்ந்து ஓய்வு பெறுகிற வரையில் 33 ஆண்டுகள் பணியாற்றியிருக்கிறார்.

என்ஃபீல்ட் கம்பெனியில் வேலையில் இருந்தபோது தொழிலாளர்கள் நடத்திய போராட்டத்தில் லோகநாதன் ஆர்வத்தோடு கலந்து கொண்டார். நிர்வாகத்தினுடைய பழிவாங்கும் போக்கு, வேலைநிறுத்தத்தை உடைக்க கருங்காலிகளைப் பயன்படுத்துவது போன்றவைகளை நேருக்குநேர் கண்டார். அவற்றை எதிர்கொண்டு போராட்டத்தில் கலந்து கொண்டார். இத்தகைய போராட்ட ஈடுபாடு அவருக்கு ஓர் அரசியல் பாடமாக அமைந்தது. ஜீவாராமன் என்ற தோழர் தொடர்ச்சியாக அரசியல் விவாதம் நடத்திய பின்னணியில், துவக்கத்தில் காங்கிரஸ் ஆதரவாளராக இருந்த லோகநாதன் மார்க்சிஸ்ட் கம்யூனிஸ்ட் கட்சியில் 1977ல் உறுப்பினரானார்.

எம்.லோகநாதன்

கம்பெனியில் வேலை செய்து கொண்டிருந்த அதே நேரத்தில் தாம் வசிக்கும் தரமணி பகுதியில் மார்க்சிஸ்ட் கம்யூனிஸ்ட் கட்சியின் கிளையை உருவாக்கினார். கட்டபொம்மன் உடற்பயிற்சி மையம் துவக்கி, இளைஞர்களுக்கு கம்பு விளையாட்டு, களறி பயிற்சி அளித்தார். அவற்றை ஆர்வத்தோடு பயின்ற இளைஞர்களோடு அரசியல், சமுதாயப் பிரச்சினைகளைப் பேசினார். அவர்களின் பலரைக் கட்சிக்குக் கொண்டு வந்தார். பொங்கல் விழா, கோவில் விழாக்களில் புலி வேடம் போட்டு கட்சி நிகழ்ச்சிகள் நடததியிருக்கிறார். இத்தகைய நிகழ்ச்சிகளை நடத்துவதால் அவரது இயக்கப்பணி பாதிக்கிறது என சக தோழர்கள் சிலர் புரிதலின்றி விமர்சித்திருக்கிறார்கள். "இது பற்றி வி.பி.சிந்தன் அவர்களைச் சந்தித்து ஆலோசனை கேட்டேன். அவர் நான் நடத்திய நிகழ்ச்சியை நேரில் வந்து பார்த்துவிட்டு, தொடர்ந்து நடத்துங்கள் என கூறினார். அது மட்டுமல்லாமல், தோழர் வி.பி.சி கேட்டுக்கொண்டதற்கிணங்க 1979ஆம் ஆண்டு சென்னையில் நடைபெற்ற சி.ஐ.டி.யு. அகில இந்திய மாநாட்டுப் பேரணியிலும் அந்த நிகழ்ச்சியை நடத்த வாய்ப்புக் கிடைத்தது,"

என்று மகிழ்ச்சியை உணர்வுப்பூர்வமாக இன்றும் பகிர்கிறார் லோகநாதன்.

தரமணியில் கட்சிக் கிளை துவங்கியபோது எதிர்ப்பு வந்தது. கம்யூனிச எதிர்ப்பாளர்களுடன் தயக்கமின்றி கருத்து மோதலையும் நடத்தினார். நேரடி அச்சுறுத்தல்களையும் பயமின்றி எதிர்கொண்டார். இவருடைய உறுதியான செயல்பாட்டால் கட்சிக்கு வந்த எதிர்ப்பு மட்டுமல்லாமல், அப்பகுதியில் சமூக விரோதிகளின் நடவடிக்கைகளும் குறைந்தன.

ஒரு கட்டத்தில் கட்சிக் கிளையின் செயலாளராக பொறுப்பேற்றார். அக்காலத்தில் எழும்பூர், திருவல்லிக்கேணி, சேப்பாக்கம், மயிலை உள்ளிட்ட பல பகுதிகளைக் கொண்டிருந்த கட்சி இடைக்குழுவுக்கு தோழர் எஸ்.கே.சீனிவாசன் செயலாளராக இருந்தபோது, லோகநாதன் இடைக்குழு உறுப்பினராக இருந்தார். கானகம் பகுதியில் கட்சியைக் கட்டுவதிலும், பல இளைஞர்களை கட்சிக்கு கொண்டு வருவதிலும் லோகநாதன் முக்கிய பங்காற்றியிருக்கிறார். தனது பிள்ளைகளுக்கும், பேரக்குழந்தைகளுக்கும் சீர்திருத்தத் திருமணத்தை நடத்திவைத்திருக்கிறார். கட்சியில் சேர்ந்த காலத்தில் இருந்து தொடர்ச்சியாக ‘தீக்கதிர்’ வாங்கிப் படிக்கும் வாசகர் இவர்.

1980 களில் எம்ஜிஆர் முதல்வராக இருந்த காலத்தில் மார்க்சிஸ்ட் கட்சி நடத்திய விவசாயிகள் ஆதரவுப் போராட்டத்தில் கலந்துகொண்டபோது, கைது செய்யப்பட்டு ஒரு வாரம் சென்னை மத்திய சிறையில் இருந்தார்.

1964 ல் லோகநாதன் - ஜெயசுந்தரி திருமணம் நடைபெற்றது. இவருக்கு 2 மகன்கள், 6 பெண்கள்.

ஜெயசுந்தரி

லோகநாதனின் இணையர் ஜெயசுந்தரிக்கு தற்போது 74 வயதாகிறது. இவர் திருப்போரூர், தையூரைச் சேர்ந்தவர். 5ஆம் வகுப்பு வரை படித்தவர். விவசாயக் குடும்பத்தைச் சார்ந்த இவர் திருமணத்திற்குப் பிறகு அனைத்திந்திய ஜனநாயக மாதர் சங்கத்தில் சேர்ந்து மாதர்சங்கப் பணியில் தீவிரமாக ஈடுபட்டார். தோழர்கள் பாப்பா உமாநாத், வாசுகி, பாலபாரதி, நன்மாறன், ஜான்சிராணி போன்றவர்களோடு நெருக்கமான நட்பு உண்டு என பெருமிதத்தோடு கூறுகிறார். கானகம் பகுதியில் நேரு வீதியில் மாதர் சங்கத்தை உருவாக்கியதில் முக்கிய பங்காற்றினார். 1980 ல் மார்க்சிஸ்ட் கம்யூனிஸ்ட் கட்சியில் உறுப்பினரானார். 600க்கும் மேற்பட்ட பெண்களை மாதர் சங்கத்தில் சேர்த்து, அனைத்திந்திய

ஜெயசுந்தரி

ஜனநாயக மாதர் சங்கத்திற்கு அப்பகுதியில் அடித்தளத்தை உருவாக்கியதோடு, பெண்களுக்கான கட்சிக் கிளையை உருவாக்குவதிலும் முக்கியப் பங்காற்றியவர் ஜெயசுந்தரி. சொந்தச் செலவிலேயே பொதுக்கூட்டம் நடத்தியிருக்கிறார். வீட்டிலேயே அடிக்கடி மாதர் சங்க கூட்டம் நடத்தி உதவி செய்தவரான இவர் இன்றும் கட்சி, மாதர் சங்கம் இரண்டிலும் உறுப்பினராக உள்ளார்..

மாநிலம் முழுவதும், சென்னை மாநகரத்திலும் வறட்சி-குடிநீர் பஞ்சம் கடுமையான பிரச்சினையாக இருந்தது.1981ஆம் ஆண்டு அனைத்திந்திய ஜனநாயக மாதர் சங்கத்தின் சார்பில் சென்னையில் கோட்டையை நோக்கி பெண்கள் பேரணி தோழர்கள் கே.பி.ஜானகியம்மாள், பாப்பா உமாநாத், மைதிலி உள்ளிட்ட தோழர்கள் தலைமையில் நடந்தது. அன்றைய முதலமைச்சர் எம்ஜிஆர் திடீரென வந்து, பேரணிக்கு முன்னிலையாக நின்ற மாதர்சங்கத் தலைவர்களைச் சந்தித்து அங்கேயே மனுவை வாங்கிக் கொள்வதாகக் கூறி கோரிக்கை ஆவணத்தைப் பெற்றார். தானும் அந்தப் பேரணியில் பங்கேற்றதை ஜெயசுந்தரி பெருமிதத்தோடு நினைவுகூர்கிறார்.

பெரிய குடும்பம்

போதிய வருமானம் இல்லாத சூழலில் இட்லி வியாபாரம், இலை தைத்து வியாபாரம், பால் வியாபாரம் உட்பட சில கைத்தொழில் மூலம் வருமானம் திரட்டி குடும்பப் பொறுப்புகளை நிறைவேற்றிக்கொண்டே, இயக்கப்பணியிலும் அர்ப்பணிப்புடன் ஈடுபட்டார். இருவரும் தங்கள் உழைப்பில் கிடைத்த வருவாயிலிருந்தே பிள்ளைகளுக்குத் திருமணம் செய்துவைத்ததோடு, சிறியதொரு வீடும் கட்டியுள்ளனர்.

1980-90களில் மாதர் சங்க மாநில, மாவட்ட மாநாடுகளில் தொடர்ந்து பிரதிநிதியாக கலந்து கொண்ட அனுபவங்களை நிறையவே பெற்றிருக்கிறார் ஜெயசுந்தரி. பிள்ளைகளுக்கு மாதர் சங்க தலைவர்கள் ருக்மணி, விஜயா ஜானகிராமன், கட்சித் தலைவர் உ.ரா.வரதராசன் தலைமையில் சீர்திருத்தத் திருமணம் செய்துவைத்து சடங்கு வலைகளை மீறி வாழ்ந்து காட்டிய இணையர் இவர்கள்.

தோழர் ஜெயசுந்தரி தம்முடைய சகோதரிகளையும், அவர்களது பிள்ளைகளையும் கட்சியில் இணைத்துள்ளது குறிப்பிடப்பட வேண்டியது. இளைய சகோதரியுடைய மகளும் கட்சியில் இருக்கிறார். மகன்கள், மகள்கள் அனைவரும் மார்க்சிஸ்ட் கம்யூனிஸ்ட் கட்சியில் அங்கம் வகிக்கின்றனர். மகள்வழிப் பேத்தி சத்தியபாமா பெண்கள் கட்சிக் கிளையின் செயலாளராக உள்ளார். மொத்தத்தில் லோகநாதன்-ஜெயசுந்தரி குடும்பம் மகத்தான கட்சிக்குடும்பம். இவர்கள் குடும்பத்தில் மூன்றாவது தலைமுறையும் சேர்த்து 22 பேர் கட்சி உறுப்பினர்களாக உள்ளனர்.

இணையர் இருவரும் இன்றளவும் கட்சி உறுப்பினர்களாகத் தங்களால் இயன்ற இயக்கப்பணிகளைச் செய்து வருவதை சக தோழர்கள் பெருமிதத்தோடு தெரிவிக்கிறார்கள். இருவரும் ‘தீக்கதிர்’, ‘மகளிர் சிந்தனை’ உள்ளிட்ட இதழ்களை வாசிப்பவர்கள்.

லோகநாதன் - ஜெயசுந்தரி ஆகிய இரு தோழர்களும் கடந்த 45 ஆண்டுகளுக்கு மேலாகச் சிறந்த முன்னுதாரணங்களாக அர்ப்பணிப்போடு நிறைவேற்றிவரும் இயக்கப்பணி பாராட்டுக்குரியது, பின்பற்றதக்கது.

❑

57

தோழர் என்.ராமச்சந்திரன் அரசியல் தலைமைக்குழு உறுப்பினர்

கன்னியாகுமரி மாவட்டத்தில் கம்யூனிஸ்ட் இயக்கத்திற்காக தங்களை முழுமையாக அர்ப்பணித்த பல தோழர்கள் இத்தொடரில் இடம்பெற்றுள்ளனர். இக்கட்டுரை குமரி மாவட்டத்தைச் சார்ந்த மூத்த தோழர்.என்.ராமச்சந்திரன் பற்றியது. குமரி மாவட்டத்தில் கேரள மாநில எல்லைப்பகுதியில் உள்ள மஞ்சாலுமூடு இவரது கிராமம். 1939ல் ஒரு நடுத்தர விவசாயக் குடும்பத்தில் பிறந்தார். எஸ்.எஸ்.எல்.சி முடித்து ஐ.டி.ஐ படித்து கோவையில் பி.எஸ்.ஜி நிறுவனத்தில் இரண்டரை ஆண்டுகள் பணியாற்றினார். அங்கு போராட்டம் நடைபெற்று வேலைநீக்கம் செய்யப்பட்ட இவர், சென்னையில் ஒரு கம்பனியில் வேலைக்கு சேர்ந்து சில மாதங்கள் பணியாற்றி அது பிடிக்காமல் வீட்டுக்குத் திரும்பினார்.

இளம்வயதில் இவர் காங்கிரஸ் ஆதரவாளராக இருந்தார். அக்காலத்தில் கேரளாவில் மார்க்சிஸ்ட் கம்யூனிஸ்ட்சி பலமான இயக்கமாக இருந்ததும் பல போராட்டங்களை நடத்தியதும் குமரி மாவட்ட மக்கள் மீது மிகப்பெரிய தாக்கத்தை உருவாக்கி இருந்தது. மக்கள் நலனுக்காக குமரி மாவட்டத்திலும் மார்க்சிஸ்ட் கட்சி பல போராட்டங்களை நடத்திக்கொண்டிருந்தது. அக்காலத்தில் குமரி மாவட்டத்தில் மார்க்சிஸ்ட் கம்யூனிஸ்ட் கட்சி இளைஞர்களை ஈர்க்கும் சக்தியாக விளங்கியது. இப்பின்னணியில் மார்க்சிஸ்ட் கம்யூனிஸ்ட் கட்சியில் இணைந்த எண்ணற்ற இளைஞர்களில் தோழர் ராமச்சந்திரனும் ஒருவர்.

1969 இல் காங்கிரஸ் கட்சியில் பிளவு ஏற்படும் சூழல் வந்தபோது அக்கட்சி மீது ராமச்சந்திரன் வெறுப்படைந்தார். அக்காலத்தில் அவர் பார்த்த கம்யூனிஸ்ட் தலைவர் டி.மணியின் செயல்பாடுகளால் ஈர்க்கப்பட்டார். தோழர்கள் மஞ்சாலுமூடு நடராஜன், ஏ.எஸ்.கிருஷ்ணன்குட்டி (இவர்கள் இருவரும் இத்தொடரில் இடம்பெற்றவர்கள்) ஆகியோரைச் சந்தித்து

கம்யூனிஸ்ட் கட்சியில் சேரும் தனது விருப்பத்தைத் தெரிவித்து, கட்சி உறுப்பினரானார்.

துவக்க காலத்தில் தோழர் ராமச்சந்திரன் சோஷலிஸ்ட் வாலிபர் முன்னணியின் அங்கமாக இருந்து செயல்பட்டிருக்கிறார். இவரது துடிப்பான செயல்பாட்டினால், 1972ல் கட்சியின் அருமனை இடைக்குழுவுக்குத் தேர்வுசெய்யப்பட்டார். அதே ஆண்டில் விவசாய சங்கத்தின் நிர்வாகியாகவும் பொறுப்பேற்று செயல்பட்டிருக்கிறார். 1980-களின் துவக்கத்தில் இவர் கட்சியின் மாவட்டக்குழுவிற்கு தேர்வு செய்யப்பட்டார். 1993ல் குழித்துறை-மேல்புறம் இடைக்குழுவின் செயலாளராக நீண்ட காலம் செயல்பட்டவர் தோழர் ராமச்சந்திரன்.

1973 இல் மத்திய அரசுக்கு எதிராக நாடு முழுவதும் சி.பி.எம். நடத்திய தர்ணா போராட்டத்தில் கைது செய்யப்பட்டு, ஜி.எஸ்.மணி, எம்.எம்.அலி உள்ளிட்ட தோழர்களுடன் பாளையங்கோட்டை சிறையில் அடைக்கப்பட்டார். அங்கு தோழர் பாலவிநாயகம் தினம்தோறும் நடத்திய அரசியல் வகுப்புகள் தனக்குள் மார்க்சிய வெளிச்சம் பாய்ச்சியதாக குறிப்பிடுகிறார் தோழர் ராமச்சந்திரன். குழித்துறை கிளைச் சிறை தவிர மாவட்டத்தில் உள்ள அனைத்து சிறைகளிலும் வெவ்வேறு காலகட்டங்களில் அடைக்கப்பட்டதாகவும் அவர் தெரிவித்தார். சிறையிலிருந்து வெளியே வந்ததும் முந்திரி ஆலை தொழிலாளர் சங்கத்தின் துணை நிர்வாகியாகப் பொறுப்பேற்று செயல்பட்டார்.

பொய் வழக்குகளும் சிறையும்

1970 களில் குமரி மாவட்டத்தில் முந்திரித் தொழிலாளர்கள், ரப்பர் தொழிலாளர்கள், உள்ளிட்ட உழைக்கும் மக்கள் தங்கள் கோரிக்கைகளுக்கு ஏராளமான போராட்டங்களை நடத்தினார்கள். தேவிகோடு கருணா முந்திரி ஆலையில் தொழிலாளர்கள் கோரிக்கைகளுக்காக வேலை நிறுத்தம் நடத்தியபோது போராட்டத்தை ஒடுக்கிட முந்திரி ஆலை முதலாளி குண்டர்களை ஏவி ஆலையில் இருந்த பந்தலுக்குத் தீ வைத்துவிட்டு பழியை தொழிற்சங்கத் தலைவர்கள் மீது சுமத்தினார். இந்த வழக்கில் தோழர் ராமச்சந்திரன் உள்ளிட்ட பல தோழர்கள் கைது செய்யப்பட்டுச் சிறையில் அடைக்கப்பட்டனர். இதுபோல் ஜேம்ஸ் பாத்திமா ரப்பர் தோட்டத்தில் பால் கூடம் தீ வைக்கப்பட்டதாக புனையப்பட்ட வழக்கிலும் கைது செய்யப்பட்டார்.

என்.ராமச்சந்திரன்

ஆர்.எஸ்.எஸ். தாக்குதலை எதிர்கொண்டவர்

ஒருநாள் மஞ்சாலுமூடு கூட்டுரோடில் ஆர்.எஸ்.எஸ்-யைச் சார்ந்தவர்கள் நமது கட்சித் தோழர்களைத் தாக்குவதாக தகவலறிந்து தோழர்களைத் திரட்டிக்கொண்டு அங்கு விரைந்து ஆர்.எஸ்.எஸ் குண்டர்களை விரட்டியடித்ததில் முக்கிய பங்காற்றியவர் தோழர் ராமச்சந்திரன். இந்த மோதலில் இவர்மீது காவல்துறையினர் கொலை முயற்சி வழக்கு பதிவு செய்து, கைது செய்யப்பட்டு பல நாட்கள் சிறையில் அடைக்கப்பட்டார்.

தோழர் ராமச்சந்திரன் போராட்டக் களத்தில் இருக்கிறபோது அவர் மிகவும் நேசித்த அம்மா சாரதாவும், அப்பா நாராயணனும், தம்பி ரவீந்திரனும் அடுத்தடுத்து மரணமடைந்தது அவருக்கு மாபெரும் இழப்புகளாக இருந்தது. அதன்பிறகு மேலும் தீவிர அரசியல் பணிகளில் தன்னை ஈடுபடுத்திக் கொண்டார். படிப்படியாக குழித்துறை அலுவலகத்தையே தனது வசிப்பிடமாக மாற்றிக்கொண்டார்.

எமர்ஜென்சி காலத்தில்

1975 இல் நாடு முழுவதும் நெருக்கடிநிலை அறிவிக்கப்பட்டபோது இயக்கத்தை முன்னெடுப்பதில் ராமச்சந்திரனின் பங்கு மகத்தானது. அப்போது கிடைத்த அனுபவத்தை தோழர் ராமச்சந்திரன் கூறுகிறார், “நான் அப்போது பலருக்கும் குறிப்பாக அதிகாரிகளுக்கு அறிமுகமான நபராக இல்லை. இது அவசரநிலைக் காலத்தில் தலைமறைவாக இருந்த தலைவர்களைச் சந்திக்கவும் அவர்கள் கூறும் தகவல்களை கட்சி கமிட்டிகளுக்கு தெரிவிக்கவும் பயன்பட்டது.

சுடுகாட்டு மணல் குவியலில்..

தோழர்கள் ஜி.எஸ்.மணி, பி.திவாகரன், நூர்முகம்மது ஆகியோர் கைது செய்யப்பட்டு சிறையில் இருந்தனர். தலைமறைவாக இருந்துகொண்டு தோழர்கள் டி.மணி, ஜே.ஹேமச்சந்திரன், பி.பெருமாள், கே.எஸ்.கிருஷ்ணன்குட்டி உள்ளிட்ட தலைவர்கள் இயக்கத்தை வழிநடத்தினார்கள். குழித்துறை கட்சி அலுவலகத்தில் தங்கியிருந்த ராமச்சந்திரன் கட்சி கமிட்டிகளுக்கு தலைவர்கள் அளிக்கும் தகவல்களைக் கொண்டுசேர்க்கும் பணியை மேற்கொண்டிருக்கிறார். குழித்துறை ஆற்றின் கரையில் உள்ள சுடுகாட்டுக்கு நள்ளிரவு நேரத்தில் தோழர் டி.மணி வருவார். அவர் வரும் தேதியை முந்தைய சந்திப்பின்போதே தீர்மானித்திருப்பார். அதன்படி அவரது வருகையை எதிர்பார்த்து சுடுகாட்டின் மணல் குவியலுக்குள் ராமச்சந்திரன் காத்திருப்பார்.

அதிகாலை இருட்டில் ரப்பர் தோட்ட தொழிலாளர்கள் நடந்தும் சைக்கிள்களிலும் பணிக்குச் செல்வார்கள். முன்னதாகவே குழித்துறையிலிருந்து இரண்டு சைக்கிள்களை எடுத்து ராமச்சந்திரன் தயாராக வைத்திருபார். அதில் தோழர் டி.மணியும் இவரும் அம்பாடி தோட்டம் வரை செல்வார்கள். அங்கு குறிப்பிட்ட இடத்தில் சைக்கிளை வைத்துவிட்டு தொழிலாளர்களைச் சந்தித்து, கட்சி கமிட்டிக் கூட்டங்களுக்கான ஏற்பாடுகளைச் செய்வார்கள். தோழர் டி.மணி அங்கிருந்து தலைமறைவாகி விடுவார். ஏதேனும் ஒரு தொழிலாளியிடம் சைக்கிளை இடைக்கோடு வரை கெண்டுவரும் பொறுப்பு ஒப்படைக்கப்படும். இப்படியான தகவல் பரிமாற்றத்தின் மூலம் இடைக்கமிட்டி கூட்டங்களையும் மாவட்டக் கமிட்டிக் கூட்டங்களையும் நடத்தி இருக்கிறார்கள்.

“அப்போதெல்லாம் தகவல் தொடர்பும், போக்குவரத்து வசதிகளும் இல்லாத நிலையில் மக்களுக்கு ஏற்படும் பிரச்சினைகளைக் கேள்விப்பட்ட உடன் தேடிச்சென்று உதவுவதை வழக்கமாக கொண்டிருந்தோம். காங்கிரஸ் கட்சியினருடன் தேர்தல் காலத்தில் பல மோதல்களைச் சந்தித்திருக்கிறோம்” என்றார் ராமச்சந்திரன்.

அ.தி.மு.க ஆட்சியின்போது, ஒருமுறை போராட்டத்தில் ஈடுபட்டிருந்த முந்திரி ஆலை பெண் தொழிலாளர்கள் மீது போலீஸ் தடியடி நடத்தியதோடு பாதிக்கப்பட்ட 3 பெண் தொழிலாளர்களை காவல்துறையினர் கைது செய்து பாளையங்கோட்டைச் சிறையில் அடைத்தனர். அப்போது கட்சியின் மத்தியக் கமிட்டி உறுப்பினராக இருந்த தோழர் ராமராஜன் நேரில் வந்து அந்த தொழிலாளர்களின் குடும்பங்களுக்கு வீடுவீடாகச் சென்று ஆறுதல் கூறினார்.

பெண் தொழிலாளர்கள் மீது பொய் வழக்கு போட்ட அதே காவல்துறை அதிகாரி நமது கட்சிக்கு மார்த்தாண்டத்தில் பொதுக்கூட்டத்திற்கு அனுமதி அளித்துவிட்டு அ.தி.மு.க.விற்கும் அதேஇடத்தில் பொதுக்கூட்டம நடத்த அனுமதி அளித்து பதற்றத்தை உருவாக்கினார். காவல்துறையின் இந்த அராஜகத்தை முறியடித்து அதே இடத்தில் மார்க்சிஸ்ட் கம்யூனிஸ்ட் கட்சியின் பொதுக்கூட்டம் நடைபெற்றது. எந்த இடத்திலும் உரிமையை நிலைநாட்டுவதில் தோழர்.என்.ராமச்சந்திரன் உறுதியானவர் என்பதற்கு இதுபோன்ற பல நிகழ்வுகள் உள்ளன.

நிலமும் வீடுமற்ற ‘அடகுடிகள்’ (பிறரது இடத்தில் குடிசை போட்டு வசிப்பவர்கள்)

முன்பெல்லாம் நிலமும் வீடுமற்றவர்கள் பிறரது தோட்டங்களில் குடில் அமைத்து தங்க அனுமதிப்பதுண்டு. அவ்வாறு நீண்டகாலம் தங்கியிருந்து அந்தத் தோட்டங்களில் வேலையும் செய்தவர்களை திடீரென வெளியேற்றிவிட முடியாது. அவர்களுக்கு குடியிருப்புக்கான இடம் கிடைப்பதில் மார்க்சிஸ்ட் கம்யூனிஸ்ட் கட்சி கவனம் செலுத்தி வந்துள்ளது. தோழர் ராமச்சந்திரனுக்கு சொந்தமான நிலத்திலும் அப்படி 3 குடும்பங்கள் குடியிருந்தன. தனக்கென வேறு நிலம் ஏதும் இல்லாத நிலையிலும் அண்மையில் 3 அடகுடிகளையும் பத்திரப்பதிவு அலுவலகத்துக்கு வரவழைத்து அவர்கள் குடியிருந்த இடத்தை அவர்களுக்கே எழுதிக் கொடுத்துள்ளார் தோழர் என்.ராமச்சந்திரன்.

தீக்கதிருக்கு கேரள விளம்பரம்

2008 இல் கேரள அரசிடமிருந்து விளம்பரம் பெறுவது தொடர்பாக தீக்கதிர் மதுரை பதிப்பிலிருந்து முயற்சி மேற்கொண்டார்கள். அப்போது குமரி மாவட்ட செயற்குழுவில் தீக்கதிருக்குப் பொறுப்பேற்றிருந்த ராமச்சந்திரன் இந்த முயற்சிக்கு உதவினார். இதற்காக அம்மாநில செய்தி மக்கள் தொடர்பு அதிகாரி சர்மாவைச் சந்தித்து ஒப்பந்தம் ஏற்படுத்தியதை தோழர் எஸ்.ஏ.பெருமாள் பாராட்டியதை ராமச்சந்திரன் நினைவுகூர்ந்தார்.

1969லிருந்து கட்சி மற்றும் வர்க்க - வெகுஜன அரங்கங்களில் பல பொறுப்புகளில் பணியாற்றிய தோழர் ராமச்சந்திரன் உடல்நிலை காரணமாக 2015ல் கட்சியின் மாவட்ட செயற்குழுவிலிருந்து விடுவிக்கப்பட்டார். இவருக்கு என்று சொந்த வீடு இல்லை. திருமணம் செய்து கொள்ளாத இவர், தற்போது தலகுளம் கிராமத்தில் தனது தங்கை வீட்டில் தங்கியிருக்கிறார்.

பொய் வழக்கு, கைது, சிறை போன்ற அடக்குமுறைகளையெல்லாம் எதிர்கொண்டு செயல்பட்டு வருபவர் இவர். கட்சி மாவட்டக்குழுவின் பொறுப்பில் உள்ள விசேச கட்சிக் கிளையில் உறுப்பினராக இருந்துகொண்டு தன்னால் இயன்ற இயக்கப் பணியைச் செய்து வருகிறார். கடந்த 50 ஆண்டுகளுக்கும் மேலாக தோழர் ராமச்சந்திரன் அர்ப்பணிப்போடு ஆற்றி வரும் இயக்கப் பணி பாராட்டுக்குரியது - பின்பற்றத்தக்கது.

❑

58

அண்ணல் காந்தி குடும்பத்தில் ஒரு கம்யூனிஸ்ட் போராளி

மகாத்மா காந்தியின் பேரனும் (தேவதாஸ் காந்தி மகன்) மேற்குவங்க மாநில முன்னாள் ஆளுநருமான கோபாலகிருஷ்ண காந்தி சென்னையில் வசிக்கிறார். அண்மையில் அவரைச் சந்தித்தபோது அவரது குடும்பத்தைப் பற்றிக் கேட்டேன். வரலாறும் வாழ்க்கையும் கலந்த பல விவரங்களைச் சொன்ன அவர், தனது பெரியப்பா மணிலால் காந்தி மற்றும் அவரது மகள் பற்றியும் குறிப்பிட்டார். அவரது உதவியுடன், தென் ஆப்பிரிக்காவில் வாழும் காந்தியின் பேத்தியுடன் தொடர்புகொண்டு மின்னஞ்சல் வழியாகப் பேட்டி கண்டதன் அடிப்படையில் 'தீக்கதிர்' வாசகர்களுக்கு இக்கட்டுரை வருகிறது.

கம்யூனிச சித்தாந்தமும் சோசலிச லட்சியமும உலகத்திற்கே பொதுவானவை. ஆகவேதான் புவிக்கோளின் எந்தப் பகுதியிலும் அந்த அடிப்படை மாற்றங்களை நெஞ்சிலேந்திச் செயல்படுகிறவர்கள் களப்பணியாற்றுகிறவர்களாகிறார்கள். 'களப்பணியில் கம்யூனிஸ்ட்கள்' தொடரில் தமிழகத்தின் பல்வேறு பகுதிகளில் மக்களுக்காகப் பாடுபட்டு வந்திருப்போரையும், இந்தியாவின் வேறு சில மாநிலங்களில் பணியாற்றியிருப்போரையும் சந்தித்திருக்கிறோம்.

இப்போது, தென் ஆப்பிரிக்காவில் களப்பணியாற்றிய ஒரு போராளித் தோழரைச் சந்திக்கவுள்ளோம். அவர் தோழர் இலா காந்தி. அந்நாட்டுக் கம்யூனிஸ்ட் கட்சியின் அங்கமாக செயல்பட்டவர், நாடாளுமன்ற உறுப்பினராகப் பங்களித்தவர். இவற்றோடு, தென் ஆப்பிரிக்காவில் எதிர்கொண்ட அனுபவங்களால் உந்தப்பெற்று இந்திய விடுதலை இயக்க வரலாற்றில் ஒரு தலையாய அத்தியாயமாகிவிட்ட மகாத்மா காந்தியின் பேத்தி இவர். காந்தியைப் போலவே ஆன்மிக ஈடுபாடும் கொண்டவரான இலா, தனது சமத்துவ லட்சியமோ இறையியல் நம்பிக்கையோ ஒன்றுக்கொன்று தடையாக இல்லை என்கிறார்.

தென் ஆப்பிரிக்காவில் கறுப்பின மக்களையும் பிற பிரிவினரையும் ஒடுக்கியாண்ட வெள்ளை நிறவெறி ஆட்சி உலகின் அவமானங்களில் ஒன்று. அதை எதிர்த்து அந்நாட்டு மக்கள் நடத்திய நெடிய போராட்ட வரலாறு உலகின் பெருமிதங்களில் ஒன்று. அந்த வரலாற்றை நிகழ்த்திய இயக்கங்களில் ஒன்றான ஆப்பிரிக்க தேசிய காங்கிரஸ் (ஏ.என்.சி.) 1912ஆம் ஆண்டு உருவானது. மற்றொன்றான தென் ஆப்பிரிக்க கம்யூனிஸ்ட் கட்சி (எஸ்.ஏ.சி.பி.) 1921ல் உருவானது. இந்த இரண்டு அமைப்புகளின் தலைமையில், அடக்குமுறை அரசின் துப்பாக்கிகளுக்கு எதிராக ஆயுதம் ஏந்திய போராட்டம் உள்ளிட்ட பல வடிவங்களில் வீரஞ்செறிந்த மக்கள் இயக்கம் தொடர்ச்சியாக நடைபெற்றது. அந்த இயக்கத்தின் வெற்றிப் பயணத்தில் ஒரு கட்டமாக, 1934ல் தென் ஆப்பிரிக்கா பிரிட்டிஷ் பேரரசுக்கு உள்ளேயே ஒரு தன்னாட்சி நாடாக அறிவிக்கப்பட்டது. அடுத்த கட்டமாக 1961ல் ஒரு குடியரசாக அறிவிக்கப்பட்டது. 1994ஆம் ஆண்டில்தான் அந்த நாடு நிறவெறி ஆட்சிக்கும் அமைப்புக்கும் முற்றுப்புள்ளி வைத்து, சுதந்திரமான ஜனநாயக நாடாக உருவெடுத்தது. 27 ஆண்டுக்காலம் நிறவெறி ஆட்சியாளர்களால் சிறையில் அடைக்கப்பட்டு, 1990ல் விடுவிக்கப்பட்ட விடுதலை வீரர் நெல்சன் மண்டேலா ஜனநாயகத் தேர்தலில் மக்களின் பேராதரவுடன் 1994ல் அந்த நாட்டின் முதல் குடியரசுத் தலைவரானார். நிறவெறிக்கு எதிரான அந்தப் போராட்டம் படிக்கப்பட வேண்டிய தனியொரு மகத்தான வரலாறு.

1893ல் ஒரு நிறுவனத்தில் சட்ட ஆலோசகராகப் பணியாற்றும் ஒப்பந்தத்தின் கீழ் தென் ஆப்பிரிக்காவுக்குத் தனது 24வது வயதில் சென்றார் காந்தி. 1896ல் மறுபடியும் அவர் அங்கே சென்றபோது அவரது வாழ்க்கைத் துணை கஸ்தூரிபா உடன் சென்றார். 22 ஆண்டுகள் அங்கே வாழ்ந்த காந்தியை வெள்ளை நிறவெறியர்கள் அவமானப்படுத்தியதும், அங்கு வாழ்ந்த இந்திய மக்கள் அத்தகைய கொடுமைகளுக்கு உள்ளாகியிருந்ததும், அந்த நிறவெறிக்கு எதிராக இந்தியர்களைத் திரட்டிப் போராடியதும் வரலாற்றில் நாம் அறிந்த பக்கங்கள். காந்திஜியின் அர்ப்பணிப்பு மிக்க போராட்ட வாழ்க்கைக்கு முன்னுரை எழுதியது தென் ஆப்பிரிக்க வாழ்க்கைதான். கோகலே விடுத்த அழைப்பை ஏற்று, இந்திய விடுதலை இயக்கத்தில் இணைவதற்காக 1915ல் நாடு திரும்பினார் காந்தி. ஆயினும் அவரது இரண்டாவது மகன் மணிலால், அவரது

இலா காந்தி

இணையர் சுசீலா இருவரும் அங்கேயே தங்கிவிட்டனர்.

தென் ஆப்பிரிக்காவிலேயே தங்கிவிட்டதோடு, மணிலால், சுசீலா, அவர்களின் மகள் இலா காந்தி, மருமகன் ராம் கோபின் ஆகிய நால்வரும், காந்தி விரும்பியது போல நிறவெறி ஆட்சிக்கு எதிரான போராட்டத்தில் பங்கெடுத்தனர். இலாவின் தாயார் இந்தியாவில் பிரிட்டிஷ் அரசாங்கப் பள்ளிகளைப் புறக்கணிப்போம் என்ற போராட்ட அறைகூவலை ஏற்றுப் பள்ளிப் படிப்பைக் கைவிட்டவர். ஆனால் தென் ஆப்பிரிக்காவுக்கு வந்தபின் கணவரோடு இணைந்து அச்சகம், காந்தி தொடங்கியிருந்த "இந்தியன் ஒப்பினியன்" என்ற பத்திரிகை, பினிக்ஸ் ஆசிரமம் ஆகிய பணிகளில் ஈடுபட்டு அனுபவக் கல்வி பெற்றார்.

1940ல் தென் ஆப்பிரிக்காவிலேயே பிறந்தவரான இலா காந்தியின் தொடக்கக் கல்வி வீட்டிலேயேதான் அமைந்தது. அது தனது ஆன்மிகப் புரிதல்களோடும் இணைந்திருந்ததாகத்

தெரிவிக்கிறார். 9 வயதில், அரசாங்க நிதியுதவியுடன் இயங்கிய ஒரு பள்ளியில் முறைசார் படிப்பில் சேர்ந்தார். பின்னர் பெண் குழந்தைகளுக்கான உயர்நிலைப் பள்ளிக்குச் சென்றார். ஆசிரியர்கள் அனைவரும் வெள்ளையர்களாக இருந்த அந்தப் பள்ளிச் சூழலியே நிறவெறிப் பாகுபாட்டை நேருக்கு நேர் கண்டார் இலா. 1963ல் நேட்டால் பல்கலைக்கழகத்தில் பி.ஏ. பட்டம் பெற்றார். 1973ஆம் ஆண்டு முதுகலைப் பட்டமும் பெற்றார். பட்டமளிப்பு விழா வெள்ளையர்களுக்கு தனியாகவும், இந்தியர்கள் உள்ளிட்ட கறுப்பின மாணவர்களுக்கு தனியாகவும் நடந்தது. வகுப்புகள் கூட வெள்ளையர்களுக்கு வசதியான வகுப்பறைகளிலும், இந்தியர்கள் உள்ளிட்ட பிற மாணவர்களுக்கு வகுப்பறைகளாக மாற்றப்பட்ட பல்கலைக்கழகக் கிட்டங்கிகளிலும் நடத்தப்பட்டன. இந்தப் பாகுபாட்டை எதிர்த்து அப்போதே இலா காந்தி சக மாணவர்களைத் திரட்டிப் போராடினார்.

தனது பெற்றோர் நிறவெறிக்கு எதிரான போராட்டத்தில் தீவிரமாகப் பங்கெடுத்தது தனக்குப் பெரிதும் ஊக்கமளித்தது என்கிறார் இலா காந்தி. நாடல் இந்தியர் காங்கிரஸ் என்ற அமைப்பில் துணைத் தலைவராக செயல்பட்டார். சமுதாய சமத்துவ எண்ணங்களோடு செயல்பட்ட இவருக்கு இயல்பாகவே சோசலிச லட்சியங்களில் ஈர்ப்பு ஏற்பட்டிருந்தது. சோசலிச அமைப்பில்தான் சமத்துவத்தைச் சாதிக்க முடியும் என்ற உறுதிப்பாடு வளர்ந்தது.

"என்னுடைய பெற்றோருக்கு கம்யூனிஸ்ட் இயக்கத்தோடு கருத்து வேறுபாடுகள் இருந்தன. ஆனால் கம்யூனிஸ்ட் கட்சித் தோழர்கள் பலரும் நெருக்கமான நண்பர்களாக இருந்தார்கள். அவர்களோடு கருத்து வேறுபாடுகளை மனந்திறந்து விவாதிப்பார்கள். அந்த விவாதங்களைக் கேட்கிற வாய்ப்பும், கம்யூனிஸ்ட் கட்சித் தோழர்களோடு பழகும் வாய்ப்பும் எனக்குக் கிடைத்தன," என்றார் இலா. நிறவெறி ஆட்சிக்கு எதிராக ஏ.என்.சி, எஸ்.ஏ.சி.பி இரண்டு இயக்கங்களும் மேற்கொண்ட போராட்டத்தின் அடிப்படையாக இருந்தது "சுதந்திர சாசனம்" என்ற திட்டம். அந்தத் திட்டம் உருவாக்கப்பட்டதில் கம்யூனிஸ்ட் கட்சியின் தாக்கம் பெருமளவுக்கு இருந்தது," என்கிறார்.

விடுதலை என்பது அதிகார மாற்றம் மட்டுமல்ல. நாட்டின் வளங்களும் வாழ்வாதாரங்களும் அனைத்துப் பகுதி மக்களுக்கும் சொந்தமாக்கப்பட வேண்டும் என்ற கம்யூனிஸ்ட் கட்சியின் திட்டத்தால் இலா காந்தி வெகுவாக ஈர்க்கப்பட்டார்.

அனைவருக்கும் இலவசக் கல்வி, இலவச மருத்துவம், குடியிருக்க வீடும் பசிக்கு உணவும் உத்தரவாதப்படுத்துதல் ஆகியவைகளை முதலாளித்துவத்தில் நிறைவேற்ற முடியாது; சோசலிச தத்துவத்தால்தான் அந்த லட்சியங்கள் சாத்தியமாகும் என்ற முடிவுக்கு வந்தார். இந்தப் பின்னணியில் அவர் 1996ஆம் ஆண்டு முறைப்படி தென் ஆப்பிரிக்க கம்யூனிஸ்ட் கட்சியில் உறுப்பினராக இணைந்தார். சில ஆண்டுகளில் கட்சியின் மத்தியக் குழுவிற்குத் தேர்வு செய்யப்பட்டார்.

மாணவப் பருவத்திலேயே அரசியலிலும் சமூக சேவையிலும் ஆர்வத்துடன் ஈடுபட்டுவந்தவருக்கு, முதலாளித்துவத்தால் சமூகப் பிரச்சனைகளை தீர்க்க முடியாது, சோசலிசமே தீர்வு என்ற தெளிவு, கம்யூனிஸ்ட் கட்சியில் இணைந்த பிறகு மேலும் உறுதிப்பட்டது.

போராட்டப் பள்ளியில்...

தந்தை மணி லால் நிறவெறி ஆட்சிக்கு எதிரான சட்டமறுப்பு இயக்கத்தை 1952ஆம் ஆண்டு நடத்தியபோது அவர் அளித்த ஊக்கத்தால் தனது 12 வயதிலேயே அந்தப் போராட்டத்தில் கலந்துகொண்டவர் இலா.

மாணவப் பருவத்திலும், அதற்குப் பிறகும் தொடர்ச்சியாக நடைபெற்ற நிறவெறி எதிர்ப்புப் போராட்டங்களில் கலந்துகொண்டார். பல்கலைக்கழகத்தில் நடைபெற்ற விவாதங்கள் மக்கள் இயக்கங்களிலேயே மேல்தட்டினரின் அணுகுமுறைக்கும் வெகுமக்கள் சார்ந்த அணுகுமுறைக்குமான வேறுபாடுகளைப் புரியவைத்தது என்கிறார். வளாகத்திற்குள் நிலவிய நிறவெறிப்போக்கிற்கு எதிர்ப்புத் தெரிவிக்கும் வகையில் பட்டமளிப்பு விழாக்களைப் புறக்கணிப்பது, அத்தகைய விழாக்கள் நடைபெறும்போது மறியல் செய்வது போன்ற போராட்டங்களில் சக மாணவர்களைத் திரட்டி நடத்தியிருக்கிறார். ஏழை மக்களுக்கான வீட்டு வாடகை உயர்த்தப்பட்டபோதும் வீடுகளை விட்டு வெளியேற்றப்பட்டபோதும் டர்பன் குடியிருப்பு நடவடிக்கைக் குழு, கூட்டு வாடகை நடவடிக்கைக் குழு போன்ற குழுக்களை ஏற்படுத்திப் போராடியிருக்கிறார்.

இத்தகைய போராட்டங்கள் சிறையில் தள்ளவைத்திருக்குமே? அதுபற்றிக் கேட்டபோது, தன்னை நிறவெறி ஆட்சி சிறைக்கொட்டடியில் அடைக்கவில்லை, ஒரே ஒரு முறை காலையில் கைது செய்து முகாமில் வைத்திருந்து மாலையில்

விடுவித்துவிட்டார்கள் என்றார். ஆனால், நிறவெறிக்கு எதிராகப் போராடியதற்காக 1973ஆம் ஆண்டிலிருந்து 9 ஆண்டுகள் வீட்டுச்சிறையில் அடைக்கப்பட்டிருந்ததாக கூறினார். கணவர் கட்சியில் இணையவில்லை என்றாலும் போராட்டங்களில் பங்கெடுத்தார், 6 மாத சிறைவாசமும் அவருக்குக் கிடைத்தது. இருவரின் இந்தச் சிறை அனுபவங்கள் தங்களுடைய மூன்று குழந்தைகளையும் வெகுவாகப் பாதித்திருக்கிறது. ஆயினும் அவர்கள் போராட்டங்களை ஆதரிப்பவர்களாகவே வளர்ந்தார்கள். "1993 ல் எங்கள் மகன் சந்தேகத்திற்கான முறையில் கொலை செய்யப்பட்டான். நிறவெறி சார்ந்த குற்றச் செயல் என்று அந்த வழக்கு முடிக்கப்பட்டது," என்று தெரிவித்தார்.

மண்டேலா, சிஸ்லு சந்திப்பு

தென் ஆப்பிரிக்க விடுதலைப் போராட்டத்தின் மகத்தான தலைமை நாயகர் நெல்சன் மண்டேலா ராபென் தீவுச் சிறையிலிருந்து விடுதலையாவதற்கு ஒரு நாள் முன்பாகவும், விடுதலைக்குப் பிறகும் அவரைச் சந்தித்துப் பேசியதை இப்போதும் பெருமிதமாக உணர்வதாகக் கூறுகிறார். அவருடைய எளிமையும், வெளிப்படையான நேர்மையான வாதங்கள் தன்னை மிகவும் ஈர்த்தன என்கிறார். தென் ஆப்பிரிக்க கம்யூனிஸ்ட் கட்சியின் பொதுச்செயலாளர் வால்டர் சிஸ்லு அதே ராபென் சிறையிலிருந்து விடுவிக்கப்பட்ட பின் அவரையும் சந்தித்துப் பேசினார். "தோழர் சிஸ்லு, அவரது இணையர் அல்பெர்டினா இருவருமே எனக்கு நெருங்கிய நண்பர்களுமானார்கள். இருவருமே அற்புதமான மனிதர்கள்," என்கிறார்.

நிறவெறி ஆட்சி ஒழிக்கப்பட்ட பிறகு, ஆப்பிரிக்க தேசிய காங்கிரஸ் இவரை 1994ஆம் ஆண்டில் நாடாளுமன்ற உறுப்பினராக நியமித்தது. சமூகவெளியில் அதிகப் பணிகள் செய்ய வேண்டியிருப்பதாகக் கருதி, பதவிக்காலம் முடிவதற்கு ஓராண்டு முன்னதாகவே 2003 ல் விலகிவிட்டார்.

"என்னுடைய ஆன்மிக நம்பிக்கைகளுக்கு கம்யூனிஸ்ட் கட்சியோ, கட்சிப் பணிகளில் ஈடுபடுவதற்கு ஆன்மிகமோ தடையாக இருந்ததில்லை என்றும் குறிப்பிடுகிறார் இலா காந்தி.

இவருக்கு 2 மகன்கள், 3 மகள்கள். ஒரு மகன் கொல்லப்பட்டான். மற்றவர்களும் தானும், தென் ஆப்பிரிக்காவிலேயே வசித்து வருவதாக கூறினார். தற்போது 80 வயதாகும் இலா காந்தி உடல்

நிலை சார்நத காரணங்களால் கட்சியின் அங்கமாக இருந்து இயக்கப்பணி செய்ய இயலவில்லை என்று தெரிவித்தார்.

கம்யூனிஸ்ட் கட்சியில் இணைந்ததால் பல உன்னதமான மனிதர்களைச் சந்திக்க முடிந்தது என்றும், அதனால் உலகத்தையும், சமூகத்தையும் புரிந்துகொள்ள முடிந்தது என்றும் குறிப்பிட்டார்.

இந்தியாவில் இருக்கக்கூடிய மற்றும் வெளிநாடுகளில் இருக்கக்கூடிய தனது உறவினர்களோடு நெருக்கமான தொடர்பில் இருக்கிறார். கடந்த காலங்களைப்போல் தீவிரமாக இயக்கப்பணி ஆற்றமுடியவில்லை என்றாலும், காந்தி அறக்கட்டளை, பீனிக்ஸ் அறக்கட்டளை இரண்டு அமைப்புகளை வழிநடத்துவதில் பிரதான பாத்திரம் வகித்து வருகிறார். ஆண்டுதோறும் இந்த அறக்கட்டளைகள் அண்ணல் காந்தி ஆர்.எஸ்.எஸ். கோட்சேவால் படுகொலை செய்யப்பட ஜனவரி 30 அன்று பல்வேறு நிகழ்ச்சிகள் நடத்தி வருவதாகவும் மதநல்லிணக்கம் உள்ளிட்ட சிந்தனைகளை மக்களிடம் கொண்டுசெல்வதாகவும் தெரிவிக்கிறார். இக்கட்டுரை வெளியாகும் இன்றைய நாளில் (2021 ஜனவரி 30) அறக்கட்டளை சார்பில் நல்லிணக்க நிகழ்ச்சிகளை நடத்துகிறார். அவர் அனுப்பியுள்ள அழைப்பிதழில் அதைப் பார்க்கிறபோது நமக்கும் பெருமிதம், உலகளாவிய உறவுகள் மீதான நம்பிக்கை இரண்டும் மேலோங்குகின்றன.

உலகம் முழுவதும் எல்லா நாடுகளிலும் சமத்துவ சமுதாயத்தை நிலைநாட்டுவதற்காக, சமூக மாற்றத்திற்காக, சோசலிச லட்சியத்திற்காக கம்யூனிஸ்ட் இயக்கம் போராடி வருகிறது. அத்தகைய இயக்கத்தின் ஓர் அங்கமாக இருக்கிறார் இலா காந்தி. அண்ணல் காந்திஜியின் குடும்பத்தில் ஒரு கம்யூனிஸ்ட் போராளி இருப்பது பெருமைக்குரியது, பாராட்டுக்குரியது.

❑

59

மாணவப்பருவத்திலேயே கம்யூனிஸ்டான தோழர் பெரி.குமாரவேல்

திருச்சி, புதுக்கோட்டை, கரூர், பெரம்பலூர், அரியலூர் ஆகிய மாவட்டங்களை உள்ளடக்கியதுதான் ஒன்றுபட்ட திருச்சி மாவட்டம். சுதந்திரப் போராட்டக் காலத்தில் திருச்சியில் ரயில்வே தொழிலாளர்கள் நடத்திய மகத்தான போராட்டத்தின் பின்னணியில் அவர்கள் மத்தியில் கம்யூனிஸ்ட் கட்சியின் கிளைகள் உருவாகின. தோழர் கே.அனந்தநம்பியார், என்.கல்யாணசுந்தரம் போன்ற தோழர்கள் ரயில்வே தொழிலாளர்களாக இருந்து கட்சித் தலைவர்களாக உருவானவர்கள்தான். 1977 ஆம் ஆண்டு புதுக்கோட்டை மாவட்டம் உருவானது. அடுத்தடுத்து இதர மாவட்டங்களும் அமைக்கப்பட்டன.

புதுக்கோட்டை மாவட்டத்தின் ஒரு பகுதியாக அறந்தாங்கி காவேரி டெல்டா பகுதிக்குள் உள்ளது. ஒன்றுபட்ட தஞ்சை மாவட்டத்தில் விவசாயிகள் இயக்கமும், கம்யூனிஸ்ட் இயக்கமும் உருவானபோது அறந்தாங்கி பகுதியிலும் விவசாய சங்கமும், கட்சிக் கிளைகளும் உருவாகின. இம்மாவட்டத்தில் பஞ்சாலைத் தொழிலாளர்கள் மத்தியில் தொழிற்சங்க இயக்கம் உருவாகி கட்சிக் கிளைகளும் உருவாகின. சுதந்திர போராட்டத்தின் வீச்சும், கம்யூனிஸ்ட் கட்சி நடத்திய இயக்கமும் மாணவர்கள்மீது தாக்கத்தை ஏற்படுத்தியது.

இப்பின்னணியில் மாணவப் பருவத்திலேயே கம்யூனிஸ்ட் கட்சியில் சேர்ந்து இப்போதும் இயங்கிவரும் தோழர் பி.குமாரவேல் பற்றியது இக்கட்டுரை...

தோழர் பி.கே. என்று கட்சித் தோழர்களால் அன்போடு அழைக்கப்படும் பெரிய குமாரவேல், புதுக்கோட்டை மாவட்டம் மேலக்கோட்டை கிராமத்தில் ஒரு பெரிய விவசாய குடும்பத்தில் 1931 ஆம் ஆண்டு பிறந்தவர். பள்ளிப் படிப்பை முடித்து புதுக்கோட்டை மகாராஜா கல்லூரியில் இண்டர்மீடியட் சேர்ந்தார்.

பெரி. குமாரவேல்

பள்ளியில் 9 ஆம் வகுப்பு படிக்கும்போதே அவர் பெரியார் கொள்கையால் ஈர்க்கப்பட்டு கருஞ்சட்டை அணிந்து மாணவர்கள் மத்தியில் பகுத்தறிவு பிரச்சாரம் செய்திருக்கிறார். அந்நியர் ஆட்சிக்கு எதிராக சுதந்திர போராட்டம் வீறுகொண்டு எழுந்தபோது மாணவர்களைத் திரட்டி மூவர்ணக் கொடியேற்றி இருக்கிறார். இப்பின்னணியில் பள்ளியில் மாணவர் பேரவைத் தலைவராக தேர்வு செய்யப்பட்டார்.

சோவியத் யூனியனுக்குச் சென்றுவந்த தந்தை பெரியார் எழுதிய கட்டுரைகளையும், கீழத் தஞ்சையில் கம்யூனிஸ்ட் கட்சி நடத்திய போராட்டங்களையும் விடுதலை இதழில் படித்த தோழர் குமாரவேலுக்கு கம்யூனிசத் தத்துவத்தின்மீது பற்று ஏற்பட்டது. “தத்துவம், மக்களின் சிந்தனையை கவ்விப் பிடித்துவிட்டால் அதுவே அவர்களை இயக்கும் ஒரு சக்தியாக மாறிவிடும்” என காரல்மார்க்ஸ் கூறிய அடிப்படையில் மார்க்சியத் தத்துவத்தை ஏற்றுக் கொண்ட தோழர் பி.கே. ஒரு கம்யூனிஸ்டாக செயல்பட துவங்கிவிட்டார்.

கம்யூனிஸ்ட் கட்சி தடை செய்யப்பட்டிருந்த காலத்தில் தலைமறைவாக கட்சிப் பணியாற்றி வந்த பி.ஆர்.நாச்சிமுத்து மூலமாக 1948ல் கம்யூனிஸ்ட் கட்சியில் உறுப்பினரானார். 1948இல் மத்திய அரசு கம்யூனிஸ்ட் கட்சியை தடை செய்து நாடு முழுவதும் தலைவர்களையும், தொண்டர்களையும் கைது செய்து சிறையில் அடைத்தது. இத்தகைய அடக்குமுறைக் காலத்தில் தோழர் பி.கே. கம்யூனிஸ்ட் கட்சி உறுப்பினரானது அவருடைய போர்க் குணத்தை காட்டுகிறது.

கல்லூரியில் படித்த காலத்தில் தோழர் பி.கே. அகில இந்திய மாணவர் பெருமன்ற கிளை அமைத்ததோடு அகில இந்திய தலைவர்களை புதுக்கோட்டை நகரத்திற்கு அழைத்து மாணவர்கள் மத்தியில் உரையாற்றச் செய்திருக்கிறார். தமிழ் பேரவைத் தலைவராகத் தேர்ந்தெடுக்கப்பட்ட இவர் கி.ஆ.பெ.விஸ்வநாதன், ஔவை துரைசாமிபிள்ளை, இரா. நெடுஞ்செழியன் உள்ளிட்டவர்களை அழைத்து கல்லூரியில் கூட்டம் நடத்தியிருக்கிறார். அன்றைய மாநில அரசு கொண்டுவந்த குலக்கல்வித் திட்டத்திற்கு எதிராக டி.கே.சீனிவாசன் உள்ளிட்ட தலைவர்களை அழைத்து வந்து புதுக்கோட்டை நகரத்தில் பி.கே. பொதுக்கூட்டம் நடத்தி இருக்கிறார்.

கட்சியில் சேர்ந்த பி.கே. கட்சித் தலைவர்களைந் சந்தித்து, அவர்களோடு அரசியல் விவாதிப்பதில் ஆர்வமாக இருந்தார். இவ்வாறு அவர் சந்தித்த சேர்ந்திசைக்குழு தலைவர் எம்.பி.சீனிவாசன் உள்ளிட்ட கம்யூனிஸ்ட் கட்சி தலைவர்கள் இவரது அறைக்கு வந்து தங்குவதை மோப்பம் பிடித்த காவல்துறையினர் தோழர் பி.கே.வை அவரது அறையிலேயே சில மணி நேரம் பூட்டி அடைத்து வைத்திருக்கிறார்கள்.

பரபரப்பாகச் செயல்பட்ட பி.கே., கம்யூனிஸ்ட் கட்சியினர் மீதான தடை நீக்கப்பட்ட பிறகு சீர்காழியில் நடந்த விவசாயிகள் சங்க மாநாட்டில் மாணவர் சங்கத் தலைவராகக் கலந்துகொண்டு உரையாற்றி இருக்கிறார்.

இண்டர் மீடியட் முடித்த பிறகு சர்வீஸ் கமிஷன் தேர்வு எழுதி தேர்வாகி ராமநாதபுரம் நீதிமன்றத்தில் 1956ல் அரசு ஊழியராக வேலையில் சேர்ந்தார். அங்கும் நீதிமன்ற ஊழியர்களை அரசு ஊழியர் சங்கத்தில் திரட்டும் பணியில் ஈடுபட்டிருக்கிறார்.

அக்காலத்தில் திருச்சி மாவட்டத்தின் ஒரு பகுதியாக இருந்த புதுக்கோட்டை மாவட்டத்தில் தோழர் ஆர்.உமாநாத் பஞ்சாலைத்

தொழிலாளர்களைத் திரட்டி சங்கம் அமைத்து அவர்கள் கோரிக்கைகளுக்காக பல போராட்டங்களை நடத்தினார். 1960இல் புதுக்கோட்டையில் காவேரி மில் தொழிற் சங்கத்தின் நிர்வாகியாக தோழர் பி.கே.வை கட்சி அறிவித்தது. கட்சியின் முடிவை ஏற்று அரசு ஊழியர் பதவியை ராஜினாமா செய்தார். அரசுப் பணியைத் துறந்து கட்சியின் முழுநேர ஊழியராகப் பொறுப்பேற்றது அவருடைய அர்ப்பணிப்பைக் காட்டுகிறது. தோழர் உமாநாத்துடன் இணைந்து காவேரி மில் மற்றும் நமணசமுத்திரம் பகுதிகளில் தொழிலாளர்களுக்கான போராட்டங்களில் தோழர் உமாத்துடன் இணைந்து முன்னணி பாத்திரம் வகித்தார். தோழர் பி.கே.யின் இயக்கப் பணியை அங்கீரிக்கும் வகையில் கட்சியின் ஒன்றுபட்ட திருச்சி மாவட்டக்குழுவிற்கு அவர் தேர்வு செய்யப்பட்டார்.

1964 ல் கல்கத்தாவில் நடைபெற்ற கம்யூனிஸ்ட் கட்சியின் 7வது மாநாட்டில் மார்க்சிஸ்ட் கம்யூனிஸ்ட் கட்சி உருவாக்கப்பட்டது. அதில் தோழர் பி.கே. தன்னை இணைத்துக் கொண்டார். மார்க்சிஸ்ட் கட்சி துவக்கப்பட்ட போது அன்றைய மத்திய அரசு கட்சி தவைர்களை கைது செய்தது. தமிழகத்தில் கட்சித் தலைவர்களோடு தோழர் பி.கே.வும் கைது செய்யப்பட்டு ஒன்றரை ஆண்டு காலம் கடலூர் சிறையில் அடைக்கப்பட்டிருந்தார்.

தோழர் ஆர்.உமாநாத் அவர்கள் 1962 ஆம் ஆண்டு புதுக்கோட்டை தொகுதியின் நாடாளுமன்ற உறுப்பினராக தேர்ந்தெடுக்கப்பட்டார். அவருடைய முயற்சியில் புதுக்கோட்டை தனி மாவட்டமாக உருவானது. ஒன்றுபட்ட திருச்சி மாவட்டக் குழுவில் உறுப்பினராக இருந்த தோழர் பி.கே. புதிதாக உருவாக்கப்பட்ட புதுக்கோட்டை மாவட்டக்குழுவின் முதல் செயலாளராகத் தேர்வு செய்யப்பட்டார்.

கட்சியின் புதுக்கோட்டை மாவட்டக்குழு அன்னவாசல், குன்றாண்டார் கோவில், திருமயம் ஆகிய மூன்று ஒன்றியங்களில் நூற்றுக்கும் மேற்பட்ட கிராமங்களில் இனாம்தார் விவசாயிகளுக்காக அவர்கள் சாகுபடி செய்யும் பல்லாயிரக்கணக்கான ஏக்கர் நிலங்களை அவர்களுக்கே பட்டா வழங்க வேண்டுமென்று மகத்தான இயக்கம் நடத்தியது, பட்டாவும் கிடைத்தது. இந்த இயக்கத்தில் தோழர் உமாநாத்துடன் இணைந்து தோழர் பி.கே.வும் முக்கிய பங்காற்றியிருக்கிறார். இப்பகுதிகளில் பல கிராமங்களில் இப்போதும் மார்க்சிஸ்ட் கம்யூனிஸ்ட் கட்சியின் கிளைகள் இயங்கி வருகின்றன.

மாநிலத்தில் விவசாய தொழிலாளர் சங்கம் உருவானபோது அச்சங்கத்தின் முதல் மாநில பொதுச் செயலாளராக தோழர் பி.கே. தேர்வு செய்யப்பட்டு மாநில மையத்திலிருந்து பல ஆண்டுகள் செயல்பட்டிருக்கிறார். இதைத் தொடர்ந்து விவசாய தொழிலாளர் சங்கத்தின் அகில இந்திய நிர்வாகியாகவும் சில ஆண்டுகள் பண்யாற்றினார்.

1975 ஆம் ஆண்டு அன்றைய மத்திய அரசு அவசர கால சட்டங்களை பிரகடனப்படுத்தி நாடு முழுவதும் எதிர்க்கட்சித் தலைவர்கள் கைது செய்யப்பட்டனர். தமிழகத்தில் 1976 ஆம் ஆண்டு கைது செய்யப்பட்ட கட்சித் தலைவர்களில் தோழர் பி.கே.வும் ஒருவர். மற்ற தலைவர்களோடு சேர்ந்து பல மாதங்கள் தோழர் பி.கே. திருச்சி சிறையில் இருந்தார்.

1952 ஆம் ஆண்டு அவருக்கும் ஏஞ்சல்மேரிக்கும் திருமணம் நடைபெற்றது. இது சாதி மறுப்பு, மத மறுப்பு காதல் திருமணம். இத்திருமணத்திற்கு தோழர் பி.கே.குடும்பத்தில் சிலர் ஆட்சேபணை தெரிவித்த போதிலும் அவர் உறுதியாக சாதிமறுப்புத் திருமணம் செய்து கொண்டார்.

தோழர் பி.கே. விவசாயச் சங்கத்தினுடைய மாவட்ட செயலாளராக பல ஆண்டுகள் பணியாற்றி இருக்கிறார். தொழிற்சங்க இயக்கத்திலும் அவர் முக்கிய பங்காற்றியிருக்கிறார். கட்சியின் புதுக்கோட்டை மாவட்டச் செயலாளராகாட தேர்வான பிறகு அவர் கட்சியின் மாநிலக்குழுவிற்கு தேர்வாகி பல ஆண்டுகள் மாநிலக்குழு உறுப்பினராக செயல்பட்டு இருக்கிறார். தற்போது புதுக்கோட்டை மாவட்டத்தில் மாவட்டக்குழுவும், ஒன்றியக் குழுக்களும் கட்சி கிளைகளும் துடிப்போடு செயல்படுவதற்கு அடித்தளமிட்டவர்களில் முக்கியமானவர் தோழர் பி.கே.என்பது குறிப்பிடத்தக்கது.

மாணவர் பருவத்திலேயே போலீஸ் அடக்குமுறைக்கு ஆளானார். கைது, சிறை, வழக்கு என பல அடக்குமுறைகளைச் சந்தித்தவர் தோழர் பி.கே., நான்கு ஆண்டுகளுக்கு மேல் சிறையில் இருந்திருக்கிறார். கட்சியின் முழுநேர ஊழியராகச் செயல்பட்டவர். தற்போது 92 வயதாகும் தோழர் பி.கே. கட்சி உறுப்பினராக இருந்துகொண்டு தன்னால் இயன்ற இயக்கப் பணியை செய்து வருகின்றார். கடந்த 70 ஆண்டுகளுக்கு மேலாக தோழர் பி.கே. ஆற்றிவரும் இயக்கப் பணி பாராட்டுக்குரியது, பின்பற்றத்தக்கது.

❑

www.ingramcontent.com/pod-product-compliance
Ingram Content Group UK Ltd.
Pitfield, Milton Keynes, MK11 3LW, UK
UKHW042136021026
15589UKWH00003B/871

9 789395 776790